தமிழ் மக்கள் வரலாறு

தூத்துக்குடித் துறைமுகத்தின் ஆசிய ஆப்பிரிக்க அய்ரோப்பியக் கடல்சார் வணிகம் (கி.பி. 1570-1880)

எஸ்.ஜெயசீல ஸ்டீபன்

தமிழில்:

புதுவை சீனு. தமிழ்மணி

நியூ செஞ்சுரி புக் ஹவுஸ் (பி) லிட்.,

41-பி, சிட்கோ இண்டஸ்டிரியல் எஸ்டேட்,

அம்பத்தூர், சென்னை - 600 050.

☎: 044 - 26251968, 26258410, 48601884

Language: Tamil
Thoothukudi Duraimugaththin Asia Africa Europiya Kadalsaar Vanigam
(A.D. 1570 - 1880)

Author : S.Jeyaseela Stephen

Tamil Translator : **Puthuvai Seenu. Thamizhmani**

First Edition: October, 2022

Copyright: Author

No.of Pages: 240

Publisher:

New Century Book House Pvt. Ltd.,
41-B, SIDCO Industrial Estate,
Ambattur, Chennai - 600 050.
Tamilnadu State, India.
Email: info@ncbh.in | Online: www.ncbhpublisher.in

ISBN. 978-81-2344-354-6

Code No. A4707

₹ 300/-

English Title:
Tuticorin and its Trade with Asia, Africa and Europe 1570-1880:
Colonial Transformation, Human Migration and Interrelations

Branches

Ambattur (H.O.) 044 - 26359906 **Spenzer Plaza (Chennai)** 044-28490027
Trichy 0431-2700885 **Pudukkottai** 04322- 227773 **Thanjavur** 04362-231371
Tirunelveli 0462-4210990, 2323990 **Madurai** 0452-2344106, 4374106
Dindigul 0451-2432172 **Coimbatore** 0422-2380554 **Erode** 0424-2256667
Salem 0427-2450817 **Hosur** 04344-245726 **Krishnagiri** 04343-234387
Ooty 0423-2441743 **Vellore** 0416-2234495 **Villupuram** 04146-227800
Pondicherry 0413-2280101 **Nagercoil** 04652-234990

தூத்துக்குடித் துறைமுகத்தின்
ஆசிய ஆப்பிரிக்க அய்ரோப்பியக் கடல்சார் வணிகம்
(கி.பி. 1570 - 1880)

ஆசிரியர் : எஸ்.ஜெயசீல ஸ்டீபன்

தமிழில்: புதுவை சீனு. தமிழ்மணி

முதல் பதிப்பு: அக்டோபர், 2022

அச்சிட்டோர்: **பாவை பிரிண்டர்ஸ் (பி) லிட்.,**
16 (142), ஜானி ஜான் கான் சாலை, இராயப்பேட்டை, சென்னை - 14
☏ : 044-28482441

All rights reserved. No part of this book may be reprinted or reproduced or utilised in any form or by any electronic, mechanical, or other means, now known or hereafter invented, including photocopying and recording, or in any information storage or retrieval system, without permission in writing from the publishers.

பொருளடக்கம்

	தமிழாக்க அறிமுகவுரை	5
	சொற்குறுக்கங்கள்	7
1.	முன்னுரை	9
2.	தெற்குத் தமிழகக் கடற்கரையில் போர்ச்சுக்கீசியர்களின் வருகைக்கு முந்தைய வணிக உலகம்	16
3.	முத்துக்கள் மற்றும் சங்குகள்: தூத்துக்குடி துறைமுகத்தில் போர்ச்சுக்கீசியரின் வர்த்தகமும் வருவாயும்	32
4.	குதிரைகள், யானைகள் இறக்குமதி மற்றும் வெடியுப்பு ஏற்றுமதி: தூத்துக்குடியில் போர்ச்சுக்கீசியர்களின் வர்த்தகம்	58
5.	இலங்கையிலிருந்து தூத்துக்குடிக்கு யானைகள் மற்றும் பாக்குக்கொட்டைகள் ஏற்றுமதியும், தமிழ் வணிகர்கள் மற்றும் டச்சு நிறுவனம் அரிசியை இறக்குமதி செய்தலும், 1646-1773	75
6.	தூத்துக்குடியிலிருந்து ஜாவா, இலங்கை மற்றும் நெதர்லாந்து வரை டச்சுக்குழுமத்தின் வணிகர்கள், இடைத்தரகர்கள் மற்றும் துணி வணிகம், 1648-1700	85
7.	தூத்துக்குடியிலிருந்து இலங்கை மற்றும் நெதர்லாந்து வரை துணி வணிக விரிவாக்கம், 1701-1765	100
8.	துறைமுக நகரம் முதல் மாநகரம் வரை: தூத்துக்குடியில் உலகளாவிய வணிகத்தாக்கமும் மற்றும் நகரமயமாக்கலும், 1542-1795	111
9.	டச்சுக்குழுமம் மற்றும் அதன் வலைப்பின்னலின் கீழ் தூத்துக்குடியின் அடிமை வணிகம் மற்றும் போக்கு, 1660-1791	136

10. டச்சுக்காரர்கள் மற்றும் ஆங்கிலேயர்கள் ஆட்சியின் கீழ் தூத்துக்குடிக்கு வந்த மற்றும் சென்ற தண்டனைக் கைதிகள் மற்றும் நாடுகடத்தப்பட்டவர்கள், 1694-1825 — 154

11. தூத்துக்குடியில் முத்துக்குளிப்பவர்கள், படகோட்டிகள் மற்றும் தொழிலாளர்களின் வாழ்க்கை, 1700-1830 — 176

12. வணிகர்கள், கைவினைஞர்கள் மற்றும் கூலித்தொழிலாளர்கள்: தூத்துக்குடியிலிருந்து உள்நாடு மற்றும் வெளிநாட்டு இடம்பெயர்வு, 1543-1880 — 194

13. முடிவுரை — 210

ஆய்வடங்கல் — 218

வரைபடங்கள் — 235

ஆசிரியர் குறிப்பு — 239

தமிழாக்க அறிமுகவுரை

தூத்துக்குடித் துறைமுகத்தின் ஆசிய ஆப்பிரிக்க அய்ரோப்பியக் கடல்சார் வணிகம், 1570-1880 என்ற எனது நூல் ஆங்கிலத்தில் வெளியானது. இது தமிழில் வெளிவர வேண்டும் என்று விரும்பி, திரு. புதுவை சீனு. தமிழ்மணி அவர்கள் சிறப்பாய் மொழிபெயர்ப்பு செய்துள்ளார். எனவே, அவர்களுக்கு எனது மனமார்ந்த வாழ்த்துக்களும் நன்றிகளும். பேராசிரியர் ஆ. சிவசுப்பிரமணியன் மற்றும் பேராசிரியர் ரகு அந்தோணி ஆகியோர் வேண்டிய சில படங்களை வழங்கி வெளியிட விரும்பினார்கள், அவர்களுக்கு எனது நன்றி. இந்நூலை அச்சிட முன்வந்த நியூ செஞ்சுரி புத்தக நிறுவன மேலாண் இயக்குநர் திரு. சண்முகம் சரவணன் அவர்களுக்கும் எனது நன்றி.

- எஸ்.ஜெயசீல ஸ்டீபன்

சொற்குறுக்கங்கள்

ACF	Assentos Conselho da Fazenda
AGN	Archivo General de la Nacion, Mexico City
AGS	Archivo General de Simancas, Valladolid
AHU	Arquivo Historico Ultramarino, Lisboã
APO	Arquivo Portuguez Oriental
ARE	Annual Report on Epigraphy
ARSI	Archivum Romanum Societatis Jesu, Roma
BA	Biblioteca da Ajuda, Lisboã
BACL	Biblioteca Academia das Ciências de Lisboã
BL	British Library, London
BNL	Bibiloteca Nacional de Lisboã
BORP	Board of Revenue Proceedings
BPADE	Biblioteca Publica e Arquivo Distrital Evora
BU	Bataviaasch Uitgaand Briefboek
BUC	Biblioteca da Universidade de Coimbra
CC	Corpo Cronologico
DI	Documenta Indica
DRI	Documentos Remetidos da India
GM	Generale Missiven
HAG	Historical Archives of Goa, Panaji
HRB	Hoge Regering te Batavia
IANTT	Instituto Arquivo Nacionais/Torre do Tombo, Lisboã
IPS	Inscriptions of Pudukottai State
MDR	Monçoes do Reino
MJC	Madras Judicial Consultations
MPJA	Madurai Province Jesuit Archives, Shenbaganur
NA	Nationaal Archief, Den Haag

NAUK	The National Archives of the United Kingdom, Kew
NL–HaNa	Nederlandse Bezittingen India: Digitale Duplicaten Chennai
OBP	Overgekomen Brieven en Papieren
OIOC	Oriental and India Office Collection
SII	South Indian Inscriptions
SLNA	Sri Lanka National Archives, Colombo
SSFR	Straits Settlement Factory Records
TAS	Travancore Archaeological Series
TNSA	Tamil Nadu State Archives, Chennai
TVDR	Tinnevelly District Records
VOC	Verenigde Oost-Indische Compagnie

இயல் 1
முன்னுரை

மனிதக் குடியேற்றங்கள் மற்றும் மாந்தர்களின் வளர்ச்சி, அவர்களின் முன்னேற்றத்தின் செயல்முறைகள், கடந்த காலத்தைக் கண்டறிந்த அறிஞர்களின் கவனத்தை முதன்மையாக ஈர்த்தது. இந்த ஆய்வு எழுத்துகளில் ஆற்றுப்பள்ளத்தாக்குகள், கடலோர மண்டலங்கள் மற்றும் பிற நிலவரைவியல் சிறப்புக்கூறுகளுக்கு அழுத்தம் கொடுக்கப் பட்டது. நுண்ணிய வரலாற்று ஆய்வுகள் தொல்பொருளியலுடன் இணைக்கப்பட்டன. மற்றும் அவற்றின் கண்டுபிடிப்புகள் வரலாற்றுக்கு முந்தைய காலத்திலிருந்து, மனித இயல்பின் இடைமுகப்பு பற்றிய நம் புரிதலை மேம்படுத்த உதவியது. முதலில் உயர்ந்து பின்னர் மறைந்து போன இடங்கள் வரலாற்று ஆய்வுக்கு தேர்ந்தெடுக்கப்பட்டன. தமிழகக் கடற்கரை மற்றும் உள்நாட்டில் உள்ள சிற்றூர்கள், நகரங்கள் மற்றும் மாநகரங்கள் ஆகியவை ஆராய்ச்சிக் களங்களாக மாறியதுடன் சமூகவியல், பொருளாதாரம் மற்றும் வரலாறு போன்ற துறைகளின் அறிஞர்கள் இந்தத் தளங்களை ஆராய்வதற்காக ஒன்றிணைந்தனர். இதன் படிப்படியான வளர்ச்சி நிர்வாகம், வணிகம், பொருளாதாரம், மதம் மற்றும் சமூகக்காரணிகளுடன் இணைக்கப்பட்டது.

பெரும்பாலான ஆய்வு எழுத்துக்கள் நகர்ப்புற வரலாற்றைப் படிப்பதில் பங்களிப்பதன் மூலம், சமூகப்-பொருளாதார உருவாக்கத்தில் அமைக்கப்பட்ட ஒரு போக்குடன் சேர்ந்தன. இந்த அணுகுமுறை தமிழகக் கடற்கரையின் கடல்சார் வரலாற்றில் அறிஞர்களால் பயன்படுத்தப் பட்டது. மேலும் கடலோர வணிக மையங்கள் வட்டார மற்றும் பன்னாட்டு வணிகத்தில் நுழைவு மற்றும் வெளியேறும் புள்ளிகளாக எவ்வாறு செயல்பட்டன என்பதைப் புரிந்துகொள்வதற்காக அவர்கள் நிலமுனையையும், பின்னிலத்தையும் இணைத்தனர். வரலாற்றுக் காலங்களில் மாற்றம் மற்றும் அதன் தொடர்ச்சியில் அவர்கள் கவனம் செலுத்தினர். மேலும் கிறித்தவ ஊழிய நூற்றாண்டுகளில் கடலோர நகரமயமாக்கலின் தொடக்ககாலச் செயல்முறை மத்தியத்தரைக் கடல் மற்றும் செங்கடல் பகுதிகளுடன் பரிமாற்றத்தின் உயரிய மட்டத்தை எட்டியது என்று தெரிவித்தனர்.

காலப்போக்கில் வளர்ந்த மீன் பிடித்தல் மற்றும் உப்பு உற்பத்தியைக் கொண்ட இடைக்காலத் தமிழ்நாட்டில் கரையோரச் சிற்றூர்கள் தொலைதூர வணிகத்தின் மூலம் நகரங்களாகவும் மாநகரங்களாகவும் மாற்றப்பட்டன. தமிழர்கள் பெரிய அளவில் உற்பத்தி செய்யப்பட்ட உள்நாட்டுப் பொருட்களை ஏற்றுமதி செய்தனர். வட்டாரத்தின் வெவ்வேறு இடங்களிலும் தனிச்சிறப்புடன் கூடிய பொருளாதாரத்திலும் வெளிப்பட்டனர். இத்தகைய கடலோர மையங்கள், நகர்ப்புற வடிவமைப்பு மற்றும் கட்டடக் கலைப்பாணியின் மலர்ச்சி மேலும் முதன்மையாக வெளிநாட்டு வணிகத்தொடர்புகள் போன்ற பல ஆதரவுகளின் செயற்பாடுகளுடன் தொடர்புடையவை. உள்நாட்டு ஆட்சியாளர்களின் கீழ் வளர்ந்த வெளிநாட்டு வணிகத்தில், இந்து வணிகர்கள் ஆளுமை செலுத்திய துறைமுகங்கள் முதல் வகையாகும். இரண்டாவதாக தமிழகக் கடற்கரையில் உள்ள பல வணிகத் துறைமுகங்களை இணைக்கும் அரேபிய வணிகர்களையும் தங்கள் இசுலாமிய மக்களைப் பாதுகாக்கவும் அயராது போராடிய முசுலிம் குடியிருப்புகள் இரண்டாவதாகும்.

கரை (அல்லது இறங்குதுறை) மற்றும் துறை (துறைமுகம்) போன்ற சொற்களால் நேர்த்தியாக அடையாளம் காணப்பட்ட கரையோரச் சிற்றூர்களைத் தமிழர்கள் அழகாக வேறுபடுத்தியுள்ளனர். இது கல்வெட்டுகளாலும் உறுதிபடுத்தப்படுகிறது. சிற்றூர்கள் மற்றும் கடல் துறைமுகங்கள் என்று தமிழகக் கடற்கரையில் குறிப்பிடத்தக்க வளர்ச்சியடைந்து இருந்த ஊர், பட்டினம் போன்ற இரட்டைக் குடியிருப்புகள் இருந்தன. ஊர் என்பது உள்நாட்டுக் குடியேற்றமாக இருந்தது. பட்டினம் வெளிநாட்டினர் வாழ்ந்த ஒன்றாக இருந்தது. இவை சங்க இலக்கியங்களிலும் பதிவு செய்யப்பட்டுள்ளன. தமிழ் மொழியில் மாநகரங்கள் என்றும், நகரங்கள் என்றும் அழைக்கப் படுகின்றன. பழவேற்காடு, சதுரங்கப்பட்டினம், மரக்காணம், கூடலூர், பரங்கிப்பேட்டை மற்றும் தரங்கம்பாடி ஆகிய துறைமுகப் பெயர்களை வினவினால் அனந்தராயன்பட்டினம், இராஜநாராயணன்பட்டினம், எயிற்பட்டினம், நிசாரிகம்மாளன்பட்டினம், கிருஷ்ணப்பட்டினம் மற்றும் குலசேகரன்பட்டினம் எனத் தமிழ்க் கல்வெட்டு சான்றுகளில் காணப்படுகிறது. இந்தத் துறைமுக நகரங்களின் பெயர்கள் அவற்றின் நிறுவன ஆட்சியாளர்களுடன் தொடர்புடையவை.

அய்ரோப்பியர்கள் நவீன காலத்தின் முற்பகுதியில் தமிழகக் கடற் கரைக்கு வந்தனர். அவர்கள் கடலோரக் குடியேற்றங்களில் வசிப்பவர்

களாகவும், புதிய கூறுகளையும் பண்பாட்டையும் உருவாக்கி அறிமுகப் படுத்தினர். கிறித்தவர்களாக இருந்த அவர்கள் தங்கள் தேவாலயத்தைக் கட்டியதோடு, பொருளாதார அமைப்பின் மதக்கூறுகள் மற்றும் மத அமைப்பின் பொருளாதாரக் கூறுகளை ஒன்றாக இணைக்கும் இடங்களின் வளர்ச்சிக்குப் பங்களித்தனர். கோட்டையும் அய்ரோப்பியக் குடியேற்றமும் தமிழர் குடியிருப்பும் உருவாகின. மண்டலம் மற்றும் பன்னாட்டு ஆசிய, அய்ரோப்பிய உலகப் பொருளாதாரத்துடன், உள்ளூர் பொருளாதாரத்தை ஒருங்கிணைக்கும் உள்கட்டமைப்புத் திட்டத்தின் காரணமாகத் துறைமுகங்கள் முன்னேற்றமடைந்து வளர்ச்சியுற்றன. பரந்துபட்ட தமிழக உள்நிலப்பகுதிகள் ஒருங்கமைக்கப்பட்டு, இந்தத் துறைமுகங்களின் வளர்ச்சியை மேலும் இணைத்தது. கடற்படை மற்றும் படைத்துறை அலுவலகங்கள் நிறுவப்பட்டதோடு நிலப்பகுதி விரிவாக்கத்திற்காகப் படைப்பிரிவுகள் ஆகியன குடியேற்றம் சார்ந்த வெற்றியை நோக்கமாகக் கொண்டிருந்தன.

தூத்துக்குடி 1542இல் போர்த்துக்கீசியர்களால் வணிகம் நடத்து வதற்காகத் தேர்ந்தெடுக்கப்பட்டது. பின்னர் டச்சுக்காரர்கள் கைப்பற்றிக் கவர்ந்து கொண்டனர். பின்னர் இது ஆங்கிலேயர்களின் கைகளுக்கு மாறியது. இந்தத் துறைமுக நகரத்தின் வரலாறும் அதன் செழுமையும் அய்ரோப்பிய வணிக விரிவாக்கத்தின் காலத்திலும் குடியேற்ற ஆட்சியின் காலத்திலும் மாநகரத்தின் வளர்ச்சிக்கு வழிவகுத்தது என்ன காரணங்களினாலோ அறிஞர்களின் கவனத்தை ஈர்க்கவில்லை. எனவே, முதன்மை வாய்ந்த நகரமயமாக்கல் மற்றும் வணிகப்பொருட்கள் மேலும் நீண்டதூர வெளிநாட்டுச் சந்தைகள் ஆகியவற்றுடன் மிகப்பெரிய அளவிலும், ஒளிமயமாக திரளும் துறைமுகத்தின் பொருளாதார வளர்ச்சியின் செயல் முறையையும், இந்த நூலில் ஆராயத் திட்டமிடப்பட்டுள்ளது. இப்போதுள்ள கடல்சார் வரலாற்று இலக்கியங்களில் சமூக நகரமயம் மற்றும் மனித முகவர்களின் நேர்மாறான உணர்வு பெரும்பாலும் அறியப்படவில்லை. எனவே இப்போதைய வேலை, கடல் முழுதும் உள்ள பெருமளவிலான மக்களுக்கு மாறும் வாழ்க்கை முறையை வழங்கும் ஆற்றல்மிக்கச் செயல்பாட்டின் மையமாகச் செயல்படுவதை எடுத்துக்காட்டுவது அவசியம். சமூக நகரியம் இடைவெளிவிட்டு முதன்மையாக ஆற்றல் மிக்க உழைப்பாளி மக்களிடம் இருந்து, அவர்களின் வாழ்க்கையானது நாள்முழுதும் சேர்ந்திசையில் விடையளிக்கும் வகையில், அவர்களின் வேலைகளில் கைமுறைச் செயற்பாடுகள் இருப்பதாகத் தெரிவிக்கப் படுகிறது. குடிமை வாழ்க்கையும் மாநகரமும் பொருளாதாரம், சமூகம்

மற்றும் மாநிலத்திற்கு மிகவும் முதன்மையானது. பல்வேறு வகையான வணிகப்பொருட்கள், உழைக்கும் மக்கள், வணிகர்கள், நகரவாசிகள், பார்வையாளர்கள், வெளிநாட்டினர், அடிமைகள், குற்றவாளிகள் மற்றும் கூலியாட்கள் ஆகியோர் பல்வேறு வழிகளில் நல்லிணக்கத்துடன் செயல்படுவதற்கும், தூத்துக்குடி மாநகரத்தின் நல்வாழ்வை மேம்படுத்துவதற்கும் பங்களித்த பல்வேறு வகையான வணிகப்பொருட்கள் குறித்து இந்தப் புத்தகம் ஆராய்கிறது.

தூத்துக்குடியின் தொடக்கம் முதல் போர்த்துக்கீசியர்கள் வருகை வரை தூத்துக்குடியின் வரலாற்றைப் பொருத்தமற்றது என்று ஒதுக்கி விடக்கூடாது என்பதை இங்கு குறிப்பிட வேண்டும். தூத்துக்குடியின் முந்தைய வரலாற்றை மீட்டெடுக்கவும் மறுசீரமைக்கவும் செய்யப் பட்டுள்ள பல முன்னேற்றங்களை நான் நன்கு அறிவேன். அய்ரோப்பியர்களின் எழுதப்பட்ட பதிவுகள் மற்றும் ஆவணங்களை ஆய்வுசெய்து, குறுக்குச் சோதனைசெய்து வரலாற்றை வாசகர்களுக்கு வழங்குவது மட்டுமே நான் செய்த குறிப்பிடத்தக்க பயனாகும். நவீன காலத்திற்கு முந்தைய கால முதன்மைச் சான்றுகள் மிகக் குறைவு. தூத்துக்குடியின் கடந்த காலம் பற்றி மிகுதியாகக் கிடைக்கும் ஆங்கிலம் அல்லாத பிறமொழி நூல்கள் பற்றிய விரிவான மற்றும் முறையான ஆய்வுகள், மேலும் மாறாத கட்டமைப்புகளைப் படம்பிடிப்பதற்காக இவண் முயற்சிகள் மேற்கொள்ளப்பட்டுள்ளன.

ஆய்வின் வடிவமைப்பு

முதல் இயல் எடுத்துக்கொண்ட பொருளைப் பற்றி அறிமுகப் படுத்துகிறது. போர்த்துக்கீசியர்களின் வருகைக்கு முன்னர் தென் தமிழகக் கடற்கரையின் இடைக்கால வணிக உலகத்தின் தேவையை இயல் 2 கோடிட்டுக் காட்டுகிறது. இது பாண்டியர்களின் தூதர் பணிகள் மற்றும் சீனாவுடனான வெளிநாட்டு வணிகத்தின் வளர்ச்சி, அரேபியாவுடனான கடல்வழி வணிகத்தின் வளர்ச்சி மற்றும் தமிழகக் கடற்கரையில் பாண்டியர்களின் முற்றுரிமைக் கொள்கை ஆகியவற்றைக் குறிக்கிறது. பிற்காலப் பாண்டியர்களின் கீழ் சீனாவுடனான வெளி நாட்டு வணிகத்தின் மறுமலர்ச்சி மற்றும் தமிழகக் கடற்கரையிலிருந்து மலபாருக்கு வணிகத்தின் மாறுதல் குறித்துக் கூறுகிறது.

இந்த நூல் இரண்டு பகுதிகளாக நன்கு பிரிக்கப்பட்டுள்ளது. புத்தகத்தின் ஒரு பகுதி தூத்துக்குடி துறைமுகத்தில் இருந்து உலகின் பல்வேறு பகுதிகளுக்கு இறக்குமதி மற்றும் ஏற்றுமதி செய்யும் பொருட்கள்,

சரக்குகள் மற்றும் பல்வேறு வகையான வணிகப் பொருட்கள் பற்றியது. இயல் 3 குறிப்பாக முத்துக்கள் மற்றும் சங்குகள், தூத்துக்குடியின் வருவாய் மற்றும் வணிகத்தை உருவாக்கும் போர்த்துக்கீசியர்களின் பங்கு ஆகியவற்றைக் குறிக்கிறது. இது போர்த்துக்கீசியர்களின் காயல் துறைமுகம் (1508-1536), புன்னைக்காயலில் முத்துக்குளித்தல் (1544-1579) மற்றும் சங்குகள் குளித்தல், முத்துக்களின் வணிகம் ஆகியவற்றைக் குறிக்கிறது. இயல் 4 போர்த்துக்கீசியரின் குதிரை வணிகம், மதுரை நாயக்கருக்கு யானைகள் கொண்டு வரப்பட்டது மற்றும் வெடியுப்பு வணிகம் பற்றி அலசுகிறது. 1646 மற்றும் 1773ஆம் ஆண்டுகளில் தமிழக வணிகர்களாலும் டச்சுக் குழுமத்தாலும் இலங்கையில் இருந்து தூத்துக்குடிக்கு யானைகள் மற்றும் பாக்குக்கொட்டைகள் ஏற்றுமதி செய்ததையும், அரிசியை இறக்குமதி செய்ததையும் இயல் 5 ஆராய்கிறது.

இயல் 6 ஜாவா மற்றும் இலங்கையுடனான காயல்பட்டினத்தை அடிப்படையாகக்கொண்ட துணி வணிகம் மற்றும் தூத்துக்குடி (1645-1667) தென்தமிழகக் கடற்கரையில் டச்சுக் குழுமத்தின் துணி சாயமிடும் தனிப்பகுதிகள் (1663-1697), தூத்துக்குடி, ஆழ்வார்திருநகரி மற்றும் மணப்பாடு (1682-1697) ஆகிய இடங்களில் தமிழ் வணிகர்கள் மற்றும் போர்த்துக்கீசிய கலப்பின தமிழர்களின் கூட்டுப் பங்குக் குழும உருவாக்கம், டச்சு வசிப்பிடங்களின் பங்கு, துணி சேகரிப்பு மையங்கள் மற்றும் கிடங்குகளின் இன்றியமையாமை (1697-1700), டச்சு துணி வணிக நிறுவனங்களுக்குக் கூடுதலாக மதுரை மற்றும் நெதர்லாந்துடனான தூத்துக்குடி வணிகம் 1670 மற்றும் 1700க்கு இடையில் வளர்ந்தது ஆகியனவற்றை ஆராய்கிறது.

இயல் 7 தூத்துக்குடியில் இருந்து இலங்கை, நெதர்லாந்து ஆகிய நாடுகளுக்குத் துணி வணிகம் விரிவடைந்தது மற்றும் 1701 மற்றும் 1781ஆம் ஆண்டுகளில் கொச்சிக்குப் பிற பொருட்களைக் கொண்டு செல்வதை எடுத்துக் காட்டுகிறது. இது தமிழ்ச் செட்டியார் வணிகர்களின் முதன்மை நிலையையும், தூத்துக்குடி வட்டாரத்தில் (1734-1752) அவர்களின் துணி வணிகத்தையும், 1732-1765 வரையிலான துணி கொள்முதல் மற்றும் டச்சு வணிகத்தையும் கோடிட்டுக் காட்டுகிறது.

இயல் 8 துறைமுகத்திலிருந்து தூத்துக்குடி மாநகரத்தின் நகர்ப்புற வளர்ச்சியை மதிப்பிடுகிறது. போர்த்துக்கீசியச் சமயப்பரப்புநர்கள் மற்றும் பரதவச் சமூகத்தினரின் பங்கு, தூத்துக்குடியில் கொண்டாடப்படும் பனிமய மாதாவின் ஆண்டு விழா, மருத்துவம் மற்றும் கல்விக்காக

உருவாக்கப்பட்ட நிறுவனங்கள், தூத்துக்குடியில் டச்சுக்கோட்டையின் கட்டுமானம் (1658-83), டச்சுக்காரர்களின் அடுத்தடுத்த அரண் அமைத்தல் நடவடிக்கைகள் (1665-1668), நகரம் குறித்த விளக்கம், மாநகரம் மற்றும் அதன் திட்டங்கள் (1662-1752), தூத்துக்குடியில் டச்சுக்காரர்களின் வருமானம் மற்றும் வருவாய், தூத்துக்குடி அருகே ஆத்தூரில் செயல்பட்டுவந்த டச்சுக்குழுமத்தின் நாணயச்சாலை உள்ளிட்ட நிறுவனங்களின் வளர்ச்சி ஆகியனவற்றை இந்த ஆய்வு உள்ளடக்கியது.

இந்த நூலின் பகுதி இரண்டு, தூத்துக்குடியின் வரலாற்றுடன் தொடர்புடைய மக்களைப் பற்றியது. இயல் 9, போர்த்துக்கீசியர் மற்றும் டச்சுக்காரர்களின் ஆளுகையின் கீழ் தூத்துக்குடியில் அடிமை வணிகம் மற்றும் கப்பல் போக்குவரத்து (1616-1791), தூத்துக்குடியிலிருந்து தென்னாப்பிரிக்காவின் கேப்டவுன் மற்றும் நெதர்லாந்துக்கு அடிமைகளின் போக்குவரத்து (1694-1734), தூத்துக்குடியில் இருந்து தென்னாப்பிரிக்கா மற்றும் இலங்கை வரையிலான டச்சுக் குழுமத்தின் அடிமை வணிக வளர்ச்சி (1730-1780), கொழும்பில் தூத்துக்குடி அடிமைகளை விடுதலை செய்தல் (1739-1791), 1755 முதல் 1791ஆம் ஆண்டுகளின் அடிமை விற்பனைப் பதிவேட்டில் வணிகம் இலங்கைக்குத் தொடர்ந்ததைப் பற்றியது, தூத்துக்குடியில் உள்நாட்டு அடிமைத்தனத்தையும் மற்றும் அடிமைகளின் இரங்கத்தக்க வாழ்க்கையையும் இந்த ஆய்வு உள்ளடக்கியது.

1694 முதல் 1825ஆம் ஆண்டுகளில் தூத்துக்குடியிலிருந்து டச்சு மற்றும் ஆங்கிலேயர்களின் கீழ் நாடுகடத்தப்பட்ட மற்றும் தண்டனை பெற்ற குற்றவாளிகளின் போக்குவரத்து மற்றும் சாட்சியங்களை இயல் 10 ஆராய்கிறது. தொழுநோயாளிகள் மற்றும் தண்டனை பெற்ற குற்றவாளிகள், டச்சுக்காரர்களால் இலங்கையிலிருந்து தூத்துக்குடிக்குக் கொண்டு செல்லப்பட்டும் நாடு கடத்தப்பட்டவர்கள் கப்பல் பட்டறையில் பணியமர்த்தப்பட்டனர். ஆங்கிலேயர்களால் பாளையங்கோட்டைச் சிறையில் இருந்து தூத்துக்குடிக்குக் கொண்டு செல்லப்பட்ட குற்றவாளிகள், 1802 முதல் 1825ஆம் ஆண்டுகளில் பினாங்குக்கு நாடு கடத்தப்பட்ட முறை மற்றும் அவர்களின் சமூக வாழ்க்கை குறித்தும் ஆய்வு செய்கிறது.

இயல் 11 தூத்துக்குடியில் டச்சு நிர்வாகத்தின் கீழ் முத்துக்குளித்தல் (1700-1785), மற்றும் பிரித்தானிய குடியேற்ற நிர்வாகத்தின் கீழ் முத்துக்குளித்தல் (1734-1830) பற்றியது. இங்கு முத்துக்குளிப்பவர்களின் பங்கு, பரதவர்களின் சாதித்தலைவர், படகோட்டிகள் மற்றும் வேலை முறை, முத்துக்குளித்தலில் மக்கள் எதிர்கொள்ளும் இடைஞ்சல்கள், 1828-1829ஆம் ஆண்டுகளில் கக்கல், கழிச்சல் நோய் திடீர்ப்பெருக்கம்,

தொழிலாளர்கள் சுரண்டல், வணிகர்கள் மற்றும் கடன் வழங்குபவர்களின் கூட்டம் மற்றும் முத்துக்குளித்தலின்போது ஆயுதம் ஏந்திய பணியாளர்களின் வேலைவாய்ப்பு ஆகியவற்றின் பங்கினைப் பகுப்பாய்வு செய்கிறது.

1543 முதல் 1880ஆம் ஆண்டுகளில் தூத்துக்குடியில் இருந்த உள்நாட்டு மற்றும் வெளிநாட்டுக் குடியேற்றத்தை ஆராய்கிறது. போர்த்துக்கீசியர்களின் கீழ் தூத்துக்குடியில் இருந்து தொடக்கக்காலப் பரதவர் குடியேற்றம், கப்பலோட்டிகள், கடலோடிகள் மற்றும் டச்சுக்காரர்களின் ஆட்சியின் கீழ் தூத்துக்குடியிலிருந்து இலங்கை மற்றும் கொச்சிக்கு வணிகர்கள் குடிபெயர்ந்தது (1661-1690), தூத்துக்குடியிலிருந்து கொச்சிக்குச் செருப்புத் தொழிலாளர்கள் இடம்பெயர்வு (1728-1732), தூத்துக்குடிக்கு அருகிலுள்ள காயல்பட்டினத்திலிருந்து கொச்சிக்குத் துணி சாயம் போடுபவர்கள் சென்றது (1734-1743), ஆங்கிலேயர் ஆட்சியின் கீழ் தூத்துக்குடியிலிருந்து இலங்கைக்குக் குடிபெயர்ந்த கூலித் தொழிலாளர்கள் மற்றும் காபித்தோட்டங்களில் 1841 மற்றும் 1880களில் அவர்களின் சமூக வாழ்க்கை ஆகியனவற்றை இயல் 12 தேடிக் காண்கிறது.

இயல் 13 முடிவுரை மற்றும் ஆய்வின் முடிவுரையைத் தெரிவிக்கிறது. தமிழகப் பகுதியில் தொடக்கக்கால நவீன வரலாற்றில் பாரம்பரிய வழிச் சமூகம் சார்ந்த கடல்வள மேலாண்மை அமைப்புகளும், கடலோர மக்களின் வாழ்க்கையும், உள்நாட்டில் வாழ்ந்தவர்களிடமிருந்து எவ்வாறு வேறுபடுகின்றன என்பதை இது விளக்குகிறது. மனஅழுத்தத்தை ஏற்படுத்திய வெளிப்புறக் காரணிகளால், அவர்களின் வாழ்க்கைத் தொழில் பெரியஅளவில் பாதிக்கப்பட்டு, அவர்களின் எழுச்சி, மறைவு உள்ளிட்ட வாழ்க்கைமுறை மற்றும் அமைப்புகளில் தீவிரமான மாற்றத்திற்கு வழிவகுத்ததால் வெவ்வேறு சமூகங்கள் மற்றும் கடலோரப் பகுதிகள் கடலோரச் சமூக வாழ்க்கைக்கு முதன்மை நிலையைக் கொடுக்கிறது. குறைவாக அறியப்பட்ட மக்கள் குழுக்களையும், கடந்த காலத்தின் சமூகப் பரிமாணங்களையும் மற்ற வரலாறுகளிலிருந்து வேறுபட்ட அடிப்படைநிலை வரலாற்றைக் கண்டறிகிறது.

தொடக்கக்காலத் தமிழக நவீன கடல் வரலாற்றையும் சமூகத்தையும் கண்டறிவதற்கான செயல்முறை எளிமையானதல்ல. ஏனெனில், அடித்தள மக்கள் வரலாறு, கீழிருந்து வரும் வரலாறு, ஏற்றுமதி, இறக்குமதி மற்றும் கடல்சார் வணிகத்தின் வளர்ச்சியில் பெரும்பகுதியைச் செய்யும் எளிய மக்களின் வரலாறு ஆகியனவற்றை நாம் மேலைநாட்டுச் சான்றுகளைக் கொண்டு ஆய்வு செய்யலாம்.

இயல் 2
தெற்குத் தமிழகக் கடற்கரையில் போர்ச்சுக்கீசியர்களின் வருகைக்கு முந்தைய வணிக உலகம்

புவியியல் ரீதியில் தெற்குத் தமிழகக் கடற்கரை பரந்த இந்தியப் பெருங்கடலின் மையப் பகுதியில் அமைந்திருக்கிறது. இந்தியா மற்றும் மத்திய நாடுகளின் கடற்கரைக்கு இடையிலான நீண்டதூர கடல்சார்ந்த வர்த்தகத்தின் சந்திப்பு மையமாக, கடந்துசெல்லும் புள்ளியாக இருந்ததனால் மிக முக்கியமான பாத்திரம் வகித்தது.[1] இந்தக் கடற்கரையில் அதன் மதிப்பு வாய்ந்த ஏற்றுமதிப் பொருட்களான முத்து, பவளம் மற்றும் துணி வகைகள் அளவின்றி கிடைத்ததன் காரணமாக புகழ்பெறத் தொடங்கியது.[2] கிறிஸ்தவ சகாப்தத்தின் துவக்ககாலங்களில் மேற்கொள்ளப்பட்ட கடல் கடந்த நீண்டதூர வர்த்தகத்தில் இந்தக் கடற்கரை மற்றும் கடல்சார்ந்த பகுதிகள் ஆர்வமூட்டக்கூடிய வகையில் முக்கியத்துவம் வாய்ந்ததாக இருந்தன என்று தாலமி குறிப்பிட்டிருக்கிறார். கி.மு. ஒன்றாம் நூற்றாண்டின் இரண்டாம் பாதியில் பாண்டிய மன்னரிடமிருந்து முத்து, மதிப்பு வாய்ந்த கற்கள், ஆபரணங்கள் போன்றவற்றை கலிங்க மன்னர் கொள்முதல் செய்து இருப்பதைப்பற்றி கரவெலாக்கின் ஹதிகும்பா சாசனத்தின் ஒரு பகுதியில் குறிப்பிடப்பட்டுள்ளது. இதன்மூலம் உள்நாட்டு வர்த்தகமும் அக்காலகட்டத்தில் மிக செழிப்படைந்து இருந்ததை அறியலாம்.[3] களப்பிரரின் சூரையாடலும் அதைத் தொடர்ந்து ரோமப்பேரரசில் ஏற்பட்ட வீழ்ச்சியும் தமிழகக் கடற்கரையிலிருந்து நடைபெற்ற கடல்கடந்த வர்த்தகத்தில் வீழ்ச்சியை ஏற்படுத்தியது. அதைத் தொடர்ந்து வந்த காலகட்டத்தில், சீனர்களுடன் ஏற்பட்ட வர்த்தகத் தொடர்பால் நீண்டதூர வர்த்தகம் மீண்டும் புத்துயிர் பெற்றது. கிழக்கு-மேற்கு வணிகவழி மண்டலங்களில் மேற்கொள்ளப்பட்ட கடல்சார்ந்த நடவடிக்கைகள் மற்றும் வர்த்தகத்தின் மூலம் தமிழகக் கடற்கரையில் பல்வேறு துறைமுகங்கள் தோன்றின. ஆனால் இதில் எந்த இடத்திலும் சீனர்கள் தங்கள் வணிகக் குடியேற்றங்களை நிறுவவில்லை.

பாண்டியர் அரசு தூதுவர்களின் முயற்சியும், சீனர்களுடன் மேற்கொள்ளப்பட்ட கடல்கடந்த வர்த்தகத்தின் வளர்ச்சியும்

சீனத்துறைமுகங்களுடன் தமிழ் இந்து வணிகர்களுக்கு ஏற்பட்ட ஆரம்பகாலத் தொடர்புகளைப் பற்றிய ஆய்வு பாண்டியர்களின் கால கட்டத்திலிருந்து துவங்குகிறது. கி.பி 1280ஆம் ஆண்டின் சீனஆவணங்கள் கொல்லம் அரசரை பாண்டியர் என குறிப்பிட்டுள்ளது. உண்மையில் ஒன்றாம் மாறவர்மன் குலசேகரன்தான், கொல்லம் பிரதேசத்தையும் அதன் துறைமுகத்தையும் தமிழகத்தோடு இணைத்தான். அதிலிருந்து ஒன்றாம் மாறவர்மன் குலசேகரன் கொல்லம் கொண்டான்/சேரனை வென்றான் (கொல்லத்தை வெற்றி கொண்டவர் அல்லது சேரனை வெற்றி கொண்டவர் என்று பொருள்) என அழைக்கப்பட்டதாக முத்துக்குளிக்கும் கடற்கரையில் கிடைத்த கல்வெட்டுக்களில் குறிப்பிடப் பட்டுள்ளது. அதன் பிறகு கொல்லம் துறைமுகம் செழிப்படையத் துவங்கியது. மேலும் சீனப்பயணிகளின் சேரும் இடமாகவும் மாறியது. அதே ஆண்டு 1280இல் சீனப்பேரரசர் ஒரு கப்பல் தொகுதியை அனுப்பி தனது நாட்டுடன் கடல்சார்ந்த வர்த்தகத்தை வளர்த்துக்கொள்ளுமாறு பாண்டிய ஆட்சியாளருக்கு அழைப்புவிடுத்தார்.[4]

மாறவர்மன் குலசேகரபாண்டியனின் அரசு சீனாவுடன் உறுதியான வணிகத்தொடர்புகளை கொண்டிருந்ததை அறியமுடிகிறது. 1283 மற்றும் 1291க்கு இடைப்பட்ட மிகக்குறைந்த காலத்தில் மட்டும், எட்டு ஆண்டுகளில் பலமுறை பாண்டிய ஆட்சியாளரும், சீனப் பேரரசரும் கப்பல் தொகுதி களை பரிமாறிக் கொண்டுள்ளனர். மாறவர்மன் குலசேகரன் ஆட்சிக் கால கல்வெட்டுகளில் கொல்லம் உட்பட மலபார் கடற்கரையில் பாண்டியர்களின் ஆட்சி நிறுவப்பட்டது பற்றி குறிப்பிடப்பட்டுள்ளது. 1279ல் ஒரு அரசு தூதுக்குழு, உயிருடன் இருந்த காண்டாமிருகம் மற்றும் யானையுடன் சீனாவைச் சென்று அடைந்தது. அது சீனஆட்சியாளர் களால் வெகுவாகப் பாராட்டப்பட்டது. இதற்கு மரியாதை அளிக்கும் விதமாக சீனப்பேரரசரால் அனுப்பிவைக்கப்பட்ட தூதுக்குழு 1280இல் கொல்லத்தை அடைந்தது.[5] அதன்பிறகு 1281இல் உள்ளூர் வியாபாரி களுடன் சீனாவுக்குச் சென்ற சம்பந்த பெருமாள் என்பவரால் கியாங்சுவில் உள்ள ஆலயத்தில் ஒரு சிவன் சிலை நிறுவப்பட்டது. கியாங்சுவில் உள்ள பிரபலமான துறைமுகத்தில் தமிழ் வியாபாரிகள் சங்கமும் நிறுவப்பட்டிருந்தது. சீன ஆவணங்களைப் பயன்படுத்தும் ஹரபிரசாத் ராய் என்பவர் தமிழகக் கல்வெட்டுகளில் குறிப்பிடப்பட்டுள்ள சம்பந்த பெருமாள் என்பவர் கும்பகோணம் பகுதியில் இருந்து வந்தவராக இருக்கக்கூடும் என கருதுகிறார். இது சந்தேகத்திற்குரிய ஒன்றாகும்.

ஏனெனில், பெருமாள் எனும் பெயர் பாண்டியர் அல்லது சேர ஆட்சியாளர்களின் பெயருக்குப் பின்னால் வருவது. ஆனால் சோழ மன்னர்களின் பெயருக்குப் பின்னால் வருவதில்லை. சீனப்பேரரசருக்கு 1284இல் பாண்டிய அரசவையில் இருந்து மதிப்புவாய்ந்த கற்கள், துணிகள் உட்பட மேலும் சில பொருட்கள் அடங்கிய கப்பல் தொகுதி அனுப்பப்பட்டது பற்றிய மற்றொரு குறிப்பு உள்ளது. அதற்குப் பதிலளிக்கும் விதமாக பாண்டிய அரசவையிலிருந்து மேலும் அதிக பொருட்களைப் பெறுவதற்காக 1285இல் சீனப்பேரரசர் ஒரு கப்பல் தொகுதியை அனுப்பி வைத்தார். பாண்டியரின் மூன்றாவது கப்பல் தொகுதி 1286இல் சீனாவைச் சென்றடைந்து வெகுமதிகளை வழங்கியது. 1287இல் ஒரு வித்தியாசமான விலங்கு உட்பட ஒரு கப்பல் தொகுதி மீண்டும் சீன அரசருக்கு மரியாதை வழங்கும் பொருட்டு அனுப்பி வைக்கப்பட்டது.[6] 1288இல் மீண்டும் ஒரு கப்பல் தொகுதி பாண்டிய அரசவையில் இருந்து சீனாவுக்கு வந்து சேர்ந்தது. அதற்கு அடுத்த ஆண்டு 1289-இல் இரண்டு வரிக்குதிரைகள் சீனப்பேரரசருக்குப் பரிசாக வழங்கப்பட்டது. இதற்குப் பதிலளிக்கும் விதமாக 1291இல் சீனப் பேரரசர் இரண்டு உயர் அதிகாரிகள் அடங்கிய கப்பல் தொகுதியை பாண்டிய அரசவைக்கு அனுப்பி வைத்தார். பின்னர் 1296இல் சீனப் பேரரசர் மேலும் அதிகக்கப்பல் தொகுதிகளை பாண்டிய அரசவைக்கு அனுப்பி வைத்தார். மீண்டும் 1297ல் சீனப்பேரரசர் இரண்டு மதிப்பு வாய்ந்த கற்களில் செய்யப்பட்ட விருது சின்னங்களைப் பாண்டிய ஆட்சியாளருக்கு பரிசாக அனுப்பி வைத்தார்.[7] இருந்தாலும் இந்தத் தொடர்புகள் அனைத்தும் முதன்மையாக அரசுரீதியாகவே தொடர்ந்தது. அதன்மூலம் துவக்கக் காலங்களில் இவ்விரு நாடுகளுக்கிடையிலான வர்த்தகத் தொடர்புகளை நிறுவிக்கொள்ள பாதை அமைக்கப்பட்டது. அரசு தூதுக்குழுக்கள் பெரும்பாலும் ஜாவா வழியாக சீனாவை சென்றடைந்தது.[8] கிபி 1309ல் மரபுரீதியாக அரியாசனத்தைப் பெற்ற ஜாவாவின் மன்னர் ஜெயநகரா சுந்தரபாண்டியன் தேவதீஸ்வரன், என்ற பெயரால் சிறப்பிக்கப்பட்டார். இது தென்னிந்தியாவின் பாண்டிய அரசாட்சியுடன் ஒரேகாலத்தில் அவருக்கு இருந்த அரசியல் தொடர்புகளைப் பற்றி தெளிவுபடுத்துகிறது. இடைக்கால வர்த்தகத்தில் ஜாவா முக்கியமான சந்திப்பு மையமாக இருந்துள்ளது. பிரபஞ்சாவின் நகரகீர்த்தகாமாவில் (1365) பாண்டியக் கடற்கரையிலிருந்து இடை விடாமல் பெரும் எண்ணிக்கையிலான கப்பல் தொகுதி ஜாவாவை நோக்கி வந்துகொண்டிருந்ததைப்பற்றி குறிப்பிடப்பட்டுள்ளது.[9]

பதின்மூன்றாம் நூற்றாண்டின் இறுதியைச்சேர்ந்த சீனஆவணங்கள் தங்கம், மதிப்புமிக்க உலோகங்கள் மற்றும் பெருந்தொகை மதிப்புடைய

பொருட்களை சீனாவிலிருந்து பாண்டியர்களின் துறைமுகங்களுக்கு ஏற்றுமதி செய்வதற்கு தடைவிதித்ததைப்பற்றி குறிப்பிட்டுள்ளன.[10] பாண்டியக் கடற்கரையிலிருந்து ஏற்றுமதி செய்யப்பட்ட முக்கியமான பொருள்களுள், முத்துக்களும் வாசனைப்பொருட்களும் அடங்கும். சுஃபான்-சிஃ எனும் பெயருடைய சீனரின் ஆவணங்களில் ஒரு முத்துவின் மதிப்பானது துல்லியமான வட்ட வடிவில் இருந்தால் மட்டுமே ஏற்றுக்கொள்ளப்படும் என்பது பொதுவிதியாக இருந்தது என குறிப்பிட்டுள்ளார். மேலும் அதன் துல்லியமான உருளைத் தன்மையை உறுதி செய்து கொள்வதற்கு, ஒரு தட்டில் அதை இடும் போது, அது நிற்காமல் உருண்டு கொண்டே இருக்க வேண்டும். பாண்டியக் கடற்கரையிலிருந்து சீனாவிற்குச் சென்ற தமிழ் வியாபாரிகள் தமது ஆடைகளின் உட்புறத்திலும், குடையின் கைப்பிடிகளிலும் முத்துக்களை மறைத்து வைத்து எடுத்துச் செல்வதை வழக்கமாகக் கொண்டிருந்தனர். இந்த வகையிலான கடத்தலின் மூலம் முத்துக்களின் மீது சீனா விதித்த கடும் வரியிலிருந்து தப்பித்துக் கொண்டனர்.[11]

இந்தியாவின் தென்கிழக்குக் கடற்கரையில் முதல்முறையாக காயல் துறைமுகத்தில் சீன வர்த்தகர்கள் வந்திறங்கினர். அதன்பிறகு கொல்லம் துறைமுகத்திற்குச் செல்வதற்காக மேற்கு கடற்கரைக்குச் சென்றனர்.[12] யேன் (1281-1368) மற்றும் மிங் (1368-1500) காலகட்டத்தைச் சேர்ந்த ஆவணங்களில் இதைப்பற்றி குறிப்பிடப்பட்டுள்ளது. பான்ஹை-சி-ஹிச் என்பவர் 1304ஆம் ஆண்டில் தனது குறிப்பில் சீனாவுடன் வர்த்தகத்தில் ஈடுபட்ட துறைமுகங்களுள் ஒன்றாக காயல் துறைமுகத்தை குறிப்பிட்டுள்ளார். சீனாவிலிருந்து கடைசி தூதுக்குழு பாண்டிய அரசவைக்கு 1314ஆம் ஆண்டு அனுப்பி வைக்கப்பட்டது. அதற்கு பதிலளிக்கும் விதமாக பாண்டிய ஆட்சியாளர் காயல் துறைமுகத்தில் இருந்து சீனப் பேரரசருக்கு மதிப்பளிக்கும் விதமாக ஒரு தூதுக்குழுவை அனுப்பி வைத்துள்ளார்.[13] மிங் ஆவணங்களில் காயல் துறைமுகம் ஜியாயி, ஜிய-யிஜிங், ஜியசெங், ஜியயில் போன்ற பல்வேறு பெயர்களில் குறிப்பிடப்பட்டுள்ளது. சுவர்ணபூமியிலிருந்து, தென்கிழக்கு முழுவதும் இவ்வாறு அழைக்கப்பட்டது. வந்த வியாபாரிகள் தங்களுடன் தங்கக்கட்டிகளை தமிழகக் கடற்கரைக்கு கொண்டு வந்தனர். சீன பேரரசர்களுக்கும் இதே வழியில் தங்கத்தை வைத்து வியாபாரம் செய்வது மிக முக்கியமான தேவையாக மாறியது. பேரரசு முத்திரையுடன் நம்பிக்கைக்குரிய கப்பல் தொகுதிகளில் தங்கத்தையும் சேர்த்து வெளிநாட்டு வியாபாரிகளை ஈர்க்கும் விதமாக

அனுப்பி வைத்தனர்.[14] அதன் விளைவாக சீனாவில் இருந்து பெருமளவிலான தங்கம் தென்கிழக்குக் கடற்கரைக்கு வந்து சேர்ந்தது.

அரேபியாவுடன் கடல்சார்ந்த வர்த்தகத்தில் ஏற்பட்ட வளர்ச்சி, பாண்டியர்களின் ஏகபோக கொள்கை

ஏழாம் நூற்றாண்டில் இஸ்லாமின் எழுச்சியைத் தொடர்ந்து அரபு முஸ்லிம் வர்த்தகர்கள் தமிழகக்கடற்கரைக்கு வந்து வர்த்தகம் செய்து குடியேறத் துவங்கினர். மேலும் உள்ளூர் தமிழ்ப் பெண்களுடன் திருமண உறவுகளை ஏற்படுத்திக் கொண்டனர். அவர்கள் நிலஉரிமையாளராக மாறுவதைவிட இயற்கையாகவே கடற்பயணம் மேற்கொள்வதிலும் பெருங்கடலில் வர்த்தகம் செய்வதிலும் ஆர்வம் செலுத்தினர். அவர்கள் வங்காளவிரிகுடாவின் கரையோரங்களில் இருந்த பருவநிலை, கடலின் தன்மை, அலைகள் மற்றும் வர்த்தக சூழ்நிலை ஆகியவற்றை குறித்துக் கொண்டனர். மேலும் தென்மேற்கு பருவமழை காலமான ஜூன் முதல் செப்டம்பர் வரை ஸ்ரீலங்கா முதல் வங்காளம் வரை கடற்பயணம் மேற்கொண்டனர். அதேபோல் வடகிழக்குப் பருவ மழையின் போது இந்தியாவிலிருந்து இலங்கைக்கு அக்டோபர் முதல் பிப்ரவரி வரை கப்பலை செலுத்தினர்.

பதின்மூன்றாம் நூற்றாண்டில் காயல் துறைமுகம் சர்வதேச துறைமுகமாக வளரத் துவங்கியது.[15] மேற்கு ஆசியா உடனான நீண்ட தூர வர்த்தகத்தை மேற்கொண்டதன் மூலமும் மிக முக்கியமாக ஹோர்முஷ் மற்றும் ஏடனிலிருந்து குதிரைகளை இறக்குமதி செய்வதன் மூலமாகவும் பாண்டிய ஆட்சியில் காயல் மேலும் வளம் பெறத் துவங்கியது. மேற்கு ஆசியா, ஹோர்முஸ், ஏடன் போன்ற பல்வேறு துறைமுகங்களிலிருந்து வரும் கப்பல்கள் அனைத்தும் கடந்து செல்லும் முன்பு, தொட்டுச்செல்லும் மிக முக்கியமான துறைமுகமாக காயல் துறைமுகம் விளங்கியது. பதின்மூன்றாம் நூற்றாண்டின் இறுதிவாக்கில் ஆயிரக்கணக்கான குதிரைகள் இந்த துறைமுகத்தின் வழியாக இறக்குமதி செய்யப்பட்டு மதுரைக்கு அனுப்பப்பட்டுள்ளது. ஒரு குதிரை 500 சாகியோ விலை கொடுத்து வாங்கப்பட்டது. அது 220 தினார் அல்லது சிவப்புத் தங்கத்துக்கு சமமானது.[16] மற்றொரு ஆவணத்தில் ஒரே பருவத்தில் 16 ஆயிரம் குதிரைகள் இங்கு கொண்டுவரப்பட்டதாக குறிப்பிடப்பட்டுள்ளது.[17] குதிரைகளைக் கொண்டுவரும் போக்குவரத்தின் போது, பெரும்பாலான குதிரைகள் இறந்துபோனதால் எப்போதும் இறக்குமதி செய்யப்பட்ட குதிரைகளைக் காட்டிலும் அதிக அளவில் குதிரைகளுக்கான தேவை நிலவியது. ஆனாலும் இந்த வணிக

ஒப்பந்தத்தில் உள்ள அம்சத்தின்படி இறக்குமதியாளர் அதற்குரிய மொத்தப் பணத்தையும் கொடுக்க வேண்டியிருந்தது. இது பாண்டியர்களின் கருவூலத்திலிருந்து கொடுக்கப்பட்டது. பல்வேறு முகவர்கள், தரகர்கள், மற்றும் வியாபாரிகள் இந்தக் குதிரைவணிகத்தில் ஈடுபட்டனர், மேலும் குதிரைகள் வியாபாரத்தில் செட்டியார் சமூகத்தைச் சேர்ந்த வியாபாரிகள் பெயர் பெற்று விளங்கினார்கள். அதனால் குதிரைச் செட்டியார் என அழைக்கப்பட்ட ஒரு பிரிவு இருந்ததைப்பற்றி கல்வெட்டில் குறிப்பிடப்பட்டுள்ளது.[18] பாண்டிய ஆட்சியாளர் அவரது படைக்குத் தேவையான குதிரைகளையும் இவ்வாறு இறக்குமதி செய்து கொண்டார். இது பாண்டியர்களை ஏகபோக கொள்கையைக் கடைபிடிக்குமாறு தூண்டியது. அதனால் திருச்சிற்றம்பலம், குன்றனார் கோவில்[19] மற்றும் நாகூர்[20] போன்ற இடங்களில் வியாபாரம் செய்ய அனுமதிக்கப்பட்ட இந்து மற்றும் முஸ்லிம் வியாபாரிகள், பாண்டிய ஆட்சியாளர்களுக்கு மட்டுமே குதிரை விற்க அனுமதி வழங்கப் பட்டது. இக்காலகட்டத்தைச் சேர்ந்த பல்வேறு கல்வெட்டுகளில் குறிப்பிடப்பட்டுள்ள குழிச்சேவகர்,[21] குதிரைஅம்மான்,[22] குதிரை ஆண்டான்[23] போன்ற பல்வேறு பெயர்களில் அழைக்கப்பட்ட திறன் வாய்ந்த வேலைக்காரர்களை அமர்த்திக் கொள்ள வேண்டிய தேவை, இத்தகைய குதிரை இறக்குமதி மற்றும் பிற விலங்குகளின் இறக்குமதி காரணமாக ஏற்பட்டது. அதனால் காயல் துறைமுகம் அராபியர்கள் தங்கள் வணிகப்பொருள்களை கொண்டு வந்து விற்பனை செய்யும் இடமாக மாறியது. ஒன்றாம் சடயவர்மன் சுந்தரபாண்டியன் (1251-68) ஆட்சியின் கீழ் முத்துக்குளிக்கும் தொழில் வளர்ச்சி அடைந்ததால் காயல் துறைமுகத்தில் முத்து வணிகமும் வளமுடன் இருந்ததாக வாஸப் பயணக் குறிப்புகள் குறிப்பிடுகின்றன.

காயல் துறைமுகத்தில் கடல்பகுதியில் பெரிய அளவிலான நீர்ப்பரப்பு இருந்ததால் பெரிய கப்பல்கள் நங்கூரம் இடுவதற்கு வசதியாக இருந்தது. அதனால் தமிழகக்கடற்கரையில் இருந்த படகோட்டிகளைப் போலவே மீனவர்களும் முத்துக்குளிக்கும் தொழில் செய்வோரும் இது போன்ற பல்வேறு சாதகங்களின் காரணமாக இங்கு குடியேறத் துவங்கினர். கப்பல்கள் நங்கூரம் இடப்பட்டு திறம்பட நிறுத்தப்பட்டது. பெரும் அலைகள் வந்தபோது, சிறிய படகுகள் மற்றும் கட்டுமரங்கள் கடலில் இறக்கப்பட்டு கடல்அலைகள் கடந்து செல்ல விடப்பட்டது. கடும்மழை பொழியும் இந்த மாதங்களில், கப்பலைச் செலுத்துவது ஆபத்தானதாகும். காயல் துறைமுகம் காஹல்,[24] சாலியா,[25] சாயல்,[26] கேள்,[27] கிய-யி-லி[28] என பல்வேறு பெயர்களில்

குறிப்பிடப்பட்டுள்ளது. நறுமணப்பொருட்கள் மற்றும் முத்துக்கள் போன்ற சரக்குகள் காயல் துறைமுகத்தில் இருந்து சிரியா, ஈராக், குருசான் போன்ற இடங்களுக்கு ஏற்றுமதி செய்யப்பட்டது. இந்த துறைமுகம் மிக முக்கியமான ஒன்றாக விளங்கியதை மார்கோபோலோ *(1293)* பயணக் குறிப்புகள் மற்றும் ரஷீத்-அல்-தீன், வாஸப் போன்றோரின் எழுத்துக்களிலிருந்து அறியமுடிகிறது.[29] சீனமரக்கலங்களில் கொண்டு வரப்பட்ட சீனப்பொருட்கள் இந்தத் துறைமுகத்தில் வைத்து இஸ்லாமிய உலகில் இருந்து கொண்டுவரப்பட்ட சரக்கு பொருள்களுக்காக பரிமாறிக் கொள்ளப்பட்டது பற்றி ரசீத்-அல்-தீன் குறிப்பிட்டுள்ளார். இந்த துறைமுகத்திற்கு சீனப்பொருட்களால் நிரப்பப்பட்ட மரக்கலங்களின் வருகையும் அவற்றின் சுறுசுறுப்பான வர்த்தகமும் அப்துல் ரசாக், நிகோல கோண்டி *(1442-44)*, செங்-ஹோ மற்றும் மா-ஹுஅன் போன்ற பதினைந்தாம் நூற்றாண்டின் பிரபலமான பயணிகளின் பயணக் குறிப்புகளில் கூட குறிப்பிடப்பட்டுள்ளது.[30]

பாரசீகம், அரேபியா மற்றும் சீனாவுடன் ஏற்பட்ட வர்த்தகத்தைத் தொடர்ந்து வங்காளவிரிகுடாவின் முக்கியத்துவம் அதிகரிக்கத் துவங்கியது. மேலும் தமிழகக்கடற்கரையில் தங்கம், செம்பு போன்ற வற்றின் பயன்பாட்டை இது அதிகரித்தது. பல்வேறு வகையிலான தங்கம் பயன்பாட்டில் இருந்தது. குடிநய்க்கால்,[31] செம்பொன்,[32] மரிப்பொன்,[33] என்ற பெயர்களில் தங்கம் அழைக்கப்பட்டுள்ளது. பாண்டியர்கள் கூட அவர்களது நாணயச்சாலையில் கனகு, வராகன், காசு, பொன் போன்ற தங்கநாணயங்கள் அச்சடிக்கப்பட்டு புழக்கத்தில் விட்டுள்ளனர். ஒரு பொன் என்பது 52 குன்றிமணி அளவு எடையுள்ள தங்கம் ஆகும்.[34] பதின்மூன்றாம் நூற்றாண்டில் நீண்டதூர வர்த்தகம் சரிவடையத் துவங்கிய பிறகு வியாபாரிகள் உள்ளூர்ப் பிரதேசங்களில் வியாபாரத்தை மேற்கொண்டனர்.

இடைக்கால கட்டத்தில் திருநெல்வேலியின் வெவ்வேறு தெருக்களில் வெவ்வேறு சரக்குகளை வியாபாரம் செய்து வந்த உள்நாட்டு வியாபாரிகள் இருந்துள்ளனர். இந்த வர்த்தகர்கள் சில்லரை மற்றும் மொத்த வியாபாரிகள், உள்நாட்டு மற்றும் வெளிநாட்டு வர்த்தகர்கள் என, பல்வேறு வகைப்பட்ட பிரிவுகளாகப் பிரிந்திருந்தனர்.[35] துணி வியாபாரிகள் அருகை வணியன் என அறியப்பட்டனர்.[36] அவர்கள் பல்வேறு இடங்களில் புடவை வியாபாரம் செய்தனர்.[37] ஒரு சில வியாபாரிகள் முத்துவணிகத்தில் திறமையானவர்களாக இருந்திருக் கின்றனர். கலியமங்கலில் முத்து வியாபாரிகளைப்பற்றி குறிப்பிட்டு உள்ளதை நம்மால் காண முடியும்.[38] இதுபோன்று தனிப்பட்ட சரக்கு

வர்த்தகத்தில் திறன் பெற்றிருக்கும் வியாபாரிகளுடன் வர்த்தகம் செய்வது வழக்கமாக மாறியது.³⁹ இந்தக்காலகட்டத்தில், 1215ல், இளையான்குடியில் வர்த்தகத்தில் ஈடுபட்டிருந்த வியாபாரிகள் அதில் கிடைத்த லாபத்தின் மூலம் நிலங்களை வாங்கி வளமான வாழ்க்கை நடத்தியுள்ளனர்.⁴⁰ இதுபோன்று உள்நாட்டின் உற்பத்தி மற்றும் பரிமாற்றங்களில் ஏற்பட்ட வளர்ச்சி அக்காலகட்டத்தின் பொருளாதார வளர்ச்சிக்கு உந்துதலாக அமைந்தது.

இடைக்காலகட்டத்தில் தமிழகக் கடற்கரையின் துறைமுகங்களுக்கு இடையே வர்த்தகத்தில் ஈடுபட்டிருந்த அராபியர்களிடம் சோனக வரி எனும் பெயரில் வரி வசூலிக்கப்பட்டது.⁴¹ இக்காலகட்டத்தில் செழிப்புடன் இருந்த துறைமுகம் வீரபாண்டியன் பட்டினம்.⁴² இந்தத் துறைமுகத்திற்கு மரைக்காயர்கள் என அழைக்கப்பட்ட தமிழ் முஸ்லீம் வியாபாரிகளைப் போன்றே அரபு முஸ்லிம் வியாபாரிகளும் அடிக்கடி வந்து சென்றனர். அபு பக்கர் என்பவர் இந்த துறைமுகத்தின் தலைமை அதிகாரியாக இருந்தபோது, 1387ல் பிறப்பித்த உத்தரவு துறைமுகத்தில் நடைபெற்ற சரக்கு வர்த்தக நடவடிக்கைகளுக்கு அப்பாற்பட்ட ஒன்றாகும். அந்த உத்தரவின்படி அங்கு வணிகம் செய்பவர்கள் ஒரு சதவீதத்தில் கால் பங்கை ஜும்மா மசூதியின் பராமரிப்பிற்காக செலுத்த வேண்டும்.⁴³

தேவிபட்டினம் என்று அழைக்கப்பட்ட உலகமாதேவி பட்டினம் துறைமுகம் செவ்விருக்கை நாட்டின் முக்கியமான துறைமுகமாகும்.⁴⁴ 1216 முதல் 1241 வரை தேவிப்பட்டினத்தில் முத்து வணிகம் செழிப்புடன் நடைபெற்றதாக ஆவணங்களில் குறிப்பிடப்பட்டுள்ளது.⁴⁵ ஒரு நூற்றாண்டுக்குப் பிறகு 1348ஆம் ஆண்டில் ஸ்ரீலங்காவிலிருந்து ஜாதிக்காய், மலபாரில் இருந்து வாசனைப்பொருட்கள் போன்றவற்றை இறக்குமதி செய்யும் அளவுக்கு இந்த துறைமுகத்தை தனது ஆட்சியில் வளர்த்தெடுத்த மன்னர் ஸ்ரீவல்லபாவின் மறைவுக்குப் பிறகு இது ஸ்ரீவல்லப பட்டினம் என்று அழைக்கப்பட்டது.⁴⁶ பெரியது சிறியது என்று வகைப்படுத்தப்பட்ட பல்வேறு அளவுள்ள கப்பல்கள் கடற்பயணத்தில் பயன்படுத்தப்பட்டு கடல்சார்ந்த வர்த்தகம் மேற் கொள்ளப்பட்டது. தோணிகளின் நுழைவுக்கட்டணமாக கால் பங்கு பணம் வரியாக வசூலிக்கப்பட்டது. சித்துரு என அழைக்கப்பட்ட தோணியை விட பெரிய அளவிலான படகுக்கு அரைப்பணம் வரி வசூலிக்கப்பட்டது. கடல்கடந்த வர்த்தக அமைப்பில் ஈடுபட்டிருந்த நானாதேசி இந்து வியாபாரிகள் சங்கத்தின் குறிப்புகளில் இதைப்பற்றி குறிப்பிடப்பட்டுள்ளது.⁴⁷ தேவிபட்டினத்தில் சரக்குகளைக் கொண்டு செல்ல பிரபலமான தோணிகள் பயன்பாட்டில் இருந்தன.⁴⁸

பிற்காலப் பாண்டியர்களின் ஆட்சியில் சீனாவுடன் மேற்கொள்ளப்பட்ட கடல்கடந்த வர்த்தகம் மீட்டமைக்கப்படுதல்

சீனாவில் மிங் பரம்பரையினரின் ஆட்சிக் காலத்தில், சீனாவுடன் கடல்கடந்த வர்த்தகத்தில் ஈடுபட்டிருந்த அயல்நாட்டு அரசர்களுடன் கடல்சார்ந்த உடன்படிக்கைகளில் உறுதியான கொள்கை கடைப்பிடிக்கப் பட்டது. சீனாவுடன் வர்த்தகம் மேற்கொள்ள விரும்பும் அனைத்து நாட்டு அரசுகளும், மிங் அரசவைக்கு கண்டிப்பாக கப்பம் செலுத்த வேண்டும் என்று நிபந்தனை விதிக்கப்பட்டது, மேலும் சீன நாட்காட்டி, பதவியேற்கும் முறை, சீனாவின் பேரரசுத் தன்மையை அங்கீகரிப்பது போன்றவற்றையும் ஏற்றுக்கொள்ள வேண்டிஇருந்தது. சீனாவில் கடல்கடந்த வர்த்தகம் ஏறக்குறைய அரசின் ஏகபோகமாக இருந்தது. மேலும் சீன ஆட்சியாளர்கள் அயல்நாட்டு அரசுடனான உடன்படிக்கையில் நேரடியாக பங்கேற்கத் தொடங்கினார். இக்காலத்தில் சீனாவில் கடல்கடந்த வர்த்தகம் அரசின் ஆதரவோடு மட்டுமே நடைபெற்றது. மறுபுறம் தமிழகக் கடற்கரையில் இது தனியார் வர்த்தகர்களின் முன்முயற்சிக்கு விடப்பட்டது.

1369ஆம் ஆண்டுதான் தமிழர் கடற்கரையில் நடைபெற்ற கடல் கடந்த வர்த்தகத்தில் மிங் அரசகுலத்தின் முனைப்பான ஆர்வம் துவங்கிய ஆண்டாகும். முதல் பேரரசர் மின்-தாய்-சூ அனைத்து வெளிநாடுகளுக்கும் தொடர்ச்சியாக தூதர்களை அனுப்பி வந்தார். இக்காலகட்டத்தில் கடல்கடந்த வணிகத்தில் ஏற்பட்ட அபரிமிதமான வளர்ச்சியைத் தொடர்ந்து 1374ஆம் ஆண்டில் கடல்கடந்த வர்த்தகத்திற்கான கண்காணிப்பாளர்களை நியமிக்க வேண்டிய தேவை பேரரசருக்கு ஏற்பட்டது. அவர்கள் முறையே னிங்-பொ, கியாங்சு, குவாங்சு ஆகிய இடங்களில் இருந்து செயல்பட்டனர். கடைசியில் குறிப்பிடப்பட்டவர் இந்தியா, சியாம் மற்றும் அரேபியாவில் இருந்து வரும் வர்த்தகக் குழுக்களை வரவேற்கும் பொறுப்பை மேற்கொண்டிருந்தார். அதன் பிறகு சீனக்கப்பல்கள் முத்துக்குளிக்கும் கடற்கரைக்கு வரத்துவங்கின. யூத வியாபாரிகளால் எழுதப்பட்ட ஜெனிசா கடிதங்களைப் பற்றிய ஆய்வானது சீன பீங்கான்கள் எகிப்தில் உள்ள பாத்திமிதுகளுக்கு சீன வியாபாரிகளால் அனுப்பிவைக்கப்பட்டது பற்றிய விவரங்களை தெளிவுபடுத்துகிறது.[49]

சடயவர்மன் குலசேகரன் (1395-1411), மாறவர்மன் ஸ்ரீவல்லபன் (1402-1404), சடயவர்மன் பராக்கிரமன் (1401-1434), மாறவர்மன் விக்ரம பாண்டியன் (1404-45)), மாறவர்மன் வீரபாண்டியன் (1421-46) ஆகியோரின் ஆட்சிக்காலம் முத்துக்குளிக்கும் கடற்கரையில் இருந்து கடல்கடந்த

வர்த்தகம் சிறந்த முறையில் நடைபெற்றதற்கு சான்றாக விளங்குகிறது. தமிழகக் கடற்கரையில் இருந்து சீனாவுக்கு முத்துக்கள், பவளங்கள், மதிப்பு வாய்ந்த கற்கள், பருத்தி மற்றும் மற்ற வகை பட்டுத் துணிகளும், விலங்குகள் மற்றும் நறுமணப்பொருட்கள் போன்ற பல்வேறு பொருட்கள் இங்கிருந்த துறைமுகங்களிலிருந்து ஏற்றுமதி செய்யப் பட்டது. 17 அக்டோபர் 1408 அன்று செங்-ஹே மற்றும் வேறு சிலர் அடங்கிய அரசு தூதுக்குழு பெரியபட்டினம் மற்றும் காயல் துறைமுகங் களுக்கு அனுப்பப்பட்டதாகக் குறிப்பிடப்பட்டுள்ளது.[50] அதற்கு பதிலளிக்கும் விதமாக கப்பம் செலுத்தும் குழு 5 ஆகஸ்ட் 1411 அன்று காயல் துறைமுகத்தில் இருந்து தமிழகக்கடற்கரையின் ஆட்சியாளரால் அனுப்பி வைக்கப்பட்டுள்ளது. எனினும் இவரது பெயர் சீன ஆவணங்களில் குறிப்பிடப்படவில்லை. மீண்டும் ஒருமுறை 18 டிசம்பர் 1412 இல் செங்-ஹே மற்றும் சிலர் அடங்கிய அரசு தூதுக்குழு காயல் துறைமுகத்திற்கு அனுப்பி வைக்கப்பட்டது. மீண்டும் காயல் துறைமுகத்தில் இருந்து 26 பிப்ரவரி 1421 அன்று சீனப் பேரரசுக்கு கப்பம் செலுத்துவதற்காக தமிழக அரசு தூதர்களுடன் ஒரு குழு அனுப்பி வைக்கப்பட்டது. மீண்டும் ஒருமுறை 24 அக்டோபர் 1423ல் தமிழகத் தூதுக்குழுவினர் சீனாவுக்குச் சென்று கப்பத்தை செலுத்தினர். பின்னர் மீண்டும் செங்-ஹே உட்பட மேலும் சிலர் 29 ஜூன் 1430 அன்று மீண்டும் காயல் துறைமுகத்துக்கு அனுப்பிவைக்கப்பட்டனர். 14 செப்டம்பர் 1433 மற்றும் 11 ஆகஸ்ட் 1436ல் மீண்டும் தமிழக அரசு தூதர்கள் குழு காயல் துறைமுகத்தில் இருந்து சீனப்பேரரசுக்கு கப்பம் செலுத்துவதற்காக அனுப்பிவைக்கப்பட்டது.[51]

சீனஆவணங்கள் ஹூவாங் சென்கோயங்கின் சிபாங்-சாவோகங்-தியன்லு (மேற்கத்திய பெருங்கடலைச் சேர்ந்த நாடுகளில் இருந்து பெறப்பட்ட தொகை பற்றிய பதிவுகள்) 1434ல் எழுதப்பட்ட கிங் சென்னின் சியாங் - ஃபான்கொழி (மேற்கத்திய பெருங்கடலில் உள்ள நாடுகள் பற்றிய குறிப்புகள்) 1436ல் எழுதப்பட்ட ஃபெ-எக்ஷ, யேங்-ஷா-செங்லான் (அரசு நடவடிக்கைகள் பற்றிய ஒட்டுமொத்த குறிப்புகள்) 1451இல் எழுதப்பட்ட மஹூவன்னுடைய யி-யே-லான் அல்லது யிங்யை-ஷெங்-அலன் (ஒட்டுமொத்த பெருங்கடலைப் பற்றிய ஆய்வுகள்), செங்-ஹெனுடைய ஷென்-யி-ஜூஅ (மேற்கத்திய பெருங்கடலுக்கு மேற்கொண்ட கடற்பயணங்கள் பற்றி செங்-ஹே எழுதிய குறிப்புகளின் தொகுப்பு) போன்ற ஆவணங்கள் சீனாவுக்கும் தமிழகக் கடற்கரைக்கும் இடையே நடைபெற்ற வர்த்தக நடவடிக்கைகள் மீது ஒளிவெள்ளத்தை பாய்ச்சுவதாக அமைந்திருக்கிறது.[52] இந்த ஆவணங்களில் கடற்பயணங்கள்

தொடங்கப்பட்ட தேதி மற்றும் திரும்பி வந்த தேதி, அரசு உத்தரவுகள் வழங்கப்பட்ட தேதி, அவைகொண்டு சேர்க்கப்பட்ட தேதி போன்றவை குறிப்பிடப்பட்டுள்ளது. இக்காலகட்டத்தில் தமிழகக் கடற்கரைக்கும் சீனாவுக்கும் இடையிலான வர்த்தகம் அதன் உச்சத்தை எட்டியது. சீனாவின் மிங் பேரரசர்களால் உத்தரவிடப்பட்டு 1405 மற்றும் 1433 ஆண்டுகளுக்கு இடைப்பட்டகாலத்தில் மட்டும் செங்-ஹெ என்பவரால் அமைக்கப்பட்டு வழிநடத்தப்பட்ட ஏழுக்கும் மேற்பட்ட அரசுதூதுக் குழுக்கள் அனுப்பப்பட்டுள்ளது. இக்காலகட்டத்தில் சீன பீங்கான்கள் பெரிய அளவில் தமிழகக் கடற்கரைக்கு இறக்குமதி செய்யப்பட்டது.

மாறவர்மன் சுந்தரபாண்டியனின் கல்வெட்டில் குறிப்பிடப்பட்டுள்ள பெரியபட்டினம் துறைமுகம் இக்காலகட்டத்தில் தோன்றியது.[53] ராமேஸ்வரம் கடற்கரையில் 10 முதல் 12 அடி ஆழத்திற்கு உட்பட்ட பகுதிகளில் முத்துக்குளிக்கும் தொழில் நடைபெற்றதாக மார்கோபோலோ குறிப்பிட்டுள்ளார். முத்துக்குளிக்கும் வேலைக்கு செல்வதற்கான படகுகள் முதலில் பாட்டல (வேதாளை) எனும் இடத்தில் நிறுத்தி வைக்கப்பட்டதாக குறிப்பிடப்பட்டுள்ளது.[54] மன்னார் வளைகுடாவில் உள்ள ராமேஸ்வரத்திற்கு தெற்கில் ஆறு கிலோமீட்டர் தொலைவில் ஃபாட்டன் என்ற துறைமுகத்திற்கு (இது பெரியபட்டினம் துறைமுகத்தோடு அடையாளப்படுத்தப்படுகிறது) இப்ன்பாட்டுட என்ற பயணி வந்ததைப் பற்றி குறிப்பிடப்பட்டுள்ளது. இப்ன்பாட்டுடவின் கப்பல் பாட்டல எனும் இடத்தை அடைந்தது, பின்னர் அது கப்பல் நங்கூரம் இடும் இடமாக மாறியது. பெரியபட்டினம் துறைமுகம் பராக்கிரமபட்டினம் என்று அழைக்கப்பட்டது. திருநெல்வேலிக்கு அருகில் உள்ள மாரமங்கலம் என்ற இடத்தைச் சேர்ந்த கல்வெட்டுகளில் இருந்து வியாபாரிகள் அங்கிருந்து வர்த்தகத்திற்காக பெரியபட்டினம் துறைமுகத்திற்கு சென்றதை அறிய முடிகிறது.[55] இந்தக் கல்வெட்டில் முத்து வணிகத்தில் ஈடுபட்டிருந்த பல்வேறு வியாபாரிகளின் பெயர்களும் இடம் பெற்றுள்ளது.[56] மேலும் இந்தப்பகுதியில் நடைபெற்ற முத்து வணிகத்தில் ஆர்வம் செலுத்திய தெற்கு ஸ்ரீலங்காவைச் சேர்ந்த அஞ்சு வண்ணம், மணிக்கிராமத்தார், வலஞ்ஜியர் போன்ற வியாபாரிகள் சங்கம் பற்றிய குறிப்புகள் தீர்த்தண்டதானம் பகுதியைச் சேர்ந்த கிபி 1262ஆம் ஆண்டு கல்வெட்டில் காணக் கிடைக்கின்றன.[57] பெரிய பட்டினத்தைச் சேர்ந்த கல்லறை சாசனங்கள் யூதர்கள் கூட பெரிய பட்டினத்தில் வர்த்தகத் தொடர்பு வைத்திருந்ததைப் பற்றி தெளிவு படுத்துகிறது.[58]

கி.பி. 1350ஐச் சேர்ந்த சீனஆவணமான வாங்-தாயுவின், தாஓ-யி-சீ-லூ என்ற ஆவணத்தில் டபாடன் துறைமுகம் பற்றி குறித்துக் காட்டப் பட்டுள்ளது. இது நொபுரு கரொஷிமாவால் பெரியபட்டினம் துறைமுகம் என்று அடையாளம் காணப்பட்டது.[59] இந்தப்பகுதியில் கண்டெடுக்கப்பட்ட, 13ஆம் நூற்றாண்டைச் சேர்ந்த லாங்ன்கு மட்பாண்ட வகையைச் சேர்ந்த சீன மட்பாண்ட சில்லுகள் மற்றும் 14ஆம் நூற்றாண்டைச் சேர்ந்த ஜிங்தெழ்ன் மட்பாண்டவகையைச் சேர்ந்த நீலம் மற்றும் வெள்ளைநிற மட்பாண்டங்கள் பெரிய பட்டினத்திற்கும் சீனாவுக்கும் இடையிலான செழிப்பான வர்த்தகம் சுறுசுறுப்பாக நடைபெற்றதை உறுதிப்படுத்துகிறது.

தமிழகக் கடற்கரையிலிருந்து மலபாருக்கு வர்த்தக எல்லை மாற்றப்படுதல்

கோழிக்கோடு மற்றும் கொச்சி போன்ற துறைமுகங்களின் எழுச்சி யானது தமிழகக் கடற்கரையில் இருந்த வியாபாரிகள் மற்றும் வர்த்தகம் அரபிக்கடல் பகுதியை நோக்கி நகரும் வேகத்தை அதிகப்படுத்தியது. விஜயநகர அரசின் தலைநகரம் கடற்கரையிலிருந்து வெகுதூரம் தள்ளி உள்பகுதியில் அமைந்திருந்தது. எனவே 14ஆம் நூற்றாண்டில் நடை பெற்ற கடல்சார்ந்த வர்த்தகத்தை வளர்த்தெடுப்பதற்கு இங்குள்ள துறை முகங்களை வளர்த்தெடுக்க வேண்டியிருந்தது. இது நடைபெறாததால் தமிழக கடற்கரையில் இருந்த செட்டியார்கள் தங்கள் வர்த்தக நடவடிக்கையை மேற்குக்கடற்கரையில் உள்ள துறைமுகங்களுக்கு மாற்றிக்கொண்டனர். மேலும் அரேபியாவுடன் தங்களது வர்த்தகத் தொடர்புகளை விரிவுபடுத்திக் கொண்டனர். அன்பரசன் எனும் செட்டியார் வியாபாரி, செங்கடலிலிருந்து மலபாருக்கு மேற்கொண்ட கடற்பயணத்தில் தங்கக்கட்டிகளை அதிக அளவில் ஏற்றிக் கொண்டு வந்ததால் மூழ்கும் அபாயத்தை எதிர்கொண்டார். எனவே அதில் பெரும்பகுதி செல்வத்தையும் தங்கப்பெட்டிகளையும் பாதுகாப்பாக வைப்பதற்காக கோழிக்கோடு சாமுத்ரியிடம் (சாமோரினிடம்) கொடுத்து இதற்கென பிரத்தியேகமாக தோண்டப்பட்ட நிலக்கிடங்கில் பத்திரமாக வைத்து விட்டு சென்றார். இந்த வியாபாரி திரும்பும் வழியில் கிபி 1493ல் பாதுகாத்து வைக்கப்பட்ட செல்வத்தில் பாதியை சாமுத்ரிக்கு வழங்கினார். ஆனால் அரசர் அதை ஏற்றுக்கொள்ள மறுத்து விட்டார், மேலும் ஒரு ஆட்சியாளராக தன்னிடம் என்ன எதிர்பார்க்கப் பட்டதோ அதைத்தான் தான் நிறைவேற்றியதாகக் குறிப்பிட்டார். இவ்வாறு வியாபாரிகளுக்கு மலபார் கடற்கரையில் கொடுக்கப்பட்ட வர்த்தகப் பாதுகாப்பு நடவடிக்கைகள் தமிழக வியாபாரிகள் தங்கள்

வர்த்தக நடவடிக்கையை அங்கு மாற்றிக்கொள்வதற்கான உந்துதலை அதிகப்படுத்தியது.[60]

உண்மையில் 14ஆம் நூற்றாண்டின் போது, சீனர்கள் சர்வதேச துறைமுகமாக மாறிய கொல்லம், கோழிக்கோடு போன்ற மலபார் கடற்கரையில் இருந்த துறைமுகங்களுக்கு வந்தனர். மெக்காவில் இருந்த முகவர்கள் மற்றும் ஜெத்தாவின் வியாபாரிகள் இங்கு வந்து சென்றபோது தங்கள் வர்த்தகத்தை மாற்றிக்கொள்ளத் துவங்கினர். வர்த்தக நடவடிக்கைகள் உச்சத்தை அடைந்த பதினைந்தாம் நூற்றாண்டின் இறுதியில், இந்தியாவின் தென்கிழக்குக் கடற்கரையின் துறைமுகங்களில் இருந்து முஸ்லிம் வியாபாரிகள் முத்துக்கள், துணிவகைகள் போன்ற பொருட்களைக் கூட இங்கு அனுப்பிக்கொண்டிருந்தனர். தமிழகக் கடற்கரையிலிருந்து மலபார் கடற்கரையில் உள்ள துறைமுகங்களுக்கு கடல்கடந்த வர்த்தகம் மாற்றப்பட்டது கூட, பதினைந்தாம் நூற்றாண்டில் அந்தத் துறைமுகங்களில் நடைபெற்ற கடல்கடந்த வர்த்தகத்தின் வீழ்ச்சிக்குக் காரணமாக இருக்க வாய்ப்பு உள்ளது. சீன ஆவணங்களின்படி துணி வகைகள் கூட சீனாவுக்கு ஏற்றுமதி செய்வதற்காக தமிழகக் கடற் கரையில் இருந்து மலபாருக்கு அனுப்பி வைக்கப்பட்டது.[61] மலபாரில் துணிவகைகள் உற்பத்தி நடைபெறவில்லை என்பது உறுதிப்படுத்தப்பட்ட உண்மை. பைரனி துணி (பை-லன்-லு), அச்சடிக்கப்பட்ட போர்வைகள், அச்சடிக்கப்பட்ட சிவப்பு பட்டுக் கைக்குட்டைகள் (சியங்-பு) போன்ற பல்வேறு வகைப்பட்ட துணிவகைகள் சீனாவுக்கு ஏற்றுமதி செய்யப் பட்டுள்ளது. தமிழகக் கடற்கரையில்தான் குதிரை, யானை உட்பட்ட விலங்குகளின் உருவம் அல்லது மனித உருவம் வரையப்பட்ட பருத்தி கைக்குட்டைகள் தயாரிக்கப்பட்டது.[62] இடைக்காலகட்டத்தில் கடல்சார்ந்த வர்த்தகம் முக்கியமாக குதிரை வர்த்தகம், செங்கடலில் உள்ள ஜெத்தா, மெக்கா மற்றும் மோகா மற்றும் ஏடன் துறைமுகங்களில் இருந்து அரபு வர்த்தகர்களால் மேற்கொள்ளப்பட்டது பற்றி உறுதியான தரவுகள் காணக்கிடைக்கின்றன. பாண்டிய ஆட்சியாளர்களின் கீழ் கூட பஸ்ரா, பந்தர் அப்பாஸ் மற்றும் ஒர்முஸ் போன்ற பாரசீக வளைகுடா துறைமுகங்களுடன் குதிரை வர்த்தகம் செழிப்புடன் நடைபெற்றதை காணமுடியும். இனி பதினாறாம் நூற்றாண்டில் போர்ச்சுக்கீசியர்கள் எவ்வாறு முத்துக்குளிக்கும் கடற்கரைப் பகுதியில் நுழைந்தனர் என்பதைப்பற்றியும், இந்தப் பிரதேசங்களில் உள்நாட்டு ஆட்சியாளர்கள் தங்கள் கட்டுப்பாட்டை நிறுவ மேற்கொண்ட போராட்டங்களைப் பற்றியும் காண்போம்.

அடிக்குறிப்புகள்

1. The Guide to Geography prepared by Claudius Ptolemy in the middle of the Second Century was perhaps the first text which gave definite information on the ports of the Tamil Coast to the Western world. The discovery of large number of late Roman copper coins found on the Tamil Coast belonging to the Fourth and Fifth Centuries AD is ample proof in this line of continuity of maritime trade. See, K. Karttunen, India and Early Greek Literature, Helsinki, 1989.

2. Himanshu Prabha Ray, The Winds of Change : Buddhism and the Early Maritime Links of South Asia, Delhi, 1990; See also, Monastery and Guild; Commerce under the Satavahanas, Delhi, 1986; R. Champaklakshmi, Trade, Ideology and Urbanization : South India 300 B.C. to A.D. 1300, Delhi, 1996, pp. 182-185.

3. D.C. Sircar, Select Inscriptions Bearing on Indian History and Civilization, vol. I, 2nd edition, Calcutta, 1965, p. 217.

4. The data usually given for the foundation of the port of Kollam is A.D. 825 which is the first year of the Kollam era. See, K.A. Nilakanta Sastri, Foreign Notices of South India from Megasthenes to Mahuan, Madras, 1972, p. 150.

5. Hara Prasad Ray, South India during the 15th Century: Studies in Sino-Indian Relations, UGC Report, Jawaharlal Nehru University, 1996, p. 61.

6. Rockhill W.W. 'Note on the Relation and Trade of China with the Eastern Archipelago and the Coast of the Indian Ocean during the Fourteenth Century', in Toungpao, Vol. XVI, 1914, pp. 419-447; Vol. XVI, 1915, pp. 61-159.

7. Ibid.

8. Tansen, 'Maritime Relations between China and the Chola Kingdom, AD, 850-1279', in K.S. Mathew, ed., Mariners, Merchants and Oceans: Studies in Maritime History, Delhi, 1995, pp. 25-42.

9. Prapancha, Java in the 14th Century, vol. III, p. 98, See, canto 83, stanza 4.

10. Annual Report on Epigraphy, 1881-1990, Calcutta/ New Delhi (hereafter ARE), 292 of 1927-28; South Indian Inscriptions, (hereafter SII) New Delhi, 1890-1990 (hereafter SII), vol. I. no. 239; Thinakaran, The Second Pandyan Empire AD.1190-1312, Madurai, 1987.

11. Hirth and Rockhill, Chau-Ju-ka: His Work on the Chinese and Arab Trade in the Twelfth and Thirteenth Centuries entitled Chu-fan-chi, St. Petersburg, 1911, p. 95.

12. Ibid., p.94.

13. Roderich Ptak, Yuan and Early Ming Notices on the Kayal Area in South India, Bulletin de Ecole francaise d' Extreme-Orient, vol.80, (1) 1993, pp 137-156.

14. F. Hirth and W.W. Rockhill, Chan-Ju-Ka., p. 19.
15. K.N. Chaudhuri, Trade and Civilization in the Indian Ocean, Cambridge, 1985, p. 49.
16. The value of one dinar of gold is equated to two saggi.
17. Wassaf, See, Elliot and Dowson, The History of India as told by its own Historians, London, 1871, Vol. III, p. 32.
18. ARE, 556 of 1904.
19. ARE, 35 of 1914; IPS, No. 559.
20. ARE, 161 of 1907.
21. Inscriptions of Pudukottai State, (hereafter IPS) ed., K.R. Srinivasa Aiyar, Pudukottai, 1929, IPS, No. 172 (1216) (Annavasal).
22. SII, vol. XVI, no. 378.
23. ARE, 192 of 1926 (Neduvayil).
24. On Rashid-al-Din, see Elliot, The History of India as told by its own Historians, Vol. III, London, 187, p. 69.
25. Nicolo Conti, See, R.H. Major, ed., India in the Fifteenth Century, Delhi, 1974, p. 7.
26. Ludovico di Varthema, The Travels of Ludovico di Varthema in Egypt, Syria, Arabia desert and Arabia Felix in Persia, India and Ethiopia AD. 1503-1508, Trans. J. W. Jones (ed.) G.P. Badger, London, Hakluyt Society, p. 95.
27. Duarte Barbosa, The Book of Duarte Barbosa: An Account of the countries bordering the Indian Ocean and their Inhabitants, (trans.) M.L. Dames, London, Hakluyt Society, 1918, Vol. I. p. 82.
28. K.A. Kilakanta Sastri, Foreign Notices, p. 115.
29. A.C. Moule and P. Pelliot, Marco Polo, The Description of the World, London, 1938, pp. 412-414; Wassaf, see Elliot, The History of India, p. 3, p. 69. See also, Sharad Shokoohy, "Architecture of the Muslim Port of Qail on the Coromandel Coast, South India" South Asian Studies, Vol. 9, 1993, pp. 137-166.
30. R.H. Major, pp. 33-49, K.A. Nilakanta Sastri, Foreign Notices, p. 179.
31. ARE, 144 of 1925 (1101).
32. SII, VIII, no. 151 (1202).
33. ARE, 166 of 1956-57.
34. SII, XIV, no. 238.
35. SII, V, nos. 427 and 447.
36. ARE, 7 of 1936-37, 44 of 1936-37, 50 of 1936-37; 284 of 1964-65.
37. Travancore Archaeological Series, (hereafter TAS), Vol. IV, No. 27, pp. 122-23.

38. ARE, 490 of 1909.
39. ARE, 503 of 1958-59.
40. ARE, 161 of 1907.
41. SII, vol. VIII, No. 469.
42. ARE, 311 of 1964, p. 85. In this inscription the Kollam Year 563 is mentioned and it corresponds to AD. 1387.
43. Ibid.
44. SII, vol. VIII, No. 404, pp. 214-215.
45. ARE, 503 (b) of 1959.
46. SII, VIII, no. 403, pp. 213-214.
47. SII, VIII, no. 403 and 405, pp. 213-215.
48. SII, VIII, no. 405.
49. S.D. Goitien "Letters and Documents on India Trade in Medieval Times" Islamic Culture, vol. 37, (3), 1963, pp. 183-205.
50. Ming shi-Lu, Fujiaokanji, Fulu, ed., Huang Zhangijan, Tokyo, 1984; See also Roderick Ptak, Yuan and Early Ming Notices, p. 149.
51. Hara Prasad Ray, Trade and Diplomacy in India-China Relations: A Study of Bengal during the Fifteenth Century, New Delhi, 1991.
52. Yiu-Yieh-lan (trs.) G. Philip, Journal of the Royal Asiatic Society of China, 1951, pp. 523-535.
53. ARE, 503 of 1959.
54. Macro Polo, Travels, Vol. II. pp. 249-250; S. Krishnaswamy Ayyengar, South India and her Muhamadan Invaders, p. 64. See also. H.A.R. Gibbs, Ibn battuata: Travels in Asia and Africa, 1325-1354, Delhi, 1986, pp. 261-264. Some scholars have identified the battalar with Kappalar, a creek located in the south eastern direction. They say that there is a big tank locally called Kappalaru urani which suggests that it was once connected with the sea by a channel through which ships must have anchored. However this view suggested by them needs evidence to support it.
55. ARE, 157 of 1903.
56. ARE, 503 of 1959.
57. ARE, 598 of 1926.
58. ARE, 35(b) of 1942-43.
59. B. D. Chattopadhyaya, Coins and Currency Systems in South India, AD 950-1300, Delhi, 1977.
60. It is found in Keraloppathi and summarised by K.V. Krishna Ayyer. The Zamorins of Calicut from the Earlier Times to AD 1806, Calicut, 1938, pp. 85-87.
61. Hara Prasad Ray, Trade and Diplomacy, pp. 122-123.
62. Ibid., p. 130.

இயல் 3

முத்துக்கள் மற்றும் சங்குகள்: தூத்துக்குடி துறைமுகத்தில் போர்ச்சுக்கீசியரின் வர்த்தகமும் வருவாயும்

முத்துக்குளிக்கும் கடற்கரையின் காயல் துறைமுகத்தில் நடைபெற்ற வர்த்தகம் மற்றும் அங்கு மேற்கொள்ளப்பட்ட முத்துக்குளிக்கும் நடவடிக்கையால் போர்ச்சுக்கீசியர் ஈர்க்கப்பட்டு, எவ்வாறு அருகாமையில் உள்ள துறைமுகங்களான புன்னைக்காயல், தூத்துக்குடி ஆகிய நுழைவிடங்களைப் பயன்படுத்தி இந்தப் பிரதேசங்களில் போர்ச்சுக்கீசியர்கள் தங்கள் குடியிருப்புகளை நிறுவினர் என்பதைப் பற்றி இந்த இயல் விவரிக்கிறது. இந்தியாவின் தென்கிழக்குக் கடற்கரைக்கு போர்ச்சுக்கீசியர்களைக் கொண்டுவந்து சேர்த்த நிகழ்வுகளையும் சூழ்நிலைகளையும் பற்றி ஆய்வு செய்வது ஆர்வத்திற்குரிய ஒன்றாகும்.

காயலில் போர்ச்சுக்கீசியர்கள் (1508-1536)

வாஸ்கோடகாமா தனது நாட்குறிப்பில் காயல் துறைமுகத்தைப் பற்றியும், அங்கு மிகுதியான அளவில் முத்துக்கள் கிடைத்து வந்தது பற்றியும் குறிப்பிட்டுள்ளார்.[1] கொல்லம் துறைமுகத்திலிருந்து 14 லீக் (3 கல் தொலைவு) தூரத்தில் காயல் துறைமுகம் அமைந்துள்ளதாகவும் அங்கு முத்துக்கள் எடுக்கப்பட்டதாகவும் குறிப்பிட்டுள்ளார்.[2] ஆகையால் போர்ச்சுகல்லின் மன்னர் தோம் மானுவல் (1495-1521) முத்துக்களின் மீது பெரும் ஆர்வத்தைப் புலப்படுத்தியதால், இந்திய ஆளுநராக (வைஸ்ராய்/கவர்னர்) இருந்த, பிரான்சிஸ்கோ டி அல்மெய்டாவிடம் (1505-1508) காயல் துறைமுகத்தில் இருந்து முத்துக்களையும் முத்து விதைகளையும் சேகரித்து லிஸ்பனுக்கு அனுப்புமாறு உத்தரவிட்டார். எனினும் 20 நவம்பர் 1508இல் அல்மெய்டா, மன்னருக்கு எழுதிய கடிதத்தில் விளக்கியவாறு ஏற்பட்ட சிரமங்களைத் தொடர்ந்து காயல் துறைமுகத்தில் இருந்து குறைந்த அளவிலான முத்துக்களை மட்டுமே அவரால் சேகரிக்க முடிந்தது.[3]

காயல் துறைமுகம் கோழிக்கோடு துறைமுகத்துடனான வர்த்தகத் தொடர்புகளை படிப்படியாக வளர்த்துக்கொள்ளத் துவங்கியது. அதன் போக்கில் 1513இல் போர்த்துக்கீசிய ஆளுநருக்கும் கோழிக்கோடு

சாமோரினுக்கும் இடையே ஒரு ஒப்பந்தம் ஏற்பட்டது. அதன் மூலம் காயல் மற்றும் கோழிக்கோடு துறைமுகங்களுக்கு இடையே கடற் பயணம் மேற்கொள்ளும் முஸ்லிம் வர்த்தகர்கள் தாக்கப்படக் கூடாது எனும் குறிப்பான அம்சம் வலியுறுத்தப்பட்டது.[4]

1519ம் காலகட்டத்தில் கொச்சியிலிருந்து ஸ்ரீலங்காவுக்கு, முத்துக் குளிக்கும் கடற்கரையில் உள்ள காயல் துறைமுகத்தின் வழியாக அடிக்கடி பயணம் மேற்கொண்டிருந்த போர்ச்சுக்கீசியக் கப்பலின் தலைவன் அந்தோனியோ டி மிரண்டா டி அசவெடா என்பவரால் போர்த்துக்கீசிய மன்னருக்கு முறையாக தொடர்ந்து முத்துக்குளிக்கும் தொழிலைப் பற்றிய அறிக்கைகள் அனுப்பப்பட்டது.[5] இந்த அறிக்கைகளின்படி காயலின் தலைவர், டி அசவெடாவிடம் முத்து எடுக்கும் ஆட்களின் பயன்பாட்டிற்காக இரண்டு கப்பல்களை விலைக்குத் தருமாறு கோரியுள்ளார். மேலும் விலையை நிர்ணயிக்கும் பொறுப்பையும் அவரே மேற்கொள்ளுமாறும் கூறியுள்ளார். எனினும், அசவெடா அந்தத் தலைவருடன் எந்த ஒப்பந்தத்திற்கும் வரவில்லை. ஆனால் இந்தத் தகவலை போர்த்துக்கீசிய மன்னருக்கு அனுப்பி வைத்தார். மேலும் இந்தக் கடற்கரையில் முத்துக்குளிக்கும் தொழிலை மேற்கொள்வதன் மூலம் போர்ச்சுகல் பெரும் லாபம் ஈட்ட முடியும் என்பதையும் சுட்டிக்காட்டினார்.[6] அவரைப் பொறுத்தவரை முத்து எடுக்கும் தொழிலில் இருந்து பெறப்படும் வருவாய் மிக அதிகம் என்றாலும், அது பருவகாலத்திற்கு மட்டுமே உரிய ஒன்றாகும். சரியான தருணத்தில் அனுப்பப்பட்ட இந்த தகவல் உடனடியாக கவனத்தில் எடுத்துக் கொள்ளப்பட்டதோடு, முத்து எடுக்கும் பருவகாலங்களில் காயல் தலைவருக்கு உதவியாகப் படகுகள் மற்றும் படைவீரர்களை ஒரு தலைவனுடன், ஒவ்வொரு வருடமும் அனுப்பி வைக்க வேண்டும் என்ற உத்தரவு லிஸ்பனில் இருந்து இந்தியப்-போர்ச்சுக்கீசிய ஆளுநருக்கு அனுப்பிவைக்கப்பட்டது.[7]

போர்ச்சுக்கீசிய வியாபாரிகள் முத்துக்குளிக்கும் கடற்கரையில் குடியேறத் துவங்கிய போது உள்ளூர் இந்துக்கள், முஸ்லிம்களின் வேலையாட்களாக இருப்பதைக் கண்டனர். அங்கு செல்வவளம் மிக்க முஸ்லிம் வர்த்தகர்கள் பெருமளவில் இருந்தனர். அவர்களில் ஒரு சிலர் தனியார் போர்ச்சுக்கீசிய வர்த்தகர்களுக்கு உதவி செய்யவும் முன்வந்தனர். ஒருசிலர் போர்ச்சுக்கீசியக் கப்பல்களின் ஓட்டுனராக கூட பணிபுரிவதற்கு தாமாக முன்வந்தனர். காயல் துறைமுகத்தில் இருந்த போர்ச்சுக்கீசியத் தலைவனால் வழங்கப்பட்ட உத்தரவில், தலைவனுக்கு உதவி செய்த இரண்டு முஸ்லிம் ஓட்டுனர்களுக்கு

வழங்கப்பட்ட ஊதியம் பற்றி கூட குறிப்பிடப்பட்டுள்ளது. இந்த முஸ்லிம்களில் ஒரு சிலர் பிற்காலத்தில் போர்ச்சுக்கீசிய அரசவையால் கடற்பயண ஓட்டுனர்களாக நியமிக்கப்பட்டனர். குறிப்பாக ஆழமற்ற நீர்ப்பரப்புகளைக் கடந்து செல்வதற்காக அதைக் குறித்து முன்பே அனுபவம் பெற்ற முஸ்லிம் ஓட்டுனர்கள் நியமிக்கப்பட்டனர்.[8]

1520இல் ஜோவா ஃப்ளோரஸ் சோழமண்டல மற்றும் முத்துக் குளிக்கும் கடற்கரையின் பொறுப்பாளராகவும், தலைவனாகவும் நியமிக்கப்பட்டார். மன்னரின் வர்த்தக நலன்களைப் பாதுகாப்பதற்காக குறிப்பாக இவர் நியமிக்கப்பட்டார். இந்தத் தலைவன் பொதுவாக பழவேற்காடு துறைமுகத்தில் தங்கியிருந்தார். இந்தக் கடற்கரையில் இருந்த மற்ற துறைமுகங்களை விடவும், மலாக்காவுடன் நடைபெற்ற கடல்கடந்த வர்த்தகத்தில், போர்த்தந்திர அடிப்படையில் மிக முக்கியத்துவம் வாய்ந்த துறைமுகமாக அக்காலகட்டத்தில் பழவேற்காடு விளங்கியது. எனினும் அவர் ஒவ்வொரு ஆண்டும் பிப்ரவரி மாதம் முத்தெடுக்கும் செயல்பாடுகளை மேற்பார்வையிடுவதற்காக முத்துக்குளிக்கும் கடற்கரைக்கு வந்து கொண்டிருந்தார்.[9]

1522இல் முத்துக்குளிக்கும் கடற்கரையின் தலைவனாகவும், பொறுப்பாளராகவும் இருந்த ஜோவா ஃப்ளோரஸின் பதவிக்காலம் முடிவுக்கு வந்தது.[10] 11 மே 1522 அன்று சோழமண்டல மற்றும் முத்துக்குளிக்கும் கடற்கரையின் புதிய பொறுப்பாளராக பாஸ்டியோ லோபஸ் என்பவர் நியமிக்கப்பட்டார்.[11] அப்போது இரண்டு சிறிய கப்பல்கள் மட்டுமே தமிழகக் கடற்கரையில் நிறுத்தப்பட்டிருந்தது. அதில் ஒன்று அரசுக்கு சொந்தமானது. மற்றொன்று முத்து எடுக்கும் தொழிலை கண்காணிக்கவும் பாதுகாக்கவும் தலைவனால் பயன்படுத்தப்பட்டு வந்தது.[12] 1522இல் முத்துக்குளிக்கும் கடற்கரையின் நிலைமையை மேம்படுத்துவதற்காக போர்ச்சுகீசிய மன்னரால் ஒரு சில சீர்திருத்தங்கள் அறிமுகப்படுத்தப்பட்டது. அதற்காக பாஸ்டியோ ராய்ஸ் என்ற போர்வீரர் காயலின் பொறுப்பாளராக நியமிக்கப்பட்டார்.[13] அதே நேரம் மானுவல் டி பிரியாஸ் சோழமண்டலக் கடற்கரையின் பொறுப்பாளராக நியமிக்கப்பட்டு, கடற்பரப்பின் மீதான போர்ச்சுக்கீசிய மன்னரின் உரிமையை நிலைநாட்டும் அதிகாரம் அவருக்கு கொடுக்கப்பட்டது. 1522இல் ஆண்டுக்கு 1500 குருசோடாவை முத்து எடுக்கும் வேலைக்கான குத்தகை தொகையாக நிர்ணயிக்கும் பேச்சுவார்த்தையை மானுவல் டி பிரியாஸ் வெற்றிகரமாக நடத்தி முடித்தார். இந்தத் தொகை முத்து எடுக்கும் வருவாயிலிருந்து போர்ச்சுக்கீசிய மன்னருக்கு வழங்கப்பட வேண்டும்.[14] முத்துக்குளிக்கும் கடற்கரையை பாதுகாக்கவும்

நிலையான வருமானத்தை உறுதி செய்யவும் ஒரு சிறிய படையுடன் ஜோவா ஃப்ளோரஸ் அங்கேயே தங்குவதற்காக, மகா தலைவனாக (கேப்டன் மேஜராக) மன்னரால் மீண்டும் நியமிக்கப்பட்டார்.[15]

1523இல் காயல் தலைவரின் உதவிக்கு சோழமண்டலக் கடற்கரையின் மகா தலைவர் மானுவல் டி பிரியாஸ் வந்துள்ளார்.[16] நிர்ணயிக்கப்பட்ட தொகையை போர்ச்சுக்கலுக்கு செலுத்திவிட்டு அவர் மீன்பிடிக்கவும், முத்து எடுக்கவும் அனுமதி வழங்கப்பட்டது. இதை 18 அக்டோபர் 1523 அன்று போர்ச்சுகல் மன்னருக்கு அந்தோனியோ டி போன்செகா கோவாவிலிருந்து எழுதிய கடிதத்திலிருந்து தெளிவாக அறிய முடியும்.[17]

அதன் பின்னர் போர்ச்சுக்கீசிய ஆளுநராக இருந்த தோம் துவார் தெ மென்சஸ் (1522-24), முத்துக்குளிக்கும் கடற்கரையில் இருந்த தலைவனுக்கு தேவையான உணவுப்பொருட்கள் மற்றும் பீரங்கிப் படைகளை வழங்கி தனது ஆதரவை தொடர்ந்தார். உண்மையில் முத்துக்குளிக்கும் தொழிலிலிருந்து சாத்தியமான அளவு அதிகபட்ச வருவாயை அங்கு தங்கியிருந்த தலைவர்கள் பெற்றுக்கொண்டனர். மேலும் அதில் இருந்து போர்ச்சுகீசிய-இந்திய அரசுக்கு செலுத்த வேண்டிய தொகையை மட்டும் செலுத்தி வந்தனர். 1524ஆம் ஆண்டு 72,000 பணம் அல்லது 54,000 குருசோடா மதிப்புள்ளத் தொகையை வருவாயாகப் பெற்றுள்ளனர்.[18] முத்துக்குளிக்கும் தொழில் படிப்படியாக மேலும் அதிக எண்ணிக்கையிலான போர்த்துக்கீசியர்களை ஈர்க்கத் துவங்கியதால், பெரும்பாலான வர்த்தகர்கள் இந்தியாவின் மேற்குக் கடற்கரையில் இருந்து தென்கிழக்குக் கடற்கரைக்கு இடம்பெயரத் தொடங்கினர்.[19] இதர போர்ச்சுக்கீசிய வர்த்தகர்கள் அரிசி, வெண்ணெய், இறைச்சி, தேங்காய், விறகு போன்ற சரக்குகளை ஸ்ரீலங்காவிற்கு ஏற்றுமதி செய்து வந்தது போலவே, கன்னியாகுமரிக்கு அருகில் உள்ள கொம்புத்துறை, பெரியதாழை போன்ற பிற துறைமுகங்களுக்கும் கொண்டு வந்தனர்.[20]

1525இல் மார்ட்டிம் டாஸ்கனோ என்பவர் முத்துக்குளிக்கும் கடற்கரையின் தலைவனாக நியமிக்கப்பட்டார். காயல் துறைமுகத்தில் அவர் தனது இருப்பிடத்தை அமைத்துக் கொண்டார்.[21] அதன் பிறகு 28 அக்டோபர் 1725இல் ஏற்படுத்தப்பட்ட உடன்படிக்கையின்படி, போர்ச்சுக்கீசிய படைவீரர்கள் 16 பேரை காயல் துறைமுகத்தில் தங்க வைக்கவும் அவர்களுக்கான அரிசி, வெண்ணெய் போன்ற பொருட்களை புனித அந்தோணி என்ற கப்பலின் தலைவன் பெர்னவ் பார்போசா என்பவரால், முத்துக்குளிக்கும் கடற்கரையின் தலைவனிடம் வழங்கப்பட

வேண்டும் எனும் உடன்பாடு நடைமுறைக்கு வந்தது. அதன்படி அனுப்பப்பட்ட ஒட்டுமொத்த சரக்குகளின் மதிப்பு 5860 ரியாஸ்.[22] இதை நீண்ட காலம் அங்கு தங்கியிருந்த போர்ச்சுக்கீசியர்களின் பராமரிப்பிற்காக வழங்கப்பட்டப் பொருட்களைப் பெற காயல் துறைமுகத்தில் இருந்து அனுப்பப்பட்ட ஆணைகள், பத்திரங்கள், ரசீதுகளில் இருந்து (தற்போது போர்ச்சுகல்லின் லிஸ்பனில் உள்ள தேசிய ஆவணக்காப்பகத்தில் பாதுகாக்கப்பட்டு வருகிறது) தெளிவாக உறுதிப்படுத்த முடியும்.[23]

இந்தியாவின் மேற்குக் கடற்கரையில் இருந்த கோழிக்கோட்டின் சாமோரின், கிழக்குக் கடற்கரையில் வளர்ந்து கொண்டிருந்த போர்ச்சுக்கீசியர் களின் செல்வாக்கைக் கண்டு அமைதியான பார்வையாளராக நீடிக்க விரும்பவில்லை. எனவே காயல் துறைமுகத்தில் தங்கள் வர்த்தகத்தை இழந்த முஸ்லிம் வியாபாரிகளுக்கு உதவி செய்ய அவர் முன்வந்தார். 1528இல் சாமோரின் படைகள், காயலில் இருந்த போர்ச்சுக்கீசியர்கள் மீது தாக்குதல் நடத்தி ஜோவா ஃப்ளோரஸ் உட்பட 20 போர்ச்சுக்கீசியர்களை கொன்றது.[24] இதைக் கேள்விப்பட்ட மார்டிம் அபோன்சோ டி மெல்லோ கொச்சியிலிருந்து சக்தி வாய்ந்த படைகளுடன் புறப்பட்டுச் சென்று பதில் தாக்குதல் நடத்தி சாமோரினுடன் தொடர்பு வைத்திருந்த காயல் முஸ்லிம்களை தண்டித்தார்.[25]

ஜோவா டா குரூஸ் என்ற செட்டி கிறிஸ்தவராக மாறினார். முத்துக்குளிக்கும் கடற்கரையில் வாழ்ந்த அவர் குதிரை விற்கும் நடவடிக்கைகளில் ஈடுபட்டு வந்தார். அவர்தான் முத்துக்குளிக்கும் செயல்பாடுகள் மேற்கொள்ளப்படும் போது, முஸ்லிம்களால், பரதவர்கள் சுரண்டப்படுவதில் இருந்து பாதுகாக்கும் அரணாக விளங்கினார். பெருமளவிலான எண்ணிக்கையில் பரதவர்களின் கிறிஸ்தவ மதமாற்றத்திற்கு காரணமாக இருந்தவரும் அவர்தான். இவ்வளவு பெரிய மதமாற்றம்தான் இந்தியாவின் தென்கிழக்குக் கடற்கரையில் போர்ச்சுக்கீசியர்கள் தங்கள் வலிமையை பெருக்கி கொள்வதற்கு குறிப்பிடத்தக்க பங்களிப்பு செலுத்தியது. இந்நிகழ்வு கோழிக்கோடு சாமோரினின் உதவியை நாடுமாறு மரைக்காயர்களை உந்தித்தள்ளியது. அவரும் இதற்கு ஆதரவாக 1537இல் தூத்துக்குடி துறைமுகத்தை தாக்குவதற்காக குஞ்சாலி மரைக்காயர், பாட்டன் மரைக்காயர், இப்ராஹிம் அலி மரைக்காயர் ஆகியோர் தலைமையின் கீழ் பல கப்பல்களை அனுப்புவதற்கு ஏற்பாடு செய்தார்.[26]

முத்துக்குளிக்கும் கடற்கரையின் போர்ச்சுக்கீசிய தலைவனால் தனக்குக் கீழ் 10 பேர் கொண்ட படைவீரர் குழுவை வைத்து

முத்துக்குளிக்கும் நடவடிக்கையை மேற்பார்வை செலுத்தி வந்தார். எனினும் தலைவனால் மட்டுமே வரி வசூல் மேற்கொள்ளும் அதிகாரத்தை கொண்டிருந்தார். மேலும் மன்னருக்கு தேவையான முத்துக்களை வாங்கும் பொறுப்பும் அவரிடமே விடப்பட்டது. 1530இல் இருந்த சூழ்நிலையைப் பற்றி போர்ச்சுகல் மன்னருக்கு அனுப்பிய அறிக்கையில் 10 பேர் அடங்கிய மூன்று கப்பல்கள் முத்துக்குளிக்கும் கடற்கரையின் மீதான கட்டுப்பாட்டை மேற்கொண்டு இருந்ததாக குறிப்பிடப்பட்டுள்ளது.[27] முத்துக்குளிக்கும் கடற்கரை மீதான கட்டுப்பாட்டைப் பெற முஸ்லிம் களுக்கும் போர்ச்சுக்கீசியர்களுக்கும் இடையே நடைபெற்ற போராட்டம் 1531 வரை கூட நீடித்ததை சமகால ஆவணங்களில் இருந்து தெளிவாக அறிய முடிகிறது.[28] 1532இல் நடைபெற்ற பெரும் எண்ணிக்கையிலான பரதவர்களின் மதமாற்ற நிகழ்வு ஒரு திருப்புமுனையாக அமைந்தது. இதன்மூலம் முத்துக்குளிக்கும் கடற்கரையின் மீது போர்ச்சுக்கீசியர்களால் முழுமையான கட்டுப்பாட்டை நிலை நிறுத்த முடிந்தது. மதமாற்றம் நடைபெற்ற காலத்தில் போர்ச்சுக்கீசிய அரசவைக்கு பரதவர்கள் செலுத்த வேண்டிய வரி 75ஆயிரம் பணமாக நிர்ணயிக்கப்பட்டது. அதாவது 60000 பர்துக்களுக்கு சமமான தொகை.[29] இம்முறை, காயலில் நீண்டகாலம் தங்கமுடியும் என்ற விருப்பம் சாத்தியமற்றது என்பதை முஸ்லிம் வர்த்தகர்கள் உணர்ந்தனர். எனவே அங்கிருந்து வெளியேறி புதிய இடத்தை தங்களுக்கென நிறுவிக்கொண்டனர். அவர்கள் அதை காயல்பட்டினம் என அழைத்தனர்.[30]

காலொபாட்டோ என போர்த்துக்கீசியர்களால் அறியப்பட்ட புதிய காயல்பட்டினம் குடியிருப்பு, போர்ச்சுக்கீசியர்களின் கட்டுப்பாட்டிற்கு உட்பட்டதாக இல்லாவிடினும், காயல் துறைமுகத்திற்குப் போட்டியாக வளர்ந்து வந்தது.[31] 1536இல் முதல்முறையாகவும், 1538ல் மீண்டும் ஒருமுறையும் இந்த முஸ்லிம் குடியிருப்பின் மீது போர்ச்சுகீசியர்கள் தாக்குதல் நடத்தியதைப் பற்றி, இந்தக் கடற்கரையில் வாழ்ந்த அக்காலகட்டத்தைச் சேர்ந்த பாதிரியார் செபஸ்தியா பெத்ரோ என்பவர் குறிப்பிட்டுள்ளார்.[32] 22 ஏப்ரல் 1547 அன்று ஸ்ரீலங்கா செல்லும் வழியில் காயல்பட்டினம் துறைமுகத்திற்கு வருகை புரிந்த பாதிரியார் ஜோவா டி வில்லா காண்டி என்பவர் இதை முஸ்லிம்களின் குடியிருப்பு என வர்ணித்துள்ளார்.[33]

புன்னைக்காயலில் முத்து எடுக்கப்படுதல் (1544-1579)

புன்னைக்காயலில் தமது வர்த்தக நடவடிக்கைகளை மேற்கொள் வதற்காக 1544ஆம் ஆண்டு தாமிரபரணி ஆற்றின் தென்கரையில் போர்ச்சுக்கீசிய வர்த்தகர்கள் குடியேறினர்.[34] 14 மார்ச் 1544, 5 செப்டம்பர்

1544 மற்றும் 18 டிசம்பர் 1544இல் இங்கிருந்து எழுதப்பட்ட மூன்று கடிதங்களில் இருந்து இதை உறுதிப்படுத்த முடிகிறது.[35] ஒருபுறம் கடலும், மறுபுறம் படகில் கடந்து செல்லக்கூடிய நீர்ப்பரப்பும் கொண்ட இப்பகுதி, போர்த்தந்திரரீதியில் முக்கியத்துவம் வாய்ந்த இடமாக இருந்தது போர்த்துக்கீசியர்களுக்கு மேலும் சாதகமாக அமைந்தது.[36] அதே ஆண்டு ஒரு மண்கோட்டை இங்கு கட்டப்பட்டது.[37] இந்தியாவின் தென்கிழக்குக் கடற்கரையில், தமிழகக் கரையோரத்தில் கட்டப்பட்ட போர்ச்சுக்கீசியர்களின் இரண்டாவது மண்கோட்டை இதுவாகும். முத்துக்குளிக்கும் கடற்கரையின் பொறுப்பாளராக இருந்த போர்ச்சுகீசிய தலைவன் கோட்டை காவலர்கள் 40 பேருடன் நிரந்தரமாக இங்கேயே தங்கினார்.[38] போர்ச்சுக்கீசிய ஆவணங்களைப் பொருத்தவரை புன்னைக்காயல் கிட்டத்தட்ட ஒரு தீவைப் போல இருந்தது. மேலும் அடிக்கடி வெள்ளத்தால் பாதிக்கப்பட்டது. ஆனால் தாமிரபரணி ஆற்றில் ஏற்பட்ட ஒரு வெள்ளத்தின் போது கடலுக்கு செல்வதற்கான ஒரு புதிய வழி திறக்கப்பட்ட பிறகு இந்த துறைமுகம் மிகப்பாதுகாப்பான ஒன்றாக மாறியது.[39]

புன்னைக்காயலில் தங்கி இருந்த போர்ச்சுக்கீசிய தலைவனிடம் நேரடியாக தங்கள் வரியையும் நிலுவைத் தொகையையும் செலுத்திய மதம் மாறிய பரதவர்கள், போர்ச்சுக்கீசிய குடிகளாக கருதப்பட்டனர். கோவாவின் போர்ச்சுகீசிய ஆளுநர் மார்ட்டின் டிசௌசா பரதவர்களால் போர்த்துக்கீசிய மன்னருக்கு ஒவ்வொரு ஆண்டும் செலுத்தப்படும் வரித்தொகை மிக கடுமையாக இருப்பதாக உணர்ந்தால் அதை ஆண்டுக்கு 75,000 பணத்திலிருந்து 60,000 ஆக குறைத்து 6 ஜனவரி 1543 அன்று ஒரு உத்தரவு வழங்கினார்.[40] மேலும் அந்த வரித்தொகை 60,000 பணத்தை, இரண்டு தவணைகளாக செலுத்தலாம் என்றும், அந்த உத்தரவில் குறிப்பிடப்பட்டிருந்தது.[41] நவம்பர் மாதம் மேற்கொள்ளப்படும் சங்கு எடுக்கும் தொழிலில் இருந்து பெறப்படும் வருவாயில் 28000 பணம் செலுத்தப்பட வேண்டும், மீதி 32,000 பணம் ஒவ்வொரு ஆண்டும் மார்ச் மாதம் முத்துஎடுக்கும் காலகட்டத்தில் செலுத்திக் கொள்ளலாம்.[42]

போர்ச்சுக்கல் மன்னர் மூன்றாம் தோம் ஜோவா (1521-57) பரதவ குடிகளின் பாதுகாப்புக்குத் தேவையான சாத்தியமான அனைத்து உதவிகளையும் செய்ய முன்வந்தார். 1546ஆம் ஆண்டு இந்தியாவுக்கு திரும்பிய கொச்சியின் பாதிரியார் தலைவர் (விகார்-ஜெனரல்) மிகுவல் வாஸ் மூலமாக பரதவர்களுக்கு ஒரு கடிதத்தை அவர் அனுப்பி வைத்தார். அதில் பரதவர்களுக்கு உதவி செய்வது கட்டாயத் தேவை

என கருதும் பட்சத்தில் அதற்கான செலவினங்களை, தேவைப்படும் அரசு வருவாயில் இருந்து கூட எடுத்து பயன்படுத்தும் அதிகாரம் கோவாவில் இருந்த போர்ச்சுக்கீசிய ஆளுநருக்கு வழங்கப்பட்டது.[43] முத்துக்குளிக்கும் கடற்கரையின் தலைவன் மற்றும் அவரது சுற்றுக் காவல் கப்பற்படையினர் கொடூரமாக நடந்து கொள்ள போர்ச்சுகீசிய ஆளுநர் அனுமதிக்க கூடாது எனவும் மன்னரின் கடிதத்தில் சுட்டிக் காட்டப்பட்டது. இந்த வழிகாட்டுதல்கள் பரதவர்களின் விசுவாசத்தை சம்பாதிப்பதற்காகவும், அதன்மூலம் அரசு வருமானத்தை பெருக்கிக் கொள்வதற்காகவும் மட்டுமே வழங்கப்பட்டது. மேலும் போர்ச்சுக்கீசிய நிர்வாகத்தில் நடைபெறும் மோசடி மற்றும் ஊழல்களைக் கண்காணிக்கவும் வழிகாட்டுதல்கள் கொடுக்கப்பட்டது. அப்படி ஏதாவது இருந்தால் மன்னரால் ஒழுங்கு நடவடிக்கை எடுக்கப்படும் எனவும் அறிவுறுத்தப் பட்டது.[44] இதன்மூலம் லிஸ்பன் முத்துக்குளிக்கும் கடற்கரை மீதான ஒட்டுமொத்த கண்காணிப்பையும் கட்டுப்பாட்டையும் மேற்கொள்ள முடிந்தது.

கோவாவில் இருந்த ஆளுநர் கார்சியா டி சா (1548-63) வழங்கிய உத்தரவில் முத்துக்குளிக்கும் கடற்கரையின் தலைவன் மற்றும் அவரது ஆட்கள் முத்துஎடுக்கும் வேலை நடைபெறாதபோது மக்களை வரி செலுத்துமாறு கட்டாயப்படுத்தக் கூடாது என அறிவுறுத்தினார்.[45] உண்மையில் போர்ச்சுக்கீசிய ஆளுநர் (1540-42) எஷ்டிவா டி காமா, தெற்காசியாவின் தலைவன் ஜோவா பெர்னாண்டஸ் கார்சியாவை அவரது தவறான நடத்தைக்காகவும், மோசமான நிர்வாகத்திற்காகவும், பணி நீக்கம் செய்ததோடு, பின்னர் அவரை கோவாவில் சிறை வைக்கவும் செய்தார்.[46] போர்த்துக்கீசிய ஆளுநர் மார்டின் அல்போன்சா டிசௌசா (1542-45), அந்தோனியோ ராய்ச் டா காம்பா எனும் அதிகாரியை அனுப்பி முத்து எடுக்கும் நடவடிக்கைபற்றி விசாரணை மேற்கொண்டு தலைவனின் உயர் அதிகார மோசடியை முடிவுக்கு கொண்டுவருமாறு உத்தரவிட்டார்.[47] அவர் தலைவனின் குற்றத்தைக் கண்டறிந்ததோடு அவரை கைது செய்தார். இதைக்கண்ட பரதவர்கள் இயல்பாகவே போர்ச்சுக்கீசிய ஆளுநர்களின், ஊழல் அதிகாரிகளை தண்டிப்பதில் இருந்து விலகிக்கொள்ளாமல், நீதி வழங்கும் முறையால் ஈர்க்கப்பட்டனர்.

போர்த்துக்கீசிய தலைவன்களுக்கும் யேசுசபையின் மதபோதகர் களுக்கும் இடையே தொடர்ந்து முரண்பாடுகள் எழுந்தவண்ணம் இருந்தது. சில நேரங்களில் முத்துக்குளிக்கும் கடற்கரையின் பொறுப்பாளர் அவருக்கென சில முத்துக்களை எடுத்து வைத்துக்கொள்வார். 1546ஆம் ஆண்டு ஒரு குறிப்பிட்ட வழக்கில் தலைவன் மற்றும் பொறுப்பாளராக

இருந்தவர் வைத்திருந்த முத்துக்கள் அரசு உத்தரவின் மூலம் ஆளுநரால் எடுத்துக்கொள்ளப்பட்டது.[48] மதம்மாறிய பரதவர்கள் ஒடுக்குமுறைக்கு உள்ளாக்கப்படுவதாக யேசுசபையினர் போர்ச்சுக்கல் மன்னரிடம் புகார் செய்தனர். எனவே மன்னர் 1546ஆம் ஆண்டு, போர்ச்சுக்கீசிய தலைவனின் உதவி இல்லாமல் முத்துக்குளிக்கும் கடற்கரையில் வரிவசூல் மேற்கொள்வதற்கு இருக்கும் மாற்றுவழிகள் குறித்து ஆளுநரிடம் விசாரித்தார்.[49] ஆளுநர் இதில் தான் எந்த மாற்றத்தையும் மேற்கொள்ள விரும்பவில்லை என மன்னரிடம் தெரிவித்தார். இக்காலகட்டத்தில் யேசுசபையினர் தமது மதபோதனை நடவடிக்கைகளை இந்தப் பகுதியில் தீவிரப்படுத்தினர். மேலும் 6 டிசம்பர் 1547 தேதியிட்ட கடிதத்தில் புன்னைக்காயலை அவர்களது நிரந்தர தலைமையகமாக மாற்றப்போவது பற்றியும் புதிதாகக் கட்டப்பட்ட கட்டிடத்தில் அவர்கள் தங்கியிருந்ததைப் பற்றியும் தெளிவாக குறிப்பிடப்பட்டுள்ளது.[50]

விஜயநகர மன்னர் கன்னியாகுமரி நாயக்கரிடம் கப்பம் வசூலிப்பது வழக்கமாக இருந்தது. இந்த உள்ளூர் தலைவர் போர்ச்சுக்கீசிய தலைவன் அன்டோனியோ மோனிஷாவை அணுகி விஜயநகரப் படைகளுக்கு எதிராக போர் தொடுப்பதற்கான ராணுவ உதவிகளை வழங்குமாறு கோரினார். அதற்கு கைமாறாக அவரது சொந்த செலவில் கன்னியாகுமரியில் ஒரு கோட்டை கட்டி தருவதாகவும், ஆண்டுக்கு 10 ஆயிரம் பணம் அவரது சார்பாகக் கொடுப்பதாகவும் வாக்குறுதி அளித்தார்.[51] எனினும் புன்னைக்காயல் துறைமுகத்தில் போர்ச்சுக்கீசியர்களின் இருத்தல் பெரும்பாலும் விஜயநகர மன்னரின் விருப்பத்தை சார்ந்தே இருப்பதை உணர்ந்த முத்துக்குளிக்கும் கடற் கரையின் தலைவன் எந்தவித ராணுவ உதவியும் செய்ய மறுத்து விட்டார். புன்னைக்காயலின் தலைவன் விஜயநகர ஆட்சியாளர்களின் இறையாண்மையை ஏற்றுக்கொண்டார்.

எனினும் மதுரையின் ஆட்சியாளர் விசுவநாத நாயக்கர் (1559-63) போர்ச்சுக்கீசியரின் நடவடிக்கையால் தமது வருவாயில் பெருமளவு வீழ்ச்சியை சந்தித்த போது எரிச்சலுற்றார். பரதவர்கள் தம்மை போர்ச்சுக்கீசிய குடிகளாக கருதியதால் புன்னைக்காயலில் இருந்த போர்ச்சுக்கீசிய தலைவனிடம் நேரடியாக தமது வரியையும் நிலுவைத் தொகையையும் செலுத்தினர். எனவே போர்த்துக்கீசியர்களை தாக்குவதற்கு விசுவநாத நாயக்கர் திட்டமிட்டார். ராணுவம் புன்னைக்காயல் மீது படையெடுத்தபோது போர்த்துக்கீசியர்கள் எந்த விதமான எதிர்ப்பும் காட்டமுடியாமல், மறுமுனையில் இருந்த நதியின் முகத்துவாரத்தைக் கடந்து தப்பி ஓடினர். போர்ச்சுக்கீசிய தலைவன்

மற்றும் பொறுப்பாளராக இருந்தவரும் தப்பித்துவிட்டார். அங்கிருந்த வீடுகளும் படகுகளும் தீவைத்து கொளுத்தப்பட்டது.[52] ஒரு நாளைக்கு மீன்பிடிக்கும் அளவை கணக்கில் கொண்டு ஆண்டுக்கு 70000 பர்துக்களுக்கு சமமான தொகையை மதுரை நாயக்கருக்கு ஒவ்வொரு ஆண்டும் கப்பத் தொகையாக செலுத்த 1551ஆம் ஆண்டு பரதவர்கள் ஒப்புக்கொண்டனர்.[53] எனினும் தொடர்ந்து வந்த ஆண்டுகளில் இந்தத் தொகை மதுரை நாயக்கரிடம் முறையாக செலுத்தப்படவில்லை.

விஜயநகர தலைவரான விட்டலராயர் 1553ஆம் ஆண்டு புன்னைக்காயலில் இருந்த போர்த்துக்கீசியக் குடியிருப்பை இணைத்துக் கொண்டார். ஏனெனில் அங்கிருந்து வர வேண்டிய வருவாய் பாக்கித்தொகை பெரிய அளவில் கூடிக்கொண்டே போனது.[54] இம்முறை கொச்சியில் இருந்து வந்த போர்ச்சுக்கீசிய ராணுவத்தைச் சேர்ந்த 670 பேர் கொண்ட படை எதிர்தாக்குதல் நடத்தியது எனினும், போர்ச்சுக்கீசியர்கள் வீழ்த்தப்பட்டனர். யேசு சபையினர் உட்பட பலர் கைதிகளாக பிடிக்கப்பட்டனர். ஒரு லட்சம் பணம் அளவிற்கு பெரும்தொகையை விட்டலராயர் மீட்புத்தொகையாக கேட்டார். ஆனால் அதில் ஒரு பகுதி அளவிலான தொகையை செலுத்தி பரதவர்கள் கைதிகளை மீட்டனர்.[55]

1560இல் மதுரை நாயக்கர் மீண்டும் ஒருமுறை புன்னைக்காயல் மீது படையெடுத்து, இரண்டு நாட்களுக்கு எடுக்கும் அளவிலான முத்துக்களை கப்பநிலுவைத் தொகையாக கோரினார்.[56] லூயிஸ் பிரான்சிஸ்கோ பாதிரியார் கோவாவிலிருந்து போர்ச்சுகலில் உள்ள கோய்ம்ரா, இவோரா நகரங்களில் வாழ்ந்த இயேசு சபையினருக்கு எழுதப்பட்ட கடிதத்தில் விஜயநகர மன்னருடன் 20,000 பேர் அடங்கிய படைக்குழு புன்னைக்காயலை 1560 ஆகஸ்ட் மாதம் தாக்கியதைப் பற்றி குறிப்பிட்டுள்ளார்.[57] ராணுவத்தின் ஒரு பிரிவினர் பாதிரியார் பிரான்சிஸ்கோ டியூரோவை பிடித்து அவரை நிர்வாணப்படுத்தி அவரது கைகளை பின்புறமாகக் கட்டி வைத்தனர். பரதவர்கள் 50 பர்துக்களை மீட்புத்தொகையாகக் கொடுத்து அவரை கடத்தியவர்களிடமிருந்து விடுவித்தனர். அதே சம்பவத்தில் பாதிரியார் ஜோவா டி மிஸ்கியுடா வாள்வெட்டு உட்பட மூன்று காயங்களைப் பெற்றார். பரதவர்கள் ஆயிரம் பர்துக்களைக் கொடுத்து அவரை விடுவிக்க தயாராக இருந்த போதும் அவரைக் கடத்தியவர்கள் அதை ஏற்றுக்கொள்ளவில்லை. எனினும் பாதிரியார் அன்றிக் அன்றிக்யூஸ் பரதவர் குழந்தைகள் மற்றும் பெண்களுடன், பிடிபடுவதில் இருந்து தப்பித்து பல்வேறு கப்பல்களில் கடலில் தங்கினார்.[58] அதைத் தொடர்ந்து 1562ஆம் ஆண்டு

முஸ்லிம் கடற்கொள்ளையர்கள் புன்னைக்காயல் குடியிருப்பை தாக்கி போர்ச்சுக்கீசியர்கள் மற்றும் பரதவர்களுக்கு சொந்தமான 22 படகுகளை சூறையாடிவிட்டு சென்றனர். மூன்று சிறிய யானைகள் உட்பட தாம் கொள்ளையில் கைப்பற்றிய பொருள்களோடு முஸ்லிம் கடற்கொள்ளையர்கள் மலபாருக்கு திரும்பினர்.[59] தோம் துவார் டி மென்சஸ் என்பவரது கட்டுப்பாட்டின் கீழ் இருந்த போர்ச்சுக்கீசியப் படைப்பிரிவு இந்தப் படைகளை எதிர்த்து சண்டையிட்டது. மேலும் 1567ஆம் ஆண்டு வைசிராய் தோம் கான்ஸ்டான்டினோ முத்துக்குளிக்கும் கடற்கரையின் போர்ச்சுக்கீசிய தலைவனுக்கு வழங்கிய உத்தரவில், அந்த இக்கட்டான சூழ்நிலையில் ராணுவத்திற்கு உதவி செய்தவர்களுக்கு பணம் வழங்குமாறு குறிப்பிட்டிருந்தார்.[60] இதன்மூலம் புன்னைக்காயல் தொடர்ந்து அச்சுறுத்தலுக்கும் கொள்ளையிடுதலுக்கும் உள்ளானதை அறியமுடியும். தலைக்கோட்டை யுத்தத்தில் வீழ்ச்சியடைவதற்கு சிறிது காலம் முன்பு வரை கூட, முத்துக்குளிக்கும் கடற்கரையில் நடைபெற்ற போர்த்துக்கீசிய வர்த்தகத்திற்கு எந்தவித உதவியும் செய்யாத போதிலும், விஜயநகர ராணுவம் புன்னைக்காயல் குடியிருப்பை தாக்கி கொள்ளையடித்த போதிலும், 1565இல் ஏற்பட்ட விஜயநகரப் பேரரசின் வீழ்ச்சி போர்ச்சுக்கீசிய வர்த்தகத்தின் மீது விழுந்த மிகப்பெரிய அடியாக இருந்ததாக டியாகொ டு குட்டொ கருதுகிறார்.[61]

புன்னைக்காயலின் மீது தொடர்ந்து நடத்தப்பட்ட தாக்குதல்கள் மண் கோட்டைகளுக்கு பதிலாக வலிமையான பாதுகாப்பு தரக்கூடிய செங்கல் கோட்டைகளை கட்டுமாறு போர்த்துக்கீசியர்களை அதிகாரிகளை தூண்டியது. 20 ஏப்ரல் 1960 ஆம் தேதியிடப்பட்ட ஆவணம் பெரும் எண்ணிக்கையிலான போர்ச்சுக்கீசிய குடியிருப்பாளர்கள் உட்பட சில உள்ளூர் மீனவர்கள் புன்னைக்காயலில் உள்ள கோட்டையில் தங்கி இருந்ததைப் பற்றி குறிப்பிட்டுள்ளது.[62] எனினும், போர்ச்சுக்கீசியர்கள் அதற்கு பெயர் வைத்து இருந்த போதும், இந்த ஆவணத்தில் அந்த கோட்டையின் பெயர் குறிப்பிடப்படவில்லை. 40 போர்ச்சுக்கீசிய படைவீரர்கள் மற்றும் உள்ளூர் கோட்டை காவலர்களின் படைகளும் அங்கு தங்கி இருந்ததாகக் குறிப்பிடப்பட்டுள்ளது. மேலும் இந்தியாவின் தென்கிழக்குக் கடற்கரையில் போர்ச்சுக்கீசியர்களின் தலைமை குடியிருப்பாக இது 1562ல் எழுச்சி பெற்றது.[63]

முத்துக்குளிக்கும் கடற்கரையின் புன்னைக்காயல் கரையில் இருந்த முத்துவளங்கள் மன்னார் தீவுக்கு இடம்பெயர்ந்ததால் இருபதே ஆண்டுகளில் புன்னைக்காயல் துறைமுகம் வீழ்ச்சியை சந்தித்தது. அதாவது 1559 மற்றும் 1579க்கும் இடைப்பட்ட காலத்தில் முத்துக்குளிக்கும்

மையமாக இருந்த புன்னைக்காயலின் முக்கியத்துவம் முடிவுக்கு வந்தது.

தோம் கான்ஸ்டாண்டினோ டி ஃப்ராங்கோ புன்னைக்காயலுக்கு எதிர்ப்புறம் இருந்த மன்னார் தீவில் ஒரு கோட்டையைக் கட்டினார். 1580ஆம் ஆண்டு இறுதியில் மதுரை நாயக்கர் வீரப்பாவின் திடீர் தாக்குதலில் இருந்து பாதுகாப்பதற்காக பரதவர்களை இங்கு குடியமர்த்த அவர் திட்டமிட்டார். 1582ஆம் ஆண்டு யேசுசபையினரின் செலவு நான்காயிரம் போக 64 ஆயிரம் பணம் வருவாய் ஈட்டப்பட்டதாக பதிவு செய்யப்பட்டுள்ளது.[64] பதினாறாம் நூற்றாண்டின் இறுதியில் மன்னாரில் நடைபெற்ற முத்துக்குளிக்கும் தொழிலில் இருந்து 9,000 பர்துக்கள் வரை வருவாய் கிடைத்துள்ளது.[65] எனினும், இறுதியில் முத்து எடுக்கும் செயல்பாடுகள் புன்னைக்காயலில் இருந்து மன்னார் பகுதிக்கு இடமாற்றம் செய்யப்பட்டது. மதுரை நாயக்கரின் கொடுமையிலிருந்து தப்புவதற்காக கிறிஸ்தவப் பரதவர்களும் புதிய இடங்களுக்கு இடம் பெயர்ந்தனர்.[66] இம்முறை யேசுசபையின் அதிகாரிகள் கூட கடற்கரையின் பல்வேறு இடங்களில் சிதறி வாழும் அனைத்து பரதவர்களும் தங்கள் உடைமைகள் மற்றும் வீரபாண்டியன் பட்டினத்தில் கட்டப்பட்டுள்ள வீடுகளை விற்றுவிட்டு, சிதறி வாழ்வதற்கு பதிலாக ஒரே குடையின் கீழ் வாழுமாறு அறிவுறுத்தினர்.[67] ஆனால் வளம் நிறைந்த வர்த்தக வாய்ப்புகளுக்காக, ஸ்ரீலங்காவில் உள்ள மன்னார் மற்றும் சோழமண்டலக் கடற்கரைக்கு குடியேறுவதை பெரும்பாலான பரதவர்கள் விரும்பவில்லை.

முத்துக்குளிப்பதில் இருந்து பெறப்பட்ட போர்ச்சுக்கீசிய வருவாய்

1535ஆம் ஆண்டு உதவிக்காக பரதவர்கள் கொச்சியிலிருந்த போர்த்துக்கீசியர்களை நாடிய போது, முத்துக்குளிப்பின் முக்கியத்துவத்தை போர்ச்சுக்கீசியர்கள் உணர்ந்தனர். மேலும் இந்தப் பகுதியில் மரைக்காயர்கள், முத்து வணிகத்தின் மீது கொண்டிருந்த கட்டுப்பாட்டை உடைப்பதற்கு, பரதவர்கள் விரும்பியபடியே அவர்களை கிறிஸ்தவத்திற்கு மதமாற்றம் செய்ய முடிவு செய்தனர். எனவே இம்முறை கொச்சியிலிருந்து ஒரு கப்பற்படை அவர்களது பாதுகாப்புக்காக அனுப்பி வைக்கப்பட்டது.[68] முத்து எடுக்கும் நடவடிக்கைகளில் இதுவரை மரைக்காயர்களால் சுரண்டப்பட்டு வந்த பரதவர்கள், பாதிரியார் மிகுவல் வாஸ் மற்றும் பாதிரியார் அந்தோணியோடு பத்ரவ் ஆகியோரின் கீழ் மதமாற்றம் செய்யப் படுவதை மகிழ்ச்சியாக ஏற்றுக்கொண்டனர். இந்த 2 பாதிரியார்களும் 1536ஆம் ஆண்டு காயல், உவரி ஆலந்தலை, மணப்பாடு, தூத்துக்குடி, பெரியதாழை மற்றும் கூடுதாழை ஆகிய ஏழு கடற்கரை கிராமங்களில்

இருந்த பெரும் எண்ணிக்கையிலான பரதவ குடும்பங்களை ஞானஸ்நானம் செய்வித்தனர்.⁶⁹ இவ்வளவு பெரிய எண்ணிக்கையிலான மதமாற்றம் முத்துக்குளிக்கும் நடவடிக்கையில் போர்த்துக்கீசியர்களின் நிலையை குறிப்பிடத்தக்க அளவு வலுப்படுத்தியது.

மேலும் இந்தியாவின் தென்கிழக்குக் கடற்கரையில் குறிப்பிடத்தக்க அளவு வருமானத்தை ஈட்டவும் உதவி செய்தது. புன்னைக்காயல் மற்றும் வேதாளை, கீழக்கரைக்கு இடையிலான பல்வேறுப் பகுதிகளில் போர்த்துக்கீசியர்களால் முத்து எடுக்கும் நடவடிக்கைகள் மேற்கொள்ளப் பட்டது.⁷⁰ இது கொச்சியில் இருந்த போர்ச்சுக்கீசியத் தலைமை நிதி கணக்காளரின் ஆவணங்களில் இருந்து தெளிவாக அறிய முடிகிறது.

ஆண்டு	வருவாய்
1525	7500
1552	3200
1574	5000
1581	5000
1585	9000
1605	25,000

சான்று: அடிக்குறிப்பு எண்⁷¹

1558ஆம் ஆண்டைச் சேர்ந்த ரசீது மற்றும் செலவினங்களைப் பற்றிய அறிக்கைகள் பெத்ரோ லோபசிடமிருந்து நிதியாக முத்துக்கள் பெறப்பட்டதைக் காட்டுகிறது. இது முத்துக்களுக்கு 6 அவுன்சில் 5 சதம் எனவும், ஆறு குருசோடாக்கள் மதிப்பு அளவுக்கு விற்கப்படும் முத்துவிதைகளில் எட்டில் ஒரு பங்கு எனவும் நிர்ணயிக்கப்பட்டது. ஐந்து குருசோடாக்கள் மதிப்புள்ள 3 அவுன்ஸ் முத்துவிதைகளில் எட்டில் ஒரு பங்கு புன்னைக்காயலில் பெறப்பட்டதாக பதிவு செய்யப்பட்டுள்ளது. அதேபோல் 1558ஆம் ஆண்டு ஜோவா பெரைரா, லூயிஸ் ஃபோன்செகாவிடமிருந்து மூன்று அவன்சு சிப்பியும் பெறப்பட்டுள்ளது.⁷² கிட்டத்தட்ட 20 ஆண்டு கால கட்டத்திற்குள் அதாவது 1560 இலிருந்து 1580க்குள் கீழக்கரை மற்றும் வேதாளைக்கு இடைப்பட்ட கடற்கரையில், பல்வேறு இடங்களில் நடைபெற்ற முத்து எடுக்கும் செயல்பாடுகள் நின்று போனதை போர்ச்சுக்கீசிய பயணி பெத்ரோ டெக்ஸர்யா மூலம் அறிய முடிகிறது.⁷³ அங்கு 400 முதல் 600 படகுகள் வரை பயன்படுத்தப்பட்டது. முத்தெடுக்கும் நடவடிக்கைகளுக்கு சட்டப்படி உரிமையாளரான மதுரை நாயக்கர்

தனது பங்காக பருவகாலங்களில் கிடைப்பதில் ஒரு நாளுக்கான பங்கைப் பெற்றுக்கொண்டார்.[74] உண்மையில், முத்து எடுக்கும் நடவடிக்கையின் நிர்வாகம் பரதவர்களின் கைகளில் இருந்தது. யேசுசபையினர் பெரும்பாலும் மேற்பார்வையிடுவதில் ஈடுபட்டு வந்தனர்.[75]

தூத்துக்குடியில் முத்து எடுத்தல் (1570-1658)

குதிரையின்கால் வடிவத்தில் அமைந்திருக்கும் தூத்துக்குடி துறைமுகத்தின் முன்பாகம் மன்னார் வளைகுடாவை பார்த்தவாறு அமைந்திருக்கிறது. 1570ஆம் ஆண்டில் முத்து எடுக்கும் நடவடிக்கையில் முக்கியமான இடத்தை இது பெற்றது. அக்காலகட்டத்தைச் சேர்ந்த போர்ச்சுக்கீசிய ஆவணங்களில் டய்டுகரிம், துடுகரிம், துடொகரிம், துகரிஜி போன்ற பெயர்களில் இத்துறைமுகம் குறிப்பிடப்பட்டுள்ளது.[76] போர்ச்சுக்கீசியர்கள் உடன் சுமூகமான உறவை மேற்கொண்டிருந்த பாண்டிய ஆட்சியாளரால் தூத்துக்குடியில் முத்து எடுக்கும் நடவடிக்கைக்கான வரிவசூல் மேற்கொள்ளப்பட்டது. 1560ஆம் ஆண்டு வரி செலுத்தக் கோரி விஜயநகர மன்னரால் புன்னைக்காயலின் மீது நடத்தப்பட்ட தாக்குதல், புன்னைக்காயலை விட்டு வெளியேறி தூத்துக்குடிக்கு தங்கள் வர்த்தக நடவடிக்கைகளை மாற்றிக்கொள்ளுமாறு போர்த்துக்கீசியர்களை தூண்டியது. போர்த்துக்கீசியரால் மேற்கொள்ளப்பட்ட முத்து எடுக்கும் நடவடிக்கை செழிப்புடன் திகழ்ந்ததை, 6 டிசம்பர் 1577ஆம் ஆண்டு தூத்துக்குடியிலிருந்து பாதிரியார் அன்றிக் அன்றிக்யூஸ் ரோமில் இருந்த யேசுசபையின் தலைவர்க்கு அனுப்பிய கடிதத்தின் மூலம் உறுதி செய்யமுடிகிறது.[77] 1587ஆம் ஆண்டு 161 குண்டால் விதைமுத்துக்களும் 8 குவின்டால் முத்துக்களும், முத்து எடுக்கும் நடவடிக்கையிலிருந்து வருவாயாகப் பெறப்பட்டதாக தெரிகிறது. முத்துக்கள் பெரும்பாலும் தமிழகக் கடற்கரையில் இருந்து லிஸ்பனுக்கு கோவா வழியே ஏற்றுமதி செய்யப்பட்டது.[78]

1596ஆம் ஆண்டு முத்து வளங்கள் இல்லாததால் முத்து எடுக்கும் நடவடிக்கை மேற்கொள்ளப்படாதபோதும் திருநெல்வேலியின் பாண்டியத் தலைவர் வரி செலுத்துமாறு கட்டாயப்படுத்தியுள்ளார்.[79] தூத்துக்குடியில் வாழ்ந்து வந்த பரதவர்களிடம் ஆயிரம் பணம் வரியாக செலுத்துமாறு தொடர்ந்து வலியுறுத்தி வந்தார்.[80] பரதவர்கள் வரி செலுத்த மறுத்ததால் ஆத்திரமடைந்த பாண்டியத் தலைவர் அழகம்பெருமாள் அதிவீர வர்மா (1564-1606) எனும் இரண்டாம் ஸ்ரீவல்லபன் 1603ஆம் ஆண்டு தூத்துக்குடி துறைமுகத்தை சூறையாடியதோடு யேசுசபையினரை கைதிகளாகப் பிடித்து வைத்தார்.[81] அதன்பிறகு பரதவர்கள் அருகில்

உள்ள இடங்களுக்கு குடியேறத் துவங்கி அதோடு தூத்துக்குடிக்கு திரும்புவதில்லை எனவும் முடிவு செய்தனர். போர்ச்சுக்கீசிய மன்னரை தங்களது இறையாண்மைக்கு உட்பட்ட ஆட்சியாளராக அவரது பாதுகாப்பை பரதவர்கள் ஏற்றுக்கொண்டது முதல் பாண்டிய ஆட்சியாளர்களால் அவர்கள் மிரட்டப்படவில்லை.[82] முத்துக்குளிக்கும் நடைமுறை பருவகாலத்திற்குரிய ஒன்று என்பதால் முற்றிலும் சூழ்நிலையைப் பொறுத்தே நடைமுறைப்படுத்தப்பட்டது.

கோவாவின் போர்ச்சுக்கீசிய ஆளுநர், யேசுசபையினரின் பிரச்சனை காரணமாக, முத்துக் குளிக்கும் கடற்கரையிலிருந்து 1605ஆம் ஆண்டு முதல் கிட்டத்தட்ட பதினாறு ஆண்டுகளுக்கு அவர்கள் வெளியேற்றப் பட்டது, முத்து எடுக்கும் நடைமுறையில் தாக்கத்தை ஏற்படுத்தியது. அதேநேரம் போர்ச்சுக்கீசியர்கள் மற்றும் பரதவர்களின் தலைமை குடியிருப்பாக இருந்த தூத்துக்குடிப் பகுதியின் தலைவனாக பெத்ரோ சோபர்ஸ் டி பிரிட்டோ என்பவர் அங்கு நிலவிய சட்டம் ஒழுங்கு பிரச்சினையை கட்டுப்பாட்டுக்குள் கொண்டுவருவதற்காக நியமிக்கப் பட்டார். தூத்துக்குடியில் அமைதியை நிலைநாட்டும் முயற்சியில் அவர் வெற்றி பெற்றபோதும் தூத்துக்குடியில் இருந்த புனிதப் பீட்டர் தேவாலயத்தின் மீதான கட்டுப்பாட்டை பெறுவதற்காக பிரான்சிஸ்கன் களுக்கும் யேசுசபையினருக்கும் இடையே நடைபெற்ற பிரச்சனையை தீர்த்து வைக்க முடியவில்லை.[83] இந்தப் பிரச்சனையின் காரணமாக 1611இலிருந்து தொடர்ந்து ஆறு ஆண்டுகளுக்கு மேலாக முத்து எடுக்கும் நடவடிக்கைகள் மேற்கொள்ளப்படவில்லை என போர்த்துக்கீசிய ஆவணங்கள் பதிவு செய்துள்ளன.[84] 1611ஆம் ஆண்டு முத்துக்குளிக்கும் கடற்கரைக்கு வருகை புரிந்த பயணி கூத்தர் என்பவர் தூத்துக்குடியில் தங்கி இருந்தவரை இது நடைபெறவில்லை என உறுதிப்படுத்துகிறார்.[85]

1621-ம் ஆண்டு மீண்டும் துவங்கப்பட்ட முத்துக்குளிக்கும் நடைமுறையால் பன்னிரண்டாயிரம் வருவாய் ஈட்டப்பட்டது.[86] அளவற்ற முத்து குவியல்களின் இருத்தல் காரணமாக 1621ஆம் ஆண்டு தூத்துக்குடியில் முத்து எடுக்கும் நடைமுறை மீண்டும் துவங்கப்பட்ட போது போர்ச்சுக்கீசியர்களும் பரதவர்களும் பெரும் உற்சாகத்தை புலப்படுத்தினர்.[87] ஆனால் சில ஆண்டுகளுக்குப் பிறகுதான், அதாவது 1624ஆம் ஆண்டுதான், கொச்சியில் இருந்த போர்ச்சுக்கீசிய வியாபாரிகள் தூத்துக்குடியில் இருந்து முத்துக்களை வாங்க ஆரம்பித்தனர். ஜனவரி 1624இல் போர்ச்சுக்கீசிய மன்னருக்கு, இந்திய ஆளுநரால் கோவாவிலிருந்து எழுதப்பட்ட கடிதத்தின் மூலம் இதை அறிய முடியும்.[88] இக்காலகட்டத்தில் பழவேற்காட்டில் தங்கியிருந்த டச்சுக்காரர்களும் தூத்துக்குடியில்

குடியேற முயற்சித்தனர். உள்ளூர் மக்கள் அவர்களின் ஊடுருவலுக்கு எதிராக இருந்ததோடு, தூத்துக்குடியில் நுழைய முயற்சிக்கும் டச்சுக் காரர்களை தடுப்பதற்கு, உடனடியாக நடவடிக்கைகளை மேற்கொள்ளும்படி கோவாவில் இருந்த போர்ச்சுக்கீசிய ஆளுநருக்கு தகவல் அனுப்பி உடனடியாக எதிர்வினை புரிந்தனர்.[89]

கொச்சியில் இருந்த ஆயருடன் ஏற்பட்ட முரண்பாட்டை தொடர்ந்து யேசுசபையினர் முத்துக்குளிக்கும் கடற்கரையில் இருந்து 1605ஆம் ஆண்டு வெளியேற்றப்பட்டு, 1620 வரை அவர்கள் திரும்பி வரவில்லை.[90] அவர்கள் வெளியேற்றப்பட மற்றொரு முக்கிய காரணம் போர்ச்சுக்கீசிய அதிகாரி களுக்கு வரி மற்றும் கட்டணங்களை செலுத்த வேண்டாம் என பரதவர்களை தூண்டிவிட்டதுதான். யேசுசபையைச் சேர்ந்த பாதிரியார் அந்தோனியோ ருபினு என்பவர் மதுரை நாயக்கரின் தலைமையகத்திற்கு சென்றதாகவும், பரதவர்கள் செலுத்தும் ஆண்டு வரித்தொகையை ஆயிரம் பகோடாக்களில் இருந்து 800 பகோடாக்களாக குறைக்குமாறு கோரிக்கை விடுத்ததாகவும் பதிவு செய்யப்பட்டுள்ளது.[91] 1627ஆம் ஆண்டு 3 ஆண்டு காலத்திற்கு உரிய வரி நிலுவைத் தொகை தள்ளுபடி செய்யப்பட்டதாக அவருக்கு அறிவிக்கப்பட்டது.[92] மதுரை நாயக்கர் 1631ஆம் ஆண்டு மீண்டும் ஆயிரம் பகோடாக்களை வரியாக செலுத்துமாறு பரதவர்களிடம் கேட்டுக் கொண்டார். எனினும் முத்து எடுக்கும் நடவடிக்கை பலனற்றதாக மாறும் போது வரி செலுத்துவதில் இருந்து விலக்களிக்க நாயக்கர் முன்வந்தார்.[93]

முத்துக்குளிக்கும் நடவடிக்கை மீண்டும் துவங்கப்பட்ட நான்கு வருடங்களுக்கு பிறகு, 1634ல் பரதவர்களின் குழுக்களுக்கிடையே எழுந்த கோஷ்டி சண்டை மற்றும் வன்முறையைத் தடுத்து, சூழ்நிலையை கட்டுப்பாட்டுக்குள் கொண்டுவர ஆளுநர் கப்பல்படையை அனுப்பி வைத்தார்.[94] முத்துக்குளிக்கும் நடவடிக்கை மீண்டும் துவங்கப்பட்டதை அறிந்த மதுரை நாயக்கர், வருவாய் வசூல் மேற்கொள்ளவும், அவருக்கு அனுப்பி வைக்கவும் மரைக்காயர் ஒருவரை நியமித்தார். முத்து எடுப்பவர் களிடம் இருந்து பல்வேறு பரிசுப்பொருட்களையும் நிர்ணயிக்கப்பட்ட வருமானத்தையும் பெற்றுக் கொண்ட இந்த அதிகாரி ஏழு மிகப்பெரிய படகுகளையும் பயன்படுத்தி முத்து எடுத்துக்கொள்ளவும் அனுமதிக்கப் பட்டார். மேலும் மதுரை நாயக்கரிடமிருந்து மாதத்திற்கு 60 சக்கரம் சம்பளமும் பெற்றுக்கொண்டார்.[95] எனினும் பரதவர்கள் போர்த்துகீசியர் களுக்கு கப்பம் செலுத்துவதை தொடர்ந்து கொண்டிருந்ததால் நாயக்கர் அவரிடம் ஒப்படைத்த வேலைகளை அவரால் செய்ய முடியவில்லை. போர்ச்சுகீசிய தலைவனின் பாதுகாப்புக்குக் கீழ் தூத்துக்குடியில் நடைபெறும் முத்து குளிக்கும் நடவடிக்கையில் பங்கெடுப்பதற்காக

புன்னைக்காயலில் இருந்து தோணிகள் எப்போதும் சென்று கொண்டிருந்தன. 1634 மற்றும் 1637இல் முத்துக்குளிக்கும் கடற்கரையில் மதுரை நாயக்கரால் நியமிக்கப்பட்ட அதிகாரியால் முத்து எடுக்கப் படுவதை தடுப்பதற்காகவும், கடற்கரையின் பாதுகாப்பிற்காகவும் ஆயுதம்தாங்கிய கப்பல்களை போர்ச்சுக்கீசியர்கள் பயன்படுத்தினர்.[96] 1638ஆம் ஆண்டு கூட மதுரை நாயக்கர் போர்ச்சுக்கீசியர்களுக்கு எதிராக சண்டையிட தனது படைகளை அனுப்பி வைத்து, தோணிகளை பயன் படுத்தி, எடுக்கப்பட்ட முத்துகள் அனைத்தும் அவருக்கு கொடுக்கப்பட வேண்டும் என கோரிக்கை விடுத்தார். போர்ச்சுக்கீசியர்கள் இந்த வருவாயை பங்கிட்டுக்கொள்ள தயாராக இல்லை, எனவே இந்தப் பிரச்சினை தீர்க்கப்படாததால் முத்து எடுக்கும் நடவடிக்கைகளை தொடர்ந்து மேற்கொள்ள முடியவில்லை.[97] கீழக்கரை மன்னாருக்கு இடைப்பட்ட பகுதிகளில் சேதுபதிகள் தங்கள் கட்டுப்பாட்டை நிறுவியதால், அப்பகுதியில் சிலகாலம் 1640களில் புதிய அரசியல் வளர்ச்சி நிலவியதாக அந்தோணி பொக்காரோ குறிப்பிடுகிறார்.[98] முத்துக்குளிக்கும் நடைமுறை இன்னும் மிக முக்கியமான வளமாக நீடித்ததால் அதிலிருந்து போர்ச்சுக்கீசியர்கள் தமது செல்வத்தை தருவித்துக் கொண்டதோடு முத்துக்குளிக்கும் கடற்கரையின் மீது அவர்களின் அதிகாரத்தை விரிவுபடுத்துவதற்கும் அதை பயன்படுத்திக் கொண்டனர்.

சங்கு மற்றும் முத்துக்களின் வர்த்தகம்

பரதவர்களின் கடல்சார்ந்த வர்த்தகத்திலிருந்து சங்கு போன்ற சரக்குகள் விலக்கப்பட்டது, ஏனெனில் அது போன்ற பொருள்கள் போர்த்துக்கீசிய தலைவனால் ஏகபோக பொருள்களாக 1572இல் அறிவிக்கப்பட்டது.[99] போர்ச்சுக்கல் மன்னர் பரதவர்களின் மீது சுமத்தப் பட்டிருந்த கட்டுப்பாடுகளைத் தளர்த்தி அவர்களது சொந்த வணிகத் தொடர்புகளை நிறுவிக்கொள்ள அனுமதித்தார். இதன்மூலம் செல்வந்தர்களான சில பரதவர்கள் தங்களது வர்த்தகப் பயணத்திற்காக எண்ணற்ற சம்பனாக்களை (படகுகள்) கட்டிக்கொண்டதோடு, வணிகத்தில் பெரும் ஆர்வத்தை புலப்படுத்தினர்.[100] எனவே இந்தப் பரதவர்கள் தங்களது சங்குகளை நல்ல விலைக்கு விற்க முடிந்தது. மேலும் சங்குகளில் பெரும்பகுதியை வங்காளத்திற்கு ஏற்றுமதி செய்தனர். 1536ஆம் ஆண்டு வரை வெறும் ஐந்து பணத்திற்கு விற்கப்பட்ட சங்கு அதன்பிறகு 15லிருந்து 20 பணம் வரை விற்பனை செய்யப்பட்டதால் பரதவர்களின் வருமானம் பெருகத் தொடங்கியது.[101] உயர்ந்த தரம் வாய்ந்த சங்குகள் ஆபரணங்களில் பயன்படுத்தபடுவதற்காக வங்காளத்திற்கு மட்டுமே முக்கியமாக ஏற்றுமதி செய்யப்பட்டது. குறைந்த தரமுடைய

சங்குகள் இந்தப்பகுதியில் வாழ்ந்த கரையாளர் என அழைக்கப்பட்ட கிளிஞ்சல் சிப்பிகளை எரிப்பவர்களிடம் கொடுத்து உடைக்கப்பட்டு அதிலிருந்து சுண்ணாம்பு தயாரிக்கப்பட்டது. இந்தப்பகுதிகளில் கட்டப்பட்ட கட்டிடங்களில் முக்கியப் பொருளாக இந்த சுண்ணாம்பு பயன்படுத்தப்பட்டது.[102]

முத்துக்களை வாங்கவும் விற்கவும் வந்த வியாபாரிகள் தங்களது எடைக்கருவிகளுடன் இந்த சந்தையின் தெருக்களில் வரிசை கட்டி நின்றனர்.[103] முத்துக்கள் விஜயநகரத்தை அடைந்தன. அங்குதான் பேரரசின் முதன்மை சந்தை இருந்தது. அன்றைய காலத்தில் விஜயநகரம் முதல் ராமேஸ்வரம் வரை இருந்த, சிதம்பரம், மதுரை போன்ற நகரங்களை இணைக்கக்கூடிய நிலவழி வர்த்தகவழிகள் இருந்ததால் உள்நாட்டு வர்த்தகமும் செழிப்புடன் நடைபெற்றது.

பரதவர்களின் மதமாற்றத்திற்குப் பிறகு பழைய காயல் என அழைக்கப்பட்ட காயல் துறைமுகம் தனக்கென சொந்தமாக ஒரு முத்து விற்கும் சந்தையை கொண்டிருந்தது. துவார் டி பார்போசொ என்ற பயணி பாரம்பரிய வணிக சமூகமான செட்டியார்களின் முத்து வணிகத்தைப் பற்றி பெரிய அளவுக்கு பேசியுள்ளனர்.[104] செட்டியார்கள் முத்துக்களை அவற்றின் எடை, தரம், அளவு, வடிவம், ஆகியவற்றின் அடிப்படையில் தரம்பிரித்து அதற்கேற்ப விலையை நிர்ணயித்தனர். போர்த்துக்கீசியர்களால் முத்துக்கள் மற்றும் அல்ஜோபர் (முத்து விதைகள்) என அறியப்பட்ட இருவகைப்பட்ட முத்துக்களைப் பற்றி ஜான் வான் லின்ஸ்கட்டன் எனும் பயணி குறிப்பிட்டுள்ளார்.[105] அல்ஜோபர் விலை முன்னதைக் காட்டிலும் பலமடங்கு விலை குறைவாக இருந்தது. பதினாறாம் நூற்றாண்டின் ஆரம்பகாலத்தில் 700 பவுண்டு எடையுள்ள முத்துக்கள் இந்தியாவிலிருந்து போர்ச்சுகல்லுக்கு அனுப்பிவைக்கப்பட்டுள்ளது.[106] அதில் காயல் துறைமுகத்தில் இருந்து அனுப்பப்பட்ட முத்துக்களும் அடங்கும். 1580களில் லிஸ்பன் வந்துசேர்ந்த போர்ச்சுக்கீசியக் கப்பல்களில், பெரிய அளவிற்கு முத்துக்கள் கொண்டுவரப்பட்டது. ஒருமுறை 1696 அரூபா அளவுள்ள முத்துக்கள் வந்து சேர்ந்தது.[107]

1611ஆம் ஆண்டு முத்துக்குளிக்கும் கடற்கரைக்கு வருகை புரிந்த பயணி கூத்தர் தூத்துக்குடி துறைமுகத்தில் இருந்த பிரபலமான முத்து வணிகச்சந்தை பற்றியும், அங்கு 15 வகைப்பட்ட முத்துக்கள் விற்பனைக்கு இருந்ததைப் பற்றியும் குறிப்பிட்டுள்ளார். மிகத் துல்லியமான சிறந்த முத்துக்களுக்கான தட்டுப்பாடு எப்போதும் நிலவியது. வீரபாண்டி செட்டி என அழைக்கப்பட்ட பிரபலமான முத்து வியாபாரி தூத்துக்குடி

துறைமுகத்தில் வாழ்ந்தார்.[108] லிஸ்பனில் உள்ள ஆவணக்காப்பகத்தில் பாதுகாக்கப்படும் பல்வேறு கையெழுத்துப்பிரதிகள், போர்ச்சுக்கீசியர்கள் கீழக்கரையில் அல்ஜோபர் என அழைக்கப்பட்ட முத்துவிதைகளை வாங்கி போர்ச்சுகல்லுக்கு ஏற்றுமதி செய்ததைப்பற்றி விவரிக்கின்றன. அல்ஜோபரின் மிகச் சிறிய துண்டுகள் பொடியாக்கப்பட்டு மருத்துவத் தேவைகளுக்காகப் பயன்படுத்தப்பட்டுள்ளது.[109]

பரதவர்களின் மதமாற்றத்திற்குப் பிறகு காயல் துறைமுகத்தில் போர்ச்சுக்கீசியர்களின் வர்த்தக செல்வாக்கு வளர்ந்து கொண்டிருந்ததால் இப்பகுதியில் முஸ்லிம்களின் செல்வாக்கு படிப்படியாக சரிவடைந்தது. தமது பாதுகாப்பின்மையை உணர்ந்த அரபு மற்றும் தமிழக முஸ்லிம்கள் காயல் துறைமுகத்தை விட்டு வெளியேறி வர்த்தக வாய்ப்புகளை தேடி காயல்பட்டினத்தில் குடியேறினர். அதனால் புன்னைக்காயலில் இருந்த போர்த்துக்கீசியர்கள் முத்து எடுக்கும் நடவடிக்கையில் ஏகபோகமாக ஈடுபட்டதோடு, அதிலிருந்து பெருமளவிலான வருவாயை ஈட்டினர். பதினாறாம் நூற்றாண்டில் சில பொருட்களின் வர்த்தகத்தை ஏகபோகமாக்கவும், அவற்றை கட்டுப்படுத்தவும், பிற பொருள்களின் வர்த்தகத்தின் மீது வரி விதிக்கவும், போர்ச்சுக்கீசியர்கள் விரும்பியதை அறியமுடிகிறது. போர்ச்சுக்கீசிய பேரரசு வர்த்தகம் மூலம் லாபம் அடைந்ததைக் காட்டிலும் பெருமளவிலான சுங்க வசூல் மேற் கொண்டதன் மூலமாகவே வளர்ச்சி அடைந்தது. போர்த்துக்கீசியர்கள் அதே வழிமுறையை முத்துக்குளிக்கும் கடற்கரையிலும் பின்பற்றி வரி மற்றும் முத்து எடுக்கும் நடவடிக்கைகளில் வருவாய் வசூல் மேற்கொண்டனர்.

ஸ்ரீலங்காவில் உள்ள மன்னார் தீவுக்கு முத்து எடுக்கும் செயல்பாடுகள் இடமாற்றம் செய்யப்பட்ட பிறகு புன்னைக்காயல் துறைமுகத்தின் முக்கியத்துவம் வீழ்ச்சி அடையத் துவங்கியது. போர்ச்சுகீசியர்களின் கீழ் முத்து எடுக்கும் கடற்கரையில் தூத்துக்குடி முக்கியமான மையமாக வளர்ந்ததோடு, முத்து எடுக்கும் நடவடிக்கையிலும் மிக முக்கியமான இடமாக மாறியது. இந்த போர்ச்சுக்கீசிய வர்த்தக குடியிருப்புகள், போர்ச்சுக்கீசிய ஆண்கள் இங்கு குடியேறி வீடுகளை கட்டி, நிரந்தரமாக இங்கேயே வாழும் நோக்கத்துடன், உள்ளூர் பெண்களை திருமணம் செய்த பிறகு, தனித்துவமான அம்சம் கொண்டதாக வளர்ந்தது. இந்த தூத்துக்குடி துறைமுக முக்கியத்துவம், அவற்றின் வர்த்தக நடவடிக்கை மற்றும் முத்து எடுக்கும் செயல்பாடுகளைப் பொறுத்தே அமைந்திருந்தது.

அய்ரோப்பியக் கடல்சார் வணிகம் (கி.பி. 1570-1880) / 51

அடிக்குறிப்புகள்

1. Diario de Viagem de Vasco da Gama, Porto, Livraria Civilizacao, 1945,Vol.I, p.82; Vol. II, p.233; Relacao Geografico-commercial dos reinos ao sul de Calecute in Alvaro Velho, Roteiro da Primeira Viagem de Vasco da Gama, 1497-1499, ed. A. Fontoura da Costa, Lisbon, 1969, Appendix. I, pp. 85-93, see p. 87.

2. Letter of Viceroy to the King of Portugal written from Kochi on 16 December 1505, in Instituto Arquivo Nacionais/ Torre do Tombo (hereafter IANTT), Gavetas, 20, Maco 10, Document no. 33, fl. 4.

3. Gaspar Correa, Lendas da India, ed. M. Lopes de Almeida, 4 vols, Porto, 1975, pp. 908-909; Donald Ferguson, 'The Portuguese in Ceylon in the first half of the Sixteenth Century: Gaspar Correa's Account', Ceylon Literary Register, 3rd series, IV, p.157.

4. Antonio de Silva Rego, As Gavetas da Torre do Tombo, Lisboa, Centro de Estudos Historicos Ultramarinos, 1964, IV, pp. 140-144; see also Georg Schurhammer, St. Francis Xavier: His Life, His Times, Rome, Jesuit Historical Institute, 1977, vol. II, p.259.

5. Antonio de Silva Rego, As Gavetas da Torre do Tombo, vol. IV, pp. 142-43. The translation of the original text runs as follows: 'As I came from Cochin, the Chief of Cael (Kayal) let me know that if I helped him with two ships he would pay a certain amount to Your Highness. I did not make any agreement with him, as I could do nothing but say that I will communicate with your Highness'.

6. Gaspar Correia, Lendas da India, Lisboa, Academia Real das Sciencias de Lisboa, 1858-64, Tome II, pp. 778-779.

7. Julio. F. J. Biker, Collecao de Tratados e Concertos de Pazes que o Estado da India fez com os reis e Senhores, Lisbon, 1881, Vol. I. p. 22.

8. Jose Wicki, Documenta Indica (hereafter DI), 18 vols., Roma, 1948-1988, vol. I (1500-1549), p.161.

9. Duarte Barbosa, The Book of Duarte de Barbosa, 2 vols, Delhi, rpt, 1989, vol. II, pp. 122-124; see also Commentarios do Grande Affonso d'Albuquerque, Lisboa, 1774, vol. I, pp. 10-14; Gaspar Correia, Lendas da India, Lisboa, 1858- 64, Tomo I, p. 782.

10. Cartas de Affonso de Albuquerque, 7 vols, Lisboa, 1884-1935, vol. VII, pp. 172-186; ANTT, Gavetas, No.20, Maco 10, Doc.33, fl. 4.

11. Documentors Sobre os Portugueses em Mocambique e na Africa Central, 1498-1840, 9 vols., Lisbon, 1962-1980, Vol. VI, Document no. 11, p. 94; See also IANTT, Nucleo Antigo, No. 873, fl. 82 v.

12. For more details regarding Pulicat and Thirumalairayanpattinam see S. Jeyaseela Stephen, The Coromandel Coast and its Hinterland: Economy, Society and Political System, 1500-1600, New Delhi, 1997, pp. 141, 207.

13. Ibid.
14. IANTT, Corpo Cronologico, (hereafter CC) II-114-123, dated 20 March 1524.
15. Ibid., II-7-103. Joao Flores continued to hold office till his death in 1527 as evident from a letter dated 16 December 1527 written by his friend Sebastiào Pires to the king of Portugal.
16. C.R. De Silva, 'The Portuguese and Pearl Fishing', South Asia Journal, vol. I, 1979, pp. 14-28; p.18.
17. Documentos Sobre Os Portugueses em Mocambique e na Africa Central, (hereafter Documentos Sobre Os Portugueses), Lisboà, Centro do Estudos Historicos Ultramarinos, 1969, Vol.VI, (1519-37), p. 207.
18. C.R. De Silva, The Portuguese and pearl fishing, p.18, Panam was a silver coin that was in vogue on the East Coast. One panam was equivalent to 25 to 30 reis.
19. IANTT, CC, IIa-117-193.
20. Ibid., II-114-193.
21. Ibid., IIa-129-208.
22. Ibid., IIa-129-74.
23. Ibid., IIa-129-217.
24. Antonio da Silva Rego, Documentacao Para a Historia Das Missoes do Padroado Portugueses do Oriente (hereafter Documentacao), Lisboà, Agencia Geral do Colonias, 1949, Vol. II, p.137.
25. Joao de Barros, Decadas da Asia: dos Feitos, que os Portuguezes Fizeram no Descubrimento, ae Conquista dos Mares e Terras do Oriente, Decada IV, Livro II, Capitulo VII, Lisboà, 1777-78.
26. Biblioteca da Ajuda (hereafter BA), Codice 49-IV-9, fl.28, Pattangatti was the village overseer. Antonio da Silva Rego, Documentacao Para a Historia das Missoes do Padroado Portugueses do Oriente, (hereafter Documentacao) Lisboa, 1949-1958, Vol. X, pp.313-314; Antonio Fernandez was Pattangatti of Palayakayal in 1536. Manuel de Lima was Pattangatti of Punnaikayal in 1544.
27. IANTT, Gavetas, XV-19-11. The translation of the original text runs as follows: 'The fisheries at Cale and Calecare could have some ten men there, in strongly built house with two or three paraos and it would, do without the Coromandel fleet every year'.
28. C.R. De Silva, The Portuguese and pearl fishing, p.20.
29. Simao Botelho, Tombo do Estado da India (1546-1554) ed., R.J.de Lima Felner, Subsidios Para a Historia da India Portuguesa, Lisboa, 1868, p. 244. The Pardao was equal to half a varahan. Duarte Barbosa valued a Pardao at 320 reis.
30. Gaspar Correa, Lendas da India, III, p.831. Silva Rego, Documentacao, Vol. II, pp. 336- 338.

31. Ibid., pp. 339-342.
32. Correia, Lendas da India, III, 831.
33. Elaine Sanceau, Colecao de Sao Lourenco, Lisboa, 1975, Vol.II, pp. 336-338.
34. Georg Schurhammer, Epistoale S. Francisci Xaverii alia que eius Scriptura, Rome, 1944 (hereafter EX), Vol. I, Document 22, pp 190-192; Document 45, pp 243-247. In the letter of Francis Xavier written from Thaazhai on 5 September 1544 he informs us that Punnaikayal was one of the places attacked by the Telugus. The house and the boat of the Portuguese captain were set on fire and the captain had fled.
35. EX, Vol. I, pp 222-223. Francis Xavier in another letter mentions on 20 August 1544 that the Telugus had left Punnaikayal and he was living in Punnaikayal. See EX, Vol. I, 220-222.
36. Portuguese sources record this town as Punicale, Ponicale, etc. Joao de Barros, the Portuguese chronicler mentions Punnaikayal as Chercalle which means small Kayal then being a new settlement. Joao de Barros, Decadas da Asia: dos Feitos, que os Portugueses Fizeram no Descobrimento as Conquista dos Mares e Terras do Oriente, Lisboa, 1777-78, Decada I, Livro IX, Capitulo I,
37. R. Caldwell, A History of Tinnevelly, reprint, Delhi, 1982, p.72.
38. DI, Vol. III, Document no. 44, p. 252. See also Silva Rego, Documentacao, vol. IV 306-307, 310-311, Vol. V, 206-30.
39. Ibid., vol. X, p. 35.
40. Simao Botelho, Tombo do Estado da India, p. 244. Botelho opines that the politics of the Jesuits resulted in the reduction of income of the pearl fishery to the Portuguese Crown in 1552.
41. Ibid., p. 206.
42. Antonio da Silva Rego, Historia das Missoes do Padroado Portugues do Oriente (1500-1542), Lisboa, 1949, vol. II pp 332-331, See also Documentacao, vol. II, p.103, 132-135.
43. DI, vol. I, no.110; vol. II, no. 116.
44. Ibid.
45. Georg Schurhammer, St. Francis Xavier, vol III, p. 519.
46. Ibid., vol. II, pp. 209-210.
47. Ibid., vol. III, p.342.
48. IANTT, Colecao Sào Lourenco, III, 350.
49. Silva Rego, Documentacao, II, p.251, IV, pp. 465-467.
50. DI, vol. I, Doc. 33, p. 214.
51. Ibid., vol. V, p. 377; Elaine Sanceau, CSL, vol. II, pp.336-338.
52. Georg Schurhammer, St. Francis Xavier, vol. II, p.74.

53. Diogo do Couto, Decadas da Asia, Decada VII, p. 249.
54. Henry Heras, The Aravidu Dynasty of Vijayanagara, Madras 1927, p. 159; DI, vol. III, pp. 252-253; Diogo do Couto, Decada 6, Livro 10, Capitulo 98.
55. DI, vol. III, pp. 252-253, 238-239.
56. Ibid., vol. V, p. 377; III, pp. 417-419; Diogo do Couto, Decadas da Asia, 7,8,II; Silva Rego, Documentacao, vol. VIII, PP. 141, 180-81, 269-170, 303-310, 364- 365.
57. Biblioteca Academia das Ciencias de Lisboa, (hereafter BASCL) Mss Azul No. 12, fl. 142.
58. Ibid.
59. S. Muhammed Husain Nayinar, Tuhfat-Ul-Mujahiddin, Madras, 1942, Section 12, p. 84' See also BA, Mss Codice 49-IV-50, fls. 278-280.
60. Cunha Rivara, Archivo Portuguez Oriental (hereafter APO-CR), 6 Fasciculos in 9 vols., 1857-1876, vol. V, pp. 397-398.
61. Diogo do Couto, Decada VIII, Capitulo XV.
62. British Library, (hereafter BL), London, Additional Manuscripts, Codice No. 209021, p.123.
63. DI, Vol. IV, pp.31-32, 267, BASCL, Mss Azul, No.12, fls.142-147.
64. Pissurlencar, Regimentos das Fortalezas da India, Bastora, 1951, p. 359.
65. Cunha Rivara, APO, III, part I (a), p. 161.
66. DI, vol. I, p. 221.
67. Archivum Romanum Societatis Iesu (hereafter ARSI), Roma, Mss Goa, 53, fl. 15.
68. Gaspar Correia, Lendas da India, III, p. 823.
69. Antonio da Silva Rego, Documentacao para a Historia das Missoes do Padroado Portugues do Orient, Lisboa, 12 vols., 1947-58, Vol. II, p. 243, Gaspar Correia, Lendas da India, vol. IV, pp. 304-305.
70. Simao Botelho, 'O Tombo da Estado da India, 1554', in R. J. Lima Felner, ed., Subsidios para a Historia da India Portuguesa, Lisbon, 1868, pp. 244- 246.
71. IANTT, Fragmentos, Caixa 10, Maco 10, No. 12.
72. Pedro Texeira, The Travels of Pedro Texeira, trans., W.F. Sinclair, London, 1902.
73. In Sethu Nadu the taxation rates on valai thoni per annum was two panam, on pearl fishing per toni ten chanks and in salt pans per kudi a sum of two panam was collected during the period of Raghunatha Tirumalai Sethupathi. The document is dated 10 October 1659. S. Raju, Sethupathi Seppedugal, Tanjore, 1994, Document No.16 pp. 75-78;

It was stated that per thoni five pearls were given as magamai on 20 March 1699. It is found mention in the Tirupullanai copper plate. See S. Raju, Sethupathi Seppedugal, Doc. No. 43. An agreement was reached on 8 May 1694 between the Dutch and Kilavan Sethupathi. The Brahmins and devotees who wanted to cross the Pampan channel through thoni could obtain passes and a receipt was issued from the Rameshwaram karayakathar and Rameshwaram pandaram on 22 January 1610. For details see S. Raju, Sethupathi Seppedugal, Copper Plate No 4, p.13. Mannar pearl fishery came under the jurisdiction of the Sethupathis and the portion belonged to the king Dalavay Sethupathi Katha Devar was made as a gift to the Rameshwaram temple on 22 January 1625. See Document No. 5, pp. 19-22.

74. Joseph Wicki, 'Duas Relacoes sobre a Situacao da India Portuguesa nos annos 1568-1569', Studia, Vol. XVIII, 1961, pp 151-153.

75. Sanjay Subrahmanyam, 'Noble Harvest from the Sea', Institutions and Economic change in South Asia, Delhi, 1996, p. 143.

76. Fernao Lopes de Castanheda, Historia do Descobrimento e Conquistas da India Pelos Portugueses, Porto, 1975, VIII, p.173, Gaspar Correia, Lendas da India, III. P. 823, Jose Wicki, Documenta Indica, vol. XIII, pp 184-186.

77. Letter of Fr. Anrique Anriquez to the Jesuit Superior General dated 6 December 1577, in Jose Wicki, DI, vol. XIII, pp. 184-86.

78. Archivio General de Simancas (hereafter AGS), Valladolid, MSS Secretarias Provinciales, Codice 1551, fl. 204-215.

79. ARSI, Mss, Goa, vol. 33, fl. 326, no.14. Tikiri Abeysinghe, A Study of the Portuguese Regimentos on Sri Lanka at The Goa Archives, Colombo, n.d,, p. 6.

80. ARSI, Mss, Goa, vol.47, fl.365, V, No.33, fl.326.

81. Ibid., No.66, fl. 3-3v. See also, S. Arunachalam, The History of the Pearl Fishery of the Tamil Coast, Annamalai Nagar, 1952.

82. ARSI, Mss, Goa, Vol. 66, fl.2-7. The Portuguese had erected a mud wall around the port of Tuticorin and it was strong enough to withstand the attacks from enemies. For details see, Letters Received by the English East India Company from its Servants in the East, Vol. I. 1602-1613, London, 1896, p. 9. See also, Histroical Archives of Goa (hereafter HAG), Moncoes do Reino (MDR), Livro.17, fl.95. The walls of the Tuticorin settlement had been broken and destroyed in a fight between the captain of Tuticorin and the Jesuits concerning the control of the church of St. Peter at Tuticorin. According to the list of officials at the various Portuguese settlements in India prepared in 1616, there was no Portuguese Captain appointed at the port of Tuticorin. The post was vacant and the missionaries looked after the paravas who declared the Crown of Portugal as their ruler. See, Lista de todos as Capitanias e Cargos que ha na India E sua Estimacaoe Rendimento Porcao mais

ou menos', (as dated 14 Nov. 1616) in Revista Portuguesa Colonial e Maritima, Lisboà, 1900-1901, pp. 344-353.

83. HAG, Mss, Moncoes do Reino (hereafter MDR), Livro, 17, fl. 95.

84. Letter of King Filippe to Viceroy Rui Lourenðo de Tavora dated 20 February 1610 in Bulhao Pato, Documentos Remetidos da India, vol. I, Lisbon, 1880, p. 342.

85. Teensma, ed., Jacques de Couttre, Madrid, 1990, p. 242.

86. Biblioteca Publica e Arquivo Distrital Evora, (hereafter BPADE) Mss. CV/ 2-7, fl. 57v; BA, Mss Codice, 51-v-36, fl. 37.

87. Andre Coelho, Relacao de muita importancia que trata das fortalezas prisidiose feitorias que o inimigo Olandes tem nestas da India 1621, Bibiloteca Nacional de Lisboa (hereafter BNL), Mss, Reservados, Codex 638, fl.5.

88. R.A. Bulhao Pato, ed., Documentos Remetidos da India ou Livros da Monceoes, vol. 10, Lisboa, 1972, p. 48.

89. Pissurlencar, Assentos do Conselho do Estado, 5 vols, Goa, 1953-83, vol. I, pt. I, (1624-7), pp. 66-67.

90. Ibid., vol. I, p. 361. For conflicts and disorders see, fl. 24, (1610); see also Livro 5, fls. 75 and 126 (1612).

91. 'Sidelights on South Indian History from the Letters and Records of the Contemporary Jesuit Missionaries (1542-1756)', St. Joseph's College Magazine, Trichnopoly, vol. 18, no. 14, 1929, p. 173.

92. Madurai Province Jesuit Archives MPJA) Shenbaganur, Litterae Annuae, vol.3, p. 22; vol.8, pp.16, 18, 30; 'Side lights on South Indian History, vol. 18, No.4, February 1930, p. 174.

93. ARSI, Mss Goa, no. 47, fl. 365v.

94. HAG, MDR, Livro 19C, fls. 1166-7; Ibid., Livro 20, fl. 45v.

95. P.S.S.Pissurlencar, Assentos do Conselho do Estado, Goa, 5 vols, 1953-83, vol. 1, doc.18.

96. HAG, MDR, Livro 19B, 27/2-4; AGS, Mss Secretarias Provinciales, Codice 1490, fl. 194; HAG, MDR, Livro 40, fl.69; AHU, Mss India, Caixa, 6, dated 1 December 1619.

97. HAG, MDR, Livro 10D, 44/2/2, fl. 1166.

98. Antonio Boccaro, Decada 13, da Historia da India, Lisboa, 2 vols, 1876, pp. 368-9.

99. The port of Punnaiakayal served as an entrepot for sea travel and maritime trade between Sri Lanka and the pearl fishery coast owing to its strategic location. The Portuguese carried rice, butter, meat, guns and ammunitions from there to Colombo, Batticaloa and other ports of Sri Lanka. See, IANTT, CC, II-1-14-21. Laurence A. Nooan, John of Empoli and his relations with Affonso de Albuquerque, Lisboa, 1989, p. 209.

Thus Punniakayal played a major role in extending the commercial interests of the Portuguese with Sri Lanka. The Portuguese captain of the Pescaria coast imported rice into the region and retained the monopoly over rice also. He made rice available at a price which he himself fixed for sale on both cash and credit. See, Gerog Schurhammer, St. Francis Xavier, vol.3, p. 520, vol.2, p. 450.

100. A single-decked sail boat as large as a small caravel for 23 to 30 persons, used in pearl fishery is called a champana.

101. Ibid., vol. 3, p. 378.

102. Joao de Barros, Decadas da Asia, Decada III, Livro IV, Capitulo VI.

103. Castenheda, Historia, Livro, II, Capitulo XXII, p. 260; Diogo do Couto, Decadas da Asia, Decada 10, part I, livro 1, capitulo VII, p. 51.

104. ARSI, Mss Goa, no. 53, fl.15; see also Duarte Barbosa, The Book of Duarte Barbosa, vol.2, p. 24.

105. John Hughyen van Linschoten, The Voyages of Hohn Hughyen Van Linschoten to the East Indies, from the Old Translation of 1598, ed., R.A. Tiele, London, 1885, vol.2, p. 733; Garcia de Orta, Colloquies on the Simple Drugs of India, Dehradun, 1979, pp. 296-301. The native inscriptions record various kinds of pearls: round pearls (vattam), roundish pearls (anuvattam), old pearls (oppumuthu), small pearls (kurumuthu), crude pearls (karadu) and flat pearls (sappattai). See, SII, vol.2, p. 34, sections 9 and 10.

106. Vitorino Magalhes Godinho, Os Descobrimentos e a Economia Mundial, Lisboa, 1965, vol.2, p. 107.

107. The study of K.S. Mathew has revealed that there is little evidence of pearls in the official Portuguese commercial statistics for the period of 1500-1530, when pearlfishery was under the control of the Arab Muslims. K.S. Mathew, Portuguese Trade with India in the Sixteenth Century, New Delhi, 19183, p. 134. During the Portuguese period of control over the pearl fishery (i.e., after the conversion of the paravas), records attest to the increase in the trade of pearls. They are found in the list of items purchased by the Portuguese. The Fugger Newsletters, Second series, 1568-1605, edited by Victor von Klar Wilt, translated by L.S.R. Byrne, London, 1926, p. 45.

108. Teensam ed., Jacques de Couttre, Madrid, 1990, p. 243.

109. Arquivo Historico Ultramarino (hereafter AHU), Lisboa, MSS India, Ciaxa 4, document 25 (1616) 36 sacos of aljofar; Assentos do Conselho da Fazenda 1163, pp. 17-17v (1637). Four small bags of pearls were sent from Goa to Lisbon.

இயல் 4

குதிரைகள், யானைகள் இறக்குமதி மற்றும் வெடியுப்பு ஏற்றுமதி: தூத்துக்குடியில் போர்ச்சுக்கீசியர்களின் வர்த்தகம்

பதினாறாம் நூற்றாண்டு காலத்தில் தமிழ்நாடு பல்வேறு நாயக்கர்களின் ஆட்சியை சந்தித்தது. தமிழகக் கடற்கரையில் குடியேறிய போர்ச்சுக்கீசியர்கள் நாயக்கர்களுடனும், விஜயநகரப் பேரரசர்களுடனும் தங்கள் வர்த்தகத் தொடர்புகளை நிறுவிக்கொண்டனர். விஜயநகர ஆட்சியின் கீழ் இருந்த அன்றைய மதுரை நாயக்கர்களுடன் அவர்கள் கொண்டிருந்த உறவுகளின் மீது, போர்ச்சுக்கீசிய ஆவணங்கள் வெளிச்சம் பாய்ச்சுவதாக அமைந்திருக்கிறது. 1565ஆம் ஆண்டு ஜனவரியில் நடைபெற்ற தலைக்கோட்டைப் போரில் விஜயநகரப் படைகளின் வீழ்ச்சிக்குப் பிறகு மதுரை நாயக்கதனம் பகுதி அளவுக்கு சுதந்திரமான அலகு ஆக, தங்கள் கட்டுப்பாட்டின் கீழ் இருந்த பகுதிகளில் நிலவிய வரையறுக்கப்பட்ட பொருளாதார நடவடிக்கைகளின் மூலம் உள்ளூர் அதிகார மையமாக தாக்குப்பிடித்து நின்றது. எனினும் நாயக்கர்கள் மற்றும் போர்த்துக்கீசியர்களுக்கு இடையிலான வர்த்தகம், அரசியல், மற்றும் அரசு சார்ந்த உறவுகளைப் பற்றிய இந்த போர்த்துக்கீசிய ஆவணங்கள் இதுவரையில் ஆய்வாளர்களால் பெருமளவுக்கு அணுக முடியாத ஒன்றாகவே நீடித்து வருகிறது.

குதிரை வர்த்தகத்தில் போர்ச்சுக்கீசியர்கள்

போர்த்துக்கீசியர்களின் வருகைக்குப் பின்பும் கூட இந்தியாவுக்கும் அரேபியாவுக்கும் இடையிலான இடைக்காலகட்ட குதிரை வர்த்தகம் தொடர்ந்து செழிப்புடன் நடைபெற்றுக் கொண்டிருந்தது. குதிரைகளுக்கான தேவை மிகப் பெருமளவுக்கு இருந்ததால், கோவாவின் போர்ச்சுக்கீசிய ஆளுநர் மார்டிம் டிசௌசா ஓர்முசிலிருந்த போர்ச்சுக்கீசிய கேப்டனுக்கு, ஒவ்வொரு ஆண்டும் இந்தியாவின் மேற்குக்கடற்கரையில் இருந்த சவல் துறைமுகத்திற்கு 40 குதிரைகளும், கிழக்குக்கடற்கரையில் குதிரைகளின் வர்த்தகம் லாபகரமானதாக இருந்ததால், தமிழக துறைமுகங்களுக்கு 20 குதிரைகளை அனுப்பிவைக்குமாறு உத்தரவிட்டார்.[1] உண்மையில், இந்தியாவின் போர்ச்சுக்கீசிய ஆளுநர் ஜோவா டி காஸ்ட்ரோ (1545-48)

கண்ணனூரில் இருந்து ஒவ்வொரு ஆண்டும் உள்ளூர் வியாபாரிகளுடன் 4 கப்பல்களை ஓர்முசுக்கு அனுப்பி, குதிரைகளை வாங்கி வர, கண்ணனூர் மன்னருக்கு அனுமதி வழங்கினார்.[2] பாரசீகம் மற்றும் அரேபியாவிலிருந்து சவலுக்கு இறக்குமதி செய்யப்பட்ட குதிரைகள் முதலில் கொச்சி துறைமுகத்திற்கு அனுப்பப்பட்டு, அங்கிருந்து கன்னியாகுமரிக்கு அனுப்பி வைக்கப்பட்டு, மறுவிற்பனை செய்யப் பட்டது.[3] பெத்ரோ அல்வராஸ் டி மெஸ்குயிடா மற்றும் டியாகோ டி லிஸ்பவ போன்ற போர்ச்சுக்கீசிய வர்த்தகர்கள் சிலர் கன்னியாகுமரியிலே தங்கியிருந்து அங்கு கொண்டுவரப்படும் குதிரைகளை தங்கள் கப்பல் களில் ஏற்றி கிழக்குக் கடற்கரையின் காயல் மற்றும் புன்னைக்காயல் துறைமுகங்களுக்கு கொண்டுவந்தனர். மேலும் கொச்சியில் திருமணமாகி குடியேறியப் போர்ச்சுக்கீசியர்கள் குதிரைகளை சோழமண்டலக் கடற்கரைக்கு கொண்டு வந்து சேர்த்தனர். அதற்கு காரணம் குதிரை வர்த்தகத்திலிருந்து அவர்கள் அடைந்த அதீத லாபம்தான்.[4]

குதிரைகளுக்கான தட்டுப்பாடு மிகப்பெரிய அளவுக்கு இருந்ததால் போர்ச்சுக்கீசிய ஆளுநர் கூட அரேபியாவில் இருந்து நேரடியாக குதிரைகளை வாங்குமாறு போர்ச்சுக்கீசியர்களை உற்சாகப்படுத்தினார். அதிவேகமாக நகரும் குதிரைகளை தனது இராணுவத்திற்கு, விஜயநகர பேரரசர் வாங்க விரும்பியதால், அதன் தலைநகரம் குதிரைகளை விற்பதற்கான முக்கிய மையமாக இருந்தபோதும், தென்னிந்தியாவின் பல்வேறு துறைமுகங்களுக்கு அருகிலிருந்த பல்வேறு நாயக்கர்களிடம் தான் இறக்குமதி செய்யப்பட்ட இந்த குதிரைகளில் பெரும்பாலானவை விற்பனை செய்யப்பட்டது. போர்த்தளவாடங்களைக் கொண்டு செல்வதற்கு அக்காலகட்டத்தில் குதிரைகளையே பெருமளவுக்கு சார்ந்திருந்தனர். போர்த்துக்கீசியர்களால் கொச்சி துறைமுகத்திற்கு வாங்கி வரப்படும் குதிரைகளை உள்ளூர் வியாபாரிகள் விலைக்கு வாங்கி, மிக அண்மையில் இருந்ததன் காரணமாக தமிழ்நாட்டுக்கு கொண்டு வந்து சேர்த்தனர். கன்னியாகுமரியில் மறுவிற்பனை செய்யப் படுவதற்காக 40 குதிரைகள் கொச்சி துறைமுகத்தில் வாங்கப்பட்டதாக ஒரு ஆவணத்தில் பதிவு செய்யப்பட்டுள்ளது.[5] மலபார் கடற்கரையை பூர்வீகமாகக் கொண்ட அந்தோணியோ பெர்னாண்டஸ் என்பவர் கன்னியாகுமரியில் குதிரை வர்த்தக நிறுவனம் ஒன்றை வைத்திருந்ததாகத் தெரிகிறது.[6]

குதிரை வர்த்தகம் எவ்வளவு லாபகரமானதாக இருந்தது என்பதை, 1547இல் நிதிக்கணக்காளராக மாறும் முன்பு, ரூய் கொன்சால்வேஸ் டி காமிங்க என்பவர் குதிரை வர்த்தக தரகராக இருந்தார் என்பதில் இருந்து

அறியமுடியும்.[7] எனினும் இந்தியாவின் மேற்குக்கடற்கரையில் உள்ள துறைமுகங்களுக்கு, மேற்குஆசியாவில் இருந்து வாங்கி வரப்படும் குதிரைகள், வரி செலுத்திய பின்பு மட்டுமே மறுவிற்பனைக்குக் கொண்டு செல்ல அனுமதிக்கப்பட்டது.[8] கன்னியாகுமரியில் இருந்த ஒருசில போர்ச்சுக்கீசிய வியாபாரிகள் அரேபியாவிலிருந்து, கண்ணனூர் மற்றும் சவல் துறைமுகத்திற்கு, குதிரைகள் வந்து கொண்டிருக்கின்றனவா என்பதை அறிவதற்காக எப்போதும் காத்துக்கொண்டிருந்தனர். அதன் மூலம் அவற்றை வாங்கி தமிழகப் பகுதிகளில் மறுவிற்பனை செய்து வந்தனர்.[9]

*11 அக்டோபர் 1512*க்கு முன்பே கன்னியாகுமரி பகுதியில் இருந்த நாயக்கருக்கு போர்த்துக்கீசியர்கள் குதிரைகள் விற்பனை செய்ததாக ஆவணங்களில் பதிவு செய்யப்பட்டுள்ளது.[10] அவர்கள் முத்துக்குளிக்கும் கடற்கரையில் நிலையாக கால்பதிக்க விரும்பியபோது, கீழக்கரையில் இருந்து செயல்பட்டதால், தனது இராணுவத்திற்கு தேவையான குதிரைகளை வாங்குவதற்கான பயங்கரமான தேவையில் இருந்த பரமக்குடி நாயக்கரிடம் குதிரைகளை விற்பனை செய்வதற்கான வாய்ப்பு போர்த்துக்கீசியர்களுக்குக் கிடைத்தது.[11] முத்துக்குளிக்கும் கடற்கரையிலிருந்த போர்ச்சுக்கீசியர்கள், அப்போதைய கோவாவின் ஆளுநரிடம் சவல் மற்றும் கண்ணனூர் துறைமுகங்களுக்கு ஓர்முசிலிருந்து கொண்டுவரப்படும் குதிரைகளை அனுப்பிவைக்க ஏற்பாடு செய்யுமாறு கேட்டுக் கொண்டனர். அவர்களது கோரிக்கையை ஏற்றுக்கொண்ட ஆளுநர் முத்துக்குளிக்கும் கடற்கரையின் தலைவனால், தேவை என்று குறிப்பிடப்பட்ட அளவிலான எண்ணிக்கையில் குதிரைகளை அனுப்பு வதற்கு தனிக்கவனம் எடுத்துக் கொண்டார். அதன் பிறகு அவை தும்பிச்சி நாயக்கரிடம் விற்பனை செய்யப்பட்டது. பிற்காலத்திய ஆதாரங்கள், போர்த்துக்கீசிய தனியார் வியாபாரிகள் கூட இந்த லாபகரமான வர்த்தகத்தில் பங்கேற்று வந்ததையும், பரமக்குடி நாயக்கரிடம் அவர்கள் விற்பனை செய்ததைப்பற்றியும் தெளிவுபடுத்துகிறது.[12] ஜோவா டா குருஸ் எனும் குதிரை வர்த்தகர், போர்த்துக்கீசிய மன்னர் மூன்றாம் தோம் ஜோவாவிற்கு எழுதிய கடிதத்தில் தும்பிச்சி நாயக்கரின் ஆட்சிப் பிரதேசங்களில் குதிரைகளை விற்பதற்கான சிறப்பு முன்னுரிமை வழங்குமாறு கோரியுள்ளார்.[13] ஒரு சில திறமையான போர்ச்சுக்கீசிய வியாபாரிகள் உள்ளூர் ஆட்சியாளர்களின் ஆதரவை பெறுவதில் கூட வெற்றியடைந்தனர். அதன்மூலம் கீழக்கரைப் பகுதியில் அவர்கள் குதிரை வர்த்தகம் மேற்கொள்ள அனுமதி வழங்கப்பட்டது.

போர்ச்சுக்கல் மன்னர் 1542ஆம் ஆண்டு முத்துக்குளிக்கும் கடற்கரையின் தலைவனாக காஸ்மெ டி பைவா என்பவரை நியமித்தார். அவர் தூத்துக்குடியில் தற்காலிகமாக தங்கியதோடு கடற்கொள்ளையர்களின் தாக்குதலிலிருந்தும் பரதவர்களை பாதுகாத்து வந்தார்.[14] மேலும் அவர் திருநெல்வேலியின் பாண்டிய ஆட்சியாளரான மாறவர்மன் சுந்தர பாண்டியனுடன் (1531-35) குதிரை வர்த்தகத்தை வளர்த்துக் கொள்வதிலும் ஆர்வம் செலுத்தினார். 1544ஆம் ஆண்டு தமது சொந்த லாபத்திற்காக குதிரை விற்பனை மேற்கொண்டதோடு பரதவர்களின் மீதும் சிறிது அக்கறை செலுத்தினார்.[15] சவலில் பல்வேறு தரகர்களும் குதிரை வர்த்தக முகவர்களும் இருந்தனர். அவர்கள் தமிழகக் கடற்கரைக்கு குதிரைகளை அனுப்பிக் கொண்டிருந்தனர்.[16] எனினும், பதினாறாம் நூற்றாண்டின் இரண்டாம் பாதியில் பாண்டிய ஆட்சியாளருடன் நடைபெற்ற குதிரை வர்த்தகம் சரிவடைந்தது.

மதுரை நாயக்கருக்காக கொண்டுவரப்பட்ட யானைகள் மற்றும் வெடியுப்பு வர்த்தகம்

இந்தியாவுடனான போர்த்துக்கீசிய வர்த்தகத்தில் மற்றொரு மிக முக்கியமான பொருளாக வெடியுப்பு (பொட்டாசியம் நைட்ரேட்) இருந்தது. கோவா, பார்சிலோர், சவல், சூரத், மற்றும் கொச்சி ஆகிய இடங்களைச் சுற்றியிருந்த பகுதிகளில் இது சேகரிக்கப்பட்டது. இந்த இடங்களில் இருந்து வெடியுப்பு விலைக்கு வாங்கப்பட்டு போர்ச்சுகல், மற்றும் ஸ்பெயினில் இருந்த செவில்ஹா வியாபாரிகளிடம் விற்பனைக்காக ஏற்றுமதி செய்யப்பட்டது. 1524ஆம் ஆண்டின் துவக்கத்தில், மேற்குக் கடற்கரையில் இருந்த முஸ்லிம்கள் மற்றும் இந்துக்கள் செய்துவந்த, வெடியுப்பு வர்த்தகத்தை போர்ச்சுக்கீசியர்கள் தடைசெய்தனர்.[17]

கோவாவில் இருந்த வெடிமருந்து தொழிற்சாலைக்குத் தேவையான அளவு வெடியுப்புகளை, மேற்குக் கடற்கரையிலிருந்து சேகரிக்கும் முயற்சிகள் வெற்றி பெறவில்லை.[18] அதனால் இந்தியாவின் கிழக்குக் கடற்கரையில் இருந்து தொடர்ந்து முறையாக வெடியுப்பு வழங்கப் படுவதற்கு போர்ச்சுக்கீசியர்கள் ஏற்பாடு செய்தனர். போர்த்துக்கீசிய மன்னர் 1588இல் இருந்து கோவாவின் ஆளுநர் மானுவல் டிசௌசா குட்டிங்ஹோவிற்கு (1588-91), போர்ச்சுக்கலுக்கு வெடியுப்பு ஏற்றுமதி செய்யுமாறு, மீண்டும் மீண்டும் உத்தரவுகளை அனுப்பிக்கொண்டிருந்தார்.[19] மேலும் மதுரை நாயக்கர் (1609-27) முத்துவீரப்பாவுடன் சுமூகமான உறவை மேற்கொள்ளுமாறு ஆளுநருக்கு அறிவுறுத்தி வந்தார்.[20] 29 நவம்பர் 1606 அன்று வழங்கப்பட்ட அரசு உத்தரவின்படி, இந்தியாவில் இருந்து போர்ச்சுக்கலுக்கு 10 முதல் 11 பீப்பாய்

அளவுள்ள வெடியுப்பு ஏற்றுமதி செய்யப்பட வேண்டும் என இலக்கு நிர்ணயிக்கப்பட்டது.[21] 1630ஆம் ஆண்டு போர்ச்சுக்கல்லில் இருந்து பார்சிலோருக்கு (மேற்குக்கடற்கரையில் உள்ள இன்றைய குந்தபுர்) குடியேறிய தோமிங்கோஸ் கார்னெய்ரோ மற்றும் கொச்சியிலிருந்த பெர்னோ கார்வல்ஹோ ஆகியோர் இந்தப் பகுதியிலிருந்து போர்ச்சுக்கீசியக் கிழக்கிந்தியக் கம்பெனிக்கு வெடியுப்புகளை வாங்கும் தரகர்களாக நியமிக்கப்பட்டனர்.[22] பிற்காலத்தில் இந்த தரகர்களின் சேவை விலக்கிக்கொள்ளப்பட்டு, போர்ச்சுகீசிய-இந்திய அரசே நேரடியாக உற்பத்தி மையங்களில் இருந்து வெடியுப்புகளை வாங்க ஆரம்பித்தது. இந்த நடவடிக்கை மேலும் சிக்கனமான முறையிலும் அமைப்பாக்கப்பட்ட ரீதியிலும் வெடிமருந்துகளை பெரிய அளவுக்கு சேகரிக்கும் கண்ணோட்டத்தோடு நடைமுறைப்படுத்தப்பட்டது.

முத்து வளங்கள் வறண்டு போனதைத் தொடர்ந்து முத்துக்குளிக்கும் கடற்கரையில் தங்கள் வர்த்தக நடவடிக்கைகளை விரிவாக்க விரும்பிய போர்த்துக்கீசிய அதிகாரிகள் மதுரை நாயக்கரின் ஆட்சிப்பகுதிகளில் வெடியுப்பு கிடைத்ததை அறிந்த பிறகு வெறுமனே இருக்கவில்லை. 1605 மற்றும் 1621க்கு இடைப்பட்ட காலத்தில் முத்து எடுக்கும் நடவடிக்கைகள் மேற்கொள்ளப்படவில்லை. தூத்துக்குடியில் திருமணமாகி குடியேறிய போர்ச்சுக்கீசியர்களிடம் வெடியுப்பின் வர்த்தகத்தில் அவர்களின் கவனத்தை திருப்புமாறு போர்ச்சுக்கீசியர்கள் உற்சாகப்படுத்தினர். கோவாவில் இருந்த அரசு செயலக மன்றத்தில் தூத்துக்குடி துறைமுகத்தின் உள்நாட்டுப் பகுதிகள் வெடியுப்பு சேகரிப்பதற்கான மிக லாபகரமானப் பகுதிகளாக அங்கீகரிக்கப்பட்டது.[23] மேலும் அது ஏற்றுமதி வர்த்தகத்திற்கு உகந்த இடமாக கருதப்பட்டதன் விளைவாகத் தலைவன் மற்றும் நீதிபதி பதவிகள் புதியதாக அங்கு உருவாக்கப்பட்டது.[24] அதன்படி கொச்சியில் வாழ்ந்த பெத்ரோ டி பிரிட்டோ என்பவர் தூத்துக்குடியின் தலைவனாக, குறிப்பாக இந்தப்பகுதியில் நடைபெற்ற வெடியுப்பு சேகரிக்கும் பணிகளை மேற்பார்வையிடுவதற்காக, இந்தியாவின் போர்ச்சுகீசிய ஆளுநர் கவுண் டி லின்ஹார்ஸ் என்பவரால் நியமிக்கப்பட்டார்.[25] அதன் பிறகு தூத்துக்குடியின் தலைவன் ஒட்டுமொத்த முத்துக்குளிக்கும் கடற்கரைக்கான வெடியுப்பு ஒப்பந்ததாரர் எனும் பட்டத்தைப் பெற்றார்.[26]

மதுரையின் சுற்றுப்புறங்களிலும் வெடியுப்பு தோண்டி எடுக்கப் பட்டது. நைட்ரஜன் நிறைந்தபொருட்கள் சிதைந்து, சுண்ணாம்பு நிலத்துடன் இணையும்போது, இயற்கையான வெடியுப்பு தோற்றம் பெற்றதாக பதிவு செய்யப்பட்டுள்ளது. இந்த உப்பு மேலோடுகள் சுரங்கங்களிலிருந்து தோண்டி எடுக்கப்பட்டு பின்னர், அதை நீருடன்

ஒன்று கலந்து, நன்றாக கலக்கிய பின்னர், சில நாட்களுக்கு அப்படியே வைக்கப்படும். கச்சா வெடியுப்பு கசடுகள் அப்படியே கீழ்ப்பகுதியில் தங்கிவிடும். மீதமுள்ள தண்ணீர் வெளியேற்றப்பட்டு ஆழமற்ற குழிகளில் விடப்படும். 17ஆம் நூற்றாண்டின் ஆரம்ப காலம்வரை வெடியுப்பு பிரித்தெடுக்க இந்த வழிமுறையே பயன்படுத்தப்பட்டதாக சமகாலத்தைச் சேர்ந்த அய்ரோப்பியப் பயணிகள் விவரித்துள்ளனர்.[27] குழிகளில் இருந்து பிரித்தெடுக்கப்படும் வெடியுப்பு கொதிக்க வைக்கப்பட்டு, தரம்தாழ்ந்த வெடியுப்பு பெறப்பட்டது. இரண்டாவது முறை கொதிக்க வைக்கப்பட்டு, ஓரளவு நல்லதரமுடைய வெடியுப்பு உற்பத்தி செய்யப்பட்டது. மிகச்சிறந்த தரம்வாய்ந்த வெடியுப்பினைப் பெறுவதற்கு மூன்று அல்லது நான்கு முறை கொதிக்க வைக்க வேண்டியிருந்தது. இந்தியாவின் மற்ற எந்தப் பகுதியில் கிடைத்த வெடியுப்பினைக் காட்டிலும் மதுரைப்பகுதியில் பிரித்தெடுக்கப்படும் வெடியுப்பு தரமான ஒன்றாக இருந்தது என போர்ச்சுக்கீசிய ஆவணங்கள் குறிப்பிடுகின்றன. ஏனெனில் அதை சுத்திகரிக்க இரண்டு முறை மட்டுமே கொதிக்க வைத்தால் போதும்.[28] அதனால்தான் மதுரையிலிருந்து வெடியுப்பினைப் பெறுவதற்கு போர்த்துக்கீசியர்கள் பெரிதும் ஆர்வம் செலுத்தினர்.

கிடைத்துள்ள ஆதாரங்களின்படி, தென்னிந்தியாவின் நாயக்க ஆட்சியாளர்கள் குறிப்பாக மேற்குக் கடற்கரையின் விட்டுல நாயக்[29] மற்றும் வேறு சிலர்,[30] மதுரையில் திருமலை நாயக்கர் (1627-59) ஆகியோர் தங்களுக்கு தேவையான அளவு வெடியுப்பு கிடைத்த பிறகே, அய்ரோப்பியர்கள் வெடியுப்பினை சேகரிக்க அனுமதித்தனர். இந்தப்பகுதியில் வெடியுப்பினை சேகரிக்க போர்ச்சுக்கீசியர்கள் எதிர் கொண்ட சிரமங்களுக்கு இதுதான் முதன்மையான காரணம். மதுரை நாயக்கர் வெடிமருந்து உற்பத்தியில் ஈடுபட்டாரா என்பதை தெளிவுபடுத்த போதுமான ஆதாரங்கள் இல்லை. போர்ச்சுக்கீசிய ஆவணங்களின்படி, வெள்ளை வெடியுப்பு மற்றும் கருப்பு வெடியுப்பு என, இருவகையான வெடியுப்புகள் இங்கு கிடைத்தது.[31] இந்தியா மற்றும் போர்ச்சுகல்லில் வளர்ந்து வந்த வெடிமருந்து மற்றும் வெடிபொருள்களுக்கான தேவை, வெடியுப்பிற்கான தட்டுப்பாட்டை அதிகரித்தது. ஐரோப்பாவில் நடைபெற்ற 30 ஆண்டுகால போர் இந்தியாவிலிருந்து போர்ச்சுக்கல்லுக்கு நடைபெற்ற வெடியுப்பு ஏற்றுமதியை துரிதப்படுத்தியது.[32]

இக்காலகட்டத்தில், சந்தையில் வெடியுப்பின் விலை, மௌண்டுக்கு ஒன்றரை ரூபாயிலிருந்து ஆறு ரூபாய் வரை, ஏற்ற இறக்கங்களைக் கண்டது. எனினும் இது லிஸ்பன் சந்தையில் 200 சதவீதத்திற்கும் அதிகமான லாபத்திற்கு விற்கப்பட்டது.[33] அய்ரோப்பியச் சந்தைகளில்

இந்த அளவு அதிகமான லாபம் கிடைத்ததன் காரணமாக போர்ச்சுக்கீசியர்கள், டச்சுக்காரர்கள் மற்றும் டேனிஷ்காரருக்கு இடையே கடுமையான போட்டி நடைபெற்றது. தென்கிழக்குக் கடற்கரையில் இருந்த மதுரை நாயக்கரின் பகுதிகளிலிருந்து வெடியுப்பு சேகரிப்பதற்கு இவர்கள் ஒருவருக்கொருவர் போட்டி போட்டுக் கொண்டிருந்தனர்.

1629ஆம் ஆண்டு மறவ ஆட்சியாளர் குட்டன் சேதுபதி மதுரை நாயக்கரின் அரசியல் அதிகாரத்திற்கு எதிராகக் கலகம் செய்தார்.[34] அதனால் மதுரை திருமலை நாயக்கர் தனது அரசின் தலைநகரத்தை திருச்சியிலிருந்து மதுரைக்கு மாற்றவேண்டிய கட்டாயத்திற்கு ஆளானதால் கலகக்கார ஆட்சியாளருக்கு எதிராக படையெடுத்துச் சென்று, போர்ச்சுக்கீசியர்களின் உதவியுடன் அந்தப் பகுதியை எடுத்துக் கொண்டார். கோவாவின் ஆளுநர் போர்ச்சுக்கீசிய மன்னருக்கு 8 நவம்பர் 1630 அன்று எழுதிய கடிதத்தில், மதுரை நாயக்கரின் உதவிக்குப் போர்ச்சுக்கீசியப் படைகள் அனுப்பி வைக்கப்பட்டது பற்றிக் குறிப்பிட்டுள்ளார்.[35] இந்த சரியான நேரத்தில் உதவி செய்ததன் மூலம், போர்ச்சுக்கீசியர்கள், நாயக்கரின் ஆதரவைப் பெற முடிந்தது. நாயக்கர் டச்சுக்காரர்களுடனான உறவை கைவிடுவதற்கு சம்மதித்தார். வர்த்தகத் தேவைகளுக்காக அவரது பகுதிக்குள் நுழைய டச்சுக்காரர்களுக்கு அனுமதி மறுக்கப்பட்டது. மேலும் அவரது ஆட்சிக்குட்பட்ட எந்தத் துறைமுகத்திலும் அவர்களுடைய கப்பல்கள் அனுமதிக்கப்படவில்லை.

எனினும் பழவேற்காட்டில் இருந்த டச்சுக்காரர்கள் மதுரை திருமலை நாயக்கர் உடனான தமது உறவுகளை புதுப்பித்துக்கொண்டு வளர்த்தெடுக்க மீண்டும் முயற்சி செய்தனர். அதன் மூலம் அவரது ஆட்சிப் பகுதிகளில் வெடியுப்புகளை மீண்டும் விலைக்கு வாங்கத் தொடங்கினர். மேலும் அதே ஆண்டில் தூத்துக்குடியில் உள்ள போர்ச்சுக்கீசிய குடியிருப்பை தாக்குவதற்கும் அவர்கள் திட்டமிட்டனர். அதற்கு பதிலளிக்கும் விதமாக போர்ச்சுக்கீசிய-இந்திய அரசு தூத்துக்குடியின் குடியிருப்புவாசிகளிடம் டச்சுக்காரர்களை விரட்டியடிக்கும்படி கேட்டுக் கொண்டது.[36]

மறுபுறம், டேனிஷ்காரர்கள் 1631ஆம் ஆண்டு மதுரை திருமலை நாயக்கருக்கு 40 ஆயிரம் குருசோடாக்கள் பணமும், ஆண்டுக்கு 3,000 குருசோடாக்கள் வரியாகவும் செலுத்தி, தங்கள் சேமிப்புக்கிடங்கு நிறுவி, தூத்துக்குடிப் பகுதியில் வெடியுப்பு சேகரிக்க அனுமதி கோரினர்.[37] இந்த அனைத்து வளர்ச்சிப்போக்குகளும் 18 ஆகஸ்ட் 1631 அன்று

கோவாவில் இருந்த போர்ச்சுக்கீசிய-இந்திய அரசு செயலகத்தில் மிக நீண்டநேரம் விவாதிக்கப்பட்டது.[38] மதுரை நாயக்கரிடம் வெடியுப்பு இருப்பதை உணர்ந்த இந்தியாவின் போர்ச்சுக்கீசிய ஆளுநர் கவுண் டி லின்ஹார்ஸ், 1631ஆம் ஆண்டு ஒரு முகவரை மதுரைக்கு அனுப்பி அங்கு தங்கச் செய்ததன் மூலம் நிலையான அளவுக்கு வெடியுப்பு தொடர்ந்து வழங்கப்படுவதை உறுதி செய்தார்.[39] இந்தச் சூழ்நிலையில் மதுரை நாயக்கருடன் நெருக்கமாக இருந்த சில அரசவை அதிகாரி களுக்கும் போர்ச்சுக்கீசியருக்கும் இடையே முரண்பாடு ஏற்பட்டது. மேலும் யேசுசபையினர் பரதவர்களிடையே ஆன்மீக நடவடிக்கைகளை மேற்கொண்டதும், தற்காலிக அதிகாரங்களை செயல்படுத்தி வந்ததும் கூட பிரச்சனைகளை தோற்றுவித்தது. ஆனால் தூத்துக்குடியில் போர்ச்சுக்கீசிய தலைவன் நியமிக்கப்பட்ட பிறகு மதுரைப் பகுதியில் யேசுசபையினர் நடவடிக்கை நிறுத்தப்பட்டது.[40]

வெடியுப்பு விலைக்கு வாங்குவதற்காக மதுரையில் தங்கியிருந்த போர்ச்சுக்கீசிய முகவர் யேசுசபை மதபோதகர்களின் நடவடிக்கையால் திடீரென கைது செய்யப்பட்டார்.[41] மதபோதகர்களால் முகவர்க்கு எதிராக சுமத்தப்பட்ட குற்றங்கள் போலியானவை என்பதை கண்டறிந்ததோடு அவர் துரோகி அல்ல என்பதும் தெரியவந்தது.[42] இந்த திருப்புமுனைகள் போர்ச்சுக்கீசிய அதிகாரிகளின் கரங்களை வலுப்படுத்தியதால், அவர்கள் மதுரை நாயக்கருடனான உறவை வலுவாக நிறுவிக்கொண்டனர்.

மதுரை நாயக்கரிடம் வெடியுப்பு வாங்குவதற்கு ஒரு ஒப்பந்தத்தை ஏற்படுத்திக் கொள்ளும் நோக்கத்தோடு போர்த்துக்கீசியர்கள் 3 பிப்ரவரி 1633 அன்று ஒரு கடிதத்தை அனுப்பி வைத்தனர்.[43] அதன்பிறகு ஏற்பட்ட உடன்படிக்கையின்படி ஒரு பகர் (உள்ளூர் எடை அளவு) எடையுள்ள வெடியுப்பினை 27 அரை செராபின்களுக்கு போர்த்துக்கீசியர்களுக்கு விற்க நாயக்கர் ஒப்புக்கொண்டார். அதற்கு பதிலாக அவர்கள் 662 செராபீன்களுக்கு ஒரு யானையை தூத்துக்குடி துறைமுகத்திற்கு கொண்டு வந்து சேர்க்க வேண்டும். மேலும் இந்த உடன்படிக்கையின்படி நாயக்கர் வெடியுப்பினை போர்த்துக்கீசியர்களுக்கு மட்டுமே விற்க வேண்டும். அதேபோன்று போர்ச்சுக்கீசியர்களும் மதுரை நாயக்கரிடம் மட்டுமே யானைகளை விற்க வேண்டும்.[44] ஸ்ரீலங்காவில் இருந்து யானைகளை அனுப்புவதற்கு பொறுப்பான போர்ச்சுக்கீசிய தலைவன், டியாகோ டி மெல்லோ டி காஸ்ட்ரோ இந்த உடன்படிக்கையை எதிர்த்தார். வெடியுப்பின் விலை மிக அதிகமாகவும், யானைகளின் விலை மிக குறைவாகவும் உள்ளதால், போர்த்துக்கீசிய மன்னருக்கு

இந்த உடன்படிக்கையால் பொருளாதார இழப்பு ஏற்படும் என்ற காரணத்திற்காக அவர் எதிர்ப்பு தெரிவித்தார். வங்காள வியாபாரிகளிடம் வெடியுப்பினைப் பெறுவதற்கு இதைவிடச் சிறந்த ஒப்பந்தங்களை ஏற்படுத்த முடியும் என அவர் கருதினார்.[45] எனினும் இறுதியில் வெடியுப்பிற்குப் பதிலாக யானைகளை மதுரைக்கு அனுப்புவதற்கு ஒரு சமாதான முடிவு ஏற்படுத்தப்பட்டது.[46]

அடுத்த ஆண்டு (1634) கோவாவின் ஆளுநர் மிகுவல் டி நோரன்ஹ, மதுரை நாயக்கருடன் மற்றொரு உடன்படிக்கையை ஏற்படுத்திக் கொண்டார். அதன் மூலம் போர்ச்சுக்கீசிய ஆட்சியாளர் மீண்டும் ஒருமுறை ஸ்ரீலங்கா யானைகளுக்குப் பதிலாக வெடியுப்பினைப் பரிமாறிக்கொள்ள ஒப்புக்கொண்டார்.[47] இந்த உடன்படிக்கையும் போர்த்துக்கீசியர்களுக்கு எதிரான, பாதகமான அம்சங்களைக் கொண்டிருந்தது. இம்முறை 1634ஆம் ஆண்டு ஸ்ரீலங்காவின் போர்ச்சுக்கீசிய தலைவன், போர்ச்சுக்கல் மன்னருக்கு கடிதம் மூலம் புகார் தெரிவித்தார். அதில் நாயக்கர் டச்சுக்காரர்களுக்கும் வெடியுப்பு விற்பனை செய்து வருவதாகவும், அதனால் போர்த்துக்கீசியர்களுக்கு எந்த சிறப்புரிமையும் இருக்கவில்லை என்பதையும் சுட்டிக்காட்டினார்.[48] அதன்பிறகு மதுரைக்கு யானைகள் ஏற்றுமதி செய்யப்படுவதை இந்தப் போர்ச்சுக்கீசிய தலைவன் தடுத்து நிறுத்தினார். அதற்கு, தூத்துக்குடி, மதுரை மற்றும் ஸ்ரீலங்காவில் நிலவும் வறட்சி மற்றும் பஞ்சம் காரணமாகக் குறிப்பிட்டார். ஸ்ரீலங்காவில் இருந்து மதுரைக்கு யானைகளைக் கொண்டு வருவது ஆபத்தானதாகவும், கடினமானதாகவும் இருக்கும் என்ற ஒரு காரணத்தையும் குறிப்பிட்டார்.[49]

அதற்கடுத்து ஏற்படுத்தப்பட்ட உடன்படிக்கையின்படி, 1634ஆம் ஆண்டு நவம்பர், டிசம்பர் மாதத்தில் தூத்துக்குடிக்கு யானைகள் அடங்கிய சரக்குக் கப்பல்களை போர்ச்சுக்கீசியர்கள் அனுப்பி வைக்க வேண்டும். ஆனால் 1635 ஜனவரி இறுதி வரையிலும் கூட யானைகள் அனுப்பி வைக்கப்படவில்லை. எனவே மதுரை நாயக்கரிடம் இருந்து வெடியுப்பு எதுவும் வாங்க முடியவில்லை.[50] ஒரு யானையின் விலை 620 செராபின்கள் என்ற வர்த்தக உடன்படிக்கைக்கு பதிலாக, ஸ்ரீலங்காவின் ஒரு யானைக்கு ஆயிரம் குவின்டால் வெடியுப்பு வழங்கப்படும் என்று ஒப்பந்தம் போடப்பட்டிருந்தது.[51] எனினும் போர்ச்சுக்கீசியர்கள் யானைகளை அனுப்பாததால் ஒப்பந்தம் நடைமுறைக்கு வராமல் போனது.

எனினும், இதற்கு முந்தைய ஒப்பந்தத்தில் ஈடுபட்ட தூத்துக்குடியின் போர்த்துக்கீசிய தலைவன் அந்தோணியோ டி மெல்லோ, மதுரை நாயக்கருடனான வெடியுப்பு ஒப்பந்தத்தை மீண்டும் புதுப்பித்துக்

கொள்ள பெரும் ஆர்வம் செலுத்தினார்.⁵² 8 பிப்ரவரி 1635 அன்று, அவர் வெற்றிகரமாக மற்றொரு ஒப்பந்தத்தை ஏற்படுத்திக்கொண்டார். அதன்படி ஒரு பகர் எடையுள்ள வெடியுப்பு 25 செராபின்களுக்கு வழங்குவதாக நாயக்கர் உறுதியளித்தார். அதற்கு பதிலாக குறைந்த பட்சம் 3 அடி உயரமுள்ள யானையை, ஒரு அடி உயரத்திற்கு 120 பகோடாக்கள் எனும் விலை கொடுத்து வாங்க முன்வந்தார். மேலும் யானைகள் தூத்துக்குடி துறைமுகத்துக்குக் கொண்டு வரப்பட்டால் போதும் எனவும், அங்கிருந்து மதுரைக்குக் கொண்டு செல்வதற்கான ஏற்பாடுகளை தாமே செய்து கொள்வதாகவும் கூறினார்.⁵³ லிஸ்பனில் உள்ள கடல்கடந்த வரலாற்று ஆவணக்காப்பகத்தில் இன்றும் பாதுகாக்கப்பட்டு வரும் கையெழுத்துப் பிரதிகளில் போர்த்துக்கீசியர்கள் மீண்டும் யானைகளை அனுப்புவதில் தோல்வி அடைந்ததை காணமுடியும். ஸ்ரீலங்கா யானைகளுக்குப் பதிலாக பட்டுத்துணி வகைகள், தங்க அடிகள் கொண்ட ஆக்ரா வெல்வெட்டு, சியாமில் இருந்து பெறப்படும் கந்தகம், சீனாவில் இருந்து பெறப்படும் தங்க பஸ்பம், வெள்ளீயம் போன்ற உலோகங்கள், பல்வேறு வகைப்பட்ட ஆபரணங்கள், கிராம்பு மற்றும் தந்தம் போன்ற பல்வேறு சரக்குகளைக் கொண்டு வருமாறு போர்த்துக்கீசியர்களுக்கு நாயக்கர் அறிவுறுத்தினார். வெடியுப்பிற்குப் பதிலாக போர்ச்சுக்கீசியர்களிடமிருந்து மதுரை திருமலை நாயக்கர் பெற்ற சரக்குகளைப் பற்றியும் அதன் விலை விவரங்களைப் பற்றியும் பட்டியல் கொடுக்கப்பட்டுள்ளது.

அதே ஆண்டு (1635) போர்த்துக்கீசியர் மதுரை நாயக்கரிடமிருந்து 8169.5 குவிண்டால் வெடியுப்பினை வாங்கி தூத்துக்குடியிலிருந்து கோவாவிற்கு ஏற்றுமதி செய்து, பின்னர் அங்கிருந்து லிஸ்பனுக்கு அனுப்பி வைத்துள்ளனர்.⁵⁴ அடுத்த ஆண்டு (1636) நாயக்கருடன் ஏற்படுத்தப்பட்ட ஒப்பந்தத்தின்படி தூத்துக்குடி துறைமுகத்திலிருந்து 2,09,800 குவிண்டால் வெடியுப்பு ஏற்றுமதி செய்யப்பட்டது.⁵⁵ 1638ம் ஆண்டு மதுரையில் ஒரு குவிண்டால் வெடியுப்பின் விலை 7 முதல் 10½ செராபீன்கள் வரை ஏற்ற இறக்கங்களை சந்தித்தது.⁵⁶ அப்போதும் போர்ச்சுக்கீசியர்கள் தொடர்ந்து வாங்கிவந்தனர்.⁵⁷ மதுரை நாயக்கர் மற்றும் போர்த்துக்கீசியர்களுக்கு இடையிலான ஒப்பந்தம் ஒவ்வொரு ஆண்டும் தொடர்ந்து புதுப்பிக்கப்பட்டது. எனவே வெடியுப்பிற்கு அதிக விலை கொடுத்து வாங்குவதைத் தவிர போர்த்துக்கீசியர்களுக்கு வேறு வழி இருக்கவில்லை.

யேசுசபை பாதிரியார் கஸ்ப்பர்-டி-ஆகுலியர் (1588-1648) கூட 22 மார்ச் 1638 அன்று ஒரு பேச்சுவார்த்தை நடத்தியுள்ளார்.⁵⁸ வெடியுப்பு

வாங்குவது சம்பந்தமாக மதுரை நாயக்கருடன் நடந்த இப்பேச்சு வார்த்தைகளை தொடர்ந்து கோவாவின் ஆளுநர் (1635-39) பெத்ரோ டா சில்வா தூத்துக்குடியின் தலைவனுக்கு, 11 அக்டோபர் 1638 அன்று ஏற்றுமதி வர்த்தகத்தை ஊக்குவிப்பதற்காக, ஒரு உத்தரவை வழங்கினார். அதில் தூத்துக்குடியில் இருந்து அனைத்து இடங்களுக்கும் கடற்பயணம் மேற்கொள்ளும் கப்பல்களுக்கு விதிக்கப்படும் வெளியேறுவதற்கான கட்டணத்தை குறைக்கக் கோரி மதுரை நாயக்கருடன் பேச்சுவார்த்தை நடத்தி உடன்படிக்கை ஏற்படுத்திக் கொள்ளுமாறு வலியுறுத்தியிருந்தார்.[59] 1639ஆம் ஆண்டு ஸ்ரீலங்காவில் இருந்து கொண்டுவரப்படும் தந்தங்களை உடைய யானைகளுக்குப் பதிலாக, ஒப்பந்தத்தில் குறிப்பிடப்பட்ட குறைந்தபட்ச உயரம் கொண்ட யானைகளை வழங்குவதற்கு அவர்கள் ஒப்புக்கொண்டனர். ஆகையால் ஸ்ரீலங்காவின் போர்ச்சுக்கீசிய தலைவன் தியாகோ டி பிரிட்டோ தந்தம்கொண்ட யானைகளை வேட்டையாடுவதற்கு சாத்தியமான அனைத்து ஏற்பாடுகளையும் மேற்கொள்ளுமாறு உத்தரவிட்டார்.[60]

13 ஆகஸ்ட் 1639 அன்று மதுரை திருமலை நாயக்கர் தனது பிரதிநிதி ராமப்பாவை கோவாவின் போர்த்துக்கீசிய ஆளுநரிடம் அனுப்பி தொடர்ந்து முறையாக வெடியுப்பு வழங்குவதற்கு தான் உறுதியளிப்பதாகவும், அதற்கு பதிலாக அவருக்கு எதிராக மீண்டும் ஒரு கலகத்தில் இறங்கியிருக்கும் ஆட்சியாளருக்கு எதிராக தான் நடத்தப்போகும் யுத்தத்திற்கு ராணுவ உதவி வழங்க வேண்டும் என்று கோரிக்கை விடுத்தார்.[61] எனினும் இம்முறை மறவர்களின் வீழ்ச்சிக்குப் பிறகு, மதுரை நாயக்கர் ஸ்ரீலங்காவின் மீது படைஎடுக்க முயற்சித்து வெற்றி பெறக்கூடும், என அஞ்சியதால், ஆளுநர் உதவி செய்ய மறுத்து விட்டார். மாறும் வர்த்தக நிலைமைகளோடு ஒத்துப்போகும் போர்ச்சுக்கீசிய ஆளுநர், ஸ்ரீலங்கா வெற்றி கொள்ளப்படுவதை அனுமதிக்க விரும்பவில்லை. ஏனெனில் அது இந்தப்பகுதியில் போர்த்துக்கீசியர்கள் செல்வாக்கு பெறுவதற்கான வாய்ப்பை நிரந்தரமாக பாதிக்கக்கூடும் என்பதோடு, லவங்கப்பட்டை வர்த்தகத்தில் போர்த்துக்கீசியரின் ஏகபோகத்தை தீவிரமான அளவுக்கு பாதிக்கும் என கருதினர்.[62]

அவர்களது உதவிக்குப் பதிலாக, பாம்பன் அல்லது தென்கிழக்குக் கடற்கரையில் அவர்கள் விரும்பும் எந்த இடத்தில் வேண்டுமானாலும், கோட்டையை நிறுவிக் கொள்வதற்குக் கூட போர்த்துக்கீசியருக்கு அனுமதி வழங்க, மதுரை நாயக்கர் முன்வந்தார். மேலும் அங்கு ஒரு போர்ச்சுக்கீசிய தலைவனை நியமித்துக் கொள்ளவும், 50 படைவீரர்கள்

மற்றும் நூற்றுக்கும் மேற்பட்ட சிற்றேவலர்களை அங்கு நியமித்துக் கொள்ள அனுமதிப்பதோடு, அவர்களது பராமரிப்புக்காக அங்கு பெறப்படும் வருவாயில், 3000 பகோடாக்களை கொடுக்கவும் தயாராக இருப்பதாக தெரிவித்தார். மேலும் ராமேஸ்வரத்தில் ஒரு தேவாலயமும் மற்றும் பாம்பன், தொண்டிக்கிடையே மேலும் ஏழு தேவாலயங்களை கட்டித்தரவும், கிறிஸ்தவர்களாக மதம்மாற விரும்புபவர்களுக்கு முழுமையான சுதந்திரம் வழங்குவதாகவும், அவர் உறுதி அளித்தார்.[63] போர்ச்சுக்கீசியர்களின் ராணுவ உதவிக்கு பதிலாக, அவர் வழங்குவதாக கூறிய இத்தனை சலுகைகளும், மிகவும் கவர்ச்சிகரமான ஒன்றாக இருந்த போதும், அவர்கள் மறுத்துவிட்டனர். நாயக்கர் மிகவும் மனம் வருந்தியதோடு மதுரையில் போர்ச்சுக்கீசியர்கள் மேற்கொண்ட வெடியுப்பு வர்த்தகத்தை தடைசெய்ய முடிவு செய்தார். 1640ஆம் ஆண்டு, வெடியுப்பு வாங்குவதற்கான ஒப்பந்தத்தில் நாயக்கர் கையெழுத்திடு வதற்காக தனது தனிப்பட்ட கடிதத்தை தங்க உறையிடப்பட்ட பெட்டியில் ஆளுநர் அனுப்பி வைத்தபோது. நாயக்கர் அதை ஏற்க மறுத்துவிட்டார்.[64] எனவே போர்ச்சுக்கீசிய ஆளுநர் காண்டெ-டி-அவெரா மதுரையில் இருந்து வெடியுப்புப் பெறுவதற்கான சாத்தியமான பிற நடவடிக்கைகளை மேற்கொள்ளுமாறு தூத்துக்குடியின் போர்ச்சுக்கீசிய தலைவனுக்கு உத்தரவிட்டார்.[65] போர்ச்சுக்கீசியர்களிடம் வெடியுப்பினை விற்பதற்கு நாயக்கர் தடைவிதித்திருந்ததால், அவர்கள் வெடியுப்பு சேகரிக்கும் முயற்சியில் வெற்றி பெற முடியவில்லை. அதன் விளைவாக தூத்துக்குடியில் வெடியுப்பு ஏற்றுமதி பாதிக்கப்பட்டதோடு, போர்ச்சுக்கீசியரின் இருத்தலும் கேள்விக்குள்ளானது. மேலும் அதையொட்டி புதிய பிரச்சினைகள் எழுந்தன. 5 மார்ச் 1643 அன்று யானைகளுக்குப் பதிலாக வெடியுப்புகளைப் பரிமாறிக் கொள்வதற்கான ஒரு புதிய ஒப்பந்தத்தை மதுரை நாயக்கருடன் ஏற்படுத்திக்கொள்ள மீண்டும் முயற்சி மேற்கொள்ளப்பட்டது.[66]

போர்ச்சுக்கீசியர்களின் நடவடிக்கையால் அவமதிக்கப்பட்டதாக உணர்ந்த திருமலை நாயக்கர், 1645ல் பழவேற்காட்டில் இருந்த டச்சு ஆளுநர் அர்னால்டு ஹ¬சேனுக்கு ஒரு தூதுவரை அனுப்பி, அவரது ஆட்சிக்குட்பட்ட துறைமுகங்களில் வர்த்தகம் மேற்கொள்ள வருமாறு அழைப்பு விடுத்தார்.[67] டச்சுக்காரர்கள் மதுரை நாயக்கரின் அரசவைக்கு வந்ததோடு, தூத்துக்குடிக்குத் தெற்கில் உள்ள காயல்பட்டினத்தில் ஒரு வணிகசாலையை திறப்பதற்கான உடன்படிக்கையையும் வெற்றிகரமாக நிறைவேற்றிக் கொண்டனர்.[68] இந்நிகழ்வு முத்துக்குளிக்கும் கடற்கரையில் இருந்த போர்ச்சுக்கீசியர்களுக்கும் டச்சுக்காரர்களுக்கும் இடையிலான

முரண்பாட்டை அதிகரித்தது. ஸ்ரீலங்காவின் டச்சு ஆளுநர் ஜெ. எம். சுய்ச்செர் தலைமையின் கீழ் 10 கப்பல்களில் வந்த டச்சுக்காரர்கள், 7 பிப்ரவரி 1649 அன்று தூத்துக்குடியில் இருந்த போர்ச்சுக்கீசிய குடியிருப்பை தாக்கினர்.[69] அவர்கள் போர்ச்சுக்கீசியர்கள் இடம் மூன்று நாட்களுக்குள் ஒரே தவணையாக 40,000 பகோடாக்களை செலுத்தவேண்டும் என கோரினர். மேலும் பரதவர்களிடமும், யேசுசபையினரிடமும் இதை நடைமுறைப்படுத்துவதாக எழுதிக் கொடுக்குமாறு கட்டாயப்படுத்தினர்.[70]

எனினும், தூத்துக்குடியில் வாழ்ந்த முஸ்லிம்களுக்கு இந்த வரி விதிப்பில் இருந்து விலக்களிக்கப்பட்டது.[71] பகோடாக்களை வழங்கு வதாக ஒப்புக்கொண்ட நாட்களுக்குள் பணம் செலுத்த தவறியதால் 12 பிப்ரவரி 1649 அன்று டச்சுக்காரர்கள் தூத்துக்குடி துறைமுகத்தை சூறையாடினர்.[72] மேலும் பரதவர்களின் மீன்பிடிப்படகுகளையும் கைப்பற்றிக்கொண்டு அவர்கள் தூத்துக்குடி துறைமுகத்தை விட்டு வெளியேறினர். டச்சுக்காரர்கள் மீண்டும் ஒருமுறை 1650இல் தூத்துக்குடியில் இருந்த போர்ச்சுக்கீசியர்கள் செலுத்த வேண்டிய வரி பாக்கி மீதமிருந்ததாகக் கூறி 30,000 ரியாசுகளை வசூலிக்க முயற்சித்தனர். போர்ச்சுக்கீசிய ஆளுநர் 4 மார்ச் 1653 அன்று எழுதிய கடிதத்தில் போர்ச்சுக்கீசியரின் வர்த்தகம் ஒட்டுமொத்தமாக நின்று போனதாகவும், வர்த்தகம் டச்சுக்காரர்களின் கைகளுக்குச் சென்றுவிட்டதாகவும் புலம்பியுள்ளார். ஆனாலும் தூத்துக்குடி போர்ச்சுக்கீசிய-இந்தியா மகுடத்தின் விலை உயர்ந்த ஆபரணமாகவே நீடித்தது.[73] தூத்துக்குடி குடியிருப்பினை பாதுகாக்கும் போர்ச்சுக்கீசியரின் முயற்சி தோல்வி அடைந்ததோடு, 1 பிப்ரவரி 1658 அன்று டச்சுக்காரர்கள், துறைமுகத்தின் மீதான முழுமையான கட்டுப்பாட்டைப் பெற்றனர்.[74]

குதிரைகள், யானைகள், மற்றும் வெடியுப்பு போன்ற ராணுவம் முக்கியத்துவம் வாய்ந்த சரக்குகளில் போர்த்துக்கீசியர்களால் மேற்கொள்ளப்பட்ட வர்த்தக நடவடிக்கை பல்வேறு கட்டங்களைக் கடந்து வந்ததாக குறிப்பிடமுடியும். ஆரம்பத்தில் நாயக்க ஆட்சியாளர்கள் குதிரைகளைப் பெறுவதற்காக, போர்ச்சுக்கீசிய வியாபாரிகள் வர்த்தகம் செய்வதற்கான தாராளவாத கொள்கையைக் கடைப்பிடித்தனர். முதல் கட்டத்தில் குதிரைகளை லாப நோக்கத்திற்காக விற்பது மட்டுமே, போர்ச்சுக்கீசிய வியாபாரிகளின் வர்த்தகம் இயல்பாக இருந்தது. இரண்டாவது கட்டத்தில், கடற்கரைப்பகுதியில் இருந்த வெடியுப்பின் இருத்தலைப் புரிந்து கொண்ட பிறகு, இயல்பான வர்த்தக நடவடிக்கை மறைமுகமான ஒன்றாக மாறியதோடு, வெடிமருந்து உற்பத்திக்காக ஐரோப்பாவிற்கு ஏற்றுமதி செய்யும் நோக்கத்திற்காக நாயக்கரிடம்

யானைகளுக்குப் பதிலாக வெடியுப்புகளைப் பரிமாறிக்கொண்டனர். இந்த வர்த்தகம் நாயக்க ஆட்சியாளரின் அரசவைக்கு பல புதிய அரசியல் தொடர்புகளைக் கொண்டுவந்து சேர்த்தது. மூன்றாவது கட்டத்தில், 17ஆம் நூற்றாண்டின் துவக்கத்தில் சோழமண்டலக் கடற்கரைக்கு டச்சுக்காரர்களின் வருகையைத் தொடர்ந்து நாயக்கர்களுடன் பேச்சுவார்த்தை நடத்துவதற்கு, மதபோதகர்களை அனுப்பிவைக்கும் கொள்கையை போர்த்துக்கீசியர்கள் கடைப்பிடிக்கத் துவங்கினர். எனினும், விஜயநகர இந்து ஆட்சியாளர்கள், டச்சு மற்றும் போர்ச்சுக்கீசியர் களிடையே எந்தவித பாரபட்சமும் இன்றி சமமாகவே நடத்தி வந்தனர். 17ஆம் நூற்றாண்டின் துவக்கத்தில் தமிழகக் கடற்கரைக்குள் நுழைந்த டச்சுக்காரர்களின் வர்த்தகப் போட்டியை எதிர்கொண்டு வெற்றிபெற மதபோதகர்களின் அலுவலகங்களை, போர்ச்சுக்கீசியர்கள் பெருமளவுக்கு பயன்படுத்தியுள்ளனர். மதுரை நாயக்கர் அரசவையில் யேசுசபை பாதிரியார்கள் மிக முக்கியமான பாத்திரத்தை ஆற்றி உள்ளனர். எனவே தமிழகக் கடற்கரையில் இருந்த போர்ச்சுக்கீசிய அதிகாரிகள், அவர்களது ஆன்மீக ஆற்றலைப் பயன்படுத்தி தமது வர்த்தக அரசியல் நோக்கங்களையும், நலன்களையும் நிறைவேற்றிக் கொண்டனர்.

அடிக்குறிப்புகள்

1. Elaine Sanceau, Colecao de Sao Lourenco, Lisboa, 1973-83, vol. II, p. 120.
2. Armando Cortesao and Luis de Albuquerque, Obras Completas de Dom Joao de Castro, (hereafter Obras Completas) Coimbra, 1976, vol. III, pp. 109-110.
3. Ibid., vol. III, p. 393.
4. Elaine Sanceau, Colecao Sao Lourenco, vol. II, p. 335, 364 and 372.
5. Obras Completas, vol. III, p. 215.
6. Elaine Sanceau, Colecao Sao Lourenco, vol. II, p. 300, 335 and 368.
7. Ibid., vol. II, p. 85.
8. Correa, Lendas da India, 4 vols, reprint, Porto, 1975, Tomo II, pp. 65-66.
9. Obras Completas, vol. II, p.100; vol. IV, p. 50.
10. Letter of Affonso de Albuquerque written from Kannur, in Cartas de Affonso de Albuquerque, 7 vols, Lisboa, 1884-1935, vol. I, pp. 88-89.
11. Diogo de Lisboa was selling horses in 1524. See, Instituto Arquivo Nacionais/ Torre do Tombo (hereafter IANTT), Corpo Cronologico (hereafter CC), IIa-114-4.
12. IANTT, Chancelaria de D. Joao III, Priveligios, Livro 1, fl.97v. Privileges for the sale of horses were given to Andre Luis at Vedalai on 1 February 1538. Orders were also issued from Lisbon in this regard again on 2 August 1552.

13. Letter of Joao da Cruz to the king of Portugal dated 20 December 1553, See Georg Schurhammer, 'Iniqitembrane and Bete Perumal: Chera and Pandya kings in South India', Journal of the Bombay Historical Society, (3) 1930, pp. 1-40.
14. IANTT, Chancelaria de D. Joao III, Livro 21, fl.39.
15. Letter of Francis Xavier to Mansillhas, 5 September 1544 written from Alandalai, see Hugues Dider, Correspondance, 1535-1552: Lettres et Documents, Paris, 1987, pp.132-33; see also Georg Schurhammer, 'Iniqitriberim and Bete Perumal: Chera and Pandya Kings in Southern India', 1544, in Orientalia, Rome, p. 263.
16. BA, Livro das Merces que fez Dom Joao de Castro, Mss, Codice 51-8-46, fl.92v.
17. IANTT, CC, 2a-112-105, (1512) 2a-112-104 (1513); Biblioteca Nacional de Lisboa, (BNL) Codice 1983, fls.81-82 (23 November 1625); Elaine Sanceau, Colecao Sao Lourenco, vol. III, Lisboa, 1983, p. 498; Armando Cortesao & Luis de Albuquerque, Obras Completas de Joao de Castro, vol. III, Coimbra, 1976, Doc. No.708, pp. 524-525. IANTT, Mss Colecao Sao Lourenco, vol. IV, fl. 329 (25 January 1547); Anthony Disney, Twilight of the Pepper Empire: Portuguese Trade in South West India in the Early Seventeenth Century, Cambridge, 1978, p. 116; Arquivo Historico Ultramarino (hereafter AHU) Lisboa, Codice 281, fl.194.
18. Pissurlencar, Regimentos das Fortalezas da India, Bastora, Goa, 1951, vol. I. pp. 516-517 (7 November 1630).
19. BL, Additional Manuscripts, No. 20892, fl. 226a (1617); See also HAG, codex 1164, fl.80v.
20. HAG, Moncoes do renio (hereafter MDR), Livro 7, 34-36/4/4, fls.110-115, (7 February 1602).
21. ANTT, Documentos Remetidos da India (hereafter DRI) Livro 1, fl.125.
22. Anthony Disney, Twilight of the Pepper Empire, p. 116.
23. Pissurlencar, Regimentos, vol. I, pt. II, Doc. 34, p. 66. (13 and 15 October 1625) Sanjay Subrahmanyam, The Portuguese Empire in Asia, 1500-1700: A Political and Economic History, London, 1993.
24. Pissurlencar, Regimentos, vol. I. No. 86, p. 258. (6 February 1630).
25. Ibid., vol. II. pp 6-18, 70-17, 84-85; Braganca Perreira, Arquivo Portuguez Oriental, 'Livro das plantas de todas as fortalezas cidades e povacoes do Estado da India Oriental' in Tomo IV, vol. II pt. I, Bastora, Goa, 1935. The Viceroy suspected the Jesuits of collecting taxes and tolls on Paravas and he wanted to put an end to it. This was another reason for appointing a captain at Tuticorin. See Sanjay Subrahmanyam, The Portuguese Empire, p. 265.
26. Biblioteca da Universidade de Coimbra (hereafter BUC), Mss. Carta Geral dos Servidores do Estado da India em 1635, No.459, fls.234-240.
27. F. Pelseart, Jahangir's India: The Remonstarate of Francisco Pelseart, Cambridge, 1925, p.46. Owen C. Kail, The Dutch in India, Delhi, 1981, p. 113.

28. HAG, ACF, Codice 1166, pp. 58 & 65.
29. Ibid., Codice 1161, fl.166; Codice 1162, fl.144. The Portuguese contacted Vitulla Nayak for the supply of saltpetre in 1625. Arrangements were made at Basrur and Surat. Oxen had carried saltpetre. See BNL, Codice 1983, fls.80v, 81-82.
30. Ibid., Codice 1162, fl.212; Codice 1168, fl.119v.
31. IANTT, CC, 2a-112-104, 2a-112-105. The English factory records mention three types of saltpetre. BL, London, OIOC, Factory Records of Hugli, Calcutta, Patna, Miscellaneous, vol. X, fl.235. Saltpetre had varied use in many manufacturing activities. The manufacture of certain type of glass and dyeing of textiles depended on the use of saltpetre to some extent. See, Owen C. Kail, p.113, William Foster, The English Factories in India (1624-29), Oxford, 1906-1927, pp. 270-355.
32. HAG, Codex 1419. See also Tapan Ray Chaudhri, Jan Company in Coromandel, p.168.
33. William Foster, English Factories in India, 3 vols., Oxford, 1906-07, pp. 208, 215 and 275; Anthony Disney, The Twilight, p. 117. (The year is A.D.1631)
34. Braganca Perreira, APO-BP, IV-2-1, pp. 368-369. F.C. Danvers, Report on Portuguese Records Relating to the East Indies, 1892, pp. 43-44. The Dutch and the English ordered their factors at Ahmedabad and Agra to buy saltpetre and transport it to Surat. See English Factories In India, p. 182, pp. 270-355 (A.D. 1634-36).
35. Pissurlencar, Assentos, Vol. I. p. 518. (8 November 1630).
36. Ibid., Vol. I, Pt. II, pp. 66-67.
37. Madurai Province Jesuit Archives (hereafter MPJA), Shenbaganur, Mss, Litterae Annuae 1627, letter to the superior General of the Jesuits in Rome written from Tuticorin on 24 November 1627.
38. Pissurlencar, Assentos, Vol.1. Document no. 20, p. 357.
39. K.A. Nilakanta Sastri, 'Tirumalai Naik, The Portuguese and the Dutch' Proceedings of the Indian Historical Records Commission, Vol. XVI, Calcutta, 1939, pp. 32-40.
40. Pissurlencar, Assentos, Vol. III, Document no.8, p. 641. (24 September 1631).
41. Ibid., p.34.
42. IANTT, DRI, Livro.30, fl.207.
43. DRI, Livro 30, fl.59; Livro 31, fl.207.
44. Ibid., Livro 36, fl.17.
45. HAG, ACF, Codice 1164, p. 116v.
46. AHU, India, Caixa, 11, Document no. 44.
47. IANTT, DRI, Livro 36, fls. 415-415v.
48. Ibid., Livro 36, fls. 16-17.

49. Ibid., Livro 36, fl. 7; Livro 31, fl. 227.
50. BNL, Diario de Conde de Linhares Vice-rei da India, fl.260. See C.R. de Silva, The Portuguese in Ceylon, 1617-38, Colombo, 1972. See also, Tikiri Abeysinghe, Portuguese Rule in Ceylon, 1594-1612, Colombo, 1966. Pissurlencar, Assentos, Document no. 9, p. 641.
51. BUC, Mss 459, fl. 7.
52. Ibid., fls. 234-240.
53. ANTT, DRI, Livro 30, fl.59, Livro 31, fl.207; Livro 32, fl.156.
54. AHU, India, Caixa, 11, Document no. 44; See also Afzal Ahamad, Indo-Portuguese Trade in Seventeenth Century 1600-1663, Delhi, 1993.
55. AHU Caixa, 11 doc. 44.
56. ACF, Codice 1163, fl. 16.
57. AHU Caixa, 11 doc. 44.
58. ACF, Codice 1163, fl. 48v-49v.
59. ANTT, DRI, Livro 44, fl. 73; Livro 45, fl.67.
60. HAG, Livro de Segredo (hereafter LS), Vol.1, 9/4/5, fl. 21.
61. Tikiri Abeysinghe, A Study of Portuguese Regimentos, p. 79; HAG, Codex 1419, fl.79; Codex 1420, fl. 54v and 183.
62. F.C. Danvers, The Portuguese in India, London, 1894, Vol. II, p. 268; See also, J.K.J. Biker, Colecao de Trato e Concertos do pazes que o Estado da India Portugueses fez com os Reis e Senhores em que teve Relacoes nas Partes da Asia e Africa Oriental desde o Pincipio de Conquista ate ao fim do Seculo XVIII, vols, 1-14 Lisboa, 1881-1887. See also Tratado de todos os Vice-reis e Governadores da India, (hereafter Tratados) Lisboà 1962, Tomo II, p. 103.
63. Braganca Perreira, Arquivo Portugues Oriental, Vol. IV, pp. 368-369.
64. Tratados, Tomo II, p. 103.
65. HAG, Codex 1420, fls.54v & 183.
66. J. E. Heeres & Stapel, Corpus Diplomaticum Neerlando Indicum, The Hague, 1907, vol. I, document no.70, pp. 445-457.
67. HAG, MDR, Livro 52, fl. 172.
68. Pissurlencar, Assentos, Vol.III, p. 135.
69. Ibid.
70. IANTT, DRI, Livro 58, fl. 66.
71. Ibid.
72. Ibid.
73. K.A. Nilakanta Sastri, Tirumalai Nayak, p.38.
74. F.C. Danvers, Report to the Secretary of State for India, Amsterdam, 1966, See also, Report on Portuguese Records, pp. 39-40.

இயல் 5

இலங்கையிலிருந்து தூத்துக்குடிக்கு யானைகள் மற்றும் பாக்குக்கொட்டைகள் ஏற்றுமதியும், தமிழ் வணிகர்கள் மற்றும் டச்சு நிறுவனம் அரிசியை இறக்குமதி செய்தலும், 1646-1773

போர்த்துக்கீசியர்கள் தமிழகக் கடற்கரை ஆட்சியாளர்களுடன் முன்பு நடத்தியதைப் போலவே இலங்கையில் டச்சுக்காரர்கள் யானை வணிகத்தை நிறுவத் தொடங்கினர். இருப்பினும், பழக்கப்படுத்தப்பட்ட காட்டு விலங்குகளை வெளியே கொண்டு வருவதற்கும் அதன் பிறகு அவற்றை கட்டுப்படுத்துவதற்கும் அடக்கப்பட்ட யானைகள் குறைவாக இருந்ததாலும், சில நேரங்களில் இலங்கையின் ஆட்சியாளர்கள் டச்சுக்காரர்கள் கொடுத்த இலக்கை நிறைவேற்றுவதைத் தடுத்தனர்.[1] இலங்கையில் யானை வேட்டை ஆண்டிற்கு ஒரு முறையாவது அதன் பல்வேறு பகுதிகளில் நடத்தப்பட்டது. வழக்கமாக, சூலை முதல் செப்டம்பர் வரையிலான கால கட்டத்தில் இத்தகைய வேட்டையானது தேர்வு செய்யப்பட்டது.[2] இலங்கையின் யானை விற்பனை மற்றும் ஏற்றுமதி விலை என்பது டச்சுக் கிழக்கிந்தியக் குழுமத்திற்கு வழங்கப்பட்ட யானையின் உயரம் மற்றும் விலங்கின் பாலினத்தின் அடிப்படையில் தீர்மானிக்கப்பட்டது. டச்சு மூலத்தில் குறிப்பிடப்பட்டுள்ளபடி 2 மீட்டருக்கும் அதிகமான உயரத்திலுள்ள ஆண் யானைகளுக்கு அதிக தேவையிருந்தது. பெண் யானைகள் தந்தம் கொண்டிருந்தாலும் அவற்றின் விலை சற்று குறைவாகவே நிர்ணயிக்கப்பட்டது.[3]

டச்சுக்காரர்களின் யானை வணிகம், 1646-1702

இலங்கையில் யானைகள் வணிகம் டச்சுக்குழுமத்திற்கு வருமானம் ஈட்டும் பொருளாக இருந்தது. நான்கு ஆண்டுகளில் (1646 முதல் 1650 வரை) யானை வணிகத்தில் டச்சுக்காரர்கள் பெற்ற இலாபம் 22 யானைகளை விற்றதன் மூலம் 48 ஸ்டுய்வர்களில் 18,652 ரியல்கள் பிடிபட்ட 24 காட்டு யானைகள் பயிற்சியின்போது தொழுவத்தில் இறக்காமல் இருந்திருந்தால் வருமானம் அதிகமாக இருந்திருக்கும். மூன்று ஆண்டுகளில் (1667 மற்றும் 1670க்கு இடைப்பட்ட காலத்தில்) டச்சுக்காரர்களின் மொத்த வருமானத்தில் 72% யானைகள் விற்பனையிருந்து வந்தது.[4] 1675-78

மற்றும் 1697ஆம் ஆண்டுகளில் பல்வேறு காலகட்டங்களில் யானைகள் விற்பனையானது டச்சு ஆதாரங்களில் வழக்கமாக டச்சு ஆளுநரால் பொது ஏலத்தில் நடத்தப்பட்டதால் இந்நியாவிலிருந்து வாங்குபவர்கள் அனைவரும் அங்கு ஏலம் எடுக்க வாய்ப்பு இருந்தது. யாழ்ப்பாணம், மன்னார், காலே மற்றும் மதாரா சந்தைகளில் இவ்வாறான ஏலங்கள் இடம்பெற்றுள்ளன. இவற்றில் அதிக அளவு விற்பனை யாழ்ப்பாணத்திலும் அடுத்ததாக காலேயிலும் விற்பனையானது. விற்பனைக்கிருந்த யானைகளை வாங்கத் தமிழகக் கடற்கரையைச் சேர்ந்த வணிகர்கள் உடன் வந்திருந்தனர்.[5] 1666இல் கண்ணனூரிலிருந்த டச்சு அதிகாரிகள் வலியப்பட்டனம் முசுலிம்களுக்குச் சொந்தமான இரண்டு பழைய போர் கப்பல்கள் மூலம் கண்ணனூர் துணைத் துறைமுகத்திலிருந்து இரும்பை ஏற்றிக்கொண்டு காயல் மற்றும் தூத்துக்குடிக்கு இலங்கையிலிருந்து வந்திருந்த யானைகளை வாங்குவதற்காக வந்திருந்தது.[6] யானைக்கான பெரிய வணிகத் தேவை சந்தை இருந்ததால் யானைகளை வரவழைப்பதில் கண்ணனூர் வணிகர்கள் பெரிதும் ஆர்வம் காட்டினர். இலங்கை யானைகளுக்கான கண்ணனூர் வணிகர்களின் கோரிக்கையை டச்சு நிறுவனம் நிறைவேற்ற விரும்பாததால் தூத்துக்குடி வணிகக் கிளையில் உள்ளூர் வணிகர்கள் நேரடியாக ஈடுபட வாய்ப்புக் கிடைத்தது. டச்சுக்காரர்கள் பூர்வீக வணிகர்களுக்காக டச்சுக் குழுமக் கப்பல்களில் யானைகளை ஏற்றிச் செல்ல விரும்பவில்லை.[7] பூர்வீக ஆட்சியாளர்களின் கோரிக்கையை மட்டுமே அவர்கள் ஏற்றனர். எனவே, இலங்கையிலிருந்து யானைகளை ஏற்றிச்செல்ல வணிகர்கள் தங்களுடைய சொந்தக் கப்பல்களை அனுப்ப விரும்பியபோது அவர்கள் கப்பலைச் செல்லவிட இசைவளித்தனர்.[8] 1699இல் கொச்சின் கப்பல் பட்டியல் குஞ்சுஹசன் என்ற கண்ணனூர் வணிகர்க்குச் சொந்தமான இரு கப்பல்களில் யானையை வாங்கித் தூத்துக்குடிக்கு அனுப்பப்பட்டார் என அக்கறையுடன் குறிப்பிடுகிறது.[9]

1682இல் டச்சு நிறுவனம் யானைகளைக் கொண்டு செல்வதற்காகப் பெரிய அளவிலான கப்பல்களைக் கட்டத் தூத்துக்குடியிலிருந்த தமிழகத் தச்சர்கள், கைவினைஞர்கள் கொழும்புக்கு அனுப்பப்பட்டனர். இலங்கையில், டச்சுக்காரர்களால் வசூலிக்கப்படும் உள்ளூர் வரிகள் மற்றும் வரிகள் செலுத்துவதிலிருந்து இந்தத் தொழிலாளர்களுக்கு விலக்கு அளிக்கப்பட்டது.[10] டச்சுப்பதிவின்படி, டச்சுக்குழுமம் 1684இல் 66 யானைளை 20,755 ரிக்ஸ்-டாலர்களுக்கு (49,812 கில்டர்கள்) விற்றது. யானைகளின் எண்ணிக்கை 1688இல் 147 யானைகளாக அதிகரித்தது. மேலும் விற்பனை மூலம் பெறப்பட்ட தொகை 46,015

ரிக்ஸ்-டாலர்கள் (ஒரு ரிக்ஸ்-டாலர் மதிப்பு 2.40 கில்டர்கள்).[11] இலங்கையின் டச்சு ஆளுநரான டி ஹீரே (1697-1702) அவர்கள் வாழைமரங்கள் மற்றும் வாழையிலைகளைக் கொண்டு 163 யானைகளுக்கு உணவளிக்க 4444 ஆட்கள் பணியமர்த்தப்பட்டதாகவும், அவர்கள் 1698இல் யானைகளை கவனித்துக் கொண்டார்கள் என அறிவிக்கையளித்தார். யானைகளைப் பேணிக்காப்பதில் மும்முரமாக இருந்த தொழிலாளர்களின் எண்ணிக்கை 178 ஆக உயர்ந்தது. மேலும், யானைகளைப் பிடிக்கும் பணியில் 711 பேர் பணியமர்த்தப்பட்டனர்.[12]

இலங்கையில் டச்சுக்காரர்கள் மற்றும் தூத்துக்குடியில் யானை வணிகம், 1704-1757

பதினெட்டாம் நூற்றாண்டில் டச்சுக்காரர்களின் யானை வணிகம் இலங்கையிலிருந்து தூத்துக்குடி வரை தொடர்ந்தது. 1704இல் டச்சுக் குழுமம் தன் கப்பலை யானைகளை வாங்குவதற்காகத் தன் வணிகப் பொருட்களுடன் தூத்துக்குடிக்கு அனுப்புமாறு கண்ணனூர் அலிராஜாவின் வேண்டுகோளுக்கிணங்க விடையிறுத்தது.[13] ஆட்சியிலிருந்து நீக்கப்பட்ட மாலத்தீவு சுல்தானின் கப்பல் யானைகளை வாங்குவதற்காகத் தூத்துக்குடிக்கு அனுப்பப்பட்டபோது 1708இல் கண்ணனூர் அலிராஜனின் இரு மகன்களால் கைப்பற்றப்பட்டது. யானைகளை வாங்குவதில் தூத்துக்குடி துறைமுகத்துடன் கண்ணனூர் ஆட்சியாளருக்கு இருந்த நெருங்கிய தொடர்புகளை இது குறிக்கிறது.[14] அலிராஜாவின் மகன் மாமலி கிராவ் மற்றும் அவருடைய உடன்பிறப்பு குஞ்சு கோயமோ ஆகியோரின் அறிக்கையின்படி, மாலத்தீவு சுல்தானின் பிடிபட்ட மகன்கள் கன்னியாகுமரியருகே கடியப்பட்டணத்தில் காவலில் வைக்கப்பட்டதாகக் குறிப்பிடப்பட்டுள்ளது. கண்ணனூர் அலிராஜனின் கப்பல்கள் தூத்துக்குடியில் தொடர்ந்து வணிகம் செய்து வந்தன. மேலும் 1712 ஏப்ரல் மாதத்தில் மதுரையிலுள்ள டச்சு அதிகாரிகள் இந்தோனேசியாவிலுள்ள ஆச்சேயிலிருந்து தன் சொந்த நாட்டுப் பயணத்தின்போது அலிராஜாவுக்குச் சொந்தமான கப்பல், யானைகளைக் கொண்டு செல்வதற்காகத் தூத்துக்குடியில் நங்கூரமிட்டதாகக் குறிப்பிடுவதைக் காண்கிறோம்.[15]

மணப்பாடு பகுதியிலிருந்து யானைகள் மற்றும் புகையிலையை ஏற்றிச் சென்ற கண்ணனூர் அலிராஜாவுக்குச் சொந்தமான கப்பலை யாழ்ப்பாணத்தில் டச்சுக்காரர்கள் கைப்பற்றினர்.[16] 1717இல் கொச்சிக்கு அனுப்பிய கடிதத்தில் யானைகளை வாங்குவதற்காக யாழ்ப்பாணத்திற்கு அனுப்ப முன்மொழிந்திருந்த தன் கப்பல் ஒன்றிற்கு அலிராஜா வேண்டுகோள் விடுத்திருந்தார்.[17]

இலங்கையின் டச்சு ஆளுநரான ஹென்ட் ரிக் பெக்கர் 1716இல் டச்சுக்கிழக்கிந்தியக் குழுமம் யானைகளைப் பெற்ற மூன்று வழிமுறைகளைக் குறிப்பிட்டார். இவற்றில் (அ) ஆண்டுக்கப்பம் (ஆ) பரிசுகள் மற்றும் (இ) வேட்டையாடுபவர்களால் கப்பத்திற்கு அதிகமாக உள்ளவர்களுக்கானக் கட்டணம்.[18] பெக்கர் அவர்கள் தனக்குப் பிறகு ஆளுநரான ஐசக் அகஸ்டின் ரம்ப் (1716-23) அவர்களிடம் குறைபாடுள்ள யானைகள் மற்றும் பெண் யானைகளை ஏற்றுக்கொள்ளக்கூடாது. ஏனெனில், அவை பெரிய மற்றும் மிகச்சிறந்த உயரிய அளவில் இருந்தாலொழிய வணிக சந்தை அதற்கில்லை.[19] இருப்பினும், கொழும்பில் 1736-1739 (குஸ்தாஃப் வில்லெம் பரோன் வான் இம்ஹாப் ஆட்சிக்காலத்தில்) மூன்று யானை வேட்டைகள் நடைபெற்றன. டச்சுக்கிழக்கிந்தியக் குழுமத்திற்கு இலங்கையின் பிற பகுதிகளிலிருந்து நிறைய யானைகள் கிடைத்ததால், கொழும்புப் பகுதியில் ஆண்டுக்கு ஒரு வேட்டை போதுமானது என அவர் கருதினார்.[20]

1751இல் டச்சு ஆளுநர் வான் கோலனெஸ்ஸே அவர்கள் யாழ்ப்பாணத்தின் தெற்கே தீவின் குறுக்கே அமைந்துள்ள மற்றும் கண்டி அரசாட்சிப் பகுதியை ஒட்டிய (ஆறு மாகாணங்களாகப் பிரிக்கப்பட்ட) நிலங்களை இலங்கையில் வைத்திருந்த வன்னியர்கள் உழவர்களிடமிருந்து வரிகளை வசூலித்தனர். இந்த வன்னியத் தலைவர்கள் யானைகளின் அடிப்படையில் மாற்றப்பட்டவரிகளை டச்சுக்காரர்களுக்குச் செலுத்தினர்.[21] இருப்பினும், பல ஆண்டுகளாக வன்னியர்கள் யானைகளுக்கான நிலையான கப்பத்தினை வழங்க வில்லை. மேலும், வான் கிம்ஹாஃப் 1740இல் டச்சுக்குழுமத்திற்குச் செலுத்த வேண்டிய யானைகளுக்கான நிலுவைத் தொகையை வசூலிக்க முயற்சித்தார்.[22] 1751இல் அவருக்குப் பின் வந்தவரான வான் கோலனெஸ்ஸேவும் 190 யானைகளின் வரி நிலுவைகளை வசூலிப்பதில் பெரும் ஆர்வத்துடனிருந்தார்.[23]

பதினெட்டாம் நூற்றாண்டின் முதல் பாதியில் இலங்கையில் டச்சுக்காரர்களால் யானைகளை விற்பனை செய்ததன் மூலம் ஆண்டுக்கு சராசரியாக 100,000 கில்டர்கள் இலாபம் ஈட்டப்பட்டது. தூத்துக்குடிக்கு ஆண்டுதோறும் தோராயமாக 80 முதல் 100 யானைகள் கப்பலில் ஏற்றி அனுப்பப்பட்டது. இருந்தபோதிலும் தோராயமாக 1740க்குப் பிறகு இலங்கையில் டச்சுக்காரர்களின் யானை வணிகத்தில் பல காரணங்களால் விரைவான வீழ்ச்சி ஏற்பட்டது. வன்னியர்கள் கப்பத்தினை உரிய நேரத்தில் செலுத்தாதது மற்றும் காட்டு விலங்குகளைக் கட்டுப்படுத்த அடக்கப்பட்ட யானைகள் இல்லாதது டச்சுக்காரர்களின்

யானை வணிகத்தைக் கடுமையாகப் பாதித்தது. எனவே, 1740 மற்றும் 1757க்கு இடையில் இலங்கையிலிருந்து தூத்துக்குடி வரையிலான யானைகளின் டச்சு வணிகம் ஆண்டுக்கு சராசரியாக 15 யானைகளே விற்பனையாயின என்ற வகையில் வீழ்ச்சியடைந்தது.[24]

தூத்துக்குடியிலிருந்த தமிழ் வணிகர்களின் அரிசி ஏற்றுமதியும், இலங்கையிலிருந்து டச்சுக்காரர்கள் பாக்குக்கொட்டைகள் இறக்குமதியும், 1662-1763

தமிழக கடலோரப் பகுதிகளில் பயிரிடப்படும் நெல் பொதுவாக ஆண்டுக்கு இருமுறை பயிரிடப்படும் பயிராகும். சூன் மாதத்தில் விதைகள் விதைக்கப்பட்டு செப்டம்பரில் அறுவடை செயயப்பட்டது. தென்மேற்குப் பருவமழையை நம்பியிருக்கும் இது கார் நெல் என்றழைக்கப்பட்டது. இரண்டாம் பயிர் பிசானம் என்றழைக்கப் பட்டதோடு ஏழு மாத வளர்ச்சிக்குப்பின் அறுவடை செய்யப்பட்ட இந்நெல் உயர்ந்த தரம் வாய்ந்தது. நெல் மற்றும் அரிசி ஏற்றுமதி வணிகத்தில் தமிழ்நாடு முதன்மையாக இருந்ததோடு கூடுதல் உற்பத்திக்கு ஒரு வழியையும் வழங்கியது. பருவகால நிலை நெருக்கடிகள் பயிர்களுக்குப் பற்றாக்குறையை ஏற்படுத்தியது. அறுவடை நன்றாக இருந்தபோது வணிகர்கள் கடல்வழியாக ஏற்றுமதி செய்ய போதுமான அரிசி இருந்தது. 1658இல் தூத்துக்குடியில் குடியேறிய டச்சுக்காரர்கள் அரிசியைக் கொள்முதல் செய்து ஏற்றுமதி செய்யத் தொடங்கினர். தாமிரபரணி ஆற்றங்கரையில் பயிரிடப்பட்ட நெல் அவர்களை ஈர்த்ததால் அரிசி வாங்கினர் மற்றும் ஏற்றுமதி செய்தனர்.

பெரும்பாலான படகுகள் மற்றும் தோணிகளை 1662-1663இல் தூத்துக்குடியிலிருந்து கொழும்புக்கு வந்ததாகப் பதிவுகள் குறிப்பிடு கின்றன. மேலும் பூர்வீகக் குடிமக்களுக்குச் சொந்தமான இந்தப் பாய்மரக் கப்பல்கள் வங்காளப் பகுதியிலிருந்து வந்த பாய்மரக் கப்பல்களை விடச் சிறியதாக இருந்ததாகக் கூறப்படுகிறது. அரிசியுடன் கொழும்புக்கு வந்த முசுலிம் படகுகள் முதன்மையாகத் தூத்துக்குடிக்கு அருகிலுள்ள காயல்பட்டினம் துறைமுகத்திலிருந்து வந்தவை.[25]

டச்சுக்காரர்களின் பதிவுகளின்படி 1677இல் பனங்குடியில் 24,300 - 30,000 பாராகள் (1.8-2.25 மில்லியன் பவுண்டுகள்) மற்றும் திருக்குரங்குடியில் 1600 கோட்டை அல்லது 8000 பாராக்கள் (0.6 மில்லியன் பவுண்டுகள்) அரிசி வழங்கப்பட்டது. களக்காடுவில் வாங்கப்பட்ட அரிசி 7000 கோட்டை அல்லது 35,000 பாராக்கள் (2.625 மில்லியன் பவுண்டுகள்) மேலும் ஆழ்வார்குறிச்சியில் 20,000 கோட்டை அல்லது

100,000 பாராக்கள் (7.5 மில்லியன் பவுண்டுகள்). வீரவநல்லூரில் வாங்கப்பட்ட அரிசி 100,000 பாராக்கள் (7.5 மில்லியன் பவுண்டுகள்), இலங்கைக்கு அதிகத் தேவை இருந்ததால் இந்த அளவு அரிசி ஏற்றுமதி செய்யப்பட்டது.²⁶

1677இல் தூத்துக்குடியிலுள்ள டச்சுக் குழுமம் கல்லிடைக்குறிச்சி ஆட்சியாளரான சிதம்பரநாதப் பிள்ளையுடன் ஓர் ஒப்பந்தம் போட்டு 280 லாஸ்டன் அரிசியையும் (19 ரிக்ஸ்-டாலர்கள்) மற்றும் 28 ரிக்ஸ்-டாலர்களில் (7 பணம்) 280 லாஸ்டன் நெல்லையும் ஒரு லாஸ்டனுக்கு வாங்கினார். அக்டோபர் 1689-91இல் இப்பகுதியில் கடுமையான வறட்சி நிலவியது. ஆனால் டச்சுக்காரர்கள் தாமிரபரணி ஆற்றங்கரைப் பகுதியிலிருந்து 2788 லாஸ்டன் (836 மில்லியன் பவுண்டுகள்) அரிசியை வாங்கியதோடு அவர்கள் இலங்கைக்கு ஏற்றுமதியும் செய்தனர் என்றும் அறிவிக்கப்பட்டது.²⁷

தூத்துக்குடியிலிருந்து 41 தோணிகள் அரிசிச் சரக்கோடு கொழும்புவுக்கு வந்ததாக 1681-82இல் குறிப்பிடப்பட்டுள்ளது.²⁸ செட்டிகள் மற்றும் முசுலிம் வணிகர்கள் தூத்துக்குடிப் பகுதியிலிருந்து அரிசியுடன் கொழும்பிற்குக் கப்பலேறிச் செல்வது தொடர்ந்தது. 1695 பிப்ரவரி 4ஆம் நாள் டச்சுக் குழுமத்திடமிருந்து பாக்குக்கொட்டையை வாங்குவதற்காகச் சில வகையான துணிகளைக் கொண்டு வர டச்சுக்காரர்கள் அவர்களை ஊக்குவித்ததாகக் குறிப்பிடப்பட்டுள்ளது. இவ்வாறு துணி வணிகத் தடைகள் 1697இல் தளர்த்தப்பட்டன.²⁹ தமிழகக் கடற்கரையைச் சேர்ந்த வணிகர்கள் இலங்கைக்கு வந்து அரிசி மற்றும் நெசவுப் பொருட்களைப் பாக்குக்கொட்டைகளுக்காகப் பரிமாறிக் கொண்டனர்.³⁰ 1698-99 காலகட்டத்தில் 18 தோணிகள் அரிசியுடன் தமிழகக் கடற்கரையிலிருந்து கொழும்புக்கு வந்ததாக டச்சுக்காரர்கள் 23 நவம்பர் 1699 அன்று பதிவு செய்துள்ளனர்.³¹

அரிசியுடன் தோணிகளின் எண்ணிக்கை அவ்வப்போது அதிகரித்து வந்தது. 1701, டிசம்பர் 31 ஆம் நாள் தூத்துக்குடியிலிருந்து கொழும்பு மற்றும் காலேவுக்கு 1086 தோணிகள் அரிசி வழங்கப்பட்டது எனக் குறிப்பிடுவதைக் காண்கிறோம். இந்தப் பாய்மரக் கப்பல்கள் 1800 லாஸ்டன் அரிசியைக் கொண்டு வந்து 4110 அம்முனாம்கள் பாக்குக் கொட்டைகளுடன் திரும்பின.³²

1704 பிப்ரவரி மற்றும் சூன் 17க்கு இடையில் தூத்துக்குடியிலிருந்து அரிசியை 72 தோணிகளில் ஏற்றிக் கொண்டு கொழும்பு வந்து கொழும்பின் மலைப்பகுதியிலிருந்து பாக்குக் கொட்டை வழங்கப் படாததால் பாக்குக் கொட்டைகள் இல்லாமலேயே அவர்களில்

பெரும்பாலோர் திரும்ப வேண்டியிருந்தது. டச்சுநாட்டைச் சேர்ந்த ஆறு தன்னுரிமையோடு இயங்கும் குடிமகன்கள், 11 செட்டிகள் மற்றும் முசுலிம் வணிகர்கள் 1704, 6, சூலையில் அவர்கள் கொழும்புக்குக் கொண்டு வந்த அரிசியின் பங்கு விகிதத்தில் உள்ளூர் சந்தையில் கிடைக்கும் பாக்குக்கொட்டைகளை வாங்க அனுமதிக்கப்பட்டனர்.[33] இந்த நேரத்தில்தான் தூத்துக்குடியிலுள்ள டச்சு அதிகாரிகள் படகோட்ட இசைவுப்பத்திரங்களை மிகவும் கவனமாக வழங்குமாறு கேட்டுக் கொள்ளப்பட்டனர்.[34] 1708, நவம்பர் 30இல் தமிழகக் கடற்கரையிலிருந்து 103 தோணிகள் அரிசியுடன் வந்ததாகப் பதிவு செய்யப்பட்டுள்ளது.[35] மற்ற வணிகர்களை விட அரிசி கொண்டு வருபவர்களுக்கும், எண்ணெய், மரம் போன்றவற்றைக் கொண்டு வருபவர்களுக்கும், முன்னுரிமை அளிக்கப்பட்டது. இந்தத் தமிழ் வணிகர்கள் டச்சுக் குழுமத்திடம் பாக்குக் கொட்டைகளை வாங்கிக் கொண்டு தூத்துக்குடிக்குத் திரும்பினர்.[36] 1707 ஏப்ரல் 6இல் டச்சுக்குழுமத்தால் இலங்கைக்கு இறக்குமதி செய்யப்படும் பருத்தித் துணி மற்றும் அரிசியின் அளவு சீரானதாக இருக்க வேண்டும் என்று தெளிவாகக் கூறப்பட்டது.[37] சிறிய அளவிலான துணி வணிகம், இலங்கைக்குத் தேவையாக இருந்த அரிசியை இறக்குமதி செய்வதன் மூலம் டச்சுக்காரர்களால் அனுமதிக்கப்பட்டது. டச்சுக்குழுமம் நவம்பர் 8, 1707இல் தூத்துக்குடித் தோணிகள் அரிசி மற்றும் பிற உணவுப் பொருட்களுடன் எந்த வகையான துணிப் பொருட்களும் இல்லாமல் கொழும்புக்குக் கப்பலேறலாம் என உத்தரவிட்டது.[38] தூத்துக்குடியைச் சேர்ந்த பட்டங்கட்டியான எஸ்தேவா ஹென்ரிக் டா குருஸ் அவர்கள் 1710இல் தன் தோணிகளை அரிசிச் சரக்குகளுடன் திரும்பினார்.[39] நாகப்பட்டினம் அருகே நாகூரைச் சேர்ந்த சதாசிவமுதலி 1710 மற்றும் 1713ஆம் ஆண்டுகளில் பாக்குக் கொட்டை வணிகத்தில் ஆதிக்கம் செலுத்தினார். அவர் அதிக அளவில் அரிசியைக் கொண்டு வந்ததோடு டச்சு ஆளுநர் பெக்கர் அவர்களால் வழங்கப்பட்ட படகோட்டச் சலுகைகள் மூலம் அவர் உதவினார்.[40] 31 டிசம்பர் 1763இன் டச்சுப் பதிவுகளின்படி, தூத்துக்குடியைச் சேர்ந்த 37 தோணிகள் அரிசிச் சரக்குகளுடன் கொழும்புக்கு வந்து பாக்குக் கொட்டைகளுடன புறப்பட்டதைக் காண்கிறோம்.[41]

தாமிரபரணி ஆற்றங்கரையிலுள்ள உள்நாட்டிலிருந்து அரிசியைப் பெரிய அளவில் இலங்கைக்கு ஏற்றுமதி செய்த பூர்வீக வணிகர்களின் முயற்சியால் தூத்துக்குடித் துறைமுகத்தின் வணிகம் செழித்ததோடு அவர்கள் பாக்குக்கொட்டையை இறக்குமதி செய்தனர். மதுரை நாயக்க ஆட்சியாளர்களின் கோரிக்கைகளை நிறைவேற்றுவதற்காக டச்சுக்

குழுமம் இலங்கையிலிருந்து தூத்துக்குடிக்கு யானைகளை இறக்குமதி செய்தது. மலபார் கடற்கரையிலுள்ள கண்ணனூர் ஆட்சியாளருக்கும் யானைகள் தேவைப்பட்டதால், அவர் தன் கப்பல்களை யானைகள் வாங்குவதற்காகத் தூத்துக்குடிக்கு அனுப்பினார். பாரம்பரியத் தோணிகள் மொத்தப் பொருட்களைக் கொண்டு செல்லும் கடல் வணிகத்தில் பணிபுரிந்தாலும், டச்சுக்காரர்களின் யானை வணிகத்தை முழுமையும் செய்ய பெரிய அளவிலான கப்பல்கள் கட்டப்பட வேண்டி யிருந்தது. இவ்வாறாக, தேவை மற்றும் வழங்கல் காரணமாக வெளி நாட்டு வணிகம் நடைபெற்றது.

அடிக்குறிப்புகள்

1. E. Reimers, Memoir of Joan Maetsuyker President and Commander-in-Chief delivered to his successor Jacob van Kittensteyn on the 27 February 1650, Colombo, 1927, p. 13
2. Ibid.
3. Sophia Pieters, Memoir of Thomas van Rhee Governor and Director of Ceylon for his Successor Gerrit de Herre, Colombo, 1915, pp. 12-13.
4. E. Reimers, Memoir of Joan Maetsuyker, pp.14-15.
5. Sophia Pieters, Memoir of Ryckloff van Goens, Junior, Governor of Ceylon, 1675-1679 to his successor Laurens Pyl late commandeur, Jaffnapatnam, Colombo, 1910, pp. 4-5; S. Anthonisz, Diary of occurrences during the tour of Gerrit de Herre, governor of Ceylon from Colombo to Jaffna July 9, to September 3, 1697, Colombo, 1914, p.16.
6. Nationaal Archief (hereafter NA) Den Haag, Mss VOC 1256, fl. 410r, Letter from Isbrand Goske to Van Goens dated 12 November 1666.
7. NA, VOC 1410, fls. 616v-617r, Letter from Cochin to Heren XVII dated 28 November 1685.
8. NA, VOC 1406, fl. 790r, Letter from Commander Marten Huijsman and the Council in Cochin to Batavia dated 11 April 1684.
9. NA, VOC 1638, fl. 94, Cochin shipping list from 3 January 1699 to 23 December 1699.
10. NA, VOC 1373, fls. 156-157 (4 November 1682, 9 November 1682).
11. Albert van den Belt, Het VOC-bedrijf op Ceylon. Een voorname vestiging van de Oost Indische Compagnie in de 18de eeuw, Zutphen, Walburg Pers, 2008.
12. G. J. Engelsman, De olifantenhandel van de VOC op Ceylon: De invloed van de bevelhebbers op de verkoop en de prijzen in de periode 1658-1710, MA. Thesis, University of Leiden, 1996, p. 29.
13. NA, VOC 1725, fl. 831v, Resolution taken at the Dutch Council in Cochin, 4 December 1704.

அய்ரோப்பியக் கடல்சார் வணிகம் (கி.பி. 1570-1880) / 83

14. NA, VOC 1773, fl.445r-445v, Secret letter from Commander Willem Moerman to Batavia dated 28 December 1708.
15. NA, VOC 1825, fl. 86v, Letter from Cochin to Batavia dated 13 May 1712.
16. NA, VOC 1866, fls.312v-318r, Translated letter written by Paya Kandi Cadry, the accountant of the Ali Raja's ship to Cochin dated 15 January 1715.
17. NA, VOC 1905, fl.248r, Translated letter from the Ali Raja to Cochin dated 2 December 1717.
18. S. Anthonisz, Memoir of Hendrick Becker Governor and Director of Ceylon for his successor Issac Augustyn Rumpf 1716, Colombo, 1914, p.14.
19. Ibid.
20. Sophia Pieters, Memoir left by Gustaff Willem Baron van Imhoff Governor General and council of Ceylon to his successor Willem Maurits Bruynink 1740, Colombo, 1911, pp. 37-38.
21. S. Arasaratnam, Memoir of Julius Stein van Gollensee Governor of Ceylon 1743-1751 for his successor Gerrit Joan vreeland 28th February 1751, Colombo, 1974, p. 27.
22. Sophia Peters, Memoir left by Gustaff Willem Baron van Imhoff 1740, p. 38.
23. S. Arasaratnam, Memoir of Julius Stein van Gollensee 1751, p.71.
24. Sophia Pieters, Memoir of Van Imhoff 1740, 1911, p.78, S. Arasaratnam Memoir of van Gollenesse 1751, p. 27; E. Reimers, Memoir of Joan Gideon Loten, Governor of Ceylon delivered to his successor Jan Schreuder on 28 February 1757, Colombo, 1935, p.37.
25. Sri Lanka National Archives (hereafter SLNA), Colombo, MSS 1/2712, Colombo Diary, 1662-1663, p. 68, p. 94.
26. S. Arasaratnam, 'The Rice Trade in Eastern India 1650-1740', Modern Asian Studies, vol. 22 (3), special issue 1988, pp. 531-549.
27. Ibid.
28. Tapan Raychaudhuri, Jan Company in Coromandel, 1605-1690, The Hague, 1962, p.127, n. 240.
29. W.Ph. Coolhas, ed., Generale Missiven van de Gouverneurs-Generaal en Raden Aan Heren XII der Verenigde Ossitindische Compagnie, 9 vols, S' Gravenhage, 1960-84, (hereafter GM), vol. IV, p. 728; p. 698, 30 November 1698.
30. S. Arasaratnam, 'Dutch Commercial Policy in Ceylon and its Effects on the Indo-Ceylon Trade, 1690-1750", The Indian Economic and Social History Review, vol. IV, no. 2, 1967, pp. 109-130, see, p. 113.
31. GM, vol. VI, pp. 83-84.
32. GM, vol. VI, p. 170.

33. NA, VOC 1693, fls.13-517.
34. NA, VOC 1706, fls.558-59, 575-76v.
35. GM, vol. VI, 30 November 1708.
36. NA, VOC 1686, fls.511-512.
37. NA, VOC 1738, fls.532v-533.
38. NA, VOC 1738, fls.499-505.
39. GM, vol. VII, p. 181, 28 November 1715.
40. GM, vol. VI, p. 695, 29 November 1710; p. 923, 11 February 1713; vol. VII, p. 22, 20 November 1713.
41. SLNA, 1/3069, Colombo Diary, 1763, 31 December 1763.

இயல் 6
தூத்துக்குடியிலிருந்து ஜாவா, இலங்கை மற்றும் நெதர்லாந்து வரை டச்சுக்குழுமத்தின் வணிகர்கள், இடைத்தரகர்கள் மற்றும் துணி வணிகம், 1648-1700

டச்சுக் கிழக்கிந்தியக் குழுமம் ஆசியாவில் விரிவடையும் வணிகத்தின் காரணமாக தமிழகக் கடற்கரையில் பல்வேறு இடங்களிலிருந்து துணியைக் கொள்முதல் செய்வதில் அதிகக் கவனம் செலுத்தத் தொடங்கியது. திருநெல்வேலி, தூத்துக்குடி, நாகர்கோயில் மற்றும் மதுரையைச் சுற்றியுள்ள துணி உற்பத்தி மையங்கள் கவரும் வண்ணமும், மலிவான விலையிலும், மேலும் மொத்த விற்பனையிலும் கிடைக்கும்படி துணிகளை வழங்கின. இதன் விளைவாக, தனிப்பட்ட வணிகர்கள், தரகர்கள் மற்றும் பூர்வீக வணிகர்களின் கூட்டுப் பங்குக் குழுமத்தைத் தொடர்பு கொண்டு துணிக் கொள்முதல் மற்றும் துணி வணிகத்தில் கவனம் செலுத்தினர்.

காயல்பட்டினம் சார்ந்த துணி வணிகத்துடன் ஜாவாவும் இலங்கையும், 1645-1667

காயல்பட்டினத்தில் தமிழ் முசுலிம்கள் ஏற்றுமதி செய்த துணி வகைகளைப் பற்றி 1645இல் டச்சுக்காரர்கள் அறிவித்தனர்.[1] டச்சுக் குழுமம் மதுரையில் ஆட்சிபுரிந்தவரான திருமலை நாயக்கரிடம் (1627-59) அங்கு குடியேற அனுமதி கோரியது. மேலும் டச்சுக்குழுமம் 14, டிசம்பர், 1645 அன்று வணிகத் தொழிற்சாலையை வெற்றிகரமாக நிறுவியது.[2] நாயக்கருடன் ஏற்பட்ட தவறான புரிதலால் 1648இல் காயல்பட்டினத்திலிருந்து (மூன்று ஆண்டுகளுக்குப் பிறகு) டச்சுக்காரர்கள் வெளியேற்றப்பட்டனர்.[3] போர்த்துக்கீசியர்களை விரட்டுவதற்கான வாய்ப்பிற்காக நீண்ட காலமாகக் காத்திருந்த தமிழ் முசுலிம் வணிகர்கள் 1652இல் டச்சுக்காரர்களுக்கு உதவ முன்வந்தனர். கவனமாகத் திட்டமிட்ட பின்னர் ஒருங்கிணைந்த படைகள் திருச்செந்தூருக்கு அருகிலுள்ள ஆலந்தலையில் போர்த்துக்கீசியர்களைத் தாக்கினர்.[4] டச்சுக்காரர்கள்

இப்பகுதியில் துணி கொள்முதல் செய்வதில் 970,791 புளோரின்களை முதலீடு செய்தனர். மேலும் டச்சுக்குழுமம் 1646 மற்றும் 1658 காலப்பகுதியில் இலங்கைக்குத் துணிமணிகளை ஏற்றுமதி செய்தது.[5]

போர்த்துக்கீசியக் குடியேற்றமான தூத்துக்குடியைக் கைப்பற்ற டச்சுக்காரர்கள் அங்கு முற்றுகையிட்டனர். அவர்கள் தூத்துக்குடியைக் கைப்பற்றி 1658 சனவரி 2ஆம் நாள் ஆக்கிரமித்தனர். இந்த வெற்றி டச்சுக்குழுமத்திற்கு ஒரு புதிய ஊக்கத்தை அளித்ததோடு வணிக வாய்ப்புகளை ஆராயத் தூத்துக்குடியில் ஒரு டச்சுக்காரரான வணிகப் பேராளர் நியமிக்கப்பட்டார். அவர் கடற்கரைக்குப் பின்புறமுள்ள நிலப்பகுதிகளில் இருந்து துணிகளைப் பெறுவதில் கவனம் செலுத்தினார்.[6] காயல்பட்டினத்தில் தமிழ் முசுலிம் வணிகர்கள் வழக்கம்போல் துணி வணிகம் செய்தனர். டச்சுக் குழுமம் துணி வழங்குபவர்களின் உதவியைப் பெறத் தொடங்கியது. தூத்துக்குடி டச்சுக்குழுமத்தின் தலைமை வணிகராக ஷேக் நயினார் லெப்பை நியமிக்கப்பட்டார்.[7]

டச்சுத் தலைவர் இந்தப் பகுதியில் துணி வணிகத்தில் கட்டுப்பாட்டை உண்டாக்க ஒரு திட்டத்தை உருவாக்கினார். தூத்துக்குடி மிகவும் நன்மை தரக்கூடிய ஒரு புள்ளியில் அமைந்திருப்பதால், ஜகார்த்தா மற்றும் கொழும்புடன் வணிகத் தொடர்புகளை ஏற்படுத்துவதற்கு வசதியாக இருந்தது. உள்நாட்டில் அமைந்துள்ள மதுரை ஏற்கனவே கைத்தறித் துணிக்கு ஓவியம் மற்றும் துணிக்குச் சாயமிடுதல் ஆகியவற்றிற்குப் பெயர் பெற்றது. திருமலை நாயக்கரின் (1623-59) ஆதரவின்கீழ் சவுராட்டிர நெசவாளர்கள் மற்றும் சாயக்காரர்கள் அங்கு குடியேறினர்.[8] இந்தச் சவுராட்டிர நெசவாளர்கள் சிறிது சாயம் கொண்டும் சிறிது சாயமில்லாத துணி மற்றும் மெழுகு எதிர்ப்புச் சாயமிட்ட சுங்கிடி எனப்படும் துணியை உற்பத்தி செய்தனர். இந்தச் சேலைகளுக்கு இலங்கை மற்றும் இந்தோனேசியாவில் அதிகத் தேவை இருந்ததால் டச்சுக்காரர்கள் இந்த வகையைச் சேகரித்து ஏற்றுமதி செய்தனர். கச்சய் எனப்படும் ஒருவகை முரட்டுத் துணிக்கு இலங்கையில் அதிக தேவை இருந்தது. எனவே, டச்சுக்காரர்கள் அதன் உற்பத்திக்காக கைக்கோள நெசவாளர்களிடம் முன்பணம் வழங்கினர். டச்சுக்குழுமம் 1659 மற்றும் 1667க்கு இடையில் தூத்துக்குடி துறைமுகத்திலிருந்து அடிமைகள் உள்ளிட்ட 5,000 நெசவாளர்கள், சாயமிடுபவர்கள் மற்றும் துணிக் கைவினைஞர்களை அனுப்பியது. மேலும் தேவை காரணமாக இலங்கையிலேயே துணி உற்பத்தியை ஏற்பாடு செய்ய முயற்சித்தது.[9]

1661இல் தூத்துக்குடியிலிருந்து துணி ஏற்றுமதி மூலம் ஜகார்த்தாவில் துணியின் தேவை சரி செய்யப்பட்டது. 1659க்கும் இடைப்பட்ட காலத்தில்

எந்தத் துணியும் ஏற்றுமதி செய்யப்படவில்லை. மேலும் 1663 பஞ்சம் மற்றும் வறட்சி காரணமாக துணி உற்பத்தி தடைப்பட்டது. பொதுவான நேரங்களில் டச்சுக்காரர்களால் சரியான நேரத்தில் துணியைப் பெற முடியவில்லை. ஏனெனில், துணியைப் பதப்படுத்தும் பணி காலதாமதமானது. எனவே, தூத்துக்குடி அருகே டச்சுக்குழுமம் தன் சொந்த மேற்பார்வையில் துணி உற்பத்தி மற்றும் சாயமிடுதல் பணிகளை மேற்கொள்ளத் திட்டமிட்டது.

தமிழகக் கடற்கரையில் டச்சுக்குழுமத்தின் துணி சாயமிடுதலின் தனிப்பகுதிகளும் அலகுகளும், 1663-1697

1663இல் காயல்பட்டினத்தில் டச்சுக்காரர்கள் துணி சாயமிடும் மையத்தை அமைத்தனர். அதே ஆண்டு தூத்துக்குடியில் இரண்டாம் தனிப்பகுதி நிறுவப்பட்டது.[10] 1665இல் தேங்காப்பட்டினத்தில் நீல நிறத் துணிக்குச் சாயமிடுவதற்கான மூன்றாம் தனிப்பகுதியையும் அமைத்தனர்.[11] தேங்காப்பட்டணத்தில் கிடைத்த சணல்பையை டச்சுக் குழுமத்தில் இளநிலை வணிகரான பிலிப் டி ஹோஸ் கொள்முதல் செய்ய டச்சுக்குழுமம் உத்தரவிட்டது. அதைத் தூத்துக்குடிக்கு அனுப்பும் பொறுப்பும் அவருக்கு அளிக்கப்பட்டது. நல்ல தரமான கட்டுக்கட்ட உதவும் கயிறும் கிடைத்தது. இலவங்கப்பட்டை ஏற்றுமதிக்குக் கட்டுகட்டும் தேவைகளின் காரணமாகச் சோழ மண்டலக் கடற்கரையைவிட விலை அதிகம் என்றாலும் கட்டுகட்டும் கயிறு வாங்கப்பட்டது.[12]

டச்சுக்காரர்களின் துணி சாயமிடும் பகுதிகள் தூத்துக்குடி மற்றும் அத்துறைமுகப் பகுதிகளின் அருகிலுள்ள சாயப் பொருட்கள் மிகுதியாகக் காணப்பட்ட பகுதிகளிலிருந்து தேவையான அளவு சாயப் பொருட்களைப் பெற்றன. குழுமத்திற்கு துணி கொடுத்து உதவியோர்க்குச் சாயப் பொருட்கள் விற்பனையில் முன்னுரிமை அளிக்கப்பட்டது. சாயப் பொருட்களைச் சேகரிக்கும் பூர்வகுடிகள் தங்கள் வேலைக்காக சாயவேர்களில் பாதியை மட்டுமே வைத்திருக்க அனுமதிக்கப்படுவார்கள் என்றும், மீதமுள்ளவை டச்சுக்காரர்களுக்கு வழங்கப்பட வேண்டு மென்றும் டச்சுக்குழுமத்தால் உத்தரவு பிறப்பிக்கப்பட்டது. தேவை அதிகம் உள்ள மதுரையில் டச்சுக்குழும சாயங்களை விற்பனை செய்தது. சில சமயங்களில் இந்தச் சாயங்கள் சோழமண்டலக் கடற்கரைப் பகுதிகளுக்கு ஏற்றுமதி செய்யப்பட்டன.[13] டச்சுக்காரர்கள் 1,467,002 புளோரின்கள் துணிக் கொள்முதலுக்கும் துணி ஏற்றுமதிக்கும் 1664 மற்றும் 1683க்கு இடையில் இலங்கைக்கு ஏற்றுமதி செய்தனர்.[14]

டச்சுக்குழுமம் பாக்குக்கொட்டை விற்பனையை ஊக்குவிக்க இலங்கையில் பல முயற்சிகளை மேற்கொண்டது. தூத்துக்குடியில் துணி கொள்முதல் செய்ய, போதிய மூலதனத்தைத் திரட்ட வேண்டும். தங்கம் மற்றும் வெள்ளி இறக்குமதியைக் குறைக்க இந்த நடவடிக்கை எடுக்கப் பட்டது.[15] 20,000 பாக்குக் கொட்டைகளுக்கு ஐந்து பகோடாக்கள் என டச்சுக்காரர்களால் தீர்மானிக்கப்பட்டது. இலங்கையிலுள்ள சந்தை களுக்கு மட்டுமல்லாமல் ஜகார்த்தா மற்றும் நெதர்லாந்துக்கு துணி வாங்கப்பட்டதால் வணிகத்திற்கு அதிக மூலதனம் தேவைப்பட்டது. ஜகார்த்தாவில் உள்ள டச்சு உயர் அரசானது இலங்கையில் உள்ள டச்சு ஆளுநருக்கும் மேலும் பாக்குக் கொட்டையை வழங்கி துணி வணிகத்தை எளிதாக்குமாறு அறிவுறுத்தியது. தங்கம் மற்றும் வெள்ளியைச் சேமிப்பதற்காக ஜகார்த்தாவிலிருந்து தாமிரம், தகரம் மற்றும் துத்தநாகம் போன்ற உலோகங்கள் விற்கப்பட்டு, துணி வாங்கு வதற்குத் தேவையான நிதியைத் திரட்டுவதற்காக அனுப்பப்பட்டன.[16] டச்சுக்காரர்கள் கொழும்பில் கச்சயத் துணிகளை விற்பனைக்குப் பெற்றனர். பெருமளவிலான பாக்குக் கொட்டைகள் தூத்துக்குடிக்கு அனுப்பப்பட்டன. மேலும் டச்சு வணிகத் தலைவன் அவர்கள் அவற்றை உள்நாட்டு வணிகர்களுக்கு வழங்கினார். அவர்கள் அதை உள்நாட்டிலுள்ள சந்தைகளில் விற்பனைக்குக் கொண்டு சென்றனர். இதனால் டச்சுக்குழுமம் நல்ல விலையை உறுதி செய்து அதிகமான இலாபம் ஈட்ட முடிந்தது.[17] இந்த நடைமுறையைப் பின்னர் தொடர முடியவில்லை. மேலும், 1697இல் டச்சுக்காரர்கள் 450,000 புளோரின்களை இழந்தனர். ஏனெனில், பாக்குக்கொட்டைகள் விற்கப்படாமல் அழுகின.[18]

ஹென்ட்ரிக் வான் ரீடே, டச்சு துணி கொள்முதல் வணிகத்தை மேம்படுத்துவதற்காக சூன் 1668இல் மதுரை அரண்மனைக்குத் தூதராக அனுப்பப்பட்டார்.[19] நெசவாளர்கள் துணியை வழங்க ஒப்புக்கொண்டதால் அவரின் வருகை பயனுள்ளதாக இருந்தது. 1670, 1673, 1675 மற்றும் 1677களில் பஞ்சம் காரணமாக உற்பத்தி பாதிக்கப்பட்டதால் இலங்கைக்குத் துணி ஏற்றுமதி செய்ய முடியவில்லை. 1677, நவம்பர் மாதம் மதுரை அரண்மனைக்கு ஒரு தூதராக அடால்ப் பாசிங்கே அனுப்பப்பட்டு ஏற்றுமதிக்கான துணிகளின் நிலையான வழங்கும் முறையைப் பெறுவதற்கான வாய்ப்பை ஆராய்ந்தார். அவருடைய வருகையின்போது பஞ்ச காலமாக இருந்ததால் அவரின் வருகை தோல்வியடைந்தது. 1678 மற்றும் 1680-82இல் மீண்டும் இலங்கைக்குத் துணி ஏற்றுமதி செய்ய முடியவில்லை. பின்னர் டச்சுக்காரர்கள்

1683இல் மதுரையிலிருந்து துணிகளை வாங்கவும் ஏற்றுமதி செய்யவும் முடிந்தது. ஆனால், அதன் பிறகு மீண்டும் வணிகம் நிறுத்தப்பட்டது. நிக்கோலஸ் வெல்டர் 1689இல் ஏற்றுமதிக்குத் துணி வாங்குவதற்கான ஏற்பாடுகளைச் செய்ய மதுரைக்கு அனுப்பப்பட்டார். இந்த வருகை மீண்டும் தோல்வியடைந்தது. எனவே, டச்சுக் குழுமம் மதுரையில் வசித்த ஒரு டச்சுக்காரரைத் துணி வாங்க நியமித்தது. இது நீண்டகாலப் பயனை விளைவித்தது. இக்குழுமம் 1695இல் மதுரையிலிருந்து தூத்துக்குடிக்கு ஏற்றுமதி செய்ய பல துணி மூட்டைகளைப் பெற்றது.[20]

1695இல் தூத்துக்குடியிலிருந்து காலேக்கு ஏற்றுமதி செய்யப்பட்ட துணிகளின் அளவு மற்றும் துணிகளின் மதிப்பு

துணி வகை	துண்டுகளின்	விற்பனை
(புளோரின் ஸ்டுய்வர்கள் மற்றும் பென்னிஜென்கள்)		
சாயமிடப்படாத சலம்பூரி	1,074	6369-15-0
வெண்மையாக்கப்பட்ட சலம்பூரி	260	1560-0-0
கினியா துணி	443	5584-10-0
பாய்மரத் துணி	11½	46-10-0

சான்று: அடிக்குறிப்பு எண் 21

1682-1697இல் தூத்துக்குடி, ஆழ்வார் திருநகரி மற்றும் மணப்பாடு ஆகிய இடங்களில் தமிழ் வணிகர்கள் மற்றும் போர்த்துக்கீசிய-தமிழர்களின் கூட்டுப் பங்குக் குழுமம்

டச்சுக்காரர்கள் தூத்துக்குடியில் வசிக்கும் பெரிய அளவிலான துணி வணிகர்களின் தகுதியான வளங்களைப் பயன்படுத்த விரும்பினர். உள்நாடுகளில் அதிக அளவில் துணி நெசவு நடப்பதை டச்சுக்காரர்கள் அறிந்ததும், தூத்துக்குடிப் பகுதியில் உள்ள உள்ளூர் வணிகர்களிடம் தனித்தனியாக ஆண்டு ஒப்பந்தம் போட்டுத் துணிகளை வாங்கினர். இந்தத் தனிப்பட்ட வணிகர்கள் 1680இல் தூத்துக்குடியில் கூட்டுப் பங்குக் குழுமத்தை உருவாக்கத் தூண்டப்பட்டனர்.[22] ஆனால், இந்த முயற்சி 1682 மற்றும் 1691இல் வெற்றி பெற்றது. 1695இல் உள்நாட்டுத் துணி வணிகர்களின் கூட்டுப் பங்குக் குழுமத்தை உருவாக்குவதற்கான மற்றொரு முயற்சி தோல்வியடைந்தது. ஏனெனில், இந்த உள்ளூர் வணிகர்கள் துணியின் விலையைப் பெருமளவில் உயர்த்தி அந்தப் பகுதியில் டச்சுக் குழுமம் துணியைப் பெறுவதிலிருந்து தடுத்தனர்.

1696 ஏப்ரல் 4ஆம் நாள் டச்சுக்காரர்களுக்குத் துணி வழங்கிய தூத்துக்குடியின் முன்னணி வணிகரான பாபா பிரபு இறந்ததால் டச்சுத் துணி வணிகம் கடுமையாய் பாதிக்கத் தொடங்கியது.[23]

டச்சுக்குழுமம் நேரடிப் போட்டியைத் தரகர்களிடமிருந்து அகற்ற முடிவு செய்தது. அவர்கள் தூத்துக்குடி துணி வணிகர்களைத் தொடர்பு கொண்டு ஆந்திரே மொரட், பல்தசார் ஸ்டெபன்சு, முத்துப்பிள்ளை மற்றும் ஆந்திரே பெர்னாண்டோ ஆகியோருடன் கூட்டுப் பங்குகளை ஏற்பாடு செய்தனர். அப்பர் சூரியன், அபிநவப்பிள்ளை, ஆறுமுகம், நாராயணசெட்டி, சித்திக் மகமுது, மருதஒட்டி மூப்பனார், மரியாதைச் செட்டி மற்றும் திலகன் குட்டி ஆகியோருடன் தூத்துக்குடிக்கு அருகில் அமைந்துள்ள ஆழ்வார் திருநகரியில் வணிகர்களின் மற்றொரு கூட்டுப்பங்குக் குழுமம் 1697இல் உருவாக்கப்பட்டது. தூத்துக்குடி வணிகர்கள் சிவகாசி, திருவில்லிப்புத்தூர் மற்றும் சங்கரன்கோவில் ஆகிய இடங்களில் துணிகளை வாங்கினர். ஆழ்வார் திருநகரி வணிகர்கள் திருவைகுண்டம் மற்றும் பாளையத்தில் துணிகளை வாங்கினர்.[24]

வணிகர்களின் மூன்றாம் கூட்டுப் பங்குக் குழுமம் தூத்துக்குடிக்கு அருகில் அமைந்துள்ள மணப்பாடு என்ற இடத்தில் தோம் டி மெல்ஹோ, கோசியா மூப்பனார் மற்றும் சிவசாமிப் பிள்ளை ஆகியோர் அமைத்தனர். கோட்டாறில் மேலும் இரண்டு கூட்டுப் பங்குக் குழுமங்கள் உருவாக்கப் பட்டு, கோலப்பபிள்ளை உதவியுடன் தூத்துக்குடியில் வலிமை வாய்ந்த துணி வணிகர்களின் முன்னணி உரிமையை உடைக்க உதவினார். மணப்பாடு வணிகர்கள் 1682இல் களக்காடு, வீரவநல்லூர், கல்லிடைக் குறிச்சி மற்றும் தென்காசி ஆகிய இடங்களில் துணிகளை வாங்கினர். கோட்டாறு வணிகர்கள் திருவிதாங்கூர் பகுதியில் துணிகளை வாங்கினர்.[25]

டச்சுக்குடியிருப்புகள், துணி சேமிப்பு மையங்கள் மற்றும் கிடங்குகள், 1697-1700

தூத்துக்குடியிலுள்ள டச்சுத்தொழிற்சாலையின் தலைவராக இருந்த கிரின் கேபர்மேன் தெகு அவர்கள் தொழில்முறையில் வணிகர் அவரின் பணியமர்த்தம் துணி வணிகத்தை வளர்ப்பதற்கு மிகவும் உதவியாக இருந்தது. டச்சுக்குழுமம் தூத்துக்குடியில் துணிகளுக்கு ஓவியம் வரைவதைத் தொடர்ந்து வைத்திருக்க வேண்டும் என்று விரும்பியது. ஏனெனில் வண்ணம் தீட்டப்பட்ட துணிகளுக்கு வெளிநாட்டுச் சந்தையில் அதிகத் தேவை இருந்தது. ஏற்றுமதியை எளிதாக்கும் வகையில் துணிகளைத் தொடர்ந்து வழங்குமாறு

வணிகர்கள் கேட்டுக் கொள்ளப்பட்டனர்.[26] டச்சுக்காரர்கள் ஆழ்வார் திருநகரியில் ஒரு சிறிய கல்வீட்டைப் பெற்றிருந்தனர். ஜான் பைரன்சின் வசிப்பிடமாகவும், குழுமத்தின் துணிகளைப் பொருட்களைச் சேமிப்பதற்காகவும் அது பயன்படுத்தப்பட்டது.[27] ஹீபர்ட் கேபர்மேன் என்ற டச்சுக்காரர் மணப்பாடு பகுதியில் வசிப்பவராக இருந்ததோடு அப்பகுதியில் துணிகளைச் சேகரித்தார். துணிக்கொள்முதல் மேம்பட்டதோடு 1697இல் தமிழகக் கடற்கரையில் டச்சுக்காரர்கள் கையாண்ட மொத்த அளவில் தூத்துக்குடி சார்ந்த துணி ஏற்றுமதி 4.29 விழுக்காடாக இருந்தது.[28]

தூத்துக்குடியிலிருந்து துணி வணிக ஏற்றுமதியை அதிகரிக்க டச்சுக்காரர்கள் கூட்டப்புளி வரை தங்கள் நடவடிக்கைகளை விரிவு படுத்தினர். துணி வழங்க வேண்டி வணிகர்களின் வசதிக்காக ஓலைக் கொட்டகை அமைத்தனர். கொள்முதல் செய்யப்பட்ட துணிகள் உடனடியாக கூட்டப்புளியிலிருந்து மணப்பாட்டுக்குப் படகுகள் மூலம் அனுப்பி வைக்கப்பட்டு தூத்துக்குடிக்குச் சரக்குகள் சென்றடைந்தன.[29] புன்னைக்காயலில் வாடகை வீட்டில் வசித்து வந்த ஜோன்ஸ் டீர்லிங் அவர்கள் ஊரின் உள்பகுதியில் துணி கொள்முதல் செய்வதைக் கண்காணித்து வந்தார். புன்னைக்காயலில் உள்ள போர்த்துக்கீசியத் தேவாலயம் ஒன்றில் டச்சுக்காரர்களால் பெறப்பட்ட துணிகள் சேமித்து வைக்கப்படக் கிடங்காகப் பயன்படுத்தப்பட்டது.[30] காயல்பட்டினத்தில் வசிக்கும் டச்சுக்காரரான லூகாஸ்பூல் என்பவரிடம் அந்தப் பகுதியில் துணி சேகரிப்பு ஒப்படைக்கப்பட்டது. பிஜ்ல் அவர்கள் மதுரையில் வசிப்பவராக நியமிக்கப்பட்டு நெசவாளர்களிடமிருந்து நேர்த்தியான துணி வகைகளை வாங்குவதற்காகப் பொறுப்பேற்றார். ஒன்பது டச்சுக் குடியிருப்பாளர்களை நியமிப்பதன் மூலம் டச்சுக்குழுமம் நிலையான துணி வழங்கும் நிலைப்பாட்டை ஏற்பாடு செய்தது. திருச்செந்தூர், வைப்பார், வேம்பார் மற்றும் வீரபாண்டியன்பட்டினம் ஆகிய இடங்களில் ஏற்றுமதிக்குத் தேவையான துணிகள் கிடைப்பதைத் தெரிவிக்கப் பணியாட்களும் நியமிக்கப்பட்டனர். கொர்னேலியஸ் ஹீய்ஸ் அவர்கள் வீரபாண்டியன்பட்டினத்திலேயே இருந்து தமிழ் முசுலிம்கள் கடலில் பயணம் செய்வதற்கு டச்சுக்காரர்களிடம் பாய்மர அனுமதி பெறுகிறார்களா என்பதை தொடர்ந்து சோதித்து, துணிக்கடத்தல் நடைபெறாமல் இருப்பதை உறுதி செய்தார்.[31] தூத்துக்குடியின் தகுதி வாய்ந்த வணிகர் அவர்கள் துணிக் கொள்முதல் மற்றும் வணிகத்தின் ஒட்டுமொத்தப் பொறுப்பாளராக இருந்தார். காயல்பட்டினத்தில் வசிக்கும் டச்சுக்காரர் இப்பகுதியில் டச்சுக்குழுமத்தின் வணிக அலுவல்களை மேற்பார்வையிட்டார்.

ஆழ்வார்திருநகரி நெசவாளர்கள் மற்றும் வணிகர்கள் மீது புதிய வரிகளைக் கட்டப்ப நாயக்கர் என்ற ஆட்சியாளர் விதித்தார்.[32] காரணம், துணி உற்பத்தி நன்கு வளர்ச்சியடைந்ததோடு வெளிநாட்டு ஏற்றுமதிக்கான தேவையும் விரிவடைந்தது. பெருமளவிலான பணத்தை முன்பணமாகப் பெற்றுக்கொண்டு மணியக்காரர்களை (வருவாய் உழவர்கள்) ஆட்சியாளர் நியமித்தார். இந்த மணியக்காரர்கள் தங்களை வளப்படுத்திக் கொள்ள நெசவாளர்களிடமிருந்தும் வணிகர்களிடமிருந்தும் அச்சுறுத்தி வரி வசூலித்தனர். பஞ்சம் மற்றும் வறட்சி நெசவாளர்களின் துயரத்தைத் தொடர்ந்து அதிகரித்தது. 1697இல் பருவமழை பொய்த்துப் பருத்திப் பயிர் அழிவுக்குள்ளானது.[33] மிகவும் மோசமாகப் பாதிக்கப்பட்ட நெசவாளர்கள் தங்கள் வீடுகளை விட்டு வெளியேறி, தங்கள் கிராமங்களை விட்டு தொலைதூர இடங்களுக்குக் குடிபெயர்ந்தனர். மற்றொரு ஆண்டு ஒரு நோய் பரவி பருத்திப் பூக்களின் வளர்ச்சியைப் பாதித்தது.[34] பருத்தித் தட்டுப்பாடு தான் துணி உற்பத்திப் பாதிப்பிற்கு முதன்மையான காரணம்.[35]

இந்த நடைமுறைத் தடைகளை நன்கறிந்த டச்சுக்காரர்கள் இப்பகுதியில் கிடைக்கும் துணிகளை வழக்கத்தைவிட அதிக விலை கொடுத்து வாங்குவதற்காக நெசவாளர்களுக்குத் தேவையானவற்றை வழங்கினர். 1659 மற்றும் 1700க்கு இடையில் மதுரையின் ஆட்சியாளருடன் டச்சுக்காரர்களால் மிகவும் பலனளிக்கிற விதிமுறைகளுடன் ஏழு ஒப்பந்தங்கள் கையெழுத்தானது.[36] மேலும், தூத்துக்குடியிலுள்ள டச்சுக்காரர்கள் துணிகளுக்கு முன்பணம் செலுத்தி அவர்களுக்குப் பணம் கிடைக்கச் செய்து ஐயத்திற்கிடமின்றித் துணிக் கொள்முதலை எளிதாக்கியது.[37] இந்தத் துணிச்சலான நடவடிக்கைகள் டச்சுக்குழுமத்தின் துணி வணிகத்தில் நல்ல விளைவை ஏற்படுத்தியது. கோட்டாறு மற்றும் திசையன்விளையிலுள்ள டச்சுக்காரர்களின் துணி சேமிப்பு மையங்களும் தூத்துக்குடியில் வணிகத்தை மேம்படுத்தின.

மதுரையில் டச்சுக்காரர்களின் துணி வணிக நிறுவனங்களும் நெதர்லாந்துடன் தூத்துக்குடி வணிகமும், 1670–1700

தூத்துக்குடியிலுள்ள டச்சுக்காரர்கள் நெசவுக்கிராமங்கள் மற்றும் துணி விற்பனை மையங்களுக்குச் சென்று உள்நாட்டில் ஊடுருவுவதில் முன்னோடிகளாக இருந்தனர். பதினாறாம் நூற்றாண்டில் பெரும்பாலும் தமிழகக் கடற்கரைத் துறைமுகங்களில் தங்கியிருந்த போர்த்துக்கீசியர் களைப் போலல்லாமல் நெசவாளர்கள் மற்றும் துணி வணிகர்களுடன் அவர்கள் தரகர்கள் மூலம் தொடர்புகளை ஏற்படுத்தினர். டச்சுக்குழும அதிகாரிகள் பூர்வீக ஆட்சியாளர்களின் தலைநகரில் வணிக அலகுகளை

அமைக்கத் தொடங்கினர். ஆட்சியாளருக்குத் தேவையான பயனுடைய பொருள்கள் மற்றும் சரக்குப் பொருள்களை அவர்கள் வழங்கினர். டச்சுக்காரர்கள் 1658இல் மதுரை, திருமலை நாயக்கரின் அரசவைக்கு ஒரு தூதர் பயணியை அனுப்பினர். போர்த்துக்கீசியக் குடியேற்றத்தைக் கைப்பற்றிய பிறகு கூப்மன் ஓம்ஸ் அவர்கள் தூத்துக்குடி நகரத்தை அடைந்து பிற அனைத்து அய்ரோப்பிய வணிகக் குழுமங்களும் கடற்கரையில் வணிகத்தில் ஈடுபடுவதைத் தடை செய்யுமாறு நாயக்கரிடம் கோரிக்கை விடுத்தார்.[38] ஆட்சியாளர் தன் மூதாதையரின் மரபார்ந்த கொள்கையான விடுதலையுணர்வுனும் திறந்த வணிகத்தையும் தன் அரசாட்சியின் கீழ் இருக்கும் துறைமுகங்களில் இருக்க வேண்டுமெனத் திரும்பத் திரும்ப வலியுறுத்தினார்.[39] இதனால், தூத்துக்குடியிலிருந்த டச்சுக்காரர்கள் தொடக்கத்திலிருந்தே அதிகாரச் சமநிலையை ஏற்படுத்த வேண்டிய கட்டாயம் ஏற்பட்டது. மதுரை நாயக்கருடன் தங்கள் உறவுகளில் அதிக நெருக்கமோ, அதிக பகையோ காட்டவில்லை.

டச்சு அதிகாரியான வான் கோயன்ஸ் அவர்கள் தூத்துக்குடிக்கும் இலங்கைக்கும் இடையிலான வணிகத்தின் சிறப்புத் தன்மையையும் தூத்துக்குடியில் வலுவான படை மற்றும் கடற்படைகள் இருப்பதும் டச்சு முயற்சிக்கு உதவும் என்பதையும் உணர்ந்திருந்தார்.[40] இந்தத் தொடக்கக் கட்டத்தில் டச்சுக் குழுமம் எந்தப் படைத்துறையையும் இயக்க ஆர்வம் காட்டவில்லை. மதுரை நகரத்தில் அதன் துணி வணிக நடவடிக்கைகளை அதிகரிக்க மட்டுமே விரும்பியது.[41] துணி வணிகத்தை கவனிக்க டச்சுக்காரர் ஒருவர் நியமிக்கப்பட்டார். டச்சுக்காரர்கள் தமிழகக் கடற்கரையிலுள்ள பிற இடங்களிலிருந்து கூடுதலாகப் பொருட்களைப் பெறுவதற்கு மதுரையில் கிடைத்த துணி உதவி செய்தது.[42] இராமநாதபுரத்தை ஆட்சி செய்த இரகுநாத திருமலை சேதுபதிக்கு (1645-70) எதிராக அவ்வப்போது மதுரை நாயக்கர் போர்களை நடத்தியதால் துணிக் கொள்முதல் பாதிக்கப்பட்டது. இலங்கையில் ஏற்றுமதி மற்றும் விற்பனைக்காகக் கச்சய் துணியைப் பெரிய அளவில் வாங்க இயலவில்லை.[43]

1670இல் மதுரை நாயக்கர் அவர்கள் புன்னைக்காயல், வீரபாண்டியன்பட்டினம், காயல்பட்டினம், வேம்பார், வைப்பார், கொம்புத்துறை மற்றும் மணப்பாடு ஆகிய ஏழு கடற்கரைச் சிற்றூர்களை டச்சுக்காரர்களுக்குக் குத்தகைக்குக் கடனாக வழங்கினார்.[44] இது டச்சுக் குழுமத்திற்கு அந்தப் பகுதியில் துணி கொள்முதல் செய்ய உதவியது. நாயக்கர் ஆகஸ்ட் 1690இல் டச்சுக்காரர்களுடன் மற்றொரு ஒப்பந்தத்தில் கையெழுத்திட்டார். இதன்மூலம் அவர் தன் அரசின் கடலோரப்

பகுதியில் வணிகம் செய்ய டச்சுக்காரர்களுக்கு முற்றதிகார (ஏகபோக) உரிமையைக் கொடுத்தார்.[45] இது டச்சுக்குழுமத்தின் நிலையை வலுப்படுத்தியது. மேலும் டச்சுக்காரர்கள் தங்கள் துணிக் கொள்முதல் மற்றும் வணிகத்தை ஒழுங்கமைக்க இந்த இடங்களில் வணிகக் குடியிருப்பாளர்களை நியமித்தனர்.

மதுரை நெசவுத்தொழிலுக்குப் பெயர் பெற்றது என்பதால் ஏற்றுமதி செய்ய டச்சுக்காரர்களுக்குக் கடினமானதாக இருக்கவில்லை. முதன்மையாக அந்தத் துணிகளை வேறு இடங்களுக்குச் சாயமிட அனுப்புவதைத் தவிர்க்கவே நகரத்தில் சாயமிடும் மையம் அமைக்க முடிவு செய்தனர். மதுரை நகரில் நெசவுச் சாயமிடும் அலகு டச்சுத் துணி ஏற்றுமதியை மேம்படுத்தும் நோக்கத்தில் தொடங்கப்பட்டது. மதுரையில் டச்சுக் குழுமத்தால் சிவப்புத் துணிக்குச் சாயமிடும் முறை வெற்றி பெறவில்லை. ஏனெனில் வேலை மிகவும் மெதுவாக நடந்ததாலும் தரம் குறைந்த சாயத்தாலும் எனலாம். நகரத்தின் பூர்வீக சாயக்காரர்கள் டச்சுக்காரர்களின் அறிவுரைகளையோ அல்லது அவர் களுக்கு விடுக்கப்பட்ட அச்சுறுத்தல்களையோ ஏற்றுக்கொள்ளவில்லை. சலம்பூரி, பெர்காலஸ், ஜிங்காம்ஸ், வெள்ளைத் துணி மற்றும் சணற்பை ஆகியன வழங்கப்பட்டு 1663இல் கப்பல்களில் ஏற்றுமதி செய்யப்பட்டன.[46]

மதுரையிலிருந்து தூத்துக்குடி துறைமுகம் வழியாக நெதர்லாந்துக்கு ஏற்றுமதி செய்யப்பட்ட சரக்குத் துணிகளின் மூலம் ஞாயமான அளவில் இலாபம் கிடைத்தது.[47] மதுரையிலிருந்து 4,000 பொதிகள் டச்சுத் துணிகள் கொள்முதல் செய்யப்பட்டது. 1670இல் நெதர்லாந்திலிருந்து தூத்துக்குடிக்கு நேரடிக் கப்பல் போக்குவரத்து அறிமுகப்படுத்தப் பட்டதன் மூலம் துணி வணிகம் செழித்தது.

நெதர்லாந்திலிருந்து தூத்துக்குடிக்கு நேரடிக் கப்பல் போக்குவரத்து, 1670-77

புறப்படும் நாள்	**கப்பலின் பெயர்**	**வந்த நாள்**
13 அக்டோபர் 1669	ஸ்பான்புரூக்	15 சூன் 1670
8 டிசம்பர் 1669	ஜோடெண்டால்	22 ஜூன் 1670
13 அக்டோபர் 1670	பிரடியோடே	12 மே 1671
13 அக்டோபர் 1670	ஸ்பாரெண்டம்	5 ஜூன் 1671
23 நவம்பர் 1670	ஸ்வானென்பெர்க்	5 சூன் 1671
11 செப்டமபர் 1671	வபென் வான் கோனாகு	22 மே 1672

11 டிசம்பர் 1671	இஜ்பெஸ்டெய்ன்	28 சூலை 1672
11 டிசம்பர் 1671	ஓப்மீர்	28 சூலை 1672
15 டிசம்பர் 1671	நெடர்ஹார்ஸ்ட்	16 ஆகஸ்ட் 1672
16 டிசம்பர் 1673	வூர்ஜிக்டிகெய்கு	1 ஆகஸ்ட் 1674
13 சனவரி 1674	பிஜ்நெக்கர்	3 ஆகஸ்ட் 1674
15 ஆகஸ்ட் 1675	ஆர்டன்பர்க்	17 மே 1676
15 செப்டம்பர் 1675	ஹீய்ஸ் தெ குரோனென்பர்க்	17 மே 1676
14 செப்டம்பர் 1676	ராம்மெகென்ஸ்	3 சூன் 1677
14 செப்டம்பர் 1676	ஹய்ஸ் தெ வெல்சென்	10 சூன் 1677

சான்று: அடிக்குறிப்பு எண் 48

நெதர்லாந்திலிருந்து தூத்துக்குடி வழியாக இலங்கைக்கு வந்த கப்பல்கள், 1681 - 1687

புறப்படும் நாள்	கப்பலின் பெயர்	வந்த நாள்
1681	குல்டன் வேகன்	18 சூலை 1681
1681	சிவெட்காட்	12 ஆகஸ்ட் 1681
1683	பர்மர்	25 மே 1683
24 மே 1686	நெட்டலென்பர்க்	4 சூன் 1687
3 சனவரி 1687	ஈன்மஹீர்ன்	11 ஆகஸ்ட் 1687
3 சனவரி 1687	ஸ்கீப்ரோக்	10 ஆகஸ்ட் 1687

சான்று: அடிக்குறிப்பு எண்[49]

காயல்பட்டினம் மற்றும் கீழக்கரை மரைக்காயர்களிடமிருந்து டச்சுக்காரர்கள் துணிகளை வாங்கினார்கள்.[50] டச்சுக்குழுமத்தின் அதிகாரிகள் இப்பகுதியின் துணி வணிகர்கள் மற்றும் தரகர்களுடன் நல்லுறவைப் பேணி அவர்கள் தங்களுக்கு துணி வழங்கலை ஏற்பாடு செய்து கொண்டனர். வணிகத்தில் பாபா பிரபுவுக்கு பிணையாக இருந்த தரகர்களால் அல்லாமல் தூத்துக்குடியின் முதன்மையான வணிகரான பாபா பிரபு தீர்க்க வேண்டிய நிலுவையிலுள்ள 18648 புளோரின்கள், 1 ஸ்டுய்வர் மற்றும் 7 பென்னிஜென்கள் குறித்து டச்சுக்காரர்களால் விசாரணை நடத்தப்பட்டது. டச்சுக்காரர்களுடன் ஏற்பட்ட தவறான புரிதல் காரணமாக பாபா பிரபு தூத்துக்குடி

துறைமுகப் பகுதியை விட்டு வெளியேறி தூத்துக்குடியிலிருந்து கொச்சி வரை உள்ள நெசவாளர்களையும் சாயமிடுபவர்களையும் வேறிடத்தில் குடியமர்த்தினார்.[51] டச்சுக்காரர்கள் அவர் குழுமத்திற்குச் செலுத்த வேண்டிய கடன் தொகையிலிருந்து சில தொகையைத் தண்ட முடிந்தது. பாபா பிரபு துணி வணிகத்தைத் தொடர்ந்தார். டச்சுக்காரர்கள் கீழக்கரையில் உள்ள மற்ற துணி வணிகர்களிடமிருந்து துணிகளை வாங்கி நெதர்லாந்துக்கு ஏற்றுமதி செய்வதற்காகத் தூத்துக்குடிக்கு அனுப்பினர். 1697இல் தமிழகக் கடற்கரையிலிருந்து நெதர்லாந்திற்கு ஏற்றுமதி செய்யப்பட்ட துணியின் மொத்த வணிக மதிப்பைக் கணக்கிட்டால் 27 விழுக்காடாக இருந்தது. இதில் தூத்துக்குடி சார்ந்த துணி ஏற்றுமதி 4.29 விழுக்காடு ஆகும். தூத்துக்குடியிலிருந்து ஏற்றுமதி செய்யப்பட்ட துணிகளின் மதிப்பு 101,117 புளோரின்கள் ஆகும்.[52]

நெதர்லாந்திற்கு ஏற்றுமதி செய்யப்படும் துணியின் தோற்றத்தை தீர்மானிக்க உதவும் வகையில் துணி உற்பத்தி செய்யும் இடத்தையும் சில நேரங்களில் துணி வாங்கும் இடத்தையும் டச்சுப் பதிவுகள் அடிக்கடி குறிப்பிடுகின்றன. ஆம்ஸ்டர்டாமிலுள்ள குழுமத்தின் இயக்குநர்கள் அனுப்பிய ஓராண்டுக்கான துணிகளுக்கான ஆணையில் உற்பத்தி மற்றும் ஏற்றுமதி செய்யப்பட வேண்டிய அளவு, வண்ணங்கள் மற்றும் வடிவங்கள் குறிப்பிடப்பட்டுள்ளன. 1680களில் நெதர்லாந்தில் காலிக்கோ துணி மீது ஓர் அடக்கமுடியா ஆர்வமேற்பட்டது.[53] சிங்காம், வெள்ளைப் படுக்கையறைத் துணி ஓரத்தில் சிவப்பு கோடிடப்பட்ட சலம்பூரி துணி, பீத்திலாஸ், கருப்பு வெள்ளை சாயமிடப்பட்ட பப்தாஸ் துணி, அடர்த்தியாய் நெய்யப்பட்ட பெர்காலஸ் துணி, கைக்குட்டைகள், கைத்துண்டுகள், வெள்ளை பருத்தித் துணியான ரம்புத்தின் வகை, கினியாத் துணி எனப்படும் கட்டம்போடப்பட்ட துணிகள், அடிமைகள் உபயோகத்திற்கான வகைகள் ஏற்றுமதி செய்யப்பட்டன.

துணிகளுக்கான தேவை அதிகரித்து வரவே டச்சுக்காரர்கள் தரகர்கள் மற்றும் இடைத்தரகர்களைத் தவிர்த்து குழுமத்தின் ஊழியர்களை நியமித்து சிற்றூர்ப்பகுதிகளில் உள்ள நெசவாளர்களிடமிருந்து நேரடியாகக் கொள்முதல் செய்தனர். 1690களில் கோடுபோட்ட பருத்தித் துணி, பெர்காலஸ், மூரிஸ் மற்றும் வெள்ளைத்துணி ஆகியவற்றின் ஏற்றுமதியுடன் ஒபபிடும்போது 1701இல் கரடுமுரடான சலம்பூரி மற்றும் கினியாத் துணிக்கான தேவை மிக அதிகமானது. 1640 மற்றும் 1688க்கு இடையில் ஏற்றுமதி செய்யப்பட்ட துணிப் பொருட்களின் விற்பனை 420 மில்லியன் பத்து லட்ச புளோரின்களாயிருந்தது. டச்சுக்

குழுமம் அதே காலக்கட்டத்தில் நெதர்லாந்தில் உள்ள அதன் பங்குதாரர் களுக்கு 67 மில்லியன் புளோரின் ஈவுத்தொகையை வழங்கியது. சினோசரி பாணியில் உருவாக்கப்பட்ட பலேம்போர்ஸ் துணி வகைகளை டச்சுக் கம்பெனி ஊழியர்கள் விரும்பினர். இவை படுக்கை விரிப்புகளாகவும் சுவற்றில் தொங்கவிடப்பட்டு, அழகிய வகைகளை கொண்டிருந்தது மிக முக்கிய காரணம். இவைகள் சிவப்பு, நீலம் ஆகிய நிறங்களைக் கொண்டு வடிவமைக்கப்பட்டவை. சில வகைத் துணிகள் அறைகளை அலங்காரம் செய்யும் வகையாகவும் தரை விரிப்புக்களாகவும் பயன்பட்டன.

மொத்தத்தில் டச்சு குழுமத்தின் வணிகத்திற்கான துணிகளின் தேவை அதிகரித்துள்ளதைக் குறிப்பிடலாம். டச்சு வணிகர்கள், தரகர்கள் மற்றும் ஆசிய, அய்ரோப்பிய வணிகத்திற்காகக் கூட்டுப் பங்கு நிறுவனங்களை உருவாக்குவதுடன் தொடர்பு கொண்டனர். மேற்கு ஆப்ரிக்காவில் பண்டமாற்றுக்குக் கோடிட்ட மற்றும் சரிபார்க்கப்பட்ட கினியா துணிகள் தேவைப்பட்டன. மேலும் இவை மேற்கிந்தியத் தோட்டங்களில் அடிமைகளின் உடையாகப் பயன்படுத்தப்பட்டன. துணி வகைகளுக்கான புதிய தேவை ஐரோப்பாவிலிருந்தும் வந்தது. தூத்துக்குடியில் அப்போது தேவைப்பட்ட துணிக்கான தேவை அதிகரித்தது. கரடுமுரடான துணிகளை வாங்குவதற்கான கூடுதல் மூலதன முதலீட்டின் மூலம் அது முழுமை செய்யப்பட்டது.

அடிக்குறிப்புகள்

1. Nationaal Archief (hereafter NA), Den Haag, Overgekomen Brieven en Papieren (hereafter OBP), Mss VOC 1152, fl.15 (9 July 1645); VOC 1154, fl.36 (17 December 1645).
2. NA, VOC 1225, fl.105; VOC 1227, fl.93.
3. K.A. Nilakanta Sastri, 'Tirumalai Nayak, the Portuguese and the Dutch', Proceedings of the Indian Historical Records Commission, Calcutta, 1911, vol. XVI, pp. 32–40.
4. NA, VOC 1129, fl.20 (6 November 1652).
5. NA, VOC 1154, fl.36.
6. S. Jeyaseela Stephen, Portuguese in the Tamil Coast: Historical Explorations in Commerce and Culture, 1507-1749, Pondicherry, 1998, p. 108.
7. E. Reimers, ed., Memoirs of Gideon Loten, 1752–1757, Colombo, 1935, p. 19.
8. H.N. Randle, 'The Saurashtras of South India', Journal of the Royal Asiatic Society of London, October, 1944, pp. 151–4.

9. NA, VOC 1231, fl.795 (11 September 1659); VOC 1232, fl.382 (14 August 1660); NA, Bataviaasch Uitgaand Briefboek (hereafter BUB), VOC 891, fl.142 (29 March 1667).
10. E. Reimers, ed., Memoirs of Ryckloff van Goens Adraien Governor of Ceylon to his Successor Jacob Hustaart on 26 December 1663 and Ryckloff van Goens the Younger on 12 April 1675, Colombo, 1932, pp. 5, 17.
11. Sophia Pietres, Memoir of Rijkloff Van Goens Adriaen van der Meijden, June 1661 in Instructions from the Governor General and Council to the Governor of Ceylon, Colombo, 1908, p. 119.
12. E. Reimers, ed., Memoirs of Ryckloff, p. 7.
13. S. Anthonisz-Pieters, Memoir of Thomas van Rhee, Governor and Director of Ceylon for his Successor Gerrit de Herre, 1697, Colombo, 1915, pp. 33–7.
14. Tapan Raychaudhuri, Jan Company in Coromandel, 1605-1690, The Hague, 1962, pp. 142–3.
15. E. Reimers, ed., Memoirs of Ryckloff, p. 36.
16. NA, OBP, VOC 1323, fl.16, see the letter of van Goens, the younger to the Governor-General and Council dated 5 March 1677.
17. K. Goonewardena, The Foundation of Dutch Power in Ceylon, 1638–1658, Amsterdam, 1658. S. Arasaratnam, Dutch Power in Ceylon, 1658–1687, Amsterdam, 1958.
18. NA, OBP, VOC 1576, fls.146–47 (6 December 1698); VOC 1681, fl.21 (23 November 1699).
19. NA, OBP, VOC 1267–1268, fls.1159–91.
20. NA, OBP, VOC 1330, fls.922v–23; VOC 1464, fls.192v–262; VOC 1468, fls.239–325.
21. E. Reimers, ed., Memoirs of Ryckloff, p. 22.
22. NA, OBP, VOC 904, fl.1122 (2 October 1680).
23. TNSA, Dutch Records, 9789-38, fls.30–31; Dutch Records, 9790-39, fls. 399–401; NA, OBP, VOC 1528, fl.298r–298v; VOC 1527, fl.45r. See also, S. Anthonisz-Pieters, Memoir of Thomas van Rhee, Governor and Director of Ceylon for his Successor Gerrit de Herre, 1697, Colombo, 1905, pp. 34–7.
24. NA, OBP, VOC 1468 fls.239–325, see fl.274v.
25. NA, OBP, VOC 1369, fls.1389r–1398r.
26. E. Reimers, Memoirs of Ryckloff, pp. 3, 356.
27. Ibid., p. 3.
28. Kristof Glamann, Dutch Asiatic Trade, 1620-1740, Copenhagen, 1958, p. 144.
29. S. Anthonisz-Pieters, Memoir of Thomas van Rhee, p. 3.
30. Ibid.

31. NA, OBP, VOC 1468, fls.327–27r.
32. E. Reimers, ed., Memoir of Joan Gideon, p. 13.
33. S. Anthonisz-Pieters, Memoir of Thomas Van Rhee, p. 34.
34. Ibid.
35. Ibid., p. 33.
36. NA, OBP, VOC 3837, fls.664–67.
37. S. Anthonisz-Pieters, Memoir of Thomas van Rhee, p. 34.
38. NA, OBP, VOC 1227, fl.305 (1 January 1658).
39. J.E. Heeres, and F.W. Stapel, eds., Corpus Diplomaticum Neerlando Indicum, Verzameling van Poiltieke Contracten en verdure verdraagen door de Nederlanders in het Oosten gelatin van privilege brieven aan hen Verbend enz, (hereafter Corpus Diplomaticum) 6 vols, S' Gravenhage, 1907-55, vol. II, p. 145.
40. NA, OBP, VOC 1251, fl.561 (28 December 1665); VOC 1231, fl.38 (4 February 1659).
41. NA, BUB, VOC 889, fl.551 (13 September 1666).
42. NA, OBP, VOC 1251, fl.263.
43. NA, OBP, VOC 1280, fls.255–6 (12 January 1672).
44. NA, BUB, VOC 893, fl.440; see the letter of Governor-General and Council of Batavia to Governor and Council of Ceylon dated 31 July 1670.
45. Corpus Diplomaticum, vol. III, pp. 528–31.
46. E. Reimers, ed., Memoir of Rijkloff Van Goens Adriaen, p. 37. The length of the kachchai cloth of Madurai and Manapaadu are 21½ ells. The sale price of the cloth in the Netherlands in 1779 was 8¾ florins. See, Tamilnadu State Archives (hereafter TNSA), Dutch Records, MSS no. 1134; see also A. Galleti, ed., The Dutch in Malabar, Madras, 1911, p. 220.
47. Rijkloff Memoir, 1663, p. 5; see also E. Reimers, ed, Memoir of Rijkloff 1675, p. 17.
48. J.R. Bruijn, The Dutch Asiatic Shipping, vol. II.
49. Ibid.
50. NA, OBP, VOC 1469 fl.413; VOC 1471, fl.595, VOC 1505, fls.1142v–45.
51. S. Anthonisz-Pieters, Memoir of Thomas van Rhee, p. 39; TNSA, Dutch Records, MSS no. 9836–85, fls.156–61; see also, K.M. Pannikar, Malabar and the Dutch: Being the History of the Fall of Nayar Power in Malabar, Bombay, 1931, p. 153.
52. Kristof Glamann, Dutch-Asiatic Trade, p. 144. The total value of textiles exported from Tuticorin to the Netherlands in 1697 was 2.35 million florins.
53. Kristof Glamann, Dutch-Asiatic Trade, p. 142.

இயல் 7

தூத்துக்குடியிலிருந்து இலங்கை மற்றும் நெதர்லாந்து வரை துணி வணிக விரிவாக்கம், 1701-1765

1688ஆம் ஆண்டு முதல் ஆம்ஸ்டர்டாமில் உள்ள குழுமத்தின் இயக்குநர்களின் புதிய உத்தரவுகளின்படி டச்சுக்கப்பல்கள் பயணிக்கத் தொடங்கியதால், மதுரையிலிருந்து டச்சுக்காரர்களால் துணி ஏற்றுமதி காலே வழி தூத்துக்குடி வழியாக நெதர்லாந்திற்குச் சென்றது. மதுரை நகர நெசவாளர்கள் மற்றும் வணிகர்கள் டச்சுக்காரர்களுக்கு உதவுவதில் முதன்மையான பங்கு வகித்தனர். நவம்பர் 26, 1701 அன்று நெதர்லாந்திற்கு அனுப்பப்பட்ட செய்தியில், மதுரையில் துணி வாங்குவதற்காக 400,000 புளோரின்கள் (250,000 பகோடாக்கள்) மூலதனமாக முதலீடு செய்யப்பட்டதாகத் தெரிவிக்கப்பட்டது.[1]

நாகூரைச் சேர்ந்த சின்ன மீரான் மரக்காயர் மற்றும் இரத்தினப்பிள்ளை மரக்காயர் ஆகியோர் வணிகத்தில் ஆளுமை செலுத்தியதாகவும் அவர்கள் அரிசி மற்றும் துணிச் சரக்குகளை எடுத்துக் கொண்டு 1703இல் கொழும்புக்கு வந்ததாகவும் கூறப்படுகிறது. இந்த இரண்டு வணிகர்களின் கப்பல்கள் 1703இல் நங்கூரமிட இசைவளிக்க வில்லை மற்றும் இலங்கையின் துணி வணிகத்தின் முழு உரிமையை டச்சுக்குழுமமே வைத்திருந்ததால் அவர்கள் 155 துணி மூட்டைச் சரக்குகளுடன் திருப்பி அனுப்பப்பட்டனர். தூத்துக்குடியிலிருந்து துணியைக் கொண்டு வந்த டச்சு நாட்டு தனி வியாபாரி ஜேக்கப் லுவிஜிளுக்கும் இதே கதி ஏற்பட்டது.[2]

இலங்கையில் டச்சுக் குழுமத்தின் புதிய விதிமுறைகளுக்கு அகமது மரக்காயர் தவறிழைத்தார். அவர் தன் முகவர் அமீது லெப்பையை துணிச்சரக்குகளுடன் 11 மார்ச் 1704 அன்று ஒரு கப்பலில் கொழும்புக்கு அனுப்பினார். கப்பல் நங்கூரமிடுவதற்கு முன்பே கவிழ்ந்தது. ஆனால், துணிச்சரக்குகளை எடுத்திருக்க முடியும். இருப்பினும் டச்சுக் குழுமத்தின் தடைகளால் இது விற்பனைக்கு வழங்கப்படவில்லை. எனவே அமீது லெப்பை துணிச்சரக்குகளுடன் திரும்ப வேண்டியதாயிற்று.[3] நவம்பர் 30, 1706 நாளிட்ட ஒரு கடிதம், 1704 மற்றும் 1706க்கு இடையில் நெதர்லாந்தின்

துணித் தேவையால் 75 விழுக்காடு தூத்துக்குடியிலிருந்து ஏற்றுமதி செய்யப்பட்டு மதுரையில் வாங்கப்பட்டதாகக் கூறப்பட்டது.[4]

மதுரை மற்றும் கீழக்கரையில் துணிகளும் காலே வழியாக நெதர்லாந்துடன் தூத்துக்குடி வணிகமும், 1707-1766

டச்சுக்காரர்கள் 1707 முதல் 1715 வரை மதுரையில் துணி வணிகத்தில் 500,000 பகோடாக்களை முதலீடு செய்தனர். அவர்கள் ஆட்சியாளர்களிடமிருந்து கூடுதல் வணிகச் சலுகைகளைப் பெறுவதற்கும் துணி விற்பனை ஒருங்கமைப்புகள் மற்றும் வணிகத்தை மேம்படுத்துவதற்கான வாய்ப்புகளை ஆராயவும் 1708இல் இரண்டு முகவர்களை மதுரைக்கு அனுப்பினர்.[5] அடுத்தடுத்த ஆண்டுகளில் தமிழகக் கடற்கரையிலிருந்து அதிக அளவுகள் துணிகள் ஏற்றுமதி செய்யப்பட்டன. இதன் வாயிலாக, நெதர்லாந்தில் துணி விலை கடுமையாகச் சரிந்தது.[6] எனவே, ஆம்ஸ்டர்டாமில் உள்ள குழுமத்தின் இயக்குநர்கள் தமிழகக் கடற்கரையிலிருந்து 133,400 வெள்ளைப் பருத்தித் துணிகளை நெதர்லாந்துக்கு அனுப்ப ஆணையிட்டனர். அடுத்த ஆண்டில் 92,031 வெள்ளைத் துணிகளை அவர்கள் பெற்றனர்.[7] படிப்படியாக துணி மீதான முதலீடு டச்சுக்காரர்களால் மதுரையில் குறைக்கப்பட்டது.

1720இல் சுந்தரராஜ அய்யர் என்ற பார்ப்பனர் தூத்துக்குடியில் டச்சுக்காரரைச் சந்திக்க மதுரை ஆட்சியாளரின் அரசியல் பேராளராக நியமிக்கப்பட்டார். அவருடைய வருகையின்போது டச்சுக்காரர்கள் அவரிடம் வணிகத்தில் தங்களுக்கு உதவுமாறும் டேனிஷ் குழும வணிகர்களை அவர்கள் குடியேறிய குலசேகரன்பட்டினத்திலிருந்து விரட்டியடிக்கும்படியும் அவரிடம் கேட்டுக் கொண்டனர். அந்தப் பார்ப்பனர் ஆட்சியாளர்களிடம் தன்னுடைய செல்வாக்கைப் பயன்படுத்துவதாக உறுதியளித்ததோடு அவருடைய வாக்குறுதியையும் நிறைவேற்றினார். பதிலுக்கு டச்சுக்காரர்கள் அவரை மதுரையில் டச்சுக்குழு வணிகராக ஏற்றுக்கொண்டனர். அதன் பிறகு அவர் டச்சுக்குழுமத்தின் துணி வணிகத்தை ஆர்வத்துடன் கவனித்துக் கொண்டார்.[8] 1726இல் தூத்துக்குடிப் பகுதியின் துணி வணிகர்களுடன் வணிகப் பேராள் வெற்றிகரமாக ஓர் ஒப்பந்தத்தை முடித்தார்.[9] அடுத்த ஆண்டு வணிகர்களுடன் மற்றோர் ஒப்பந்தம் கையெழுத்தானது.[10] இந்த ஒப்பந்தங்கள் நெதர்லாந்திற்கு ஏற்றுமதி செய்யத் தேவையான அளவு துணிகளை வாங்க டச்சுக்குழுமத்திற்கு உதவியது.

தூத்துக்குடியிலுள்ள தமிழ் வணிகர்களின் கூட்டுப் பங்குக் குழுமம், 1728

டச்சுக்காரர்கள் தூத்துக்குடிப் பகுதியில் மிகவும் செல்வாக்கு மிக்கவர்களாக இருந்தனர். பின்னர் மேலும் இரண்டு கூட்டுப்பங்குக்

குழுமங்கள் அவர்களுக்குத் துணியினை வழங்கச் செய்தது. இந்தக் கூட்டுப் பங்குக் குழுமங்கள் 1727 வரை டச்சுத் துணித் தேவையை ஒழுங்கமைப்பதில் எவ்வாறு செயல்பட்டது என்பதையும், அது உதவிய வழியையும் பார்ப்பது கவனத்தைக் கவருவதாகும். சனவரி 9, 1728 நாளிட்ட ஒரு பதிவு குறிப்பிடுவது, கூட்டுப் பங்குக் குழுமங்களின் வணிகர்கள் கூப்மேன் ஹில் பிராண்ட் மற்றும் தூத்துக்குடியிலுள்ள டச்சு அறிவுரைக் கழகத்தை அணுகி அவர்கள் ஒவ்வொருவரும் துணி வாங்கும் குறிப்பிட்ட துணி சேமிப்பு மையங்களை ஒதுக்குமாறு கோரினர். டச்சுக் கழகம், நிலையான எல்லைகளுடன் துணிக் கொள்முதலுக்கான செயல்பாட்டுப் பகுதியை ஒதுக்குவதன் மூலம் பூசலைத் தீர்த்துக் கொண்டது. கொள்முதல் பகுதியை மீறியதற்காக 150 பணம் தண்டம் விதிக்கும் ஒப்பந்தத்தின் ஒரு கூறும் அவ்வொப்பந்தத்தில் சேர்க்கப்பட்டுள்ளது. இவ்வாறு தூத்துக்குடி பகுதியில் செயல்பட்டு வந்த கூட்டுப் பங்குக் குழுமங்களின் சொந்த வணிகர்களிடையே அமைதியான முறையில் ஏற்பட்ட முறையான ஒப்பந்தத்தின் மூலம் பூசல்கள் திறமையாகத் தீர்க்கப்பட்டன. ஒப்பந்த விதிகளுக்குப் புறம்பாகச் சேமித்து வைக்கப்பட்ட துணிப் பொருட்களைப் பறிமுதல் செய்ய உத்தரவிடப்பட்டது.[11]

தூத்துக்குடிப் பகுதியில் தமிழ்ச் செட்டியார் வணிகர்கள் மற்றும் அவர்களுடைய துணி வணிகம், 1734-1752

தூத்துக்குடியிலுள்ள டச்சுக்காரர்கள் இப்பகுதியில் துணி வாங்குவதில் ஆர்வம் காட்டினர். நாகர்கோவில் சுற்றுவட்டாரத்தில் அமைந்துள்ள கோட்டாறு நெசவு மற்றும் சிறப்பான சந்தைப்படுத்தல் மையமாக இருந்தது. கோட்டாறின் வணிகரான விநாயகப் பெருமாள் அவர்கள் 1734 முதல் 1736 வரை டச்சுக்காரர்களுக்கு ஓரளவு துணிப் பொருட்களை வழங்கினார். விலை உயர்வு காரணமாக 1737 செப்டம்பரில் துணி வழங்கல் செய்வதை நிறுத்தினார். மேலும், டச்சு அதிகாரியான ஸ்டெய்ன் வான் கோலென்ஸ் அவர்களுக்குத் தன் இடர்பாட்டினைக் குறிப்பிட்டு ஒரு கடிதம் எழுதினார்.[12] டச்சுக்காரர்கள் விலையை அதிகரிக்க ஒப்புக்கொண்டபோது அவருடைய சிக்கல்கள் தீர்க்கப்பட்டன. மேலும் அவர் மீண்டும் துணி வழங்களைத் தொடங்கினார்.

டச்சுக்காரர்கள் துணி ஒப்பந்தங்களில் ஈடுபடக்கூடிய மற்ற வளமான துணி வணிகர்களைத் தேடினர். அவர்கள் தேங்காப்பட்டினத்தைச் சேர்ந்த தனவான் செட்டியை அணுகி 1748 நவம்பர் 12இல் ஒப்பந்தத்தில் கையெழுத்திட்டனர். 1,000 பகோடாக்களை முன் பணமாக வாங்கிக்

கொண்டு அவ்வணிகர் *5,600* துணித் துண்டுப் பகுதிகளை வழங்க ஒப்புக்கொண்டதோடு உறுதியளித்தபடியே துணிகளை வழங்கினார்.[13] அடுத்த ஆண்டில் *(1749)* டச்சுக்காரர்களால் முன்பணத்தைச் செலுத்த முடியாததன் விளைவாக சிறிய அளவிலான துணிகள் வழங்கப்பட்டன. அவருடைய நேர்மை மற்றும் வணிகச் சிறப்புடைமைத் தன்மையைப் பாராட்டி டச்சுக்காரர்கள *1750*இல் துணியை வழங்கியவுடன் பணம் கொடுப்பதாக உறுதியளித்தனர். ஆனால், தனவான் செட்டி அந்த ஒரு வாக்குறுதியை ஏற்கத் தயாராக இல்லை.[14] இதனால் செயல்திறமுடைய துணி வழங்குநர்களின் முழுப்பயனையும் பெற டச்சுக்காரர்கள் இரக்கத்திற்குரிய நிலையில் பெறத் தவறிவிடடனர். இதனால் அவர்களின் துணிக் கொள்முதல் அதிகரிக்க முடியாமல் வணிகம் செயலிழந்தது. இதற்கு முதன்மையான காரணம் அவர்கள் வசம் நிதி தயாராக இல்லாததே. தேங்காப்பட்டினத்தில் வசிக்கும் டச்சுக்காரிடம் தனவான் செட்டி மீண்டும் துணியை வழங்க வற்புறுத்துமாறு டச்சு ஆளுநர் கேட்டுக்கொண்டார். ஆனால், அவர் துணி வழங்குநரிடமிருந்து துணியைப் பெற முன்பணம் செலுத்த வேண்டும் என மறுத்துவிட்டனர்.[15] இப்பகுதியில் பின்பற்றப்படும் நடைமுறையில் துணி உற்பத்திக்காக நெசவாளர்களுக்கு ரொக்கமாக முன்பணத்தை வழங்கியதாகவும் அவர் கூறினார்.

ஏற்றுமதிக்குத் தேவையான துணிகள் குறித்து டச்சுக்காரர்கள் ஒரு கணக்கெடுப்பை நடத்தினர். இப்பகுதியிலுள்ள முன்னணி துணிச்செட்டி வணிகர்களான அவர்களை துணிக்காக அணுகலாம். *1752*இல் தயாரிக்கப்பட்ட அறிக்கையின்படி, கோட்டாறில் வசிக்கும் படாரம் செட்டி, மரியாதை சின்னண்ணன் செட்டி மற்றும் வெங்கடாசலம் செட்டி ஆகிய மூவரும் துணி வணிகத்தில் *6,00,000* பணம் அளவுக்குப் பெரும் மூலதனத்தை முதலீடு செய்துள்ளனர். டச்சுக்காரர்கள் இந்த மூன்று முன்னணி வணிகர்களைத் துணி வழங்கச் செய்ய அணுகினர். ஆனால், அவர்கள் மறுத்து விட்டனர். பின்னர் அவர்கள் கோட்டாறின் மற்றொரு வணிகரான நெல்லையப்பச் செட்டியை அணுகினர். அவர் *1752*இல் துணியினை வழங்க ஒப்புக்கொண்டார். *1753*இல், டச்சுக் காரர்கள் முந்தைய ஆண்டு, அதே விலையில் துணியினை வழங்குமாறு அவரிடம் கோரிக்கை விடுத்தனர். ஆனால், நெல்லையப்பச் செட்டி மறுத்து துணி விலையை உயர்த்தும்படிக் கேட்டார். துணி விலை உயர்வுக்கு டச்சுக்காரர்கள் சம்மதிக்காததால், நெல்லையப்பச் செட்டி அவர்களுடன் வணிகம் செய்வதை நிறுத்தினார்.[16]

தூத்துக்குடியிலிருந்து துணி கொள்முதல் மற்றும் டச்சு வணிகம், 1732-1765

வெர்ஸ்லுய்ஸ், டச்சு ஆளுநர் 1732இல் மதுரை வருகை புரிந்ததோடு அதிக தேவை காரணமாக நெதர்லாந்துக்கு ஏற்றுமதி செய்ய கினியா துணி மற்றும் சலம்பூரி விலையை அதிக விலையில் உறுதி செய்து துணி ஒப்பந்தங்களை இறுதி செய்வதில் பெரும் அவசரம் காட்டினார்.[17] 3 ஆகஸ்ட் 1732 நாளிட்ட ஜகார்த்தாவிலிருந்து அனுப்பப்பட்ட ஒரு கடிதத்தில் வணிகர்களுடன் நிறைவேற்றப்பட்ட ஒப்பந்தங்களின்படி துணி வழங்கலை ஏற்பாடு செய்யத் தவறியதாகக் குழும ஊழியர்கள் தண்டிக்கப்படுவார்கள் என்று குறிப்பிடப்பட்டுள்ளது. ஜகார்த்தாவிலுள்ள டச்சு அரசானது, டச்சு அதிகாரிகள் துணிக் கொள்முதல் செய்வதில் தங்கள் கடமையை உடனடியாகச் செய்ய வேண்டும் என்று கோரியது.[18] இதனால் தூத்துக்குடியிலுள்ள டச்சுக்குழும ஊழியர்கள் மற்றும் அதிகாரிகள் இடையே அச்சம் ஏற்பட்டது. மதுரையிலுள்ள நெசவாளர்கள் கினியா துணி மற்றும் சலம்பூரி துணிகளின் விலையை அதிகரிக்க விரும்பினர். ஆனால், டச்சுக்குழும அதிகாரிகள் ஒப்புக் கொள்ளவில்லை. மாறாக, 2 அக்டோபர் 1733 அன்று ஏறக்குறைய 4 விழுக்காடு குறைக்கப்பட்டது. பாதி அளவு நூல் பற்றாக்குறையால், மதுரை நகரில் நெசவாளர்களால் டச்சுக்காரர்களுக்குத் தேவையான அளவு துணியை உற்பத்தி செய்ய முடியவில்லை. மதுரையிலிருந்து தூத்துக்குடி வழியாக ஆம்ஸ்டர்டாமுக்கு ஏற்றுமதி செய்வதற்கான துணிகளை துணி வாங்கும் ஆணைகளின்படி வழங்க முடியவில்லை.

நெதர்லாந்தில் மதுரையின் துணி விற்பனையின் இலாபம் 1732இல் $66\frac{1}{2}$ விழுக்காடாக இருந்து 1733இல் $43^{1}/_{8}$ விழுக்காடாகக் குறைந்தது என அறிவிக்கப்பட்டது. இலாபம் மீண்டும் 1734இல் $20^{1}/_{8}$ விழுக்காடாகக் குறைந்து மேலும் $17^{1}/_{8}$ விழுக்காடாக 1735இல் குறைந்தது. 1736இல் $6\frac{1}{4}$ விழுக்காடு என்ற மிகக் குறைந்த விழுக்காட்டில் இருந்தது.[19] இந்த நிலை 1738 வரை தொடர்ந்தது. டச்சுக்காரர்கள் தூத்துக்குடியில் பட்டறிவு வாய்ந்த மூன்று துணி வணிகர்களை வேலைக்கு அமர்த்தினார்கள். அந்த வணிகர்கள் செல்வாக்குமிக்க மணியக்காரர்கள் வணிகத்தைச் சீர்குலைத்துச் சிக்கல்களை உருவாக்குவார்கள் என அஞ்சி படைத்துறை உதவியையும் பாதுகாப்பையும் கேட்டனர். தூத்துக்குடியிலுள்ள டச்சுக்காரர்கள் துணிச் சேமிப்பின்போது தேவையான உதவிகளை வழங்கியதோடு இதன் விளைவாக பல துணி மூட்டைகள் ஏற்றுமதிக்காக வாங்கப்பட்டன.[20]

கீழக்கரை மற்றும் இராமநாதபுரம் பகுதிகளில் கொள்முதல் செய்யப்பட்ட துணிகள் தூத்துக்குடிக்கு அனுப்பப்பட்டன.[21] இராமநாதபுர ஆட்சியாளரான சேதுபதி அவர்கள் நெசவுத் தொழிலை ஊக்குவித்ததால் பல லெப்பைத் தமிழ் முசுலிம்கள் நெசவுத் தொழிலில் ஈடுபடத் தொடங்கினர். தமிழ்ச் செப்புத் தகடுகளின்படி ஆட்சியாளர்கள் தறிவரி விதித்தனர். இப்பகுதியில் லெப்பைத் தமிழ் முசுலிம்களுக்கு 600 சொந்தமான விசைத்தறிகள் இருந்தன.[22] டச்சுக்கிழக்கிந்தியக் குழுமம் அவர்களிடமிருந்து தொடர்ந்து துணிகளை வாங்கியது.

தூத்துக்குடியில் உள்ள டச்சு வணிகப் பேராளான ஜேக்கப் கிறிஸ்டியன் பீட்டர் அவர்கள் துணி வணிகம் செழித்தோங்கியதாகவும், 1733இல் நெதர்லாந்திற்கு 945 மூட்டைகள் துணி அனுப்பப்பட்டதாகவும் அறிவித்தார். அடுத்த ஆண்டில் 15,110 மூட்டைகள் துணி ஏற்றுமதி செய்யப் பட்டன.[23] 1740இல் தூத்துக்குடியில் டச்சு வணிகப் பேராளாக இருந்த பரோன் வான் இம்ஹாப் அவர்கள் தூத்துக்குடிப் பகுதியில் நிலவிய குழப்பமான அரசியல் சூழ்நிலையால் டச்சுக் குழுமத்துணி வணிகம் மற்றும் அதன் இலாபம் வீழ்ச்சியடைந்ததாக அறிவித்தார்.[24] மணப்பாடுவிலுள்ள டச்சுக்கிழந்தியக் குழுமத்தின் துணிக்கொள்முதல் மற்றும் வணிகம் 1741இல் நிறுத்தப்பட்டது.[25] ஆனால், டச்சுக்காரர்கள் 1743இல் தொலை தூரத்திலுள்ள நெசவு மற்றும் சந்தைப்படுத்தும் மையங்களில் இருந்து துணிகளை வாங்க முடிந்தநோடு தூத்துக்குடியிலிருந்து நெதர்லாந்துக்குத் துணிகளையும் ஏற்றுமதி செய்தனர்.[26] டச்சுக்குழுமம் தூத்துக்குடி முதல் மலபார் வரை தன் எல்லையை விரிவுபடுத்துவதை நோக்கமாகக் கொண்டிருந்தது. ஆனால் 1743இல் நடந்த குளச்சல் போரில் மார்த்தாண்ட வர்மாவிடம் அவர்கள் தோல்வியடைந்ததால் இந்தத் திட்டங்கள் குறைக்கப்பட்டன.

ஜகார்த்தாவிலுள்ள ஆளுநர் மற்றும் அறிவுரைக் கழகம் 2 அக்டோபர் 1751 நாளிட்ட கடிதம் மூலம் தூத்துக்குடியிலுள்ள டச்சு வணிகப் பேராள் மதுரை நகரத்தில் துணி வணிகத்தைப் புதுப்பிக்கவும், பழைய விலையில் வணிகர்களிடமிருந்து கொள்முதல் செய்யவும் அறிவுறுத்தப் பட்டார். மதுரையில் வசிக்கும் டச்சு வணிகர் மூலம் 945 துணி மூட்டை களை அந்த ஆண்டில் ஏற்றுமதி செய்ய முடிந்தது. 1752இல் நெதர்லாந்துக்கு ஏற்றுமதி செய்வதற்காக மதுரையில் பல்வேறு வகையான 1510 துணி மூட்டைகள் வாங்கப்பட்டன.[27] அதன் பிறகு மதுரையிலிருந்து துணி ஏற்றுமதியில் குறிப்பிடத்தக்க முன்னேற்றம் ஏற்பட்டது.[28] ஆம்ஸ்டர்டாமில் உள்ள குழும இயக்குநர்கள் ஆண்டுதோறும் அதிக அளவிலான துணிகளுக்குத் தேவை இருப்பதால் மதுரைக்குத் துணிக்கான ஆணையை வழங்கினர். ஆனாலும், 1751-6இல் தூத்துக்குடியிலிருந்து

நெதர்லாந்திற்கு ஏற்றுமதி செய்யப்பட்ட துணிகள் வழங்கலில் தொடர்ந்து பற்றாக்குறையே இருந்தது.[29]

மதுரையிலிருந்து துணி வழங்கல் குறைவதற்கான காரணத்தை டச்சுப் பதிவுகளில் இருந்து அறியலாம். 1752இல் டச்சுக்காரர்களுக்குத் துணி வாங்குவதற்குப் போதுமான பணம் கிடைக்கவில்லை.[30] தூத்துக்குடியிலுள்ள டச்சு வணிகப் பேராள் நெதர்லாந்தில் இருந்து 325,286 புளோரின்களை 1753இல் துணி வாங்குவதற்காகப் பெற்றார்.[31] மீண்டும் 1754இல் 150,510 பகோடாக்களுக்கு மட்டுமே துணி கொள்முதல் செய்யப்பட்டது.[32] நெதர்லாந்திற்கான துணி வழங்கலின் தேவைகளை முழுமை செய்ய இந்த நிதி போதுமானதாக இல்லை.

நெதர்லாந்திற்குத் தேவையான நுண்ணிய மஸ்லின் துணிகள் 1749 முதல் தூத்துக்குடியிலிருந்து ஏற்றுமதி செய்யப்பட்டன. ஆம்ஸ்டர்டாமிலுள்ள குழும இயக்குநர்கள் தூத்துக்குடியிலுள்ள டச்சுக்காரரிடம் அதிக மஸ்லின் துணி மூட்டைகளை வழங்குமாறு கோரிக்கை விடுத்தனர். வணிகப் பேராள் 1752 வரை மஸ்லின்களை வாங்கி ஏற்றுமதி செய்தார். பின்னர் நெசவாளர்கள் உற்பத்தி செய்ய மறுத்ததால் அதிக நீளமுள்ள மஸ்லின்களைக் குழுமத்தின் இயக்குநர்கள் வாங்க ஆணை பிறப்பித்தனர்.[33]

தூத்துக்குடியிலிருந்து 1754 வரை அதிக அளவில் சலம்பூரி வகை துணிகள் ஏற்றுமதி செய்யப்பட்டன. ஆம்ஸ்டர்டாமிலுள்ள குழுமத்தின் இயக்குநர்கள் புதிய பரிமாணங்களில் (33 முழ நீளம் மற்றும் 25.18 முழ அகலம்) சலம்பூரி துணி வகைகள் 32 முழ நீளம் மற்றும் 2¼ முழ அகலத்திற்கு உற்பத்தி செய்யக் கோரினர்.[34] ஒவ்வொரு சிறந்த சலம்பூரி வகை துணிக்கும் ஒரு பணம் அதிகமாக வேண்டும் என்று வணிகர்கள் விரும்பியதை டச்சுப் பேராளர் ஏற்றுக்கொண்டனர்.

தூத்துக்குடியிலிருந்து நெதர்லாந்துக்கு டச்சு துணி ஏற்றுமதி 1751-55

ஆண்டு	புளோரின், ஸ்டுய்வர்கள், மற்றும் பென்னிஜென்களில் மதிப்பு
1751	38387 - 10 - 8
1752	45196 - 8 - 8
1753	41577 - 17 - 0
1754	27150 - 5 - 0
1755	46540 - 17 - 8

சான்று: அடிக்குறிப்பு எண்[35]

1750 வரை டச்சுக்காரர்களால் தூத்துக்குடியிலிருந்து ஏற்றுமதி செய்யப்பட்ட கினியா துணி 76 முழ நீளம் கொண்டது. ஆம்ஸ்டர்டாமில் உள்ள இயக்குநர்கள் 77 முழ நீளத்தில் 1752இல் கினியா துணியை வழங்கி உத்தரவிட்டனர். இதேபோல் வண்ணம் பூசப்பட்ட துணி முன்பு 32 முழ நீளம் கொண்டவை. அதை 33¾ முழ நீளத்தில் தயாரிக்கும்படி கேட்கப்பட்டது. எனவே, தூத்துக்குடியிலுள்ள வணிகப் பேராள் நெசவாளர்களைப் புதிய அளவீடுகளுடன் கூடிய துணிகளை உற்பத்தி செய்யும்படிக் கேட்டுக் கொண்டார். மேலும் அவர் கூடுதல் நீளத்திற்கு அதிக விலை கொடுத்தார்.[36]

1757இல் நெதர்லாந்தில் கினியா துணி மற்றும் வண்ணம் பூசப்பட்ட துணிகளுக்கான தேவை இருந்தது. மேலும், செட்டி துணி வணிகர்கள் அவற்றிற்கு அதிக விலைப்புள்ளியை வைத்தனர். செட்டிகள் 25 அக்டோபர் 1758 அன்று ஒரு கூட்டத்தை நடத்தி, டச்சுக்காரர் களுக்குத் துணிகளை முந்தைய ஆண்டின் விலையைவிட 18% கூடுதல் விழுக்காட்டில் வழங்க முடிவு செய்தனர்.[37] சந்தையில் மூலப்பொருட்களின் அதிக விலைக்கான காரணங்களை அவர்கள் தெரிவித்ததோடு, நெசவாளர் களுக்கு வழங்கப்படும் கூலி உயர்வையும் தெரிவித்தனர். டச்சுக்காரர்கள் விலையை உயர்த்த மறுத்ததால் தூத்துக்குடியில் துணிக் கொள்முதல் நிறுத்தப்பட்டது.

1757இல் ஜோன் கிதயோன் லோடன் ஆட்சியாளர்களால் நெசவாளர்கள் ஒடுக்கப்பட்டதால் நெசவுத் தொழில் பாதிக்கப் பட்டதாகக் குறிப்பிட்டார்.[38] அடுத்த வணிகப் போராளான ஜன் ஷ்ருடர் 1762இல் மதுரை அரசாட்சியின் வீழ்ச்சியுடன் இப்பகுதி ஆட்சி குலைந்த நிலைக்குத் தள்ளப்பட்டதாகக் குறிப்பிட்டார். இதற்கான காரணம் பாளையக்காரர்களுக்கு சச்சரவுகள், கருத்து வேறுபாடுகளைத் தவிர வேறொன்றுமில்லை.[39]

தூத்துக்குடியிலுள்ள டச்சுக்காரர்கள் 1765இல் திருநெல்வேலிப் பகுதியில் இருந்து துணிகளைப் பெறத்திட்டமிட்டு அவர்கள் அங்கு நிதி முதலீடு செய்தனர். அவர்கள் நெசவாளர்கள் மற்றும் வணிகர்களிடமிருந்து துணிகளைப் பெற்றதோடு 29,677 பகோடாக்களின் மதிப்புள்ள 238,000 துணித்துண்டுகளை ஏற்றுமதி செய்தனர். துணிகளின் மதிப்பைப் பொறுத்து வணிகர்களுக்குப் போக்குவரத்துச் செலவு 5 விழுக்காடு வழங்கப்பட்டது.[40] இவை தூத்துக்குடியிலிருந்து காலேக்கு அனுப்பப்பட்டு மீண்டும் நெதர்லாந்துக்கு ஏற்றுமதி செய்யப்பட்டது.

துணி உட்பட அனைத்துப் பொருட்களின் விலையும் பொதுவாக அதிகரிப்பதற்கு உள்ளூராட்சியினால் வரி விதிப்பு அதிகரிக்கப்பட்டதே

எனத் தெரிவிக்கப்பட்டுள்ளது.[41] 1754இல் பணம் தயாராக இல்லாத நிலையில் டச்சுக்காரர்கள் தூத்துக்குடியில் தங்கத்தைப் பன்படுத்தித் துணியை வாங்கினர். நெதர்லாந்தின் தலைவரால் தூத்துக்குடியில் துணி வாங்குவதற்காகக் கிடைத்த முதலீடு 8,246 ரியால் தங்கமாகும்.[42] பகோடாக்களின் மதிப்பில் 14% சரிவு ஏற்பட்டதால் 1754இல் தூத்துக்குடியிலுள்ள டச்சுக் குழுமத்தின் துணி வணிகம் பாதித்ததோடு, அந்த நேரத்தில் டச்சுக்குழுமம் ஒவ்வொரு பகோடாவிலும் மூன்று பணங்களை இழந்தது.[43] டச்சுக்காரர்களால் இறக்குமதி செய்யப்பட்ட ஜப்பானியச் செம்பு துணி வாங்குவதற்காகக் கீழக்கரை வணிகர்களிடம் விற்கப்பட்டது.[44] ஜப்பானில் இருந்து செம்பு தூத்துக்குடியில் பெறப்பட்டு 1754இல் மதுரையில் துணி முதலீட்டுக்குப் பயன்படுத்தப் பட்டது.[45]

தூத்துக்குடி முதல் கொச்சி வரை பல்வேறு பொருட்களின் உள்ளூர் வணிக வளர்ச்சி, 1781

பன்னாட்டு அளவில் துணி வணிகம் குறைந்தபோது, தூத்துக்குடி முதல் கொச்சி வரையிலான உள்ளூர் வணிகம் 1781இல் வளர்ச்சி யடைந்தது. காயல்பட்டினம், மணப்பாடு மற்றும் தூத்துக்குடியில் இருந்து படுக்கை விரிப்புகள், அச்சிடப்பட்ட துணிகள், ஓவியம் தீட்டிய துணிகள், குழந்தைச் சட்டைகள், காலுறை, கம்பளி, கைக்குட்டைகள், கச்சய் துணி, துப்பட்டாக்கள், சேலைகள், கைத்துண்டு, புகையிலை, உப்பு, வெங்காயம், எழுத்தோலைகள், கருப்பட்டி (நாட்டுச் சர்க்கரை), மரப்பொருட்கள் கொச்சிக்கு வந்தன.[46] மேலும் கொச்சியில் இருந்து தூத்துக்குடி மற்றும் மணப்பாடுக்குப் பாக்குக்கொட்டை, இஞ்சி, கயிறு, கொப்பரைத் தேங்காய் (எண்ணெய் எடுக்கும் தேங்காய்) சந்தனக்கட்டை, புளிஞ்சிக்காய், மஞ்சள், சஞ்சராப்பழம், அஞ்சிலிக்கா எனப்படும் மூலிகை மருந்து மற்றும் சமையலில் பயன்படுத்தப்படும் நறுமண விதைகள், இலைகள் மற்றும் தண்டுகள் மேலும் மூலிகைப் பொருட்கள் அனுப்பப்பட்டன.[47]

மொத்தத்தில், தூத்துக்குடியில் இருந்து துணி வணிகம் டச்சுக்காரர்களின் கீழ் நெதர்லாந்தில் ஆம்ஸ்டர்டாமில் பெரிய அளவில் உருவாக்கப்பட்டது. இதில் மதுரை முதன்மையான பங்கு வகித்தது. இலங்கையிலும் துணி வணிகம் வளர்ந்தது. டச்சுக்காரர்கள் மூலதனத்தை முதலீடு செய்தனர். இவைகளை ஏற்றுமதி செய்ய உள்ளூர் வணிக வழங்குநர்களை டச்சு அதிகாரிகள் தொடர்பு கொண்டனர். ஆனால், வணிகர்கள் விலையைக் குறைத்தபோது டச்சுக்காரர்கள் மேற்கோள் காட்டிய விலையை வழங்க மறுத்துவிட்டனர். 1781இல்

பன்னாட்டுத் துணி வணிகம் பாதிக்கப்பட்டபோது தூத்துக்குடிக் கடலோர வணிகம் கொச்சியுடன் வளர்ந்தது.

அடிக்குறிப்புகள்

1. Nationaal Archief (hereafter NA), Den Haag, Overgekomen Brieven en Papieren (hereafter OBP), Mss VOC 1620, fl.61.
2. NA, OBP, VOC 1696, fl.134.
3. NA, VOC 1686, fls.471-472 (11 March 1704); VOC 1706, fls.583v-586v, 613-14.
4. NA, VOC 1693, fl.55; VOC 1686 fls.390-92, VOC 1693, fls.303-304.
5. NA, OBP, VOC 1762, fls.868–74.
6. NA, VOC 115, see entry dated 10 March 1712.
7. NA, VOC 13408. The Directors had ordered in 1712 for 110,200 white cotton cloth from Bengal but they received only 38,707 pieces in the Netherlands.
8. NA, OBP, VOC 1941, fls.702–703, letter of the Governor-General and Council to the Directors in the Netherlands dated 30 November 1720.
9. NA, OBP, VOC 2077, fls.523–72.
10. NA, OBP, VOC 2068, fls.1308–30.
11. British Library, London (hereafter BL), OIOC (Oriental and India Office Collections (hereafter OIOC), Mackenzie Collection, Private, no. 72, pp. 17–19.
12. NA, OBP, VOC 2426, fls.1067–69.
13. NA, OBP, VOC 2716, fls.6a–7a.
14. NA, OBP, VOC 2760, fls.7–7a.
15. NA, OBP, VOC 2778, fl.5a.
16. Records of Fort St. George, Anjengo Consultations, Madras, 1958, vol. I, pp. 100–2; vol. II, pp. 49–50.
17. E. Reimers, ed., Memoir of Joan Gideon Loten, 1752–1757, Colombo, 1935, pp. 25–6.
18. Ibid.
19. NA, OBP, VOC 2430, fl.342.
20. E. Reimers, Memoir of Joan Gideon, p. 57; Tamilnadu State Archives (hereafter TNSA), Dutch Records, MSS no. 334, fl.305, see the secret letter of the Dutch envoy Johan de Croes from the Ramanathapuram court received at the Dutch factory at Tuticorin in 1744.
21. NA, OBP, VOC 1053, fl.3987; VOC 2428, fl.360.
22. S.M. Kamal, Sethupathi Mannar Seppedugal, Ramanthapuram, 1992, copper plate no. 28. The inscription is dated AD. 1742.

23. NA, OBP, VOC 2308, fls.1987–2032; S. Anthonisz–Pieters, Memoir of Jacob Christiaan Pielat 1734, Colombo, 1905, p. 25.
24. S. Anthonisz-Pieters, Memoir of Gustaaff Willem Baron Van Imhoff, 1740, Colombo, 1911, p. 41.
25. NA, OBP, VOC 2541, fls.2335–77.
26. NA, OBP, VOC 2599, fls.2388–94.
27. E. Reimers, ed., Memoir of Joan Gideon, p. 25.
28. Ibid., p. 57.
29. Ibid., p. 33. In 1751, the shortfall in supply was 1,332 bales, in 1753 1,270È bales, in 1754 it was 1305È bales, in 1755 the shortfall in supply decreased somewhat to 12442/3 bales, but in 1756 shortfall rose steeply to 1,794 bales.
30. Ibid., p. 31.
31. Ibid., p. 36.
32. Ibid., p. 33.
33. S. Anthonisz-Pieters, Memoir of Thomas van Rhee, p. 36.
34. E. Reimers, Memoir of Joan Gideon, 12-13, 32-33
35. Ibid., p. 32.
36. Ibid., p. 34.
37. E. Reimers, ed., Memoir of Jan Schreuder, Governor of Ceylon delivered to his Successor Lubbert Jan Baron van Eck on 17 March 1762, Colombo, 1946, p. 37.
38. E. Reimers, Memoir of Jan Schreuder 1762, p. 33.
39. NA, Hoge Regering te Batavia (hereafter HRB), no. 557, fls.16–83 (22 November 1738).
40. E. Reimers, Memoir of Joan Gideon, p. 33.
41. E. Reimers, ed., Memoir of Joan Gideon Loten, 1752–1757, Colombo, 1935, pp. 30–1.
42. Ibid., p. 33.
43. Ibid.
44. NA, OBP, VOC 1053, fl.3987; VOC 2428, fl. 360.
45. E. Reimers, Memoir of Joan Gideon Loten, p. 33.
46. P. Groot and A. Galletti, The Dutch in Malabar: Memorandum on the administration of the coast of Malabar by the Right Worshipful Adriaan Moens, drawn up for the information of his successor dated 18 April 1781, Madras Dutch records No.3, Madras, 1911, p. 220.
47. Ibid. p. 221.

இயல் 8

துறைமுக நகரம் முதல் மாநகரம் வரை: தூத்துக்குடியில் உலகளாவிய வணிகத்தாக்கமும் மற்றும் நகரமயமாக்கலும், 1542-1795

தூத்துக்குடித் துறைமுகம் போர்த்துக்கீசியர்களின் கீழ் 1542 மற்றும் 1658க்கு இடையில் சிறந்த நிலையை அடைந்தது. குறிப்பிடத்தக்க மத மற்றும் சமூக மாற்றங்கள் நிகழ்ந்ததோடு தூத்துக்குடி முத்துக்குளிக்கும் கடற்கரையின் அரசியாக மாறியது. 1542இல் போர்ச்சுக்கல் மன்னர் காஸ்மே தே பைவா அவர்களை முத்துக்குளிக்கும் கடற்கரைக்குப் படைத்தலைவராக அமர்த்தினார். மேலும் அவர் பரதவர்களை எதிரிகளிடமிருந்தும் கடற்கொள்ளையர்களின் தாக்குதல்களிலிருந்தும் பாதுகாக்கத் தூத்துக்குடியில் தங்கினார்.[1] தூத்துக்குடி அதன் பின்னர் டைடுகுரியம், டூடூகுரியம், டூடோகோரிம் மற்றும் டூடுகுருரிஜ் என போர்த்துக்கீசிய ஆவணங்களில் குறிப்பிடப்படுகிறது.[2] முத்துக்குளித்தல் பகுதிக்கு வந்த பிரான்சிஸ்கன் சபை மதப்பரப்புநர்கள் நற்செய்திப் பணியினைச் சிறப்பாகச் செய்து முன்னோடிகளாக இருந்தனர்.[3] அவர்கள் ஞாயிற்றுக்கிழமை மற்றும் பண்டிகை நாட்களில் தேவாலயங்களில் உள்ள போர்த்துக்கீசியக் குடியிருப்பாளர்களுக்குச் சமயச் சொற்பொழிவாற்றுவதோடு பாவமன்னிப்பு கேட்பவர்களுக்கு மன்னிப்பு வழங்கிக் கிறித்தவத் தொண்டுப் பணிகளில் கலந்து கொண்டனர்.[4] முத்துக்குளிக்கும் கடற்கரைப் பகுதியிலுள்ள பல சிற்றூர் பரதவர்களை மதம் மாற்றினார்கள்.[5] இந்த இயல் துறைமுக நகரம் மற்றும் மாநகரத்தின் பல்வேறு நிறுவனங்களின் வளர்ச்சிகளுடன் அதன் நகர்ப்புற வளர்ச்சியையும் வெளிச்சம் போட்டுக் காட்டுகிறது.

போர்த்துக்கீசிய மதப்பரப்புநர்கள் மற்றும் பரதவர் சமூகத்தினரிடையே அவர்களின் மதமாற்ற நடவடிக்கைகள்

சேசு சபையினரான பாதிரியார் பிரான்சிஸ் சேவியர் 1542இல் முத்துக்குளிக்கும் கடற்கரைப் பகுதிக்கு வந்ததோடு அவர் பரதவர் கிறித்தவச் சிற்றூர்களுக்குச் சென்று மதம்மாறிய மக்களின் ஆன்மீகத் தேவைகளைச் சரிசெய்தார். மற்றொரு சேசு சபையினரான பாதிரியார்

அன்ரிக் அன்ரிக்ஸ் 1560இல் புன்னைக்காயல் மற்றும் தூத்துக்குடியில் கிறித்தவத் தோழமையை உருவாக்கி மதம்மாறியவர்களின் நம்பிக்கையை ஒருங்கிணைக்கும் பணியைத் தொடங்கினார். மதம்மாறியவர்களின் நம்பிக்கையை வலுப்படுத்துவதில் கத்தோலிக்கக் கல்வி, கிறித்தவ இலக்கியம் மற்றும் தொண்டு நிறுவனங்களை மேம்படுத்துதல் ஆகியவற்றின் செயல்திறனை அவர் நம்பினார்.[6] அன்ரிக் அன்ரிக்ஸ் பாதிரியார் அவர்கள் மதமாற்றம் தொடர்பான அனைத்து நிகழ்வு களிலும் உரிமையோடு கூடிய விருப்ப உணர்வுகளுக்கு அழுத்தம் கொடுத்தார். தேவாலயத்திற்கு உள்ளும் வெளியிலும் நிலவும் சாதி அமைப்பில் அவர் தலையிட விரும்பவில்லை. அனைத்துச் சமயப் பரப்புநர்களும் நற்செய்திப் பணியினை நோக்கிய தங்கள் முயற்சிகளில் வெற்றி பெற்றனர். உள்ளூர் மதம்மாறியவர்களைக் கத்தோலிக்கப் புனிதர்களின் பெயர்களையும் போர்த்துக்கீசியர்களிடையே காணப்பட்ட பெயர்களையும் ஏற்றுக்கொள்வதை அவர்கள் ஊக்குவித்தனர். ரோமிலிருந்து போப் அவர்களைச் சார்ந்த வருகையாளரான பெத்ரோ ருய் விசென்டே அவர்கள் 1582இல் முத்துக்குளிக்கும் கடற்கரைப் பகுதியின் சமயப் பணிகளின் நிலைமையைப் பற்றி எழுதியதோடு, அவர் பரதவக் கிறித்தவர்களிடையே பழமையான திருச்சபையின் உண்மையான ஆவியையும், பாதிரியார்கள் இடையே ஆதிகாலக் கிறித்தவச் சமுதாயத்தின் ஆவியையும் கண்டதாகக் கூறினார்.[7]

பரதவர்களிடையே மதம்மாறியவர்களின் எண்ணிக்கை அதிகரித்த போது பாதிரியார்கள் சிற்றூர்களின் தலைவர்களாகப் பரதவர்களில் இருந்து, பட்டங்கட்டிகளைத் தேர்வு செய்யும் முறையை அறிமுகப் படுத்தினர். லாசரோ வாஸ் மற்றும் மானுவல் டா குரூஸ் ஆகியோர் முறையே புன்னைக்காயல் மற்றும் தூத்துக்குடிக்குப் பட்டங்கட்டிகளாக, மதப்பரப்புநர்கள் இல்லாத நிலையில் கிறித்தவர்களைக் கவனித்துக் கொள்ளத் தேர்வு செய்யப்பட்டனர்.[8] பல கிறித்தவ வழிபாட்டிடங்கள் மற்றும் தேவாலயங்கள் வரத் தொடங்கின. அவற்றுள் 1538இல் தூத்துக்குடியில் ஒரு கிறித்தவ வழிபாட்டிடம் இருந்தது. பின்னர் அது ஒரு தேவாலயமாக மாற்றப்பட்டது. இது புனித பெத்ரோக்குக் (பீட்டர்) காணிக்கையாக்கப்பட்டது. மற்றொரு தேவாலயம், இன்றைய சேசு சபை இல்லத்திற்கு அருகில், துறைமுகத்தை நோக்கி இருந்தது. இது அருளிரக்க மாதாவுக்குக் (நோசா சென்ஹோரா டா பியதாது) காணிக்கையாக்கப்பட்டது. இது 1582இல் தூத்துக்குடியில் சேசு சபையினரால் கட்டப்பட்டது. தேவாலயம் அவர்கள் வளாகத்திற்குள்

அமைந்திருந்தது.[9] வளமான பரதவர்கள் அதன் கட்டுமானத்திற்காக 800 குருசாடோக்களைப் (சிலுவைக் குறியிட்ட போர்த்துக்கீசிய நாணயம்) பெருந்தன்மையோடு வழங்கினர்.[10] தூத்துக்குடியில் உள்ள இந்த இரண்டாம் தேவாலயத்தின் புனிதமாக்கல் விழா மணிலாவில் இருந்து கொண்டு வரப்பட்ட தேவமாதாவின் புதிய சிலையைக் கொண்டு 5 ஆகஸ்ட் 1582இல் நடத்தப்பட்டது.[11] இந்த தேவாலயத்தில் பனிமய மாதாவின் திருவிழா அறிமுகப்படுத்தப்பட்டது. தூத்துக்குடியில் உள்ள புனித சிலுவையின் நினைவாக மூன்றாம் தேவாலயம் கட்டப்பட்டதாகக் கூறப்படுகிறது. இது இப்போதைய புனித சிலுவை மடம் அருகில் இருந்தது.

தூத்துக்குடியில் பனிமய மாதாவின் ஆண்டு விழா கொண்டாடப்பட்டது.

தமிழ்நாட்டில் இந்துக்களால் பல்வேறு தாய்த்தெய்வங்கள் (சக்தி, உலக ஆற்றல் சக்தி) வழிபாடு செய்யப்பட்டன. இந்த வலுவான மரபுசார்ந்த வழிபாடு ஒருவேளை 16ஆம் நூற்றாண்டில் போர்த்துக்கீசியர் களால் கவனிக்கப்பட்டு இடைக்காலக் கிறித்தவர்களிடையே மிகவும் புகழ்பெற்றிருந்த இயேசு கிறித்துவின் தாயான அன்னையின் பக்தியை அறிமுகப்படுத்த அவர்களைத் தூண்டியது. போர்த்துக்கீசிய மதப் பரப்புநர்களின் புன்னைக்காயலில் உள்ள கிறித்தவ வழிபாட்டிடத்தில் போற்றப்பட்ட கன்னிமரியின் சிலையை நிறுவினர்.

1582இல் தூத்துக்குடியில் நிறுவப்பட்ட நோசா சென்ஹோரா தஸ் நெவிஸ்யின் (பனிமய மாதா) மரத்தாலான உருவத்துடன் விழாக்கள் தொடங்கியது. இந்தப் புதிய வழிமுறை விரைவில் புகழ்பெற்று அனைத்துப் பரதவ மக்களையும் ஒன்றுசேர ஊக்கப்படுத்தியது.[12] இந்தத் தேவாலயத்தின் முதல் வழிபாடு 1582 ஆகஸ்ட் 5ஆம் நாள் கொண்டாடப்பட்டது. சில இந்துப் பண்டிகைகளைப் போலவே, பனிமலை மாதாவின் ஆண்டுவிழாவும் ஒன்பது நாட்கள் கொண்டாடப்பட்டது. இரவு நேரத்தில் தேர்த்திருவிழாவும், இசை மற்றும் வாணவேடிக்கைகளாலும் சிறப்பாக நடைபெற்றது.[13] போர்த்துக்கீசிய மற்றும் தமிழ் மரபுகளைக் கொண்டு, 1600ஆம் ஆண்டு நடைபெற்ற விழாவைப் பற்றி ஒரு ஆவணம் விளக்குகிறது. பனிமய மாதாவின் திருநாளன்று பதினோரு சப்பரங்கள் (மிதவைகள்) ஊர்வலங்களில் இடம்பெற்றன. சேசு சபையினர் போர்த்துக்கீசியப் பாணியில் உடையணிந்த இறையியல் பயில்வோர் களுடன், ஒரு நேர்த்தியான துணிக்கொடியின் கீழ் புனிதச் சடங்கு நடை பெற்றது. இந்தக் கொண்டாட்டங்கள் மேலும் இரு நாட்கள் நீடித்தது.[14]

தூத்துக்குடியில் மருத்துவக் கவனிப்பு மற்றும் கல்விக்கான நிறுவனங்கள்

மதப்பரப்புநர்கள் தமிழ்ப் பரதவர்களுக்கு உதவும் மருத்துவ நிறுவனத்தை வளர்ப்பதில் முதன்மையான பங்காற்றினர். 1550இல் புன்னைக்காயலில் ஒரு மருந்தகமும் அத்துடன் கூட மருத்துவமனையும் அன்ரிக் அன்ரிக்ஸ் பாதிரியார் அவர்களால் கட்டப்பட்டது. 1551, சனவரி 12ஆம் நாள் எழுதிய கடிதத்தில் தமிழ்க் கிறித்தவர்கள் வழங்கிய நன்கொடைகள் மூலம் இது பேணிக் காக்கப்படுகிறது என்று குறிப்பிட்டுள்ளார். பணத்தைத் திரட்டி, 1571இல் மற்ற இடங்களில் மருத்துவமனைகள் கட்டத் திட்டமிடப்பட்டன. மணப்பாடு, வீரபாண்டியன்பட்டினம், வைப்பார் மற்றும் தூத்துக்குடி ஆகிய இடங்களில் நான்கு மருத்துவமனைகள் உருவாக்கப்பட்டன. இந்த மருத்துவமனைகளைப் பேணிக்காக்க ஒவ்வொரு முத்துக்குளிக்கும் பருவத்திலும் முத்துக்குளித்தலில் பங்கேற்ற படகுகளின் எண்ணிக்கையின் விழுக்காட்டளவில் பணம் வழங்கப்பட்டது. இந்தத் தொகை நம்பகத் தன்மையுடைய ஒருவரிடம் வைப்புத்தொகையாக அளிக்கப்பட்டது. அவர் சேசு சபையினரின் அறிவுறுத்தல் மற்றும் வழிகாட்டுதலின்படி பணத்தைச் செலவழித்தார். செலவழித்தத் தொகைக்குச் சரியான கணக்கை அவர் வைத்திருந்தார். சில ஆண்டுகளில் முத்துக்குளிக்காத நிலையில் சேசு சபையினர் வேறு இடங்களில் இருந்து கடன் வாங்கி, ஐந்து இடங்களிலும் உள்ள மருத்துவமனைகளைப் பேணிக்காப்பதற்காகச் செலவழித்தனர். மதப்பரப்புநர்கள் கடனாகப் பெற்று மருத்துவமனைக்குச் செலவழித்த உண்மையான தொகையை, அடுத்த முத்துக்குளித்தல் பருவத்தில், சேசு சபையினர்களுக்குத் திருப்பிச் செலுத்தத் தமிழ் பரதவ கிறித்தவர்கள் ஒப்புக்கொண்டனர்.[15]

பல்வேறு போர்த்துக்கீசிய அதிகாரிகளுக்கு விதிக்கப்பட்ட தண்டனைத் தொகைகள் மருத்துவமனைக்காகப் பயன்படுத்தப்பட்டது. முத்துக் குளிக்கும் கடற்கரையின் படைத்தலைவர் ரோட்ரிக்ஸ் குடின்ஹோ அவர்கள் தண்டத்தொகையைத் தண்டி, மருத்துவமனையின் செயலாட்சியருக்கு அனுப்புவதன் மூலம் இந்தத் திட்டத்திற்கு உதவினார். சேசு சபையினர் மருத்துவமனைக்கு உதவ அடிக்கடி சென்றனர். மருத்துவமனை தூய்மையாக இருக்க வேண்டும் என்பதையே முதன்மையாகப் பார்த்தனர்.[16] மருத்துவமனையைக் காக்க நன்கொடை மற்றும் தண்டத்தொகை போதுமானதாக இல்லை என்பதால் அன்ரிக்ஸ் பாதிரியார் அவர்கள் மாதம் ஒருமுறை நிதி திரட்ட வேண்டும் என்றார்.[17] தூத்துக்குடியில் உள்ள மருத்துவமனை 1588 மற்றும் 1592க்கு இடையில் மற்ற மையங்களை விடப் பெரிய அளவில் வளர்ந்தது.

*1594*இல் தூத்துக்குடியில் உள்ள மருத்துவமனையைப் பேணிக் காப்பதற்காகப் பரதவர்கள் தாராளமாகப் பெரும் தொகையை வழங்கினர்.[18]

சேசு சபையினர் *1594*இல் ஒரு கல்வி நிறுவனம் மற்றும் ஒரு ரோமன் கத்தோலிக்கக் குருமார்கள் பயிற்சி நிறுவனத்தைத் திறந்து வைத்தனர். *29*, நவம்பர் *1595* நாளிட்ட ஆண்டுக் கடிதத்தில் கோவாவைச் சேர்ந்த பாதிரியார் சுப்ரால் அவர்கள் தூத்துக்குடிக் கல்வி நிறுவனம் மற்றும் ரோமன் கத்தோலிக்கக் குருமார்கள் பயிற்சி நிறுவனத்தில், இலத்தீன் மற்றும் அறநெறிவியல் வகுப்புகளை வழங்கியதாகக் குறிப்பிட்டார்.[19] *1600*இல் தூத்துக்குடியில் ரோமன் கத்தோலிக்கக் குருமார்கள் பயிற்சி நிறுவனத்திற்காக ஒரு கட்டடம் எழுப்பப்பட்டது.[20]

தம்பிரான் வணக்கம் *(20*, அக்டோபர் *1578)*, கிரிசித்தியானி வணக்கம் *(30*, நவம்பர் *1759)*, பாவ மன்னிப்பு *(23*, மே *1580)* மற்றும் புனிதர்களின் வாழ்க்கை *(1586)* போன்ற தமிழ் நூல்கள் அச்சிடப் பட்டமை பரதவர்களின் எழுத்தறிவுத்திறனை வளர்க்கப் பெரிதும் உதவியது. காலப்போக்கில் கூடுதல் பள்ளிகள் வந்தன. தூத்துக்குடியில் ஒரு போர்த்துக்கீசியப் பள்ளியும் தமிழ்ப்பள்ளியும் திறக்கப்பட்டது.[21]

தூத்துக்குடியில் நகர்ப்புற மேம்பாடு நடந்ததோடு, மூன்று தேவாலயங்களைச் சுற்றிக் கிறித்தவர் குடியிருப்புகள் இறுதியில் உருவாக்கப்பட்டது. போர்த்துக்கீசியர்கள் தூத்துக்குடியிலுள்ள அய்ரோப்பியக் குடியிருப்புகளைச் சுற்றி ஒரு மண் சுவரை எழுப்பினர். அது எதிரிகளின் தாக்குதல்களைத் தாங்கும் அளவுக்கு வலிமையானது. தூத்துக்குடியில் உள்ள புனித பீட்டர் தேவாலயத்தின் கட்டுப்பாடு தொடர்பாகத் தூத்துக்குடிப் படைத்தலைவருக்கும் சேசு சபையினருக்கும் இடையே நடந்த சண்டையில், இந்த சுவர்கள் இடிக்கப்பட்டன.[22] தூத்துக்குடியில் போர்த்துக்கீசியப் படைத்தலைவர் ஒருவர் வசித்து வந்தார். தூத்துக்குடியில் உள்ள போர்த்துக்கீசியர்களுக்கும் உள்ளூர் கிருத்தவர்களுக்கும் நீதி வழங்குவதற்கு ஒரு படைத்தலைவரையும் அறமன் நடுவரையும் நியமிக்கக் கோவாவின் அரசுப் பேராளரும் மதுரை நாயக்க மன்னரும் ஒப்புக்கொண்டனர். ஆனால், நாயக்க மன்னர் வலுவான சுவர்களைச் சுற்றி எழுப்பவும் தூத்துக்குடி நகரத்தை வலுப்படுத்தவும் போர்த்துக்கீசியர்களுக்கு இசைவளிக்கவில்லை.[23]

*1656*இல் டச்சுக்காரர்கள் இலங்கையைக் கைப்பற்றிய பின்னர், அதன்பிறகு சில மாதங்களில் டச்சுக்குழுமம் போர்த்துக்கீசிய வீரர்கள்,

துப்பாக்கி வீரர்கள், பீரங்கி வீரர்கள், மதகுருமார்கள் மற்றும் கசடோக்களைக் (திருமணமாகாத குடியேறிகள்) கப்பலில் கொழும்பிலிருந்து தூத்துக்குடிக்கு அனுப்பியது.[24] பல போர்த்துக்கீசியர்கள் ஆகஸ்ட் 1656இல் தூத்துக்குடிக்கு மூன்று கப்பல்களில் விருப்பமில்லாமல் பயணம் செய்தனர். மேலும், கடைசியாக 5 செப்டம்பர் 1656 அன்று ஐந்து கப்பல்கள், இரண்டு போர்த்துக்கீசிய தளபதிகள் உள்படப் போர்த்துக்கீசியக் குடும்பங்களை அவர்களுடைய உறவினர்களுடன் தூத்துக்குடிக்கு நாடுகடத்தியது.[25] டச்சுக்காரர்கள் சனவரி 1658இல் தூத்துக்குடியை முற்றுகையிட்டனர். இறுதியாக 1 பிப்ரவரி 1658இல் தூத்துக்குடியை வலிந்து கைப்பற்றினர்.[26] அப்போது அவர்கள் மூன்று பரந்த அளவிலான போர்த்துக்கீசியர் தேவாலயங்களைக் கைப்பற்றினர். தூத்துக்குடி மதில்களும், பள்ளங்களும், வாயில்களும் இல்லாத நகரமாக இருந்ததாகக் கூறப்படுகிறது.[27] 1658இல் டச்சுக்காரர்கள் போர்த்துக்கீசியர்களின் கையிலிருந்து தூத்துக்குடியைக் கைப்பற்றிய உடனேயே, திருநெல்வேலிப் பகுதி நாயக்க பிரதானி (நிதி அமைச்சர்) வடமலையப்பப்பிள்ளை தூத்துக்குடியில் உள்ள டச்சு அதிகாரிகளுக்கு குறிப்புகளை வழங்கினார். அதற்காக அவருக்கு டச்சுக்காரர்கள் துணியையும் மற்றும் நறுமணப்பொருட்களையும் அனுப்பினர். கோவாவில் உள்ள சேசு சபையின் குரு பிரான்சிஸ்கோ தெ ஒலிவேரா 1664 டிசம்பர் 10ஆம் நாள் எழுதிய கடிதத்தில் தூத்துக்குடியில் உள்ள கல்லூரி இன்னும் இருக்கிறது என்றும் அது டச்சுக்காரர்களால் அழிக்கப்படவில்லை என்றும் குறிப்பிட்டுள்ளார்.[28]

தூத்துக்குடியில் டச்சுக் கோட்டையைக் கட்டுதல், 1658-83

தமிழகக் கடற்கரையின் துறைமுகங்கள் டச்சுக் கிழக்கிந்தியக் குழுமத்திற்குக் கூடுதல் உரிமையை வழங்கியதை அறிந்ததும், மற்ற போட்டி அய்ரோப்பியர்களைக் கடற்கரையிலிருந்து விலக்கி, கைப்பற்றும் உரிமை, தனிப்பட்ட ஒப்பந்தம், பரதவர்கள் குடியேற்றம் மற்றும் முத்து வங்கிகள் மீதான முழு அதிகாரவரம்பு ஆகியனவற்றால் டச்சுக்குழுமம் தூத்துக்குடியைக் கற்சுவர்களால் பலப்படுத்த இசைவு பெற ஆர்வம் காட்டியது.[29] டச்சுக்காரர்கள் 1658இல் மதுரையில் உள்ள திருமலை நாயக்கரின் அரசவைக்கு ஒரு தூதுப் பணிக்குழுவை அனுப்பினர். தூத்துக்குடிப் போர்த்துக்கீசியக் குடியேற்றத்தைக் கைப்பற்றிய பிறகு, கூப்மன் ஓம்ஸ் அவர்கள் மதுரையை அடைந்து, நாயக்கரிடம் கோரிக்கை விடுத்தார். மேலும் தூத்துக்குடியில் டச்சுக்கோட்டை கட்ட இசைவு வழங்குமாறு ஆட்சியாளரை வற்புறுத்தினார்.[30] இரு யானைகள் மற்றும் ஒரு குதிரையுடன் திருமலை நாயக்கரை அவர்

சிறப்புச் செய்தார். தூத்துக்குடியை வலுப்படுத்தவும் ஓர் உடன்படிக்கையை முடிக்கவும் அவர்கள் புதிய உரிமையைப் பெறுவதற்கு இவை உதவும் என்றும், கூப்மன் ஓம்ஸ் நம்பினார். நாயக்கர் கோரிக்கையை ஏற்க மறுத்தார். டச்சுக்காரர்களை அவருடைய துறைமுகத்தில் கற்சுவர்களுடன் கூடிய கோட்டை கட்ட இசைவு வழங்குவதினால், அது தன்னுடைய இறையாண்மைக்குக் கடுமையான அவமானமாக இருக்கும் என அவர் நினைத்தார்.[31] தூத்துக்குடியில் டச்சுக்காரர்களுக்கும் மதுரை நாயக்கருக்கும் இடையே 1659இல் ஓர் ஒப்பந்தம் கையெழுத்தானது. தூத்துக்குடியில் வலுவான சுவர்கள் கொண்ட கோட்டை கட்டுவதற்கான இசைவு வழங்குதல் தொடர்பான ஒப்பந்தம் நாயக்கரால் மறுக்கப்பட்டது.[32]

தூத்துக்குடியில் டச்சுக்காரர்களால் கோட்டைகளைக் கட்டுவதற்கான முயற்சிகள், 1668-1683

1665இல், டச்சுக்காரர்கள் ஏறக்குறைய 50,000 கில்டர்கள் மதிப்புள்ள பரிசுகளை மதுரை நாயக்கருக்கு வழங்க நினைத்தனர். இது தூத்துக்குடியில் ஒரு கோட்டை கட்ட இசைவு பெற உதவும் எனறு நினைத்தனர். டச்சுக் குழுமத்தின் தூதர் அன்ட்ரிக் அட்ரியன் வான் ரீட் அவர்கள் 1668 பிப்ரவரி சூலையில், தூத்துக்குடியில் கோட்டை அமைக்க இசைவு பெற மதுரைக்கு வந்தார். வான்ரீட்டின் நாட்குறிப்பின்படி, அவர் 13,000 கில்டர்கள் மற்றும் சில டச்சு உதவியாளர்கள் சூழ, இரு யானைப்பாகன்கள் மற்றும் 52 உள்ளூர் வீரர்களுடன் 1668 மார்ச் 6 அன்று மதுரை நாயக்க தலைநகரமான திருச்சிராப்பள்ளியின் புறநகர்ப் பகுதியை அடைந்ததாகக் காண்கிறோம். மறுநாள், அவர் வடமலையப்பப் பிள்ளையிடம் தூது அனுப்பினார். இன்றும் நாளையும் கெட்ட நாட்கள் என விடையனுப்பப்பட்டது. மேலும் 9, மார்ச் 1668 பிற்பகலில் மட்டுமே வான் ரீட் வரவேற்கப்பட்டு அவரது தற்காலிகத் தங்குமிடத்திற்கு அழைத்துச் செல்லப்பட்டார். அடுத்த ஆறு நாட்கள் சொக்கநாத நாயக்கருடன் பார்வையாளர்களுக்காகக் காத்திருந்தனர். வடமலையப்பாவின் இல்லத்திற்கு வான்ரீட் அழைக்கப்படவில்லை. மேலும் கூட்டங்கள் தொடங்கும்முன் காத்திருக்க வேண்டியிருந்தது. டச்சுக்காரர்களை அவமானப்படுத்த வடமலையப்பாவின் திட்டமிட்ட முயற்சிகள் இது என்று வான் ரீட் கருதினார். 1668 ஏப்ரல் 16ஆம் நாள் அவர் தன் நாட்குறிப்பில் பிந்தைய நிகழ்வுகளைப் பற்றிக் குறிப்பிட்டார். மேலும் இந்த நடைமுறையானது வெளிநாட்டு ஆட்சியாளர்களின் தூதர்களிடையே மிகவும் புதுமையாக இருந்தது என்றும், இவ்வாறு வழக்கத்தில் இல்லை என்றும் கூறினார். வடமலையப்பப்பிள்ளை அவர்கள் டச்சுக் குழுமத்தின் வெறுக்கத்தக்க எதிரிகளால் தூண்டப்பட்டவர் என்பதில் வான் ரீட் ஐயப்படவில்லை.[33]

வான் ரீட் தொடர்ந்து தங்க முடிவெடுத்து அரச பார்வையாளர்களுக்காகக் காத்திருந்தார்.³⁴ இறுதியாக, அவர் ஒன்றரை மாதங்களுக்குப் பிறகு, 21 ஏப்ரல் 1668 அன்று சொக்கநாதருடன், கடின முயற்சிக்குப் பின் பார்வையாளர்களைப் பெற்றார். வான் ரீட் நாயக்கரின் முன் கொண்டு வரப்பட்டு, தரையில் ஒரு கம்பளத்தின் மீது உட்கார வைக்கப்பட்டார். இரு யானைகள், இரு பாரசீகக் குதிரைகள், ஒரு சொர்க்கப் பறவை, ஒரு வைர மோதிரம், 42 பல்வேறு வகையான கண்ணாடிகள், ஒரு பெரிய கண்ணாடி, ஓர் இறகுப் படுக்கை, சில துப்பாக்கிகள், கைத்துப்பாக்கிகள், கத்திகள், வாசனைப்பொருட்கள், துணிகள், பன்னீர் மற்றும் சந்தனத்துடன் டச்சுக்குழுமத்தின் கடிதம் மற்றும் பரிசுகளை சொக்கநாதருக்கு வழங்கினார். அரசருக்குப் பின்னால் சின்னத்தம்பி முதலியார் மற்றும் வடமலையப்பா அமர்ந்திருந்தனர். வான்ரீடின் மேலதிகாரிகளிடமும், டச்சு குழுமத்தினிடமும் நலம் விசாரிப்பதன்மூலம் கூட்டம் தொடங்கியது. ஆனால், அரண்மனை மண்டபம் மிகவும் இரைச்சலாகவும் நெரிசலாகவும் இருந்தது. வான்ரீடால் விடையளிக்கவோ அல்லது நாயக்கரைப் பார்க்கவோ கூட முடியவில்லை. வான் ரீட், சொக்கநாதரிடம் சரியாகப் பேசுவதற்கு முன், சிறிது கால இடைவெளி வேண்டும் என்று கோரினார். இது விரைவாக ஏற்பாடு செய்யப்பட்டாலும், உரையாடல் மிகவும் சுருக்கமாக முடிந்ததுடன் அனைத்துத் தீர்வுப் பேச்சுக்களையும், வடமலையப்பா பார்த்துக் கொள்வார் என அரசர் கூறியதுடன் முடிந்தது. நாயக்கர் வான் ரீடிற்கு ஒரு தங்கச் சங்கிலி, பார்க்க அழகாக உள்ள சிவப்புக் கற்கள் கொண்ட இரு காப்புகள், மதிப்புமிகு நீண்ட உடை, வெற்றிலை மற்றும் பாக்கு ஆகியவற்றைப் பரிசாக வழங்கினார். சொக்கநாதர் வான் ரீட் அணிந்திருந்த வைர மோதிரத்தைப் பார்த்தார். அது மிக அழகாக இருந்ததால் அதை தன் விரலில் அணிந்து பார்த்தார். ஆனால் அந்த மோதிரம் மீண்டும் வான் ரீடிற்கு திருப்பி கொடுக்கப் படவில்லை.

பின்னர் அரசர் டச்சுக்காரர்களின் நன்கொடையான யானைகளைப் பார்வையிட்டு விட்டு, மேலும் எதுவும் பேசாமல் உள்ளே திரும்பினார். வான் ரீட் அவமானப்படுத்தப்பட்டு இகழ்ச்சியுடன் வெளியேற வேண்டிய கட்டாயம் ஏற்பட்டது. 5 மே, 1668இல் வான் ரீட் **தூத்துக்குடி திரும்பினார்.**³⁵ ஓர் ஆண்டு கழித்து, தூத்துக்குடியில் டச்சுக்காரர்களின் அதிகாரம் அதிகரித்து வருவதைக்கண்டு வடமலையப்பா சினமடைந்தார். அரசவையின் விருப்பத்திற்கு மாறாக, டச்சுக்குழுமம் தூத்துக்குடி வணிகத்தொழிற்சாலையைச் சுற்றி வேலி அமைத்தது. மதுரைப்

படைகளின் ஒன்பது மாத முற்றுகைக்கு இது வழிவகுத்தது. மேலும் நாயக்க மன்னரின் ஆயிரத்திற்கும் மேற்பட்ட வீரர்கள் இறந்தனர். இறுதியில் டச்சுக்காரர்களுக்கு முற்றிலும் பலனளிக்கிற வகையில் அமையாத சூழலில் அமைதிநிலை எட்டப்பட்டது.[36]

22 சனவரி 1668இன் டச்சுப் பதிவேடு தூத்துக்குடியில் டச்சுக்காரர்கள் கட்டக்கூடிய கட்டமைப்பு வகைகளில் நாயக்கரின் கட்டுப்பாடுகளைக் குறிப்பிடுகிறது. எனவே டச்சுக்காரர்களால் ஏற்கப்படாத, அல்லது பழுதுபார்க்கும் வீடுகள் மற்றும் தேவாலயங்கள் ஏதும் உரிமையைக் கைவிடவில்லை. 1669இல் தூத்துக்குடி டச்சுத்தொழிற்சாலையை முற்றுகையிட்டுத் துப்பாக்கிச்சூடு நடத்தும் அளவிற்கு மோதல் வளர்ந்தது.

மார்ச் 1670இல் டச்சுக்காரர்கள் மதுரையின் ஆட்சியாளரான சொக்கநாத நாயக்கரின் (1659-1682) திருநெல்வேலியிலுள்ள வடமலையப்பாவுக்கு தூதர்களை அனுப்பினர். தூத்துக்குடியில் கோட்டை கட்டுவது தொடர்பாக ஏற்பட்ட மோதலைத் தீர்க்க வடமலையப்பா தூத்துக்குடிக்கு வந்து முகாமிட்டார். இலங்கையின் டச்சு ஆளுநரான ரிஜ்க்லோஃப் வான் கோயன்ஸ் தலைமையிலான குழுவினருக்குத் துணிகள், வாசனைப் பொருட்கள், பன்னீர், சந்தனம் மற்றும் தங்கமுலாம் பூசப்பட்ட ஆடி போன்றவற்றை வழங்கினார். வான் கோயன்ஸை வடமலையப்பா தன் முகாமிற்கு வெளியே அவருடைய பல்லக்கில் ஏற்றி வரவேற்றார். யானைகள், எருதுகள், குதிரைப்படை வீரர்கள், காலாட்படை வீரர்கள், கொம்பு ஊதுபவர்கள் மற்றும் முரசு கொட்டுபவர்கள் போன்றோருடன் புடைசூழ வடமலையப்பா டச்சுக்காரர்களுடன் ஆடைகள் மற்றும் பூக்களால் கட்டப்பட்ட கட்டடத்திற்குச் சென்றார். அங்கு அவர் ஓய்வெடுக்கவும் சாப்பிடவும் முடியும். அடுத்து, டச்சுக்காரர்கள், வடமலையப்பாவின் அருகாமையிலுள்ள தங்குமிடத்திற்குச் சென்றார்கள். அதன் நுழை வாயிலில் வடமலையப்பா மீண்டும் மனமகிழ்வோடு வான்கோயன்ஸை வரவேற்றார். இரண்டடி உயர மேடைக்கு பாதுகாப்போடு அவரை அழைத்து சென்றார். அங்கே இருவரும் அமர்ந்து ஒருவரையொருவர் நலம் குறித்துக் கேட்டறிந்து பல ஆண்டுகளுக்குப் பிறகு சந்தித்த மகிழ்ச்சியை வெளிப்படுத்தி, பிற மதிப்புமிகு சொற்களைத் தங்களுக்குள் பரிமாறிக் கொண்டனர். வடமலையப்பா தன் சொற்களைக் கவனமாகவும் அடக்கமாகவும் தேர்ந்தெடுத்தார். உரையாடல் விரைவாக முடிந்தது. வான் கோயன்ஸ் வடமலையப்பாவை அடுத்த நாள் தூத்துக்குடிக்கு வருமாறு அழைத்தார். பிந்தையவர்கள் டச்சுக்காரர்களுக்கு வெற்றிலை, பாக்கு, மதிப்புமிகு நீண்ட உடை மற்றும் 99 துணித்துண்டு ஆகியவற்றை

வழங்கினர். வடமலையப்பா தன் வீட்டிற்கு வெளியே டச்சுக்காரர்களைப் பார்த்த பிறகு, அவர்கள் திரும்பி வந்து கொண்டிருந்தனர். தன்னைப் பெருமைப்படுத்தியதற்கு வான்கோயன்ஸ் வடமலையப்பாவுக்கு நன்றி கூறினார். அடுத்த நாள் காலை வடமலையப்பாவும், அவருடைய குழுவினரும் தூத்துக்குடிக்கு வந்து சேர்ந்தனர். நகரத்திலிருந்து இரண்டு துப்பாக்கிச் சூடு தொலைவில், வான்கோயன்ஸ் தன் பல்லக்கில் காத்திருந்தார். பீரங்கிக் குண்டுகளால் வடமலையபபா அவர்கள் கூட்ட அறைக்குள் அழைத்துச் செல்லப்பட்டு, மேசையில் அமர வைக்கப்பட்டார். வழக்கமான இசைவான பாராட்டுக்களுக்குப் பிறகு, இருவருக்கும் இடையிலான உறவுகள் நட்புமுறையில் கலந்துரையாடப்பட்டன. ஒரு தங்க அட்டிகை, மூன்று ஆடிகள் மற்றும் 250 கில்டர்கள் உட்பட வடமலையப்பருக்கு அன்பளிப்புகளுடன் சந்திப்பு முடிந்தது. வடமலையப்பா வான் கோயன்ஸுக்கு மீண்டும் ஒருமுறை நன்றி தெரிவித்தார்.[37]

டச்சுக்காரர்கள் பரதவர்களின் பெத்ரோ தேவாலயத்தின் கற்களைப் பயன்படுத்தித் தூத்துக்குடியில் சுவர் எழுப்ப விரும்பினார்கள். டச்சுப் படைத்தலைவரான ரிஜ்க்லோஃப் வான் கோயன்ஸின் முன்மொழிவு 1670இல் மறுக்கப்பட்டது.[38] 1681-2 இல் நாயக்கர் எதிர்கொண்ட பெரும் கடுமையான நிலைகளின் போது டச்சுக் குழுமம் தூத்துக்குடியில் ஒரு கோட்டையைக் கட்ட முடிந்தது. ஜகார்த்தாவில் உள்ள டச்சு உயர் அரசானது நவம்பர் 1680இல் தூத்துக்குடி டச்சு வணிகத் தொழிற் சாலையைக் கல்சுவரால் மீண்டும் கட்டுவதற்கு டச்சு ஆளுநருக்கு அதிகாரம் அளித்தது. இது உள்ளூர் ஆட்சியாளரால் மறுப்போ அல்லது பெரும் வசதிக் குறைவோ ஏற்படுத்தாது. மதுரை நாயக்கர் இசைவு வழங்காத நிலையில், கோட்டை கட்டும் பணி தொடங்கியது. சூலை 1681இல் சின்ன வடமலையப்ப பிள்ளை எழுப்பிய எதிர்ப்பின் மூலம் தூத்துக்குடிக் கடற்கரையில் டச்சுக்காரர்களால் கட்டப்பட்ட சுவர் மற்றும் இரு சிறிய கொத்தளங்கள் அழிக்கப்பட்டன. நாயக்கர் தூத்துக்குடியில் மதில் சுவர்களைக் கொண்ட கோட்டையை டச்சுக்காரர்களுக்கு இசைவளித்தால், தூத்துக்குடி நிலங்களுக்கு வரி கட்டும் திருமலை குழந்தைப்பிள்ளை அவர்கள் தான் வரியைக்கட்டுவது இயலக் கூடியதில்லை என அப்போது முறையீடு செய்தார். எந்தக் குற்றவாளி களையும் அல்லது கீழ்ப்படியாதவர்களையும் அவரால் தண்டிக்க முடியாது. ஏனென்றால் அவர்கள் பாதுகாப்பு கோரித் தூத்துக்குடித் தப்பி ஓடிவிடுவார்கள்.[39]

துணி வணிகத்தில் டச்சுக்குழுமம் மதுரை வட்டாரத்தில் தன் முற்றுரிமையைக் கவனமாகப் பாதுகாத்துக் கொள்ளத் தூத்துக்குடியில் ஒரு கோட்டை அமைக்க வேண்டுமென நினைத்தது. இலங்கை ஜகார்த்தா மற்றும் ஆம்ஸ்டர்டாம் ஆகிய இடங்களுக்கு எடுத்துச் செல்லக் கூடிய மதுரையின் அனைத்து துணிகள் கட்டுப்பாட்டையும் பெற வேண்டியதன் தேவையைக் குழும அதிகாரிகள் உணர்ந்தனர். அவர்கள் பிற அய்ரோப்பியர்களை மதுரையில் துணி வணிகத்தில் இருந்து விலக்கிவைக்க விரும்பினர். குறிப்பாக அப்போது தூத்துக்குடி அருகே செயல்பட்டுக் கொண்டிருந்த ஆங்கிலேயர்களைப்பற்றி டச்சுக்காரர்கள் கவலைப்பட்டார்கள்.[40] டச்சுக்குழுமத்தால் தூத்துக்குடியில் ஒரு கோட்டை கட்டப்பட்டது. இருப்பினும் நாயக்கர் தன் இறையாண்மைக்குக் கடுமையான அவமானமாக உணர்ந்தார். மேலும், டச்சுக்காரர்களின் கோரிக்கையை ஆட்சியாளரான அவர் தொடர்ந்து மறுத்தார்.[41]

பின்னர், சொக்கநாத நாயக்கர் அவர் இறப்புக்குச் சற்றுமுன்பு, டச்சுக்காரர்கள் கோட்டையைக் கட்ட இசைவளித்து ஒரு கடிதம் அனுப்பினார்.[42] அதன்பிறகு, டச்சுக்காரர்கள் 1683இல் நான்கு கொத்தளங்கள் கொண்ட ஒரு சிறிய கற்கோட்டையைக் கட்டுவதற்கு விரைவாக முன்னேறினர். வணிகத்தில் போட்டியாளர்கள் மற்றும் உள்ளூர்க்காரர்கள் தாக்குதலுக்கு எதிராக ஒரு போதுமான பாதுகாப்பை இந்தக் கோட்டை வழங்கியது.

நகரம், மாநகரம் மற்றும் திட்டங்களின் விளக்கம், 1662-1752

டச்சுக்காரர்கள் தூத்துக்குடியைக் கைப்பற்றியபோது அந்தக் குடியேற்றம் சுவர்கள், அகழிகள் அல்லது வாயில்கள் இல்லாமல் ஒரு பெரிய சிற்றூராக இருந்தது என்று பிலிப் பல்தேயஸ் என்ற பயணி குறிப்பிட்டார். மூன்று பெரிய தேவாலயங்கள் மற்றும் கற்களால் கட்டப்பட்ட நிறைய நல்ல வீடுகளைக் கொண்டிருந்தது. கடலிலிருந்து பார்ப்பதற்கு ஒரு நல்ல காட்சியாக இருந்தது. 1662இல் ஒரு பறவைப் பார்வையாக அவர் தூத்துக்குடியைக் காட்சிப்படுத்தினார். அவர் வரைந்த ஓவியம், கடல் முகப்பு, இரு தேவாலயங்கள் மற்றும் சில விளக்கங்களைக் காட்டுகிறது.[43] டச்சு வணிகத் தொழிற்சாலை மூன்று தேவாலயங்களில் ஒன்றில் இருந்தது. டச்சு வணிகப் பேராள், உதவிப் பேராள் மற்றும் மூன்று உதவியாளர்கள், ஆறு முதல் எட்டு வீரர்கள் ஒரே தேவாலயத்தில் வெவ்வேறு பகுதியில் வாழ்ந்ததைக் காட்டுகிறது.[44] பல்தேயஸ் தூத்துக்குடி நகரத் திட்டத்தை 1672இல் வெளியிட்டார். இது கிழக்கிலிருந்து மேற்கு வரையிலான தூத்துக்குடியின் திட்டத்தை

காட்டுகிறது. கட்டடங்கள் தெருக்கள் மற்றும் நிலபரப்பியலுடன் முழு நகரத்தைப் பற்றிய ஒரு பார்வையாக உள்ளது.

ஜோஹன்னஸ் நியுஹோஃப் (1618-1672) என்ற மற்றொரு பயணி 1681இல் தூத்துக்குடியில் முத்துக்குளிக்கும் காட்சியை ஓவியமாக வரைந்தார். தூத்துக்குடி திறந்தவெளியுடனும் நிலையான கல் கட்டடங்களுடனும் அழகாக இருப்பதாக அவர் தெரிவித்தார். அவர் ஆளுநர் மாளிகை (படவிளக்க எண்.2) தேவாலயம் (எண்.3இன் அடிப்படையில்) டச்சுக் குடும்ப பணியாளர்கள் குடியிருப்புகள் (எண்.4இன் அடிப்படையில்) புனித பவுல் தேவாலயம் (பின்னாளில் பனிமய மாதா தேவாலயம் என அழைக்கப்பட்டது) ஆகியவற்றைக் குறிப்பிட்டார். மற்ற இரண்டு தேவாலயங்கள் (எண்.6இன் அடிப்படையில்) ஒன்று வடக்கிலும் மற்றொன்று புனித பவுல் தேவாலயத்தின் தெற்கிலும் இருந்தன. பெரிய தேவாலயத்திற்கு அருகில் படைத்தலைவர் மாளிகை அமைந்திருந்தது. புனித பவுல் தேவாலயத்திற்குத் தெற்கே அமைந்துள்ள வல்லநாடு குன்றுகள் (எண்.12இன் அடிப்படையில்), சந்தை மற்றும் கடைத்தெரு (எண்.11இன் அடிப்படையில்), சங்குகள் மற்றும் முத்துக்குவியல்கள் (எண்.7இன் அடிப்படையில்), குடியிருப்புப் பகுதி, அயல்நாட்டு வணிகர்களின் குடியிருப்புப் பகுதி (எண்.8இன் அடிப்படையில்), மேலும் ஆளுநரின் காவல் கப்பல் (எண்.10இன் அடிப்படையில்) கடலில் முத்துக்குளித்தலின் போது பயன்படுத்தப்பட்டது என நியுஹோஃப் குறிப்பிட்டார்.[45] 1700இல் தூத்துக்குடியிலுள்ள டச்சுக்காரர்கள் கத்தோலிக்கத் தேவாலயங்களைக் கிடங்குகளாகப் பயன்படுத்தினர் என்று பாதிரியார் மார்ட்டின் எழுதிய கடிதத்தில் குறிப்பிடப்பட்டுள்ளது.[46] தூத்துக்குடிக் கடற்கரையின் நில விளக்கப்படம் மற்றும் தூத்துக்குடியில் உள்ள கோட்டை, கடலோரம் உள்கப்பல் தங்குமிடம் மற்றும் தச்சர்தளம் அதன் சுற்றுப்புறங்களைச் சித்தரிக்கும் வரைபடத்தைப் பொறியாளர் தூர்சி வண்ணத்தில் தயாரித்தார். 1699இல் தூத்துக்குடிக்கு வருகை புரிந்த ஆளுநர் கெரிட் அவர்களின் அறிக்கையில் இந்த விளக்கங்கள் கொடுக்கப்பட்டுள்ளன.[47] பாம்பன் கால்வாய்க்கும் கோடியக்கரைக்கும் இடையில் உள்ள மதுரைக் கடற்கரையின் நில விளக்கப்படம் டச்சுக்கோட்டையைச் சித்தரிக்கும் வரைபடத்துடன் கொடுக்கப்பட்டுள்ளது. இது தூத்துக்குடி மற்றும் அதன் சுற்றுப்புறங்களில் உள்ள தச்சர்தளத்தைப் படகு மற்றும் கப்பல்கட்டும் செயற்பாடுகளுடன் காட்சிப்படுத்துகிறது.[48]

மதுரையை ஆண்ட மங்கம்மாள் (1689-1706) தன் ஆளுகைக்குட்பட்டப் பகுதியில் சுற்றுப்பயணம் மேற்கொண்டபோது, திருநெல்வேலி ஆளுநரைச்

சந்தித்து, தன் ஆய்வுச் சுற்றுப்பயணங்களை மேற்கொண்டார். தூத்துக்குடியின் டச்சுப் படைத்தலைவர் சந்தித்ததையும், திருச்செந்தூரில் உள்ள கோயிலுக்குச் சென்றதையும், புன்னைக்காயலில் அந்த நேரத்தில் முத்துக்குளித்தல் நடந்ததையும், டச்சுக்குழுமத்தின் பதிவுகள் குறிப்பிடுகின்றன. 1705 சூலை 14ஆம் நாள் மதுரையின் ராணி மங்கம்மாள் தூத்துக்குடியின் புறநகர்ப் பகுதியில் உள்ள மேலூர் என்ற சிற்றூருக்குத் தன் சிறிய பேரனும், வருங்கால வாரிசான விஜயரங்கச் சொக்கநாதருடனும் அரண்மனை ஊழியர்கள் புடைசூழவும், 300 குதிரைப்படை வீரர்களுடனும் 1200 காலாட்படை வீரர்களுடனும் முரசறைவோர் மற்றும் கொம்பு ஊதுவோர்களுடனும், 6 யானை களுடனும், 26 ஒட்டகங்களுடனும், 4 வண்டிகள் பொருட்களுடனும் சென்றதாக டச்சுப் பதிவுகளில் தெரிவிக்கப்பட்டுள்ளது. அன்று பிற்பகலில் தூத்துக்குடியின் டச்சுத் தலைவரான ஹூய்ஜ்பெர்ட் டிரிமோன்டட் அவர்கள் ராணிக்குப் பரிசுகளை அனுப்பினார். மங்கம்மாளின் எதிர்பாராத வருகை அறிவிக்கப்பட்டபோது, டச்சுக்காரர்கள் ஜப்பானிய பாத்திரங்கள், பூதக்கண்ணாடிகள் மற்றும் முலாம் பூசப்பட்ட இரு கண்ணாடிகள் மற்றும் பொருட்களுடன், 1061 கில்டர்களும் பரிசாக வழங்கினர். டச்சுக் கோட்டையிலிருந்து ராணி அவர்கள் 15 துப்பாக்கிச் சூடுகள் மூலம் சிறப்பிக்கப்பட்டார். டிரைமோன்ட் அவர்கள் ஒரு டச்சுப்படை வீரர் மற்றும் பதினோறு உள்ளூர்ப்படை வீரர்கள், ஒரு மொழிபெயர்ப்பாளர் மற்றும் பரிசுகளை எடுத்துச் செல்வோர்களுடன், தலைப்பாகை அணிந்துகொண்டு நிகழ்ச்சிக்குப் பல்லக்கில் அரச முகாமிற்குச் சென்றார். மேலூரில், மங்கம்மாள் அவர்கள் தரை விரிப்புகளால் மூடப்பட்ட ஓர் உயரமான மேடையில் அமர்ந்திருப்பதையும், அவருடைய முதன்மையான அரசவை ஊழியர்களால் சூழப்பட்டிருப்பதையும், தூதுவர் அவர்கள் கண்டார். சில மதிப்பளிப்புகளுக்குப் பிறகு, ராணி அவர்கள் டிரைமோன்ட் அவர்களை மூன்று படிகள் தள்ளி மற்றொரு உயர்ந்த தரை விரிப்பு மேடையில் உட்காரும்படிக் கட்டளையிட்டார். ராணிக்குப் பரிசுகளை வழங்கிய தூதுவர் ஒருவருக்கொருவருடனான நட்புறவு என்றும் செழிப்பதை நிறுத்தாது என்ற நம்பிக்கையை வெளிப்படுத்தினார். மங்கம்மாளுக்கும் தளவாய் கஸ்தூரி ரங்க அய்யனுக்கும் இடையே தெலுங்கில் ஒரு சுருக்கமான உரையாடலைத் தொடர்ந்து, பிந்தையவர் எல்லாம் சரியாகிவிடும் என்று கூறினார். டிரைமோன்ட் பின்னர் எழுந்து நின்று, ராணியின் முன் குனிந்து, அவரை மகிழ்விக்கப் பல அலங்கரிக்கப்பட்ட டச்சுக் கப்பல்கள் கரைக்கு அருகில் பயணிக்கத் தயாராக இருப்பதாகவும், அவர் கேட்டுக் கொண்டதுபோல் தெரிவித்தார்.

அடுத்து, மங்களம்மாள் தூதுவருக்குத் துணிகள், தலைப்பாகை, வெற்றிலை போன்றவற்றைத் தனிப்பட்ட முறையில் வைத்து, அவரே தொட்டுக் கொடுத்தார். மங்கம்மாள் பார்வையாளர்களை முறையாகப் பார்த்து முடித்த பிறகு, தூத்துக்குடியில் உள்ள டச்சுக்கோட்டைக்கு வருகை தந்த பல அரசவை ஊழியர்களுடன் கூட்டம் தொடர்ந்தது. இங்கு அவர்களுக்கு இரண்டு வரிசையில் வீரர்கள், டச்சுத்தலைவரின் அறையில் நாற்காலிகள், ராணியின் உடல்நலம் குறித்த உசாவல், கட்டடத்தைச் சுற்றிப் பார்த்தல், பீரங்கி வெடியுடன், பரிசுகள், வெற்றிலை மற்றும் பன்னீர் தெளித்து வரவேற்பு அளிக்கப்பட்டது. டச்சுக்கோட்டைக்குப் பெண்கள் செல்வது பொருத்தமற்றது என்று கூறி மங்கம்மாள் அவர்கள் அங்கேயே தங்கினார்.[49]

மதுரை நாயக்கரான விஜயரங்க சொக்கநாதர் (1706-32) தன் ஆளுகைக்கு உட்பட்ட பகுதியில் சுற்றுப்பயணம் செய்து, 1711 சூன் மாதம் தூத்துக்குடித் துறைமுகத்தின் புறநகரில் உள்ள மேலூரில் தங்கினார். சில நாட்களுக்குப் பிறகு அவர் 15 மைல் தெற்கே ஆத்தூரில் முகாமிட்டார். அங்கு டச்சுக்காரர்களின் நாணயச் சாலை உள்ளது. இரண்டு இடங்களிலும் டச்சுத் தூதர் ஸ்லென் ஆண்டர்சன் அரசருடன் பார்வையாளர்களைக் கொண்டிருந்தார். ஒவ்வொரு கூட்டமும் சிறப்பாக இருந்தது. அரசவை ஊழியர்களோடும் சில பொதுமக்கள் தூரத்திலும் இருந்து, கூட்டத்தைச் சிறப்பித்தனர். இரண்டு முறையும், சிவப்பு நிறச் சித்திர வேலைப்பாடுடைய ஆடை மற்றும் முத்துக்கள் மற்றும் கனமான தங்க ஆரங்களை நாயக்க மன்னர் அணிந்திருந்தார் என ஆண்டர்சன் குறிப்பிட்டார். டச்சுப் படைத்தலைவர் அவர்கள் சிறந்த பரிசாகக் கருதப்படும் தானே வாசிக்கும் ஊது இசைக்கருவி ஒன்றை வழங்கினார். ஆட்சியாளர் அவர்கள் உயரமான மேடைகளில் வெண்கொற்றக் குடையின் கீழும், தீப்பந்தங்களின் கீழும், அழகிய தரைவிரிப்புகளில் அரசவை உறுப்பினர்கள் சிலருடன் அமர்ந்திருந்தார். மன்னருக்குப் பின்னால் இளம்பெண்கள் நின்று அவருக்கு விசிறி வீசிக் கொண்டும், வெற்றிலை வழங்கிக் கொண்டுமிருந்தனர். அரசுத் தூதுவர் நாயக்கருக்குத் தொப்பியை அணிவித்து வணக்கம் செலுத்தினார். அதை மீண்டும் அணிய அவருக்கு இசைவு அளிக்கப்பட்டது. மேலும் அவர் அரசரின் மேடைக்கு இடதுபுறமாக ஒரு கம்பள நாற்காலியில் அமர்ந்தார். தூதுவர்கள் விரித்த கம்பளத்தில் சப்பணமிட்டு அமர்ந்தனர்.[50]

மதுரை நாயக்கர் விஜயரங்கச் சொக்கநாதர் 1720 சூன் மாதம் தூத்துக்குடிக்கு வருகை தரத் திட்டமிட்டார். மேலும் 1720 மே மாதம் டச்சுக்காரர்களுக்கு முன்கூட்டியே தெரிவிக்கப்பட்டது. விஜயரங்கச்

சொக்கநாதர் மேலூருக்கு வந்ததும், தூத்துக்குடியின் டச்சுத் தலைவரான ஜோனஸ் ஜென்னர் அரசரை, அவருடைய முகாமில் சந்திக்கும்படிக் கேட்டுக் கொள்ளப்பட்டார். தூத்துக்குடியின் டச்சுக்குழும நாட்குறிப்பின்படி நாயக்கரின் வருகை எதிர்பாராதது என்பதால், டச்சுக்காரர்கள் மதிப்புக்குரிய பரிசுகளைச் சேகரிப்பதில் தொல்லைப்பட்டனர். ஆனால், இன்னும் அரசருக்கு, 2400 கில்டர்களும், அரசவை ஊழியர் களுக்கு 1400 கில்டர்களும் செலவழித்ததாகக் கூறப்பட்டுள்ளது. ஆயினும் கூட டச்சுத்தலைவர் பார்வையாளராக ஒரு மணி நேரத்திற்கும் மேலாகக் காத்திருக்க வேண்டியிருந்தது. பின்னர் அவர் ஒரு வெற்றுப் பலகையில் அமர்ந்தார். பரிசுகளில் மேலகா சந்தனம் சேர்க்கப்படவில்லை என குறை கூறப்பட்டது. ஜென்னர் தன் பல்லக்கில் இருந்து இறங்கி, கூட்டத்தின் வழியாக அரசரின் கூடாரத்திற்குச் சென்றார். கூடாரத்திற்குள் இருந்த உள்ளூர் ஆளுநரான குமாரசுவாமி முதலியார் டச்சுத்தலைவரை வரவேற்றார். அதன்பிறகு இரத்தினக் கற்கள் பதிக்கப்பட்ட விலையுயர்நத நகைகளை அணிவித்து, அலங்கரித்து, அரசர் முன் அவரை அழைத்துச் சென்றார். கூட்டத்தின் முடிவில் ஜென்னர் அவர்களின் தலையில் தங்கப்பட்டைகளுடன் கூடிய தலைப்பாகை அணிவித்துச் சிறப்பிக்கப் பட்டார்.[51] அரசரைச் சுற்றி அரசவை ஊழியர்கள் நிறுத்தப்பட்டனர். முதலில் பிரதானி சம்பு அய்யனும், இன்னும சிலரும் அரசனின் வலது பக்கம் அதே கம்பளத்தில் இருந்தனர். அடுத்து நீதிமன்ற வணிகர் சுந்தர்தாஸ் அய்யன், அரசரின் மேடைக்குச் செல்லும் தரைவழிப் படிக்கட்டுகளில் காணப்பட்டார். கடைசியாக, தரையில் ஒரு கம்பளத்தின் மீது குமாரசுவாமி முதலியார் இருந்தார். டச்சு அரசுத் தூதுவர்கள் மதிப்புமிகு ஆடைகள், தலைப்பாகைகள் மற்றும் நகைகளை அணியுமாறு வலியுறுத்தப்பட்டனர். இந்த ஆடைகள் மற்றும் அணிகலன்களை அணிந்து கொண்டு, தூதுவர்கள் தங்களுடைய தங்குமிடத்திற்குத் திரும்ப வேண்டும்.[52] மதுரை நாயக்கர் விஜயரங்க சொக்கநாதர் 1731 மே மாதம் மீண்டும் தூத்துக்குடிக்கு வருகை தந்தார். அவருடைய வருகை தூத்துக்குடியில் உள்ள டச்சுக்காரர்களுக்கு மீண்டும் முன்கூட்டியே தெரிவிக்கப்பட்டது. இந்தக் கூட்டத்தின் அறிக்கை அதிக விளக்கங்கள் இல்லாமல் படைத்தலைவரால் எழுதப்பட்டுள்ளது.[53]

1762 வரை மதுரை நாயக்க ஆட்சியாளர்கள் தூத்துக்குடியில் டச்சுக் குடியேற்றத்தைச் சுற்றிச் சுவர் எழுப்ப இசைவு வழங்கவில்லை. இது தூத்துக்குடியில் முத்துக்குளிக்கும் காட்சிகளின் ஓவியங்களில் காணப் படுகிறது. டச்சுக்காரர்களால் 1725இல் வெளியிடப்பட்டு இப்போது லைடன் பல்கலைக்கழக நூலகத்தில் ஓர் ஓவியம் பாதுகாக்கப்படுகிறது.

மற்றொரு ஓவியம் தூத்துக்குடியில் முத்துக்குளிக்கும் காட்சியைச் சித்தரிக்கிறது. இது 1730இல் வெளியிடப்பட்டது. தூத்துக்குடியில் உள்ள டச்சுக்குழுமத்தின் கோட்டை, மன்னார்வளைகுடாவின் கிழக்கு மற்றும் மேற்காக ஒரு நீள் சதுரக் கட்டடமாகக் காணப்படுகிறது. அது ஒவ்வொரு கோணத்திலும் கோட்டையின் முன் தள்ளிக்கொண்டிருக்கும் முகப்புப் பகுதிகளைக் கொண்டிருந்தது. ஆனால் சரிவு மேடாகவோ அல்லது பள்ளமாகவோ இல்லை. தன் இருபுறமும் கடலால் சூழப்பட்டதால், நாட்டுப் படகுகள் செல்வதற்காக வடிநிலம் அமைக்கப்பட்டது. இருநூறு அல்லது முந்நூறு டன்கள் எடையுள்ள தோணிகளை டச்சுக்காரர்கள், தங்கள் கப்பல்கள் மற்றும் பாய்மரக் கப்பல்களைப் பழுதுபார்ப்பதற்கு ஒரு தளம் வைத்திருந்த இடத்தில், வைக்க வேண்டிய கட்டாயம் ஏற்பட்டது. கோட்டைக்குள் ஆளுநர் மாளிகையும் மற்றும் கட்டடங்களும் நல்ல நிலையில் இருந்தன. 1783இல் பரதவர் நகரத்தில் இருந்த அய்ரோப்பிய வீடுகள் அழிக்கப் பட்டன. 1805 மற்றும் 1806இல் ஆங்கிலேயரால் கோட்டையும் பொதுக் கட்டடங்களும் இறுதியாக இடிக்கப்பட்டன. தூத்துக்குடிக் கோட்டையின் திட்ட வரைபடம் திரு.பாரிஷ் அவர்களால் 1803 சூன் 30 அன்று தன் கடிதத்தின் மூலம் சென்னை வருவாய் வாரியத்திற்கு அனுப்பப்பட்டது.[54]

தூத்துக்குடியில் டச்சுக்காரர்களின் வருமானம் மற்றும் வருவாய்

திரு. இர்வின் அவர்கள் 1783இல் தூத்துக்குடியில் உள்ள டச்சுக் குழுமத்தின் பல்வேறு சான்றுகள் மற்றும் பல்வேறு இடங்களிலிருந்து பெற்ற வருவாய்களைக் கணக்கிட்டார். டச்சுக்காரர்கள் 1795 வரை கீழக்கரையில் ஒரு வணிகத்தொழிற்சாலை வைத்திருந்ததாக அவர் குறிப்பிட்டார். உள்ளூர்க்காரர்கள் 1758இல் ஒப்பந்தத்தில் கையெழுத்திட்டனர். புன்னைக்காயலில் உள்ள டச்சுக்கிழக்கிந்தியக் குழுமம் கத்தோலிக்கத் தேவாலயங்களின் நலனுக்காகச் சேகரிக்கப்பட்ட தொகையான மடி வரியை (மீன் வலைவரி) மக்களிடமிருந்து பெற்றது. அந்த இடத்து மக்கள் டச்சுக் குடியிருப்பாளருக்கு சிறு மீன்களுக்கு ஒரு சிறு தொகையை அளிக்க ஒப்புக்கொண்டனர்.[55]

காயல்பட்டினத்தில் (சோனகர்பட்டினத்தில்) உள்ள டச்சுக்காரர்கள் ஆண்டுக்கு 6 பணம் படகுகளிலிருந்து பெற்றார்கள். அவர்கள் வெளிநாட்டு வணிகத்திற்கான படகோட்ட இசைவு வழங்குவதாகும் மற்றும் கையொப்பமிடுவதற்கும் 1 பகோடா வாங்கினார்கள். மடிவரி டச்சுக்கிழக்கிந்தியக் குழுமத்திற்காகத் திரட்டப்பட்டது. ஒவ்வொரு படகுக்கும் நங்கூரம் செலுத்தும் கட்டணம் ஆண்டுக்கு 5 பணம் என முடிவு செய்யப்பட்டது. மக்கள் அனுப்பும் ஒவ்வொரு பெரும் பொதித்

துணிக்கும் 10½ பணம் செலுத்த வேண்டியிருந்தது. மணப்பாடில் உள்ள டச்சுக்கிழக்கிந்தியக் குழுமம் மடி வரி பெற்றது. காயல்பட்டினத்திற்கு அனுப்பப்பட்ட ஒவ்வொரு பெரும் பொதித்துணிக்கும் 10½ பணம் வரி விதிக்கப்பட்டது. திரட்டப்பட்ட வரித்தொகை தூத்துக்குடி டச்சுத்தலைவருக்கும் மணப்பாடு டச்சுத்தலைவருக்கும் இடையே பிரிக்கப்பட்டது. மணப்பாடில் வசிப்பவர்கள் டச்சுத்தலைவரிடம் மீன் பிடிக்கக் கொஞ்சம் தொகையைச் செலுத்தினர். இந்த வரிவிதிப்புகள், வரிகள் மற்றும் சுங்க வரிகள் டச்சுக்குழுமத்திற்கு ஆண்டுக்கு 1,500 முதல் 2,000 பணம் வரை இருந்தது.[56]

டச்சுக்காரர்களின் ஆட்சியின்கீழ் தூத்துக்குடியில் உள்ள நிறுவனங்களின் வளர்ச்சி

டச்சுப்பதிவுகளின்படி தூத்துக்குடியில் உள்ள சேசு சபைக்கல்லூரி 1663இல் இருந்ததுடன், அந்தக் கல்லூரியின் சமய நிறுவன முதல்வராக மானுவல் த குன்ஹா இருந்தார்.[57] தூத்துக்குடியில் இரு தேவாலயங்கள் இருந்தன. ஒன்று, டச்சுக்காரர்களால் கிடங்காகப் பயன்படுத்தப்பட்ட புனித பீட்டர் தேவாலயம்.[58] மற்ற தேவாலயம் புனித பவுல் கல்லூரியில் இருந்தது. 1695இல் தூத்துக்குடியில் டச்சுக்காரர்களால் போர்த்துக்கீசியத் தேவாலயங்கள் அழிக்கப்பட்டன.

டச்சுக்குழுமம் கத்தோலிக்கச் சமயப்பரப்புநர்களை எந்தப் புதிய தேவாலயத்தையும் அமைக்கவிடவில்லை. மேலும் சமயபரப்புநர்கள் தூத்துக்குடியிலிருந்து வெளியேற்றப்பட்டனர். பாதிரியார் ஜான் பிலிப் கிராண்டி அவர்கள் 30 ஏப்ரல் 1666இல் ரோமில் உள்ள சேசு சபை அதிபர் பாதிரியார் பவுல் ஒலிவா அவர்களுக்கு எழுதிய கடிதத்தில் சேசு சபையினர் தூத்துக்குடியிலிருந்து வெளியேறி உள்நாட்டில் வேலை செய்வதைக் குறிப்பிட்டார்.[59] மிகுந்த வற்புறுத்தலுக்குப் பிறகு டச்சுக்காரர்கள் சேசு சபையினரை மீண்டும் தூத்துக்குடிக்குள் நுழைய இசைவு வழங்கினர். புனித பீட்டர் தேவாலயம் 1699இல் டச்சுக்காரர் களிடமிருந்து இசைவு பெறப்பட்டு மீண்டும் கட்டப்பட்டது. இது தென்னை ஓலையால் கூரையிடப்பட்டது. இந்தத் தேவாலயத்தில் தூத்துக்குடி மக்களுக்கு மட்டும் செபம் மற்றும் வழிபாட்டுக் கூட்டம் நடத்தப்பட்டது. இது 1712இல் மீண்டும் கல்லால் கட்டப்பட்டது. மூன்றாம் தேவாலயம் பிரான்சிஸ்கன்களுக்கு சொந்தமான நம் அன்னை தேவாலயம் ஆகும்.

பாதிரியார் மான்சி அவர்கள் எரிந்துபோன நம் மாதா தேவாலயத்திற்கு எதிரே, ஒரு புதிய தேவாலயத்தை அமைக்க முடிவு

செய்தார். அறிவிக்கப்பட்ட புதிய தேவாலயத்திற்கான பலிபீடம் கோவாவில் செய்யச் சொல்லப்பட்டது. மேலும் புதிய தேவாலயத்தின் அடிக்கல் நாட்டப்படுவதற்கு இரு ஆண்டுகளுக்கு முன்பு, அது தூத்துக்குடிக்குக் கொண்டு வரப்பட்டது. பாதிரியார் மான்சி, தூத்துக்குடியின் சாதித் தலைவனான டான் எஸ்தேவா ஹென்ரி குரூஸை இலங்கைக்குச் சென்று கல்லால் ஆன தேவாலயம் கட்ட இசைவு பெற பொறுப்பை ஒப்படைத்தார். இறுதியாக டச்சு ஆளுநரின் உத்தரவு வழங்கப்பட்டது. 1712 ஏப்ரல் 4 இல் கொச்சியின் ஆயர் பெத்ரோ பச்செக்கோ அவர்களின் இசைவுடன் அடிக்கல் நாட்டப்பட்டது. பரதவர்கள் கொடையுள்ளத்துடன் கட்டுமானப் பணிகளுக்குப் பணம் அளித்தனர். தேவாலயம் பெரிய அளவில் இருக்கும் என்று சில தவறான வதந்திகள் பரப்பப்பட்டதால். மறுஉத்தரவு வரும் வரை வேலை செயல்படுவதை டச்சு ஆளுநர் தடை செய்தார். சாதித் தலைவன் நேரில் மறுபடி உறுதியளித்ததின்பேரில் இலங்கையில் உள்ள டச்சு ஆளுநர் சமயப்பரப்புநர்களைப் பணியைத் தொடர இசைவளித்தார். கூடுதல் தடைகளை வெற்றி கொள்ள, பாதிரியார் மான்சி தேவாலயத்தின் திட்டத்துடன் கட்டடத்தின் விளக்கங்கள் மற்றும் அளவீடுகளை டச்சு ஆளுநருக்கு அனுப்பினார். பரோக் பாணியில் தேவாலயம் கட்டி முடிக்கப்பட்டதும் ஆகஸ்ட் 5, 1713 அன்று நம் அன்னையின் திருவிழா நடைபெற்றது.[60]

டச்சுக்காரர்கள் 1750இல் தூத்துக்குடியில் ஒரு புராட்டஸ்டன்ட் தேவாலயத்தைக் கட்டினார்கள். இது டச்சுக் கிழக்கிந்தியக் குழுமத்தின் (வி.ஓ.சி.) பொறிப்பெழுத்து ரோமானிய எண்களில் ஆண்டுடன் தாழ்வாரத்தின் மேல் இருந்தது. இது இப்போது புனித டிரினிட்டி தேவாலயம் என்று அழைக்கப்படுகிறது. இது துறைமுகத்திற்கு அருகில் கடற்கரைச் சாலையில் உள்ளது. இந்தத் தேவாலயத்தின் பெயரை மாற்றக்கூடாது என்ற ஏற்பாட்டின்பேரில் சூன் 1825இல் ஆங்கிலேயரிடம் ஒப்படைக்கப்பட்டது.[61] தூத்துக்குடியில் 1807இல் டச்சு நாற்புறத் தூண் வடிவிலான கலங்கரை விளக்கம் இருந்தது.[62]

தூத்துக்குடியில் டச்சுக்காரர்களால் ஒரு மருத்துவமனை நிறுவப்பட்டுக் குழும ஊழியர்கள் மற்றும் குழும அதிகாரிகளுக்கு மருத்துவக் கவனிப்பு மற்றும் மருத்துவம் அளிக்கப்பட்டது.[63] 1762-64களில் முதன்மையாக நோய்வாய்ப்பட்டக் குழும ஊழியர்கள் மற்றும் கடலோடிகளுடன் பல கப்பல்கள் ஜகார்த்தாவிலிருந்து தூத்துக்குடிக்குப் பயணித்தன. 1762 சூன் 23ஆம் நாள் 'பிளிஜ்டார்ப்' என்ற கப்பல் தூத்துக்குடிக்கு வந்து 1762 ஆகஸ்ட் 21 வரை அங்கேயே

இருந்தது. மேலும் எழுபத்தேழு கடலோடிகள் மருத்துவமனையில் சேர்க்கப்பட்டதாகவும், ஒரு கடலோடி இறந்ததாகவும் குறிப்பிடப் பட்டுள்ளது. ஜகார்த்தாவிலிருந்து புறப்பட்ட மற்றொரு கப்பல் 1764 மே 8இல் தூத்துக்குடியை அடைந்து, 1764 சூலை 24 வரை அங்கேயே இருந்தது. அந்த நேரத்தில் இருபத்திநான்கு கடலோடிகள், 148 படை வீரர்கள் மற்றும் ஒன்பது பயணிகள் பத்திரமாக வந்து கரைசேர்ந்தனர். மேலும் பதினோரு கடலோடிகள் மற்றும் பதினோரு வீரர்கள் இறந்தனர். பதினைந்து கடலோடிகள் மற்றும் 102 வீரர்களுடன் ஜகார்த்தாவிலிருந்து தூத்துக்குடிக்கு 'ஸ்காஜென்' என்ற கப்பல் வந்தடைந்தது. எட்டு கடலோடிகளும் இருபத்தேழு வீரர்களும் இறந்தனர்.[64]

தூத்துக்குடி அருகே உள்ள ஆத்தூரில் டச்சுக்குழும நாணயச் சாலை, 1677-1702

தமிழகக் கடற்கரையில் அனைத்து வணிக நடவடிக்கைகளிலும் பணம் பரவலாகப் பயன்படுத்தப்பட்டது. இது பகோடா எனப்படும் நாணயத்தின் உட்பிரிவாக இருந்தது. டச்சுக்குழுமம் வெள்ளிப் பணத்தை வெளியிடுவதற்காக, ஆத்தூரில் ஒரு நாணயச் சாலையை நிறுவ மதுரை நாயக்கரிடம் 1677இல் இசைவைப் பெற முயன்றது.[65] குழுமம் 3.9 விழுக்காடு இறக்குமதி செய்யப்பட்ட உயர்ந்த வெள்ளி, மற்றும் 3.4 விழுக்காடு உயர்தர ஸ்பானிய ரியாலின் எட்டு மாத்து, பெறப்பட்ட வெள்ளி நாணயமாக்கலுக்காக, 1681-82 மற்றும் 1682-83இல் நாணயச் சாலைக்கு அனுப்பியது.[66] ஸ்பானிய ரியால் விலை தூத்துக்குடியில் 57 ஸ்டூவர்களாக உறுதி செய்யப்பட்டது. ஆறு ஸ்டூவர்களுக்கு ஒன்பதரைப் பணம் என உறுதி செய்யப்பட்டது.[67] 1700-1இல் 128,000 பணம் 0.9 பத்து லட்சப் புளோரின் விற்பனை மதிப்புடன் தூத்துக்குடியில் உள்ள டச்சுக்காரர்களுக்கு 9¾ சதவீதம் இலாபமாகக் கிட்டியது.[68]

டச்சுக்குழுமம் 1702இல் தூத்துக்குடித் தங்க வணிகர்களுடன் ஓர் ஒப்பந்தம் செய்து, தங்கத்தாலான டகட்டுகளை வெள்ளிப் பணத்திற்கு, ஒரு டகட்டிற்கு 21¼ பணம் என்ற வகையில் மாற்றியது.[69] நெசவாளர்கள் மற்றும் வணிகர்களிடமிருந்து ஏற்றுமதிக்காகத் துணிகளை வாங்குபவர் களுக்குப் பணம் செலுத்துவதற்கு டச்சுக்காரர்களுக்கு இந்தப் பணம் முதன்மையாகத் தேவைப்பட்டது.

டச்சு அதிகாரிகள் சில பொருட்களின் வணிகத்தைத் தனிப்பட்ட ஒருவருக்கு ஆக்குவதன் மூலம், வணிக மண்டலத்திற்குள் தேவையான மூலதனத்தைக் கண்டுபிடிக்க விரும்பினர். டச்சு ஆளுநர் மற்றும்

டச்சுக் குழு துணி வாங்குவதற்கு தங்கப்பாளம் அல்லது உடனடியாகப் பணம் செலவழிப்பதில் பெரிதும் மகிழ்வடையவில்லை.

மதுரையில் துணி கொள்முதலுக்குத் தங்கம்தான் நிலையான பரிமாற்றப் பொருளாக இருந்தது. தூத்துக்குடி அருகே உள்ள ஆத்தூரில் டச்சுக்காரர்கள் தொடர்ந்து நாணயங்களைச் செய்தனர். டச்சு வணிகப் பேராளான பரோன் வான் இம்ஹாஃப் அவர்கள், நாணயம் குறித்த நடவடிக்கைகள் மற்றும் மதுரையில் துணி வாங்குவதற்கான நிலையில் நாணயங்களை அச்சிடுவதன் மூலம், டச்சுக்காரர்கள் இலாபம் அடைந்தார்கள். ஆனால் துணிகளின் அதிக விலையால் இலாபம் நுகரப்பட்டது என்று கூறினார். துணி விலை உயர்வுக்கு நாணயத்தின் தேய்மானம் ஒரு காரணம். பகோடாக்கள், பணம் மற்றும் காசுகள் ஆகியவற்றின் முந்தைய உள்ளார்ந்த மதிப்பை விட மிகக் குறைவாகவே அச்சிடப்பட்டன. தமிழ்நாட்டில் நாணயங்கள் அவை செய்யப்பட்ட உலோகத்தின் அப்போதைய மதிப்பில் இருந்து மாறுபட்ட விகிதத்தில் புழக்கத்தில் விட முடியாததால், டச்சுக்காரர்கள் கமிங்கியை, அதாவது குழுமத்தின் பகோடா நாணயத்தை தூத்துக்குடி நாணயச் சாலையில், நட்சத்திர பகோடா 3 அல்லது 4 விழுக்காடு அச்சிட்டனர். 1783இல் டச்சுக்காரர்கள் ஆண்டுதோறும் ஆத்தூர் நாணயச்சாலையில் 200,000 கமிங்கிப் பகோடாக்கள் மற்றும் 500,000 தங்கப் பணத்தை உருவாக்கியதாக அறிவிக்கப்பட்டது. நாணயச் சாலையிலிருந்து அவர்கள் பெற்ற வருவாய், ஏறக்குறைய 7,700 நட்சத்திர பகோடாக்கள். தூத்துக்குடியை ஆங்கிலக் குழுமம் கைப்பற்றியபோது நாணயச் சாலையில் பயன்படுத்தப்பட்ட கருவிகள் கைவிடப்பட்டன.[70]

இப்பகுதியில் ஆங்கிலக் கிழக்கிந்தியக் குழுமத்தின் அதிகார எழுச்சியோடு தூத்துக்குடி டச்சுக்கோட்டை ஆங்கிலேயர்களால் 22 சூலை 1722 அன்று கைப்பற்றப்பட்டது. மூன்று ஆண்டுகளுக்குப் பிறகு அடுத்த முற்றுகையில் தூத்துக்குடி கைப்பற்றப்பட்டது. அந்த நேரத்தில் 1786இல் இலங்கையில் இருந்து தூத்துக்குடிக்கு வீரர்கள் அனுப்பப் பட்டனர். ஊர்டெம்பர்க் படைப்பிரிவிலிருந்து படைவீரர்கள், ஜகார்த்தாவிலிருந்து ஊஸ்டெர்லஞ்செனின் நான்கு குழுமங்கள் மற்றும் தூத்துக்குடியிலிருந்து பணியமர்த்தப்பட்ட படைவீரர்கள் ஆகியனவற்றால், 1791-1792இல் செய்யப்பட்ட பெரிய செலவுகள் இராணுவக் காரணத்தை குறிப்பிடுகிறது என டச்சுப் பதிவேடு கூறுகிறது. வான் ஏஞ்சல் பீக்கின் கூற்றுப்படி டச்சுக்காரர்கள் படைத்துறைச் செலவுகள் அதிகரித்தன. ஆம்ஸ்டர்டாமில் உள்ள குழும இயக்குநர்கள் செலவுகளைக் குறைக்க வலியுறுத்தினர். இருப்பினும், படைத்துறை நிறுவனம் என்பது

முன்னெப்போதையும்விட, பெரியதாக இருந்ததால், இது கடினமான பணி என்று அதிகாரிகள் ஒப்புக்கொண்டனர். குறைந்த அளவு 1786இல் வருமானத்தை அதிகரிக்க முடியும் என்று அவர்கள் நம்பிக்கை தெரிவித்தனர்.[71]

தூத்துக்குடி டச்சுக் குடியேற்றம் இறுதியாக ஆங்கிலேயர்களின் கைகளுக்குச் சென்றது. துணைநிலைப் படைத்தலைவர் ஜோன்ஸ் அவர்கள் 16, செப்டம்பர் 1795இல் அந்த இடத்தைக் கைப்பற்றினார். இந்தியாவிலும் ஐரோப்பாவிலும் நடந்த அரசியல் நிகழ்வுகள் அடுத்த பதினைந்து ஆண்டுகளுக்கு இந்த ஒரு செய்தியினை இழுத்துச் சென்றது. மேலும் 1825இல்தான் ஆங்கிலக் குழுமம் தூத்துக்குடி மீது முழு அதிகாரம் பெற்றது.[72] காலனியக் குடியேற்ற அடையாளங்களில் தூத்துக்குடியில் உள்ள டச்சுக் கல்லறை குறிப்பிடப்பட வேண்டும். அது 1736 முதல் 1858 வரையிலான விரிவாகச் செதுக்கப்பட்ட சில டச்சு நடுகற்களுடன் இருந்தது. அவற்றில் ஒன்று செங்கல் மற்றும் பூச்சுச் சாந்துவால் கட்டப்பட்ட உயர்ந்த சதுரத்தூண் வடிவில் இருந்தது. மேல் சதுக்கத்தில் கல்வெட்டு இருந்தது. தூத்துக்குடியின் கல்லறைக் கல்வெட்டுகள் ஜீலியஸ் ஜேம்ஸ் காட்டன் மற்றும் அலெக்சாண்டர் ரியா ஆகியோரால் வெளியிடப்பட்டன. அதனுடன் ஒரு பலகையில் செதுக்கப்பட்ட மற்றும் எழுத்துக்களைக் கொண்ட தட்டுகள் உள்ளன.[73]

இத்தோனேசியா, இலங்கை மற்றும் நெதர்லாந்துடனான முத்துக் குளித்தல் தொழில் மற்றும் வணிகம் என்பது பொருளாதாரத்தின் வளர்ச்சியைக் குறிக்கிறது என்று நாம் சுருக்கமாக கூறலாம். தூத்துக்குடி பல்வேறு வகையான பொருட்களின் வணிக அடிப்படையில் பெரிய அளவில் இருந்தது. தூத்துக்குடியின் இருப்பிடம் சில இயற்கையான நன்மைகளைக் கொண்டிருந்தது. எனவே, யானைகள் பெரிய கப்பல்களில் இலங்கையிலிருந்து இறக்குமதி செய்யப்பட்டது. மற்றும் மதுரையில் உள்ள நாயக்கர் அரண்மனையில் விலங்கு வணிகம் செழித்தது. இருப்பினும், போர்த்துக்கீசியச் சமயப்பரப்புநர்கள் பணி மூலம் தமிழ்நாட்டிற்குள் மிகவும் பயனுள்ள ஊடுருவல் அடையப்பட்டது.

தூத்துக்குடி நகரத்தின் நகர்ப்புற வளர்ச்சியில் பொருளாதார அமைப்பின் மதப்பார்வைகளும், மத அமைப்பின் பொருளாதாரப் பார்வைகளும் ஒன்றை ஒன்று நிறைவு செய்தன. போர்த்துக்கீசியக் குடியேற்றத்திலிருந்து சுதந்திரமாக இருந்ததால், போர்த்துக்கீசிய நகரங்களின் கணக்கெடுப்பில், தூத்துக்குடி சேர்க்கப்படவில்லை. இருப்பினும், டச்சுக்குழுமம் தூத்துக்குடியை உருவாக்கியதோடு அது

உலக அளவில் ஜகார்த்தா, கொழும்பு மற்றும் ஆம்ஸ்டர்டாம் ஆகியவற்றுடன் தொடர்புகளைக் கொண்ட துறைமுக நகரமாக உருவெடுத்தது. தூத்துக்குடியில் செயல்படுத்தப்பட்ட நகர்ப்புற தோற்றம், குடியேற்ற ஆய்வுகளில் முதிர்ச்சியான கட்டத்தின் ஒரு பகுதியாகத் தோன்றியது உண்மையே.

அடிக்குறிப்புகள்

1. Instituto Arquivo Nacionais/ Torre do Tombo (hereafter IANTT), Lisboa, MSS Chancelaria de Dom Joào III, livro 21, fl.39.
2. Fernao Lopes de Castanheda, Historia do Descobrimento e Conquista da India Pelos Portugueses, Porto, 1975, vol. VIII, p. 173; Gaspar Correia, Lendas da India, Porto, 1975, vol. III, p. 823.
3. Jose Wicki, Documenta Indica, 18 vols, Roma, 1948-88, vol. I, p. 97.
4. Elaine Sancaeu, Colecao de Sao Lourenco, 3 vols., Lisboa, 1973–83, vol. II, p. 382. Fr Joao Villa de Conde complained to the Viceroy of Goa in his letter dated 22 April 1547 that many paravas of the fishery coast had migrated and they resided in the region between Kilakkarai and Vedalai.
5. Archivum Romanum Societatis Iesu (hereafter ARSI), Roma, MS Goa 38, fl. 307.
6. Jose Wicki, 'The Confraternity of Christianity of Henrique Henriques', Indian Church History Review, vol. 1, March, 1967, p. 4.
7. ARSI, MS Goa 47, Littera Annua: Provinciae Malabarensis, 1582, fl.3.
8. Historical Archives of Goa (hereafter HAG), Moncoes do Reino (hereafter MDR), Livro 19D, codice 24–26/3–4.
9. ARSI, MSS Goa 47, Littera Annua: Provinciae Malabarensis, 1583, see the letter of Fr Diogo to Fr Aqua Viva dated 15 December 1582.
10. Jose Wicki, Documenta Indica, vol. XII, pp. 668–9, 718; ARSI, MS Goa 55, fl.15.
11. ARSI, MS Goa 47, fls.51–5; see also the letter of Fr. Nunes Rodrigues dated 30 December 1582, written from Cochin in MS Goa 55, fl.43.
12. ARSI, MSS Goa 47, Littera Annua: Provinciae Malabrensis, 1583, fl.3.
13. Jose Wicki, Documenta Indica, vol. XI, p. 817.
14. ARSI, MSS Goa 48, fls.3–12, Littera Annua: Provinciae Malabrensis, 1600.
15. Jose Wicki, Documenta Indica, vol. VII, pp. 170–1; vol. VIII, pp. 478–80.
16. Ibid., vol. II, pp.161–2, letter of Fr. Anriquez to Fr. Laynez, December 1561.
17. Ibid., vol. II, p. 392.
18. Ibid., vol. XV, document no. 84, pp. 109–11; vol. XVI, p. 56; Antonio da Silva Rego, Documentacao Para a Historia das Missoes do Padroado

அய்ரோப்பியக் கடல்சார் வணிகம் (கி.பி. 1570-1880) / 133

Portugueses do Oriente, 12 vols., Agencia Geral do Colonias, Lisboa, 1947-58, (hereafter Documentacao), vol. X, p. 320.
19. Ibid., vol. XVII, letter no. 46, paragraph no. 165.
20. ARSI, MSS Goa 48, Littera Annua: Provinciae Malabrensis, 1600, fos.3-12.
21. L. Besse, La Mission du Madure: Historique de ses Pangous, Trichnopoly, 1914, pp. 15-21; ARSI, MSS Goa 53, fls.163-206, Littera Annua 1644; Joseph Bertrand, La Mission du Madure d' après de Documents in Edits, 4 vols., Paris, 1850-4, pp. 456-8.
22. F.C. Danvers and William Foster, ed., Letters received by the English East India Company from its Servants in the East (1602-1617), 6 vols., London, 1896-1902, vol. I, (1602-13), p. 9; HAG, MDR, livro 17, fl.95.
23. Philippus Baldaeus, Naaukeurige Beschrjvinge van Malabar en Choromandel, der zelveraangrenzende Ryken, en het machtige Eyland Ceylon, Amsterdam, 1672; Philip Baldaeus, A True and Exact Description of the Most Celebrated East India Coasts of Malabar and Coromandel as well as of the Isle of Ceylon with their Adjacent Kingdom and Provinces, 1672, London, 1703, rpt., New Delhi, 2000, p. 648.
24. Nationaal Archief (hereafter NA), Den Haag, Mss VOC 1215, fl. 940, VOC 1214, fl. 479.
25. NA, VOC 1215, fl.927r-v, 930r-v (19 November 1656).
26. Philip Baldaeus, A True and Exact Description, p. 583.
27. ARSI, Goa MSS, Litterae Annuae, 1664, Letter of Francisco de Oliveira from Goa dated 10 December 1664.
28. Antonio Boccaro, Decada 13, da Historia da India, Lisboa, 2 vols, 1876, p. 361.
29. NA, VOC 1308, fls.500r-3v.
30. NA, VOC 1227, fl.305 (1 January 1658).
31. J.E. Heeres, and F.W. Stapel, eds., Corpus Diplomaticum Neerlando Indicum, Verzameling van Poiltieke Contracten en verdure verdraagen door de Nederlanders in het Oosten gelatin van privilege brieven aan hen Verbend enz, (hereafter Corpus Diplomaticum) 6 vols, S' Gravenhage, 1907-55, vol. II, p. 145.
32. S. Arasaratnam, 'Commercial Policies of the Sethupathis of Ramanathapuram 1660-1690', Proceedings of the Second International Conference-Seminar of Tamil Studies, vol. II, ed. R.E. Asher, Madras, 1968, pp. 251-6; S. Arasaratnam, 'The Politics of Commerce in the Coastal Kingdoms of Tamilnad, 1650-1700', South Asia, vol. 1, no.1, 1971, pp. 1-19.
33. NA, VOC 8925, fls.144-50: reports by envoys from Kandy, February 1710; W. Ph. Coolhas, ed., Generale Missiven van de Gouverneurs-Generaal en Raden Aan Heren XII der Verenigde Ossitindische Compagnie, 9 vols, S' Gravenhage, 1960-84, (hereafter GM), vol. VI,

p. 623; P.M. Markus Vink, Mission to Madurai: Dutch Embassies to the Nayaka court in the Seventeenth Century, Delhi, 2012, pp. 479-81, n. 264; British Library, London, AAS, MG, no. 4, part 4: 'Mootiah's chronological & historical account of the modern kings of Madura', fls.68-9; William Taylor, Oriental Historical Manuscripts in the Tamil Language, Madras, 1835, vol. II, pp. 205-8, Appendix, pp. 45-7; Gedenkschrift of memorie van Julius Stein van Gollenesse, commandeur op de Malabaarsche Kust, samengesteld in het jaar 1743 A.D, ed. A.J. van der Burg, Madras, 1908, pp. 6-7; see also pp. 14, 44.

34. P.M. Markus Vink, Mission to Madurai, pp. 181-2, 239.
35. Ibid., pp. 187-8, 244.
36. Ibid., pp. 16-17, 144-8, 152-4, 167-8, 173, 179-82, 188-97, 214-17, 219-20, 228-9, 233, 237-9, 244-53; P.M. Markus Vink, Encounters on the Opposite Coast: The Dutch East India Company and the Nayaka State of Madurai in the Seventeenth Century, Leiden, 2015, pp. 258-70.
37. NA, VOC, 1227, fls.333-3v; VOC 1231, fl. 163; VOC 1274, fls. 187-203v, 304: Proceedings of Tuticorin, January 1658, letters from admiral Van Goens to Pulicat and from Colombo to Gentlemen XVII, September 1658, January 1671, Report of mission to Vadamalaiyappa Pillai, March 1670; P.M. Markus Vink, Encounters on the Opposite Coast, pp. 294-7.
38. P.M. Markus Vink, Mission to Madurai, p. 154.
39. Ibid., p. 186.
40. NA, VOC 1231, fl.85, letter of Van Goens to the Governor-General and Council dated 13 May 1659.
41. J.E. Heeres and F.W. Stapel, Corpus Diplomaticum, vol. II, p. 145.
42. NA, VOC 1446, fl.395v.
43. Philip Baldaeus, A True & Exact Description, p. 648; Philippus Baldaeus, Nauwkeurige beschryvinge van Malabar en Choromandel, p. 150.
44. Philip Baldaeus, A True & Exact Description, p. 648.
45. Johannes Nieuhof, Parel Visseryvoor Toutecouryn: Zee und Lantreise, door verscheide Gewesten von Oostindien, Amsterdam, 1682; John Nieuhof, Voyages and Travels into Brazil and East Indies, 2 vols., 1703, p. 265.
46. Joseph Bertrand, La Mission du Madure d' après de Documents in Edits, 4 vols., Paris, 1847–54, vol. IV, p. 41, letter of Fr Martin from Kamanayakkanpatti dated 1 June 1700.
47. NA, VOC, 1615, fls.471–514.
48. Ibid.
49. NA, VOC, 1706, fls.1040-50v, 1054v-60: extract of Tuticorin diary, July 1705, letter from Tuticorin to Colombo, July 1705.
50. NA, VOC 1756, fls.1194-204v; VOC 1893, fls.1048-8v: extract of Tuticorin diary, July 1708, extract letter from Tuticorin to Colombo, July 1717.

அய்ரோப்பியக் கடல்சார் வணிகம் (கி.பி. 1570-1880) / 135

51. NA, VOC 1941, fl.935: extract of Tuticorin diary, June 1720.
52. GM, vol. VII, p. 727, NA, VOC, 1941, fls.937-7v: extract of Tuticorin diary, June 1721
53. GM, vol. VI, pp. 445-6; vol. VII, pp. 369, 567; vol. VIII, p. 19.
54. Alexander Rea, Monumental Remains of the Dutch East India Company, Madras, 1910, p. 61.
55. Ibid., p. 62.
56. Ibid.
57. J.A. Van der Chijs et al., Dagregister Gehouden int Casteel Batavia vant Passerende daer te Plaatse als Over Geheel Nederlandts-India, 1628–1682, 31 vols., The Hague- Batavia, 1887–1928, Dagregister 1663, p. 578.
58. ARSI, MS Goa, vol. 56, fl.592.
59. Leon Besse, La Mission du Madure: Historique de ses Pangous, Trichnopoly, 1914, p. 462.
60. ARSI, Goa 20, fls.101–3, letter of Vigilio Saverio Manci to Michael Angelo Tamburini dated 23 January 1714 written from Tuticorin.
61. George Muller, The Birth of a Bishopric: Being the History of the Tirunelveli Church from Early Beginnings to 1896, Palayamkottai: Diocesan Offset Press, 1980, p. 4.
62. Alexander Rea, Monumental Remains, p. 62.
63. S. Jeyaseela Stephen, A Meeting of the Minds: European and Tamil Encounters in Modern Sciences, 1507–1857, Delhi, 2016, pp. 440–1.
64. J. R., Bruijn, The Dutch–Asiatic Shipping in the Seventeenth and Eighteenth Centuries, 3 vols., The Hague, 1979–87, see vol. II.
65. NA, VOC 1343, fl.16, letter of van Goens to the Governor General and Council dated 5 March 1677; S. Jeyaseela Stephen, Trade and Globalization: Europeans, Americans and Indians in the Bay of Bengal, 1511-1819, Delhi, 2013, p. 59.
66. Kristof Glamann, The Dutch Asiatic Trade, 1620-1740, The Hague, 1981, p. 63.
67. Ibid., p. 64.
68. NA, VOC 1646, fl.932.
69. NA, VOC 1721, fl.179.
70. Alexander Rea, Monumental Remains, p. 66.
71. NA VOC 3689, Extract patriaasche missiven 18 November 1786, fls. 159-160.
72. P.A. Roche, Fishermen of the Coromandel: A Social Study of the Paravas of the Coromandel, Delhi, 1984, p. 82.
73. Julian James Cotton, List of Inscriptions on Tombs or Monuments in Madras Possessing Historical or Archaeological Interest, Madras, 1908, pp. 247-248, Alexander Rea, Monumental Remains, p. 63.

இயல் 9

டச்சுக்குழுமம் மற்றும் அதன் வலைப்பின்னலின் கீழ் தூத்துக்குடியின் அடிமை வணிகம் மற்றும் போக்கு, 1660-1791

டச்சுக்கிழக்கிந்தியக் குழுமம் இலங்கையில் உள்ள டச்சுத் தொழிற் சாலைகளில் தொழிலாளர் தேவைகளை நிறைவடையச் செய்வதற்காகத் தமிழகக் கடற்கரைப் பகுதிகளில் அடிமை வணிகத்தை நடத்த ஆர்வமாக இருந்தது. தொடக்கத்தில் டச்சுக்குழுமம் நாகப்பட்டிணம் துறைமுகத்திலிருந்து தொழிலாளர்களை ஏற்றிச் சென்றது. நவம்பர் 1660க்குள் இலங்கைக்குக் கொண்டு செல்லப்பட்டவர்களில் 3000 பேர் மிகவும் பயனற்றவர்களாகக் கருதப்பட்டனர்.[1] இதன் விளைவாக, தஞ்சாவூரைச் சேர்ந்த 425 தொழிலாளர்கள் திருப்பி அனுப்பப்பட்டதோடு திரும்பும் தொழிலாளர்களின் போக்குவரத்திற்கானச் செலவுகளை முகவர்கள் சந்திக்க வேண்டியிருந்தது.[2] தமிழ்நாட்டில் தோராயமாக 1660களில் பஞ்சத்தின்போது டச்சுக்காரர்களின் அடிமைகள் (விடுதலையற்ற தொழிலாளர்கள்) மற்றும் இலவசத் தொழிலாளர்கள் ஆகிய இருவரையும் முதன்மையான இலங்கை மற்றும் ஜகார்த்தாவிற்குக் கொண்டு சென்றனர். ஏனெனில் மனிதர்களின் வணிகம் மிகவும் ஊதியமுள்ளதாகக் கண்டறியப்பட்டது.

தூத்துக்குடியில் டச்சுக்கிழக்கிந்தியக் குழுமத்தின் அடிமை வணிகம், 1660-1707

டச்சுக்குடிமக்கள் தூத்துக்குடிக்குக் கப்பலில் சென்று அடிமைகளை வாங்கினர். உள்ளூர் வணிகர்களும் பல அடிமைகளைக் கப்பல்களில் கொழும்பிற்கு ஏற்றிச் சென்றனர். இது ஏப்ரல் 2, 1660இல் தெரிவிக்கப் பட்டது.[3] கொண்டு செல்லப்பட்ட இந்த அடிமைகள் வலது தொடையில் அல்லது முன் கையில் ஒரு சிறிய நிறுவன அடையாளத்துடன் (VOC) முத்திரை குத்தப்பட்டனர். வந்த அவர்களுக்குக் கட்டிட கட்டுமான வேலைகள் பற்றிப் பழக்கமில்லாததால் ஓராண்டில் சிலர் இறந்து போயினர். தஞ்சைப் பகுதியைச் சேர்ந்த பல அடிமைகள் விடுவிக்கப்பட்டு, அவர்களுக்குப் பயிரிடுவதற்கு நிலம் வழங்கப்பட்டது. கொழும்பைச் சுற்றியுள்ள நிலங்களில் 1662இல் 900க்கும் மேற்பட்ட அடிமைகள் உழவுத் தொழிலைச் செய்ததாகத் தெரிவிக்கப்படுகிறது.[4]

1670-1இல் டச்சு வணிகப் போராள் அடிமைகளை வாங்கும்படிக் கேட்டுக் கொள்ளப்பட்டார். கொழும்பில் உள்ள தொழிலாளர் பற்றாக் குறையின் காரணமாக அடிமைகளைத் தவிர பல இலவசத் தொழிலாளர்களும் வாங்கப்பட்டுக் கொழும்புக்கு அனுப்பப்பட்டதைக் காண்கிறோம். சிங்களவர்கள் மிகவும் சோம்பேறிகளாகவும் கோட்டை கட்டும் வேலைகளிலும், நிலத்தைத் தோண்டுதல் மற்றும் அது தொடர்பான பிற நீர்ப்பாசனம் பணிகளிலும் அவர்கள் அதிகம் ஈடுபடவில்லை என்று டச்சு மூலங்களில் குறிப்பிடப்பட்டுள்ளது.[5]

1674இல் டச்சுக்குழுமம் கொழும்பில் கூலித் தொழிலாளர்களைப் பயன்படுத்துவதை ஒழித்தது. எனவே, தூத்துக்குடியிலிருந்து வாடகைத் தொழிலாளிகள் மற்றும் கூலிகள் கொண்டு செல்லப்படவில்லை. மேலும் அவர்களின் எண்ணிக்கை குறைந்துள்ளது.[6] அடிமைகள், கூலிகள், ஏவலர்கள் மற்றும் வீட்டு வேலைக்காரர்கள் (இலவச மற்றும் கூலி வேலை செய்வோர்) தூத்துக்குடியில் இருந்து கொழும்புவில் கோட்டை கட்ட அழைத்து வரப்பட்டனர். இந்த நடைமுறை 1674இல் நிறுத்தப்பட்டது.[7]

தூத்துக்குடி மற்றும் மணப்பாடு துறைமுகத்திலிருந்து 1673 முதல் 1677 வரை 1,839 இலவசத் தொழிலாளர்களும் அடிமைகளும் இலங்கைக்கு கொண்டு செல்லப்பட்டதாகக் கூறப்படுகிறது. அடிமை வணிகம் மற்றும் ஒழுங்கு முறைக்கான விதிமுறைகள் மாற்றியமைக்கப்பட்ட 1676 டிசம்பர் 2ஆம் நாள் நிறைவேற்றப்பட்டது. அதில், டச்சுப் பாய்மரப் படகோட்ட இசைவுடன் மட்டுமே தூத்துக்குடியிலிருந்து இலங்கைக்கு அடிமைகளுடன் கப்பல்கள் செல்ல முடியும் என்று கூறியது.[8] 1678இல் தூத்துக்குடியில் இருந்து கொழும்புக்குக் கொண்டு செல்லப்பட்ட 360 அடிமைகள் ஜகார்த்தாவிற்கு மாற்றப்பட்டனர். அதைத் தொடர்ந்து 800 அடிமைகள் 1679இல் மாற்றப்பட்டனர். கொழும்பில் உள்ள கப்பல்களில் சரக்குகளை ஏற்றி இறக்குவதில் பணியமர்த்தப்பட்ட அடிமைகள் மட்டுமே தங்க வைக்கப்பட்டதாகக் குறிப்பிடப்படுகிறது.[9]

1681இல் கொழும்பில் உள்ள டச்சுத்தொழிற்சாலையில் 1,993 தமிழ் அடிமைகளும் பின்னர் 1685இல் 1,570 அடிமைகளும் இருந்தனர். டச்சுக் குழுமத்தால் இலங்கைக்கான கடல் போக்குவரத்தைக் கடுமையாகக் கட்டுப்படுத்துவது அடிமை வணிகத்திற்கு எதிரான ஆர்வமாகச் செயல்பட்டது. பெரும்பாலும் அடிமைகளுக்கான முதன்மையான சான்றுகள் விவரமாக இல்லை. டச்சுக்குழுமம் 1684இல் தூத்துக்குடியில் ஓர் அடிமையைக் கூட வாங்கவில்லை.[10]

1685இல் டச்சுக்காரர்களால் பலரும் அறியச் செய்யப்பட்ட ஒரு கட்டளை தமிழகக் கடற்கரையிலிருந்து இலங்கைக்கு அடிமைகளை இறக்குமதி செய்வதைத் தடை செய்தது என்பதை எளிதில் தவறாகப் புரிந்து கொள்ளவியலும்.[11] தங்கள் தேவைக்கு ஏற்றால்போல் ஆட்சி செய்ததால் டச்சுக்குழுமத்திற்கு அடிமைகள் மிகவும் தேவை என்று ஆவணங்கள் தெரிவிக்கின்றன. அடிமை வணிகம் மற்றும் இறக்குமதி பற்றிய விதிகள் மற்றும் விதிமுறைகள் டச்சுத் தொழிற்சாலைகளில் ஒன்றோடொன்று தொடர்புடைய பங்குகளின் வெளிச்சத்தில் எப்போதும் தவறாகப் புரிந்து கொள்ளப்படுகின்றன. குழுமம் 1685இல் மலபார் மற்றும் தூத்துக்குடியிலிருந்து தனியார் குடிமக்கள் அடிமைகளை இறக்குமதி செய்வதை மட்டுமே தடை செய்தது. காரணம், டச்சுக் குழுமமே முதன்மையான அடிமை வணிகராக இருந்தது.[12] ஓர் ஆணை 1685 டிசம்பர் 6இல் டச்சுக்காரர்களால் இயற்றப்பட்டு அவர்கள் டச்சுக் குழுமக் கப்பல்களிலும், தனியார் பாய்மரக் கப்பல்களிலும் மதுரை நாயக்கர் அரசிலுள்ள அடிமைகளைத் தூத்துக்குடி துறைமுகத்திலிருந்து ஏற்றிச் செல்வதை ஆட்சியாளரான மதுரை நாயக்கர் அடிமை வணிகத்தை எதிர்ப்பவராக இருந்ததால் தடை செய்யப்பட்டது.[13] மூன்று ஆண்டுகளுக்குப் பிறகு (1688இல்) தடை நீக்கப்பட்டதோடு தூத்துக்குடி மற்றும் மணப்பாடு துறைமுகத்திலிருந்து அடிமைகள் ஏற்றுமதி செய்யப்பட்டனர். மாந்தர்களின் வணிகம் 1688, 1689 மற்றும் 1690களில் தொடர்ந்தது.[14]

கொழும்பில் உள்ள டச்சுக்காரர்கள் 1688இல் 1,520 அடிமைகளைத் தூத்துக்குடியிலிருந்து பெற்றிருந்தனர். பின்னர் அந்த எண்ணிக்கை 1694இல் 1,787ஆக அதிகரித்தது. கொழும்பிற்குத் தனியார் அடிமை வணிகர்கள் மூலம் சட்டத்திற்குப் புறம்பாகக் கப்பல்களில் வந்த தொழிலாளர்கள் மற்றும் அடிமைகள் 1692இல் கண்டுபிடிக்கப் பட்டனர். அவர்கள் பறிமுதல் செய்யப்பட்டு கொழும்பில் கோட்டைகள் கட்டும் பணியில் அமர்த்தப்பட்டனர்.[15] டச்சுக்குழுமம் 1694-6 காலப் பகுதியில் தமிழகக் கடற்கரையிலிருந்து இலங்கைக்குத் தனியார் வணிகர்களால் 3,859 அடிமைகளை ஏற்றுமதி செய்ய இசைவளித்தது. 1695இல் யாழ்ப்பாணத்திற்கு 3,500 அடிமைகள் இறக்குமதி செய்யப் பட்டதையும் வணிகர்கள் இறக்குமதி வரிகளைச் செலுத்தியதையும் காண்கிறோம். யாழ்ப்பாணத்தின் தளபதி ஹென்ட்ரிக் ஸ்வார்டெக்ரோன் அவர்கள் அதிகமான மக்களை இறக்குமதி செய்வதன் மூலம் அதிக வாய்க்கு உணவளிக்க வேண்டும் என்று குறிப்பிட்டார். அதே நேரத்தில்

உழைப்பாளர்களைவிட அரிசி இறக்குமதி விரும்பப்பட்டது. மனிதர்களை விட வணிகர்கள் அரிசியைக் கொண்டு வந்திருந்தால் தான் விரும்பியிருப்பேன் என்று வெளிப்படையாகக் கூறினார்.[16] இவ்வாறாக அரிசிக்கும் அடிமைச் சந்தைக்கும் இடையிலான உறவும் கவனத்தை ஈர்க்கிற ஓர் ஆராய்ச்சியாகும்.

டச்சுக்காரர்கள் தொடர்ந்து கொழும்பிற்கு அடிமைகளை ஏற்றிச் சென்றனர்.[17] 1697இல் 1,741 பேரும், 1704இல் 1,582 பேரும் இருந்தனர். அந்த அடிமைகள் காலே, யாழ்ப்பாணம், திருகோணமலை மற்றும் நிகோம்போ ஆகிய இடங்களில் டச்சுக்குழுமத்தால் பணியமர்த்தப் பட்டனர். இருப்பினும் தூத்துக்குடியில் இருந்து அடிமைகளை வாங்குவதிலும் கொண்டு செல்வதிலும் டச்சுத் தனியார் வணிகர்களுடன் குழுமத்தால் போட்டியிட முடியவில்லை.[18] தமிழ்நாட்டின் ஆட்சியாளரான மதுரை நாயக்கர் அடிமை வணிகத்தை அடிக்கடி எதிர்த்தார். ஆனால், 1707இல் பஞ்சம், போர், விளைச்சல் பொய்த்தமை ஆகியன அடிமைகளை ஏற்றுமதி செய்வதற்கு மிகவும் வாய்ப்பாகச் செயல் மூலம் விடையளித்தது.[19]

தூத்துக்குடியில் இருந்து தென்னாப்பிரிக்காவில் உள்ள கேப்டவுன் மற்றும் நெதர்லாந்துக்கு அடிமைகள் கொண்டு செல்லல், 1694-1734

டச்சுக் குழும உயர் அதிகாரிகள் நெதர்லாந்துக்குத் திரும்பி வரும் போது தங்களுடைய அடிமைகளைத் தங்களின் தனிப்பட்ட உதவிக்காக அழைத்துச் செல்வது ஒரு வழக்கமாகி விட்டது. எனவே, நெதர்லாந்துக்கு அழைத்து வரப்பட்ட இந்த அடிமைகளை அந்தந்த நாடுகளுக்கு திருப்பி அனுப்ப வேண்டும் என்று தெரிவிக்கப்பட்டது. 1644இல் ஜகார்த்தாவில் உள்ள டச்சு அறிவுரைக் கழகம் ஆம்ஸ்டர்டாமில் உள்ள டச்சுக் கிழக்கிந்தியக் குழும இயக்குநர்கள் உத்தரவின்படி இந்தியாவில் இருந்து நெதர்லாந்திற்கு அடிமைகளைக் கொண்டு செல்ல டச்சுக்காரர்களுக்கு இசைவளிக்கப்படவில்லை என்று கூறியது. அடிமைகள் கடத்தப்பட்டால் எந்த நீதிமன்ற நடவடிக்கையும் இல்லாமல் பறிமுதல் செய்யப்படும் என்று அறிவிக்கப்பட்டது.[20] 1646இல் மற்றொரு சட்டத்தில் ஜகார்த்தாவில் உள்ள நீதிமன்றத்தின் குற்றச்சாட்டு வழக்கறிஞர் நெதர்லாந்திற்கு அடிமைகளைக் கொண்டு செல்வது 50 ரியால்கள் தண்டத் தொகைக்குரியதாகும் என நினைவுப்படுத்தினார்.[21] 1646இல் ஜகார்த்தாவின் கட்டளை நெதர்லாந்தில் உள்ள மேலதிகாரிகளிடம் அடிமைகள் இந்தியாவிற்குத் திரும்புவது தொடர்பாகக் கவலைப் பட்டதாகத் தெளிவாகக் குறிப்பிட்டுள்ளது. இந்தியாவில் இருந்து

சட்டத்திற்கு புறம்பாகக் கொண்டு செல்லப்படும் அடிமைகளுக்கு விடுதலை வழங்கப்படும் என அறிவிக்கப்பட்டது. 1647இல் அடிமைகள் கொண்டு செல்லப்படுவதற்கு விதிக்கப்பட்ட தண்டத் தொகை 100 ரியால்களாக அதிகரிக்கப்பட்டது. டச்சுக் குழும அதிகாரிகள் அடிமைகள் இந்தியாவுக்குத் திரும்புவது, வீட்டு வசதி மற்றும் போக்குவரத்து உள்ளிட்ட அதிக செலவுகளை எதிர்கொண்டதாக முறையிட்டனர். நெதர்லாந்துக்கு அடிமை வணிகத்தை எதிர்ப்பது பயனுள்ள வழி என அவர்கள் குறிப்பிட்டனர்.[22] டச்சுக் குழுமத்தின் உயர்மட்ட ஊழியர்கள் தங்கள் அடிமைகளைத் தொடர்ந்து அழைத்து வந்தனர். 1694இல் பொல்லிஸ்ட் மற்றும் விக்டோரியா என்ற இரண்டு அடிமைகள் தூத்துக்குடியிலிருந்து ஆம்ஸ்டர்டாமுக்கு அவர்களின் உரிமையாளரான ஜாகோப் பால் என்பவரால் கொண்டு செல்லப்பட்டதை நாம் அறிகிறோம். அடிமைகளின் உரிமையாளர் இந்த இரண்டு அடிமைகளின் பயணத்திற்கான போக்குவரத்துச் செலவு மற்றும் பயணத்திற்கான ஏற்பாடுக்குரிய தொகையை நெதர்லாந்துக்குச் செலுத்தினார் என்று அறியப்படுகிறது.[23]

1695 மற்றும் 1707 நெதர்லாந்திற்குச் சென்ற கப்பலில் நான்கு ஆண் அடிமைகளும் தூத்துக்குடியைச் சேர்ந்த ஒரு பெண் அடிமையும் ஏற்றிச் செல்லப்பட்டதாக தெரிவிக்கப்பட்டுள்ளது. தென்னாப்பிரிக்காவில் உள்ள கேப்டவுனில் கப்பல் நிறுத்தப்பட்டபோது அவர்கள் விற்கப்பட்டனர். அடிமை உரிமையாளருக்குத் திரும்பும் வழியில் கிடைத்த இலாபம் நெதர்லாந்துக்கு மிகவும் இலாபகரமாகவும் கவர்ச்சியான விலையிலும் இருந்தது.[24]

இந்தியாவிலிருந்து நெதர்லாந்திற்கு அடிமைகளின் பயணத் தடையானது அடிமைகளை நெதர்லாந்திற்குக் கொண்டு வருவதை மிகவும் கடினமாக்குவதற்காகத்தான். ஆனால் இந்த அடிமைகள் கேப்டவுனில் நடுவழியில் விற்கப்பட்டனர். மேலும் 1734இல் டச்சுக் கிழக்கிந்திய குழுமத்தின் ஒவ்வோர் உயர் பணியாளருக்கும் அடிமைகளின் எண்ணிக்கையை நான்கு பேர்களாகக் கட்டுப்படுத்துவதன் மூலம், நெதர்லாந்திற்குச் செல்லும் அடிமைகளைக் கொண்டு செல்வதற்கான விதிமுறைகள் கூர்மையாக்கப்பட்டன. இந்தப் புதிய நடைமுறை அறிமுகப்படுத்தப்பட்டபோது, ஆண்களாக இருந்த அதிகமான அடிமைகள் வாங்கப்பட்டு ஒரு கப்பலில் கொண்டு செல்லப்பட்டதைக் காண்கிறோம். கேப்டவுனுக்கு வந்தவுடன் அடிமைகள் விற்கப்பட்டனர். அடிமை உரிமையாளர்கள் நெதர்லாந்திற்கு அவர்கள் பயணம் செய்யும் வழியில் பணத்தைப் பெற்றனர்.[25]

டச்சுக்கிழக்கிந்தியக் குழுமத்தின் அடிமை வணிகம் தூத்துக்குடி முதல் தென்னாப்பிரிக்கா மற்றும் இலங்கை வரை, 1730-1780

தூத்துக்குடியிலுள்ள டச்சுக்காரர்கள் அடிமை வணிகத்தைத் தொடர்ந்ததோடு குழுமம் கன்னியாகுமரிப் பகுதியிலிருந்து பல அடிமைகளைப் பெற்றது. இந்த அடிமைகள் கொழும்பு மற்றும் காலேக்கு ஏற்றுமதி செய்யப்பட்டனர். அவர்களில் சிலர் நெதர்லாந்திற்குச் செல்லும் கப்பல்களில் கேப்டவுனுக்கு ஏற்றுமதி செய்யப்பட்டனர். 1701, 1703, 1712, 1718, 1736 மற்றும் 1739களில் தமிழகக் கடற்கரையிலிருந்து 103 அடிமைகள் (முறையே 23, 24, 15, 21, 18 மற்றும் 2 அடிமைகள்) கேப்டவுனுக்கு ஏற்றுமதி செய்யப்பட்டதாக டச்சுப் பதிவுகள் குறிப்பிடுகின்றன.[26]

1730களில் கேப்டவுனில் வாழ்ந்த ஓட்டோ மென்ட்ஸெல் தமிழ் அடிமைகளின் வரம்பிற்கு ஞாயமான விளக்கத்தை அளித்துள்ளார். அந்த அடிமைகள் தூத்துக்குடியிலிருந்து வந்ததாக அவர் கூறினார். இந்த அடிமைகள் எல்லாம் தமிழ் பேசினர்; பல்வேறு சாதியினர். ஆனால், கேப்டவுனில் எந்த வகையான வேறுபாடின்றி ஒன்றாக வாழ்ந்தனர்.[27]

தூத்துக்குடியிலுள்ள டச்சுக் குடியேற்றம் இலங்கைக்கு அடிமைகளை அனுப்பும் முதன்மையான நடுவமாக விளங்கியது. அடிமைகள் இங்கிருந்து நேரடியாகக் கப்பல்களில் கொண்டு செல்லப்பட்டனர். இதன் விளைவாக அடிமைத்தனம் என்பது தூத்துக்குடி தமிழ்-டச்சு நகரத்தில் ஒரு வாழ்க்கை முறையாக மாறியது. மனித வணிகத்தில் இருந்து ஆதாயம் ஈட்ட ஆர்வமுள்ள தனியாள்களை ஈர்க்கும் உள்ளூர் அடிமை முகவர்கள் மற்றும் வணிகர்கள் தூத்துக்குடியின் உள்நாட்டிலிருந்து கணிசமான எண்ணிக்கையில் தமிழ் அடிமைகளை அளிக்க முடியும். டச்சுக் குடியேற்றமும் பல பெரிய நிலையான அடிமை மக்களைக் கொண்டிருந்தது. அடிமைகளை ஏற்றுமதி செய்வதில் ஆர்வமுள்ள பல்வேறு குழுக்களிடையே தொடர்ச்சியான தொடர்பு இருந்தது. அடிமைகளைப் பெறுவதற்கு டச்சுக்காரர்கள் உள்ளூர் முகவர்களின் உதவியைப் பெற வேண்டிய கட்டாயம் ஏற்பட்டது. ஏனெனில், உள்ளூர் மொழி அல்லது அவர்கள் ஏற்றுமதிக்கான அடிமைகளைப் பெறக் கூடிய இடங்கள் அவர்களுக்குத் தெரியாது என்பதே. உள்நாட்டில் அடிமைகளை வாங்குதல் மற்றும் விற்றல் குறித்து ஏற்கனவே பல வணிகர்கள் பரவலாக அறிந்திருந்தனர். டச்சுக்குழும அதிகாரிகள் மற்றும் ஊழியர்கள் அடிமைகளை வழங்குவதற்காக

அத்தகைய தரகர்களை அணுகினர். அவர்கள் தீவிர ஆதரவையும் ஒத்துழைப்பையும் வழங்கினர். உள்ளூர் மக்கள் கடனிலிருந்தும் பட்டினியிலிருந்தும் தப்பிக்க தங்களை அல்லது தங்கள் குழந்தைகளைக் கொத்தடிமைகளாக விற்றதால், துறைமுகங்களில் ஏற்றுமதி செய்வதற்கான அடிமைகள் பஞ்ச காலங்களில் மட்டுமே எளிதாகக் கிடைத்ததாகவும் டச்சுக் குழுமத்திற்கு ஆண்டுதோறும் அடிமைகளை வழங்க வேண்டியிருந்தது என்றும் டச்சு நிறுவனப் பதிவுகள் குறிப்பிடுகின்றன. சுறுசுறுப்பான வணிகம் காரணமாகவும் புகழ் பெற்றவரும் பெரிதும் மதிக்கத்தக்கவருமான முகவர் சிதம்பரம் என்றழைக்கப்பட்ட ஒருவராலும் தூத்துக்குடியில் பல அடிமை வணிகர்கள் தோன்றினர். அடிமைகளை வழங்குவதற்காக அவருக்கு டச்சுக் குழுமத்தால் ஓர் ஆண்டுக்கு 1300 பகோடாக்கள் என பெருந்தொகை வழங்கப்பட்டது.[28]

பதினெட்டாம் நூற்றாண்டில் தூத்துக்குடியில் இருந்து கொண்டு செல்லப்பட்ட பல அடிமைகளை இலங்கையில் உள்ள டச்சுத்தனியார் தொடர்ந்து கொள்முதல் செய்தனர். குழுமத்திற்குச் சொந்தமான பெரிய அளவிலான அடிமை மக்கள்தொகை இருந்தது. தூத்துக்குடியில் அடிமை வணிகம் மற்றும் அடிமை உரிமை மற்றும் கடிதங்கள் 1742-43இல் சட்டத்திற்குப் புறம்பான வணிகம் எனச் சுட்டிக் காட்டுகின்றன.[29] ஊட்டர் கில்ஸ் டிரக் அவர்களின் உடைமையான இரு பெண் தமிழ் அடிமைகளைப் பற்றிய இரண்டு அறிவிப்புகளைக் காண்கிறோம். இது 1775-1776இல் அடிமைகளை வாங்கியதற்கான பத்திரங்களுடன் தூத்துக்குடியில் அர்னால்டஸ் லுனல் என்பவரால் வரைவு செய்யப் பட்டது. கன்னியாகுமரியில் உள்ள டச்சுக் குழுமத்தின் கணக்கரான பைட்டர் லம்பேர் டிரெக்கின் உரிமையும் ஒரு தமிழ் அடிமையின் உரிமையும் 1776இல் தூத்துக்குடியில் அர்னால்டஸ் லுனல் என்பவரால் கண்டறியப்பட்டு எடுக்கப்பட்டது. 1776இல் தூத்துக்குடியில் ஜோஹன் ஹென்ரிட்க் ஸ்மித்துக்கு ஒரு பெண் அடிமையும் அவர் மகனும் விற்கப்பட்டதாகப் பைட்டர் லம்பேர் டிரெக்சின் அறிக்கை வரையப் பட்டது. கன்னியாகுமரியில் வசிக்கும் ஜோகன்னஸ் மார்டினஸ் புருய்ன்ஸ் என்பவர் ஒரு தமிழ் அடிமைப் பெண்ணின் உரிமையாக இருந்தார் என 1780இல் தூத்துக்குடியில் அர்னால்டஸ் லுனல் என்பவரால் அறிவிக்கப்பட்டது. இவ்வாறாக, டச்சுப் பதிவுகளில் தூத்துக்குடியிலிருந்து அடிமைகளை விற்பதற்கும் வாங்குவதற்குமான நிறைய பத்திரங்களைக் காண்கிறோம்.[30]

கொழும்பில் தூத்துக்குடி அடிமைகள் அடிமைத்தனத்திலிருந்து விடுதலை பெறல், 1739-1791

அடிமைகளைத் தானே வாங்கி அடிமையாக்குவது டச்சுக் குழுமத்தின் கீழ் பொதுவியல் உரிமை அல்ல. இருப்பினும், கொழும்பில் உள்ள டச்சுக்குழுமத்திற்குச் சொந்தமான மற்றும் தனியாருக்குச் சொந்தமான அடிமைகள் இருவரைத் தூத்துக்குடியில் உள்ள தமிழ் அடிமைகளை வாங்கி அந்த இருவரை அடிமைத்தனத்திலிருந்து விடுவிப்பது ஒரு வழியாகும்.

ஓர் அடிமையைப் பரிமாறிக் கொள்வதற்குப் பெருமளவிலான கையெழுத்துகள் பதிவு செய்யப்பட்டுள்ளன. 1739இல் ஒரு பத்திரம் டச்சுக் குழுமத்திற்குச் சொந்தமான அடிமைகளான பேச்சியம்மாள் மற்றும் எல்லம்மாள் ஆகியோர் அடிமைத்தனத்திலிருந்து விடுவிப்பதற்கு, விடுதலை பெறுவதற்கு பஸ்குவால் மற்றும் கொரிடான் என்றழைக்கப்படும் இரண்டு அடிமைகளைப் பரிமாறிக்கொண்டனர்.[31] அடிமைப்படுத்தப்பட்ட பெண்கள் தங்கள் இடத்திற்கு ஆண் அடிமைகளை வழங்கினர் என்பதைக் கவனத்தில் கொள்ள வேண்டும். மற்றொரு அடிமையான கிட்டு அம்மாள் 1751 சனவரி 13ஆம் நாளிட்ட பத்திரத்தின் மூலம் அடிம்மைத்தனத்திலிருந்து விடுதலை செய்யப்பட்டாள். அதற்கு ஈடாக, மற்றொரு பெண் அடிமையான ரொசெட்டாவை அவள் தன் உரிமையாளருக்குக் கொத்தடிமையாக வழங்கியதால் கிட்டு அம்மாள் அடிமைத்தனத்திலிருந்து விடுதலை செய்யப்பட்டாள்.[32] கிட்டு அம்மாள் பேச்சியம்மாள் மற்றும் எல்லம்மாள் ஆகிய அடிமைகள் 1739 மற்றும் 1752இல் அடிமைப் பரிமாற்றம் மூலம் விடுவிக்கப்பட்டனர்.

அடிமைகள் தங்கள் உரிமையாளர்களுக்கும் அடிமைத்தனத்திலிருந்து விடுதலை பெற பணம் கொடுத்தனர். 1750 மற்றும் 1752களில் இந்தத் தொகை சிறிய தொகையிலிருந்து பெரிய தொகை வரை மாறுபடும். கந்தன் மற்றும் அவருடைய இரண்டு குழந்தைகளான விக்டோரியா மற்றும் டொமிங்கோ ஆகியோர் சூன் 1750இல் 225 ரிக்ஸ் டாலர்களைச் செலுத்திய பின்னர் விடுவிக்கப்பட்டனர். அதிரியான் மற்றும் முத்துக்கருப்பன் என்றழைக்கப்படும் மற்ற இரண்டு ஆண் அடிமைகள் விடுவிக்கப்படும் நிலைக்கு ஒவ்வொருவருக்கும் 100 ரிக்ஸ் டாலர்கள் செலவாகும். நான்கு அடிமைகள் (இரண்டு ஆண்கள் மற்றும் இரண்டு பெண்கள்) ஒவ்வொருவரும் 50 ரிக்ஸ் டாலர்களுக்கு விடுவிக்கப்பட்டனர். மேலும், மரியாவும் அவருடைய ஆறு குழந்தைகளும் மிகவும் குறைந்த தொகையான 36 ரிக்ஸ் டாலர்களுக்கு ஒவ்வொருவரும் அடிமைத்தனத்திலிருந்து விடுவிக்கப்பட்டனர்.[33] அனைத்து அடிமை உரிமையாளர்களும்

தங்கள் அடிமையின் முழு மாற்று மதிப்புக்கான தொகையைக் கேட்டனர். இதில் அடிமை சாசன தயாரிப்புக்கான நிர்வாக செலவுகளும் அடங்கும்.

அகில்லெஸ் என்ற அடிமையின் உரிமையாளரான பிலிப்பஸ் மேட்டியஸ் டிரகெல்ஸ் அவர்களுக்கு 1779இல் 250 ரிக்ஸ் டாலர்கள் பெரும் தொகையாக வழங்கப்பட்டது.[34] அட்ரியானா எலிசபெத் லூடர்ஸ் 1791இல் கார்டோஸ் என்றழைக்கப்படும் தன் அடிமையின் அடிமைத்தனத்திலிருந்து விடுவிக்க 30 ரிக்ஸ் டாலர்களைப் பெற்றார்.[35] அடிமைகளின் வலையில் ஏற்படும் மாறுபாடானது அடிமையின் அகவை, திறமையின் அளவு மற்றும் உரிமையாளருடனான அடிமையின் உறவு உட்படப் பல காரணிகளைப் பொறுத்தது. அடிமைகளை விடுதலை செய்வதற்காகச் செலுத்தப்பட்ட தொகை, நிச்சயமாக அடிமை உரிமையாளரால் முடிவு செய்யப்பட்டது. ஒரு பெருந்தன்மையுள்ள முதலாளி ஓர் அடிமையை வாங்கும்போதும் அடிமைத்தனத்திலிருந்து வெளியேற்றும் போதும், திறந்த மனத்துடன் இருப்பதோடு அவர் மிகவும் ஞாயமான விலையை முடிவு செய்தார்.

கஸ்தூரி மற்றும் அவர் மகள் தவசியும் சேர்ந்து 138 ரிகஸ் டாலர்களுக்கு அடிமைத்தனத்திலிருந்து விடுதலை செய்யப்பட்டனர். 1786, பிப்ரவரி 20இல் அடிமையின் உரிமையாளரான மானுவெல் ஆடம் பெர்னாண்டோவிடம் இருந்து அவர்கள் விடுவிக்கப்பட்ட நிலையினைக் கண்டோம்.[36] வில்ஹெல்ம் மினா எலிசபெத் ஹீரூடர் தன் அடிமையான தீபாவை மார்ச் 1786இல் அடிமைத்தனத்திலிருந்து விடுதலை செய்தார். தீபாவின் மதிப்பு எவ்வளவு என்று சரியாகக் குறிப்பிடாமல் தீபா தன் தொகையைச் செலுத்தி விட்டாள்.[37] ஆண் மற்றும் பெண் அடிமைகளின் மதிப்பில் உள்ள வேறுபாடுகள் குறித்துச் சில பதிவுகளிலிருந்து தெளிவான மாதிரிகள் எதுவும் வெளிவரவில்லை.

அடிமையின் மீது உரிமையாளரின் உரிமைகளைத் துறப்பதற்கு முந்தியவைகளை மெய்ப்பிக்கும் பிவிஜ்களை (அடிமைகளின் விடுதலைப் பத்திரங்களை)க் கவனிப்பது சுவையானது. இவ்வாறு ஓர் அடிமையின் உரிமையை அடிமைத்தனத்திலிருந்து விடுதலை செய்வதன் மூலம் கைவிடுவதற்கு முன் அதன் உரிமையை மெய்ப்பிப்பது சட்டப்படியான தேவை என்ற முடிவிற்கு அழைத்துச் செல்கிறது. அடிமையை விடுவிப்பவர் தான் சட்டப்படியான உரிமையாளர் என்பதை மெய்ப்பிக்க அவர் எழுத்தர்களின் பெயர்கள், விடுதலைப் பத்திரங்களில் கையொப்பமிட்ட நாள் மற்றும் இடம் ஆகிய பதிவுகளில் குறிப்பிடப்பட்டன என்ற விளக்கங்களை முன்வைக்க வேண்டும். கொழும்பில் உள்ள தன் இடத்தில்

றொசெட்டாவை அடிமையாக மாற்றியபோது கீதா என்ற ஒரு தமிழ் அடிமை 1751இல் விடுவிக்கப்பட்டார். கீதா ஒரு தனியாருக்குச் சொந்தமான அடிமை என்பதை இந்தப் பத்திரம் சுட்டிக்காட்டுகிறது. டச்சுக் குழுமத்திற்குச் சொந்தமான அடிமைகள் மற்றவர்களுக்கீடாக அடிமைத்தனத்திலிருந்து விடுதலை செய்யப்பட்டதற்கான மற்றொரு சான்று மார்ச் 1739இல் நடந்தது.

ஒரு பதிவில் இலங்கையில் உள்ள நீகொம்பில் 1696இல் கையெழுத்திடப்பட்ட பத்திரத்தைக் காண்கிறோம். ஆனால் இந்த அடிமை 56 ஆண்டுகளுக்குப் பிறகு அதாவது 1752ஆம் ஆண்டில் விடுவிக்கப்பட்டார். தமிழ் அடிமைகளின் விடுதலைக்கான எட்டு பத்திரங்களில் தூத்துக்குடியில் கையெழுத்திட்ட சான்றிதழ்கள் பற்றிய குறிப்புகள் அடங்கும். ஜோகன்னா ஒப்ராக், பைட்டர் டி மூரின் கைம்பெண் மனைவி, படைத்துறைத் தலைவர் ஆகியோர் 1750இல் அலெக்சாண்டர் என்ற ஆண் அடிமையை விடுவித்தனர். ஜோகன்னா ஒப்ராக் அலெக்சாண்டரின் சட்டப்படியான உரிமையாளர் என்பதையும் 1724இல் தூத்துக்குடியில் கையெழுத்திட்டார் என்பதையும் சான்றிதழ் மெய்ப்பித்தது. இந்நிலையில் அவர் 26 ஆண்டுகள் அடிமையாகப் பணியாற்றினார்.[38] 1781இல் விடுவிக்கப்பட்ட மிச்சியல் சைமன்ஸ் அவர்களுக்குச் சொந்தமான மற்ற மூன்று அடிமைகளும் 1724இல் தூத்துக்குடியில் கையொப்பமிடப்பட்டச் சான்றிதழ்களைப் பெற்றனர். இந்நிலையில் 57 ஆண்டுகள் அந்த அடிமைகள் பணி செய்துள்ளனர்.[39] தூத்துக்குடியிலிருந்து இலங்கைக்கு அடிமைகளாக அழைத்துச் செல்லப்படும்போது முதன்மையாக அவர்கள் குழந்தைகள் என்பதை இந்தச் சான்றுகள் மெய்ப்பிக்கின்றன. 1774 வரையிலான டச்சுப் பதிவுகள் ஆண்டுதோறும் தூத்துக்குடியிலிருந்து கொழும்பிற்கும் காலேக்கும் அடிமைகளை ஏற்றிக்கொண்டு பயணித்த கப்பல்களில் பெரிய அளவில் அடிமைகள் இடம்பெயர்ந்ததாகக் குறிப்பிடப் பட்டுள்ளது.[40]

1771 மற்றும் 1775களில் தூத்துக்குடியிலிருந்து இலங்கை சென்ற தமிழ் அடிமைகளின் இறப்பு பதிவு செய்யப்பட்டுள்ளது. கொழும்பில் 1771இல் மார்ச் மாதம் ஆகஸ்டுக்கு இடையில் பத்து டச்சுக் குழும அடிமைகள் இறந்தனர். அவர்களில் ஏழு பேர் தூத்துக்குடியிலிருந்து சென்ற தமிழர்கள் என்று பதிவு செய்யப்பட்டுள்ளது.[41] அடுத்த ஆண்டு மார்ச் மற்றும் சூன் மாதங்களுக்கிடையே மொத்தம் எட்டு அடிமைகள் இறந்தனர். அவர்களில் நான்கு பேர் தூத்துக்குடியிலிருந்து கொண்டு செல்லப்பட்டவர்கள்.[42] டிசம்பர் 1775இல் இருந்து இறப்பின் பட்டியல் மிக நீண்டதாக ஆனது. அந்த ஆண்டின் மார்ச் மற்றும் ஆகஸ்டு இடையே

19 இறப்புகளைக் கணக்கிடுகிறது.[43] பட்டியலில் பெயரிடப்பட்ட ஒன்பது அடிமைகள் தூத்துக்குடி வழியாகக் கொண்டு செல்லப்பட்டவர்கள் நான்கு நிகழ்வுகளில் அடிமையானவன் கடத்தப்பட்ட அடிமையின் மகன் அல்லது மகள் எனப் பட்டியலிட்டுள்ளனர்.

தூத்துக்குடியில் அடிமைத்தனம்: வீட்டு அடிமைகளும் அவர்களின் வாழ்க்கையும், 1681-1746

தூத்துக்குடியில் அடிமைகள் வாங்கப்பட்டு அவர்கள் கொச்சியின் மேற்குக் கடற்கரையில் போர்த்துக்கீசியப் பீரங்கிப் படைவீரர்களால் தங்கள் வீடுகளில் பணியமர்த்திக் கொள்ளப்பட்டனர். அடிமைகள் இடம்பெயர்தல் மற்றும் கட்டுப்பாடு சந்தையில் நடக்கும் அதன் வியாபாரம் தொடர்பான செய்திகளை நாம் காண முடிகிறது.

ஏப்ரல் 1681இன் தொடக்கத்தில் இம்மானுவேல் பெரைராவுக்குச் சொந்தமான அந்தோணி என்கிற அடிமையான சங்கு என்ற இந்து பையன் 14 வயது உடையவன். அவன் பல்வேறு பொருட்களை விற்க அவனுடைய முதலாளியால் அனுப்பப்பட்டான்.[44] முன்பு அடிமையாக இருந்து பல ஆண்டுகளுக்கு முன்பே ஓடிவிட்ட பெட்ரோ சந்தையிலிருந்த அந்தோணியை அணுகினான். அந்தோணி பிறந்த ஊரான தூத்துக்குடிக்கு அருகிலுள்ள கள்ளிக்குளத்திற்குத் திரும்பிச் செல்ல விரும்புகிறாயா என பெட்ரோ அந்தோணியிடம் கேட்டான். இல்லை என அந்தோணி விடையளித்தான். பெட்ரோ பிடிவாதமாக வேறு எங்கும் செல்ல விரும்புகிறாயா என அவனிடம் மீண்டும் மீண்டும் கேட்டுக் கொண்டேயிருந்தான். அதற்கு அந்தோணி கோழிக்கோடு நகருக்குச் சென்று பார்க்க ஆர்வமாக இருப்பதாக விடையளித்தான். மேலும் அவன் கூறுகையில் தான் ஆர்வமாக இருந்த போதிலும் அவ்வாறு செய்ய முடியவில்லை என்றான். பெட்ரோ அடுத்த வெள்ளிக்கிழமை தன் முதலாளியான இம்மானுவேல் பெரைராவின் வீட்டிற்கு அருகில் ஒரு படகைக் கொண்டு வர ஒப்புக்கொண்டான். இறுதியாக ஞாயிற்றுக் கிழமை, பெட்ரோ தன் படகை இம்மானுவேல் பெரைராவின் வீட்டிற்கருகில் நிறுத்தியதும் அந்தோணி படகில் ஏறினான். பெட்ரோ கடற்பயணம் செய்யத் தயாராக இருந்தபோது, அந்தோணி மீண்டும் கரையில் குதித்து வீட்டில் உள்ள தன் உடைமைகளில் சிலவற்றை எடுக்க மறந்து விட்டதாகப் பெட்ரோவிடம் கூறினான். அவன் வீட்டிற்குள் சென்றான். ஆனால், அந்தோணி திரும்பி வருவதற்குப் பதிலாக, பெரைரா ஆயுதங்களை எடுத்துக் கொண்டே, திருடன், திருடன் எனக் கூக்குரலிட்டுக் கொண்டு ஓடினார்.[45] அருகிலிருந்து இரண்டு பீரங்கிப்படை வீரர்கள் பெரைராவின் குரலைக் கேட்டு உதவிக்கு விரைந்து வந்த அதே நேரம், பெட்ரோவும் விரைந்து செல்ல

முயன்றான். ஆனால், மூவரும் அருகிலிருந்த ஒரு படகில் குதித்து அவனைப் பிடித்தனர். அப்போது பெட்ரோ தன் வாள் மற்றும் கேடயத்தை உருவினான். ஆனால் பின்தொடர்ந்த மூவரால் விரைவாக மூழ்கடிக்கப்பட்டான். ஒரு விரைவான அடி அவனுடைய கேடயத்தை தாக்கியது. மற்றொன்று அவனுடைய கையில் அடித்தது. கடைசி அடி அவனை படகில் இருந்து தூக்கி எறிந்து அடிபணியச் செய்தது. பெரைரா அடிக்கடி தன் அடிமை அந்தோணியிடம் யாராவது ஒருவர் உன்னை ஓடிப்போகச் சொன்னால் தன்னிடம் தெரிவிக்க வேண்டும் என கூறி வந்தது தெரியவந்தது.[46] அடிமைகள் அடிக்கடி திருடப்படுவதும் ஓடிப்போவதும் தொடர்கதையாக நிகழ்ந்ததும் காரணங்களாகும். முதலாளிகள் அடிமைகளை எல்லா வகையான வேலைகளிலும் ஈடுபடுத்தினார்கள்.

1746இல் பெட்ரோ கோமெஸ் என்ற கிறித்தவ முக்குவர் புத்தன்துறையில் ஒரு கள்ளுக்கடை வைத்திருந்தார். அவர் தன் அடிமையான குரூஸை வைத்து வணிகம் செய்தார். அவர் நாள்தோறும் அதிகாலையில் கள்ளுக்கடையைத் திறக்கச் சென்றுவிட்டு மாலையில் அது மூடப்படும் வரை அங்கே இருந்தார். கள்ளுக்கடை நாள்தோறும் இயங்குதலுக்கு குரூஸ் முதன்மையான காரணமாக இருந்தார். ஒரு ஞாயிறு மாலையில் தூத்துக்குடியைச் சேர்ந்த அந்தோணி என்ற 20 அகவையுள்ள, பாண்டி என்ற இந்து பையன் கள்ளுக்கடைக்கு வந்துள்ளார். அடிமை குரூஸ் துயரத்துடனிருப்பதை அவர் கவனித்தான். எனவே, அதன் காரணத்தைக் கேட்டான். குருஸை மாலுமிகளுக்கு விற்கப் போவதாக அவனுடைய முதலாளி பெட்ரோ கோமெஸ் தெரிவித்ததை வெளிப்படுத்தி அழுதான்.[47] குரூஸ் தன்னுடன் வந்தால் சொந்த ஊரைச் சென்றடைய உதவுவதாக அந்த நேரத்தில் கூறினான். குரூஸ் தன் சொந்த ஊர் தெரியாது என விடையளித்தான். அந்த இடம் எங்கே இருக்கிறது என்று உண்மையிலேயே கண்டுபிடித்தால் அந்தோணியுடன் புறப்பட ஒப்புக்கொண்டான்.[48] தன் முதலாளி பெட்ரோ கோமெஸ் மற்றும் அவர் மனைவி டொமிங்கா ஆகியோரின் வீட்டிற்கு அருகாமையில் ஒரு குடிசையில் வசித்து வந்த குரூஸ், அன்றிரவு அந்தோணியுடன் புத்தன்துறையை விட்டு வெளியேறினான். அடுத்த நாள் கள்ளுக்கடையின் கதவுகள் மற்றும் சன்னல்கள் மூடியிருந்தபோது அடிமையின் உரிமை யாளரான பெட்ரோ கோமெஸ் திகைப்படைந்தார்.[49]

முந்தைய நாள் இரவு குளத்தின் அருகே குரூஸூம் அந்தோணியும் பேசிக் கொண்டிருப்பதைக் கண்ட அக்கம் பக்கத்தைச் சேர்ந்த சில குழந்தைகள் பெட்ரோவுக்கு அந்த நேரத்தில் செய்தியைக் கொடுத்தனர். ஞாயிற்றுக்கிழமை தன் அடிமையைச் சில மாலுமிகளுக்கு விற்று விடுவேன் என்று மிரட்டியதால் குரூஸை ஓடத் தூண்டியதைப்

பெட்ரோ கோமெஸ் உடனடியாக உணர்ந்தார்.⁵⁰ இறுதியில் குரூஸ் திருவிதாங்கூர் அருகே பெட்ரோ கோமெஸ் உறவினர்களால் கண்டு பிடிக்கப்பட்டான். அவனுடைய உரிமையாளரிடம் திரும்பும்படி அவர்கள் அவனை வற்புறுத்தினர். குரூஸும் வெளிப்படையாகச் செய்த விளக்கங்களைக் கூறினான்.⁵¹

தூத்துக்குடியில் இருந்து இலங்கைக்கு அடிமைகள் ஏற்றுமதி 1755-1791

கொச்சியிலுள்ள டச்சுக்குழுமத்தால் மலபார் மற்றும் கனரா பகுதியிலிருந்து அடிமைகள் வாங்கப்பட்டனர். கொள்முதல் மற்றும் விற்பனைப் பத்திரங்கள் தயாரிக்கப்பட்டு தூத்துக்குடியிலிருந்து ஏற்றுமதி செய்ய டச்சு அதிகாரிகளால் படகோட்ட இசைவு வழங்கப்பட்டது. இந்த நடைமுறை 1755 முதல் 1791 வரை தொடர்ந்தது. தூத்துக்குடி துறைமுகத்தில் இருந்து இலங்கைக்கு அடிமைகள் கொண்டு செல்லப்பட்டனர்.

காலம்	அடிமைகளின் எண்ணிக்கை
25 சனவரி 1755 - 5 ஆகஸ்டு 1756	53
1758	145
1759	181
1770	92
1771	189
1772	71
1 அக்டோபர் 1773 - 31 டிசம்பர் 1773	59
5 சனவரி 1774 - 5 சூன் 1774	150
1 ஏப்ரல் 1775 - 27 சூன் 1775	72
3 சனவரி 1776 - 30 ஏப்ரல் 1776	96
19 சூலை 1777 - 16 டிசம்பர் 1777	107
1784 - 1785	67
1786	88
12 பிப்ரவரி 1787 - 20 ஆகஸ்டு 1787	99
1 செப்டம்பர் 1789 - 27 நவம்பர் 1789	114
1790 - 1791	127
மொத்தம்	1710

சான்று: அடிக்குறிப்பு எண்⁵²

ஆண்கள் மற்றும் பெண்கள் உட்பட அடிமைகள் முதன்மையாக மலபாரில் உள்ள புறக்காடு மற்றும் கனராவின் வெங்குர்லா உள்ளிட்ட பல்வேறு இடங்களில் இருந்து வாங்கப்பட்டனர். இந்த விற்பனை மற்றும் கொள்முதல் பத்திரங்கள் டச்சு அதிகாரிகளால் கொச்சியில் வரைவு செய்யப்பட்டன. நாயர், ஈழவர், பறையர் போன்ற சாதிகள் குறிப்பிடப்பட்டுள்ளன. சில சமயங்களில் சிற்றேவலர், கருமான், குறைந்தது 16 ஆண்டுகள் வயது மற்றும் அதிகம் 22 ஆண்டுகள் வயது எனக் குறிப்பிடப்பட்டுள்ளது. பத்து நாள்களுக்குள் கொச்சியில் விற்பனை விதிமுறைகளை முடித்துவிட்டு தூத்துக்குடிக்குக் கொண்டு செல்வதற்கான போக்குவரத்துச் சான்றிதழ்கள் உருவாக்கப்பட்டன. இவைகள் சென்னை எழும்பூரில் உள்ள தமிழ்நாடு அரசு ஆவணக் காப்பகத்தில் மோசமாகச் சிதைவடைந்துள்ள நிலையில் உள்ளன. தூத்துக்குடியில் இருந்து கொழும்புக்குத் தோணிகளில் அடிமைப் போக்குவரத்துக்காக வழங்கப்பட்ட படகோட்ட இசைவுக்கான தனிப் பதிவேடு இலங்கையில் கொழும்பு ஆவணக்காப்பகத்தில் உள்ளது. நெதர்லாந்தின் ஹேக் நகரிலுள்ள தேசிய ஆவணக்காப்பகத்தில் பாதுகாக்கப்பட்ட டச்சுப் பதிவுகளில் மிகவும் மோசமான மற்றும் துயரமான நிகழ்வுகள் நடந்துள்ளவை கண்டறியப்படுகிறோம். போக்குவரத்துச் செயற்பாடுகளில் அடிமையின் பழைய பெயர், கொடுக்கப்பட்ட அடிமையின் புதிய பெயர், சாதி, பாலினம் மற்றும் அகவை ஆகியவற்றைக் குறிப்பிடுவதைக் காண்கிறோம். 19 அகவையான கிருஷ்ணன் செப்டம்பர் என்று பெயர் மாற்றம் செய்ப்பட்டிருப்பதை நாம் கவனிக்கிறோம். 20 ஆண்டுகள் அகவையான மற்றொரு அடிமையான கிருஷ்ணன், அகஸ்டஸ் (ஆகஸ்ட்) எனப் பெயர் மாற்றப்பட்டான். 16 அகவை சங்கரப்பன் மெய்ஜ் (மே) என்று புதிதாக அழைக்கப் பட்டான். மற்றொரு 20 அகவை நிறைந்த சங்கரப்பன் பெயர் மார்ட் (மார்ச்) என மாற்றப்பட்டுள்ளது. 19 அகவை அடிமையான கிட்டு ஜூனிஜ் (ஜூன்) என்றும், 19 அகவை அடிமையான கந்தன் அக்டோபர் என்றும் பெயர் மாற்றப்பட்டனர். இதனால் தூத்துக்குடியிலிருந்து இலங்கைக்கு கொண்டு செல்வதற்கு முன், அடிமைகளின் அடையாளத்தை நெதர்லாந்துக் குழுமம் முற்றிலும் அழித்துவிட்டதை அறிய முடிகிறது.[53]

ஆங்கிலேயர்களின் கீழ் திருநெல்வேலிப் பகுதியில் இருந்த அடிமைகளைப் பற்றி இங்கு குறிப்பிடுவது பொருத்தமற்றதாக இருக்கலாம். 1799 மற்றும் 1803களில் திருநெல்வேலி மாவட்ட ஆட்சியாளர் ஸ்டீபன் ரம்போல்டு லுஷிங்டன் அவர்கள் பள்ளர்களுக்கும் பிற சாதிகளுக்கும் இடையிலான வேறுபாட்டைக் கவனித்தார். பள்ளர்கள் பாசன

நிலத்தில் வேளாண்மை செய்யும் அடிமைகள் என்று அவர் குறிப்பிட்டார். இந்தப் பள்ளர் உழவர்களில் பலர் அடிக்கடி மற்ற சாதியினரால் வாங்கப்பட்டு விற்கப்பட்டனர். இந்தப் பள்ளர் அடிமைகள் விடுதலைபெற விரும்பினாலும் முதலாளிகள் ஏற்க மாட்டார்கள்.[54] 1807இல் பிரித்தானியப் பேரரசு முழுவதும் அடிமை வணிகம் ஒழிக்கப் பட்டது. இருப்பினும் அடிமைத்தனத்தின் நிறுவனத்தை 1834இல் மட்டுமே ஒழிக்க முடிந்தது. திருநெல்வேலிப் பகுதியின் பிரித்தானியப் பதிவுகளில் 1825இல் பெரிய அளவில் குழந்தைகள் கடத்தப்பட்டும் அடிமைகளாக விற்கப்பட்டும் வந்ததாகக் குறிப்பிடப்பட்டுள்ளது.[55] 1836இல் திருநெல்வேலியின் உதவி நீதிபதி டி.பிரெண்டர் காஸ்ட் அவர்கள் சூத்திரர்களின் பல்வேறு குழுக்களின் சாதிகளில் அடிமைகள் காணப்படுவதாக ஓர் அறிக்கையில் விளக்கினார். அடிமைகளின் கடமைகள் சாதி அமைப்பிற்குள் அவர்களின் நிலைக்கு ஏற்ப மாறுபடும். வெள்ளாளர் மற்றும் வேடகர் அடிமைகள் முதன்மையாக எளிதான வேலைகளுடன் கூடிய வீடுகளில் பணியமர்த்தப்பட்டனர். ஆண் அடிமைகளுக்கு நாள்தோறும் நான்கு படி அரிசியும் பெண் அடிமைகளுக்கு நாள்தோறும் இரண்டுபடி அரிசியும் வழங்கப்பட்டது. பறையர் அடிமைகள் உண்மையில் கடுமையான வேலை செய்ய வேண்டியிருந்தது. ஆண்களுக்கு நாள்தோறும் இரண்டரைப் படி அளவு அரிசியும், பெண்களுக்கு நாள்தோறும் இரண்டு படி அளவு அரிசியும் வழங்கப்பட்டது.[56] இந்த அடிமைகள் வேளாண் தொழிலில் ஈடுபடுத்தப் பட்டு, மண்ணோடு மண்ணாக புதைக்கப்பட்டதால் கடல்கடந்து செல்ல பயணிக்க இயலவில்லை.

முடிவாக, அடிமைகள் டச்சுக் குழுமத்தால் வெளிநாடுகளுக்குக் கொண்டு செல்லப்பட்டனர் என்றும், பஞ்சம், வறட்சி மற்றும் பயிர்கள் பொய்த்துப்போனதுடன் வணிகம் தொடர்ந்து செழித்தது என்றும் கூறலாம். அவர்களில் பலர் மிகவும் தாழ்மையானவர்கள். அவர்கள் தானாக முன்வந்து தங்களை விற்றுக் கொண்டதைத் தவிர பிழைப்புத் தொழிலுக்கு வேறு வழியில்லை. திருநெல்வேலியில் நிலம் மற்றும் வேளாண்மையுடன் பிணைக்கப்பட்ட அந்த அடிமைகள் கடன் மற்றும் கொத்தடிமை காரணமாக ஆங்கிலேயர்களின் ஆட்சியின் கீழ் இருந்தனர். இந்த அடிமைகள் அனைவரின் வாழ்க்கையும் பரிதாபமாக இருந்தது. பாலினம், அகவை போன்றவற்றின் அடிப்படையில் ஏற்றுமதிக்கான அடிமைகளின் வகைக்கு இடையே விலையை உறுதி செய்யும் வேறுபாடு உள்ளது. உள்ளூர் ஆட்சியாளர்களே தங்கள் ஆட்சிப் பரப்பில் வணிகம் மற்றும் முறை தவறி மனிதர்கள் வணிகம் ஆகியவற்றை எதிர்த்தாலும்,

டச்சுக் குழுமம் அதை மறைமுகமாக நடத்தியது. அடிமைகள் கொள்முதல் மற்றும் விற்பனையில் டச்சுக்காரர்களுக்கு உதவிய பல முகவர்கள், வணிகர்கள் மற்றும் தரகர்கள் இருந்தனர். ஜகார்த்தா, கொழும்பு, காலே மற்றும் கேப்டவுன் போன்ற பல்வேறு டச்சுக் குடியேற்றங்களில் தொழிலாளர்கள் பற்றாக்குறை இருந்ததால் தூத்துக்குடித் துறைமுகத்திலிருந்து அடிமைகள் ஏற்றி அனுப்பப்படுதல் செழித்து வளர முதன்மையான காரணமாகும்.

அடிக்குறிப்புகள்

1. Nationaal Archief (hereafter NA) Den Haag, Mss VOC 1233, fls.171-78, fls.174-175 (22 November 1660).
2. Sri Lanka National Archives (hereafter SLNA), VOC Archives, Record group 1, Inventory number 9, fls.238v-239, Minutes of the Governor and Council in Colombo dated 16 November 1660.
3. NA, VOC 1233, fls.157-168.
4. NA, VOC 1234, fls.25r-v; SLNA, 2712, Colombo Diary, fl. 57.
5. W. Ph. Coolhas, ed., Generale Missiven van de Gouverneurs-Generaal en Raden Aan Heren XII der Verenigde Ossitindische Compagnie, 9 vols, S' Gravenhage, 1960-84 (hereafter GM), vol. III, p. 793 (31 January 1672).
6. SLNA, 1/20, Minutes of the Governor and Council in Colombo, fl. 27v-28 (29 October 1674), fls.35r-36 (3-26 November 1674).
7. SLNA, 1/20, Minutes of the Governor and Council in Colombo, fl. 27v-28, fls.35v-36.
8. L. Hovy, Ceylonees Plakkaatboek: Plakkaten en Andere Wetten Uitgevaardigd door het Nederlandse Bestuur op Ceylon, 1638–1796, 2 vols, Hilversum, Verloren, 1991, vol. I, pp. 129, 196–7.
9. SLNA, 1/24, Minutes of the Governor and Council in Colombo, fl.61v-62; GM, vol. IV, pp.294, 354.
10. NA, VOC 1396, fl.66v (4 July 1684).
11. L. Hovy, Ceylonees Plakkaatboek, vol. 1, p. 227; Plakkaat 163.
12. Ibid., vol. I, pp. 1227-28 (6 December 1685).
13. Ibid., vol. I, pp. 117–8.
14. NA, VOC 1479, fls.611r–627v.
15. NA, VOC 1506, fls.1604-05 (31 May 1692).
16. Sophia Pieters, trs., Memoir of Hendrick Zwaardecroon, Commandeur of Jaffnapatam, 1697, Colombo, 1911.
17. Knaap Gerrit, 'Europeans, Mestizos and Slaves: The Population of Colombo at the end of the Seventeenth Century', trans. Robert Ross, Itinerario, vol. V, 1981, pp. 84–101, see p. 96.

18. Markus Vink, 'The World's Oldest Trade: Dutch Slavery and Slave Trade in the Indian Ocean in the Seventeenth Century', Journal of World History, vol. 14, no. 2, June 2003, pp. 131–46, see pp. 142–3.
19. GM, vol. VI, p. 496 (30 November 1707).
20. J.A. Van der Chijs, Nederlandsch-Indisch Plakaatboek, 17 vols, Batavia/ S'Gravenhage, 1885-1900, Vol. II, p. 88.
21. Ibid., vol. II, pp. 109–110.
22. Ibid., vol. II, p. 118.
23. Nationaal Archief, The Netherlands, The Hague (hereafter NL–HaNa), Archief van de VOC, 1540, fls.363–364.
24. Nigel Worden, 'Indian Ocean Slaves in Cape Town, 1695-1805', Journal of South African Studies, 42 (3) 2016, pp. 389-408, see p. 406.
25. Nigel Worden, Indian Ocean Slaves, p. 406.
26. NA, VOC 1628, VOC 1630, VOC 1641, VOC 1651, VOC 1653, VOC 2419, VOC 2360, VOC 3843, VOC 7534 and VOC 7538.
27. O. Mentzel, A Complete and Authentic Geographical and Topographical Description of the Famous and (All Things Considered) Remarkable African Cape of Good Hope, Cape Town, Van Riebeeck Society, 1925, vol. II, p. 125.
28. P.M. Markus Vink, 'The World's Oldest Trade: Dutch Slavery and Slave Trade in the Indian Ocean in the Seventeenth Century', Journal of World History, vol. 14, no.2, June 2003, pp.131-177, see, p. 146.
29. Tamil Nadu State Archives (hereafter TNSA), Chennai, Cochin Records, no. 352.
30. Lennart Bes, Plaatsingslijst van de Collectie van de familie prins–1656-Zost eeuw, 2003, vol. II, p. 466, see document no. 50, 51, 52, 53.
31. SLNA, Protocols of Deeds of Emancipation of Slaves, 1/4145, VOC, fls.18r-19r (16 March 1739).
32. SLNA, 1/4145, fls.337v-338r (13 January 1751).
33. SLNA, 1/4146, unpaginated.
34. SLNA, 1/4146 (5 September 1779).
35. SLNA, 1/4146 (5 January 1791).
36. SLNA, 1/4146 (20 February 1786).
37. SLNA, 1/4146 (22 March 1786)
38. SLNA, 1/4145, 1738–1752, fls.332r–v (31 August 1750).
39. SLNA, 1/4146, 1770–1795 (24 October 1781), (24 October 1781), (9 December 1786), (9 September 1787).
40. NA, VOC 3402, fls.516–20 (1774); VOC 3432 fls.547–51 (1775); VOC 3457, fls.463–4 (1776); VOC 3485, fls.528–31 (1777); VOC 3516, fls.523–7 (1778); VOC 3572, fls.505–10 (1779–81).

41. NA, VOC 3324, Resoluties, 11 October 1771.
42. NA, VOC 3350, Resoluties, 15 September 1772.
43. NA, VOC 3433, Resoluties, 29 December 1775.
44. NL–HaNa, Nederlandse bezittingen India: Digitale duplicaten Chennai, 1.11.06.11, 66, Scan 75, Case ID Database CR-66–11.
45. NL–HaNa, 1.11.06.11, 66, Scan 67, Case ID Database CR-66–11.
46. NL–HaNa, 1.11.06.11, 66, Scan 75, Case ID Database CR-66–11.
47. NL–HaNa, 1.11.06.11, inv. no. 440, ff.1–39, Case ID Database CR-440–6; NL–HaNa, 1.11.06.11, 440, fl. 21; NL–HaNa, 1.11.06.11, 440, fl. 37.
48. NL–HaNa, 1.11.06.11, 440, fl. 20.
49. NL–HaNa, 1.11.06.11, 440, fl. 20; 31-32.
50. NL–HaNa, 1.11.06.11, 440, fl. 32.
51. NL–HaNa, 1.11.06.11, 440, fl. 33.
52. TNSA, Cochin Records, no 584, sale and transfer of slaves from 25 January 1755 to 5 August 1756; no. 622, sale and transfer of slaves in 1758; no. 632, sale and transfer of slaves in 1759; no. 886, sale and transfer of slaves in 1770; no. 896, sale and transfer of slaves in 1770–71; no. 925, sale and transfer of slaves in 1772; no. 957, sale and transfer of slaves, from1 October to 31 December 1773; no. 979, sale and transfer of slaves from 5 January 1774 to 5 June 1774; no. 1003, sale and transfer of slaves from 1 April 1775 to 27 June 1775; no. 1034, sale and transfer of slaves from 3 January 1776 to 39 April 1776; no. 1062, deeds of sale and transfer of slaves from 19 July 1777 to 16 December 1777; no. 1145, permits to export slaves from 18 February 1780 to 29 December 1787; no. 1225, sale and transfer of slaves in 1784 and 1785; no. 1266, sale and transfer of slaves in 1786; no.1288, sale and transfer of slaves from 12 February to 20 August 1787; no.1341, sale and transfer of slaves from 1 September 1789 to 27 November 1789; no.1369, deeds of sale and transfer of slaves in 1790–91.
53. NA, Akten van Transport, VOC, 1.11.06.11, Inventory number 1062, Scan.
54. British Library (hereafter BL), London, Oriental and India Office Collection (hereafter OIOC), Mackenzie Collection, General, vol. 49, pp.55-57.
55. BL, F/4/1414/ 55774, Kidnapping and Sale of children in Tanjore and Tinnevelly, 1825.
56. BL, Parliamentary Papers, 1841, XXVIII, Report of the Indian Law Commissioners on Slavery, Appendix IX, Return no. 33.

இயல் 10

டச்சுக்காரர்கள் மற்றும் ஆங்கிலேயர்கள் ஆட்சியின் கீழ் தூத்துக்குடிக்கு வந்த மற்றும் சென்ற தண்டனைக் கைதிகள் மற்றும் நாடுகடத்தப்பட்டவர்கள், 1694-1825

தமிழகக் கடற்கரையில் போர்த்துக்கீசியர், டச்சுக்காரர் மற்றும் ஆங்கிலேயர்களின் வணிக நடவடிக்கைகள் காலனியக் குடியேற்றக் கொள்கைச் சூழலில் சரிவர கவனிக்கப்படவில்லை. ஒரு காலனித்துவ பகுதியிலிருந்து மற்றொரு தொலைதூர மேலும் அறியப்படாத மொழி மற்றும் பண்பாட்டுப் பகுதிக்குத் தண்டனைக் கைதிகள் பரவலாக நாடு கடத்தப்படுவதைக் கையாளும் பதிவுகளை நாம் காண்கிறோம். இந்தத் தண்டனை பெற்ற மக்கள் முற்றிலும் வேரோடு பிடுங்கப்பட்டு வேறு இடங்களில் நடப்பட்டனர். இந்தத் தனிப்பட்டவர்களின் வாழ்க்கை ஒப்பீட்டளவில் அறியப்பட்டது. அடிமை வணிகம் மற்றும் மனித இடப் பெயர்வு பற்றிப் பேசும் அதிகாரஞ்சார்ந்த ஆவணங்களுக்கு மாறாக, நாடு கடத்தப்பட்டவர்களின் வாழ்க்கையின் ஒரே நேரடிச் சாட்சியாக இருக்கும், நகரக்கூடிய தனிப்பட்ட கணக்குகளைக் கொண்ட விண்ணப்பங்கள் என்ற சொல்லை நாம் கேட்கிறோம். நாடு கடத்தப்பட்ட பல இளைஞர்கள் குழந்தைப் பருவத்திலேயே பெற்றோர்கள், உடைமைகள் மற்றும் நலமோடு இருத்தல் ஆகியவற்றிலிருந்து நீக்கப்பட்டு கடந்துசெல்ல வேண்டிய விதி ஏற்பட்டது. சமூகத்தில் விரும்பத்தகாதவர்களின் எண்ணிக்கையினால் அவர்களின் குற்றங்களுக்காக அய்ரோப்பியர்களால் அவர்களுடைய அரசிலிருந்து திறம்பட வெளியேற்றப்பட்டனர். மேலும், அத்தகைய குற்றச் செயல்கள் அவர்களில் சிலர் வெறுமனே தப்பியோடியவர்கள், சமூகக் கட்டுப்பாட்டின் இரும்புப் பிடியிலிருந்து தளர்வாக விரும்பியோர். கூடுதல் நிதிக்கான மனுக்கள், வேலை செய்ய எதிர்பார்க்கப்படாத பிரித்தானியரின் கீழுள்ள அரச குடும்பத்தைச் சார்ந்த நாடு கடத்தப்பட்டவர்களுக்கும் அவர்களுடைய சந்ததியினருக்கும் வழங்கப்படும் செலவுப் படிகளின் உயர்வு ஆகியனவும் இதில் அடங்கும். இது போன்ற குரல்கள் அடிக்கடி எழுப்பப்பட்டும் கண்டுகொள்ளப் படாததால், குற்றவாளிகள் இரங்கத்தக்க வாழ்க்கையை நடத்தினர்.

இந்தக் காலனியத்தில் குடியேற்றச் செயற்பாடுகள், தமிழ்நாட்டில் குடும்பங்கள், தனியாட்கள் மற்றும் சமூகத்தின் மீது பலமான அடியைக் கொடுத்தது. மேலும், இந்த இயல் தூத்துக்குடியிலிருந்தும் மற்றும் அங்கிருந்து புலம்பெயர்ந்தவர்களின் வாழ்க்கையை ஆராய்வதையும் நோக்கமாகக் கொண்டுள்ளது.

தூத்துக்குடிக்கு அருகிலுள்ள காயல்பட்டினத்தில் நாடு கடத்தப்பட்ட யாழ்ப்பாணத்தின் வரோதய ஸ்ரீ பண்டாரம், 1538–1546

யாழ்ப்பாண அரசர் பரராஜசேகரன் 1519இல் படுகொலை செய்யப் பட்டார். ஆட்சியாளரின் உடன்பிறப்பான வரோதய ஸ்ரீ பண்டாரம் அவர்கள், பின்னர் நாடு கடத்தப்பட்டு சங்கிலி ஆட்சியாளர் ஆனார். வரோதய ஸ்ரீபண்டாரம் தன் வாழ்நாளைத் தூத்துக்குடி அருகே காயல்பட்டினத்தில் கழித்துக்கொண்டே, மீண்டும் ஆட்சியைப் பிடிக்க ஆசைப்பட்டார். உதவிக்காக அவர் போர்த்துக்கீசியர்களைத் தொடர்பு கொண்டார். மேலும், 1538இல் உள்ள ஆவணங்களில் அவர் யாழ்ப்பாணத்தில் அரச பதவிக்கான உரிமை கோரலை பரிசீலிக்கக், கோவாவில் போர்த்துக்கீசிய ஆளுநரான டோம் கார்சியா டி நோரோன்ஹாவை (1538-40) அமைதிப்படுத்த முயன்றதாகக் குறிப்பிடப் பட்டுள்ளது. அவரை அரியணையில் அமர்த்துவதற்கான ஒரு போர் நடவடிக்கைக்கான உத்தரவுகளை அவர் பிறப்பிக்க விரும்பினார். எனவே போருக்கான ஏற்பாடுகள் செய்யப்பட்டன. ஆனால், சில காரணங்களால் திட்டமிட்ட போர் நடவடிக்கை நிறைவேறவில்லை. கோவாவின் அடுத்த மற்றும் புதிய ஆளுநரான மார்டிம் அபோன்ஸா டி சௌசா (1543-45)வுடன் வரோதய ஸ்ரீபண்டாரம் தன் முயற்சிகளைத் தொடர்ந்தார். மற்றும் யாழ்ப்பாணத்திற்கான இராணுவப் போர் நடவடிக்கைக்கு நிதியுதவியாக 4,000 பர்தாஸ்ளை வழங்கினார்.[1] இதற்கிடையில் ஏற்பட்ட முன்னேற்றங்களை அறிந்த யாழ்ப்பாணத்தை ஆண்ட சங்கிலி (1519-1561) ஒரு முன்மொழிவை முன்வைத்ததோடு, அவர் 5000 பர்தாஸ்களை போர்த்துக்கீசிய ஆளுநருக்கு வழங்கினார். அதனை ஆளுநர் கப்பம் கட்டும் பணமாக ஏற்றுக்கொண்டார். அதன் பிறகு போர்த்துக்கீசியர்களின் உண்மையான நிலைப்பாட்டையும் நிலையையும் வரோதயா புரிந்துகொண்டதோடு, தன் முயற்சியை ஈடுசெய்யத் தொடங்கினார்.[2] 1544இல் அவர் ஒரு கிறித்தவராக மாறி ஞானஸ்நானம் பெற முன்மொழிந்தார். அவர் சனவரி 1545இல் யேசு சபை சமயப்பரப்புக் குழுவைச் சேர்ந்த பிரான்சிஸ் சேவியரைச் சந்தித்தார். மேலும் அவர் யாழ்ப்பாண அரசின் உண்மையான வாரிசு எப்படி என்பதைப் போர்ச்சுகலுக்கு தெரிவிக்கச் சேவியரைத்

தூண்டினார். யாழ்ப்பாண மக்கள் கத்தோலிக்கராக மாறவும் இலங்கையில் போர்த்துக்கீசியர்களுக்கு உண்மையானவனாக இருந்து உதவுவேன் என்று வரோதயா உறுதிப்படுத்தினார்.[3] இருப்பினும் யாழ்ப்பாணச் சிக்கல் மிகவும் வெளிப்படையாக இருந்தது.[4] அடுத்த ஆண்டு (1546) டோம் ஜோவா டி காஸ்ட்ரோ (1545-48) என்ற புதிய ஆளுநர் வரோதயாஸ்ரீ பண்டாரத்தைத் தொடர்பு கொண்டார். காயல்பட்டினத்தில் இருந்து மூன்று மைல் தூரத் தொலைவில் உள்ள ஓர் இடத்தில் வரோதயா, தன் மகன், பேரக் குழந்தைகள், உறவினர்கள் மற்றும் நண்பர்களுடன் வசித்து வந்ததாகக் கூறப்படுகிறது. மேலும் வரோதயா ஸ்ரீபண்டாரம் அவர்கள் யாழ்ப்பாண அரியணையை மீண்டும் அடைவோம் என்ற நம்பிக்கையில் இருப்பதாகவும் கூறப்பட்டது. ஒரு படையெடுப்பை மீண்டும் ஒருமுறை திட்டமிட்டுச் செயற்படுத்தவும், இலங்கையின் ஆட்சியாளரான மன்னன் சங்கிலி அந்த நேரத்தில், தமிழ் நாட்டில் மதுரை நாயக்கர் ஆட்சியாளரைச் சார்ந்திருக்கத் தொடங்கியதோடு அவர் இராணுவ உதவியையும் கோரினார்.[5] வரோதயா பண்டாரம் யாழ்ப்பாணத்தில் அரியணையையும் அதிகாரத்தையும் ஏற்கக் கூடாது என்பது மட்டுமே அவருடைய முதன்மையான கவலையாக இருந்தது. இவ்வாறாக, காயல்பட்டினம் ஒரு நாடு கடத்தப்பட்டோர் பகுதியாக இருந்ததோடு புலம்பெயர்ந்தவர்களும் அப்பகுதியில் வாழ்ந்தனர். அதே நேரத்தில் போர்த்துக்கீசியர்கள் அங்கு குடியேறியபோது போர்ச்சுகல் மன்னரால் அங்கு ஒரு படைத்தலைவர் நியமிக்கப்பட்டார்.

தொழுநோயாளிகள் மற்றும் தண்டனைக் கைதிகள் இலங்கையில் இருந்து தூத்துக்குடிக்குக் கொண்டு வரப்படுதலும் நாடுகடத்தப் பட்டோர் ஆலந்தலை கப்பல் துறைத்தளத்தில் பணியமர்த்தப்படுதலும் (1694-1777)

டச்சுக்காரர்களின் தண்டனைக் குடியிருப்பாகத் தூத்துக்குடி உருவானது. இலங்கையில் தொழுநோய் பரவுவது குறித்துக் டச்சுக் குழும அதிகாரிகள் (26 அக்டோபர் 1693 நாளிட்ட டச்சு அறிவுரைக் கழகத்தின் தீர்மானம்) கவலை தெரிவித்தனர். 3 நவம்பர் 1693 அன்று பிறப்பிக்கப்பட்ட உத்தரவுப்படி அங்காடிகளில் அமர்ந்து புட்டு மற்றும் ஆப்பம் விற்கும் தொழுநோயாளிகள், பொது நெடுஞ்சாலைகளில் நடமாடுபவர்கள், மேலும் தடைசெய்யப்பட்ட இவர்கள், இந்த உத்தரவுகளை மீறியவர்கள், கைது செய்யப்பட்டு தூத்துக்குடிக்கு நாடு கடத்தப்பட்டனர். இந்த தொழுநோயாளிகள் இலங்கைக்கு திரும்பி வர அனுமதிக்கப்படவில்லை. கொழும்பில் டச்சு அறுவை மருத்துவரான

ஜேன் சீபெர்ட்ஸ் மற்றும் 1694இல் தொழுநோயால் பாதிக்கப்பட்ட அவருடைய ஐந்து அடிமைகள் மட்டும், டச்சுக் குழுமத்திற்காக மதிப்புமிக்க மருத்துவப்பணிகளை வழங்கிய காரணத்திற்காகத், தூத்துக்குடிக்கு நாடுகடத்தப்படுவதிலிருந்து விலக்கு அளிக்கப்பட்டது.[6]

இலங்கையில் இருந்து தூத்துக்குடிக்கு அனுப்பப்பட்ட தண்டனைக் கைதிகள் ஆலந்தலையில் பணியமர்த்தப்பட்டனர். அது ஒரு தண்டனைக் குடியிருப்பாக உருவெடுத்தது.[7] 1713 மற்றும் 1740களில் இரண்டு டச்சுக் குழுமப் பதிவுகள் தூத்துக்குடிக்கு அருகில் அமைந்துள்ள இந்த இடத்தைக் குறிப்பிடுகின்றன.[8] பல டச்சுக் கப்பல்கள் மற்றும் உள்ளூர் தோணிகளில் இருந்து சரக்குகளை இறக்குதல் ஆலந்தலையில் உள்ள கப்பல்துறை பற்றிய குறிப்புகள் உள்ளன.[9] இந்த இடம் 1715 முதல் டச்சுக்காரர்களின் கீழ் ஒரு துறைமுகமாகச் செயல்பட்டு வந்தது. மேலும், இலங்கையின் வடக்கே இருந்து கைப்பற்றப்பட்ட தூதர்கள், கண்டி அரசனிடம் உதவி கேட்டுக் கிளர்ச்சியாளர்களின் கடிதங்களை எடுத்துச் செல்லும் அவர்களை, சங்கிலியால் பிணைத்துக் கொழும்புக்கு அனுப்ப உத்தரவிடப்பட்டதைக் காண்கிறோம். அவர்கள் தூத்துக்குடிக்கு நாடுகடத்தப்பட்டு ஆலந்தலைக்கு அனுப்பப்பட்டனர்.[10] 1739இல் இலவங்கப்பட்டை தோட்டங்களில் பணியமர்த்தப்பட்ட சாலியாஸ் (கட்டாயப்படுத்தப்பட்டு இலவங்கப்பட்டை உரித்தல் மற்றும் ஊழியம் பெறாத் தொழிலாளர்கள்) கண்காணி ஒருவருக்குப் பத்து ஆண்டுகள் சிறைத்தண்டனை விதிக்கப்பட்டு அவருடைய பொறுப்பற்ற தன்மை மற்றும் பேராசை காரணமாக ஆலந்தலையில் உள்ள துறைமுகத்தில் பணிபுரிய நாடுகடத்தப்பட்டார். இலவங்கத்தோட்டத்தில் மற்ற பத்து மேற்பார்வையாளர்களின் கைகள் விலங்கிடப்பட்டுத் தூத்துக்குடிக்கு அனுப்பப்பட்டு அவர்கள் ஆலந்தலையில் உள்ள கப்பல் தளத்தில் பணிபுரிய வேண்டிய கட்டாயம் ஏற்பட்டது.[11] மூன்று ஆண்டுகளுக்குப் பிறகு கொழும்பில் உள்ள கடலோடிகளின் தலைவர்களாக இருந்த இரண்டு முதலியார்களும் நாடுகடத்தப்பட்டு ஆலந்துறைக்குத் துறைமுகத்தில் பணியில் சேர அனுப்பப்பட்டனர்.[12]

1746இல் கொழும்பைச் சேர்ந்த பிரான்சிஸ்கோ மரதப்பா அவர்கள் டச்சு ஆளுநரிடமும் இலங்கையில் உள்ள அறிவுரைக் கழகத்திடமும் சிமோன் டி மெல்ஹோ என்ற அடிமைப் பெண்ணின் மகளான கனகு ஆறுமுகத்தாள் நகரில் வசிக்கும் பிற தமிழர்களிடமிருந்து அவருடைய தாழ்ந்த பிறப்பைக் காரணம் காட்டித் தனிமைப்படுத்த வேண்டும் என முறையிட்டார். இதன் காரணமாக டச்சுக்காரர்கள் மற்றும் பொது

மக்களிடையே மிகுந்த தொல்லை ஏற்பட்டது. எனவே, பிரான்சிஸ்கோ மரதப்பா மற்றும் இதில் தொடர்புடைய முதன்மையான செட்டிகள் ஆகியோர் கொழும்பில் தொல்லைகளை உருவாக்குவோர்களாக இருந்தவர்கள் நவம்பர் 14, 1746இல் நாடுகடத்தப்பட்டு டிசம்பர் 13இல் பயணித்த கப்பலில் தூத்துக்குடிக்கு அனுப்பப்பட்டனர்.[13]

1758இல் இலங்கையின் மதாரா பகுதியில் ஏற்பட்ட ஒரு கிளர்ச்சிக்குப் பிறகு, பல்வேறு சாதி குடிமக்களின் உரிமைகள் மற்றும் கடன்கள் பற்றிய எண்ணற்ற டச்சு ஒழுங்குமுறைகள் அறிமுகப்படுத்தப்பட்டு செயல்படுத்தப்பட்டதை நாம் காண்கிறோம். இந்த உத்தரவுகளில் கொழும்பு முதல் ஆலந்தலை வரை தண்டனை மற்றும் நாடு கடத்தல் பற்றி தனிச் சிறப்போடு குறிப்பிடப்பட்டுள்ளது. இதனால், குத்தகைதாரர்கள் உள்ளூர் மக்களிடமிருந்து உறுதி செய்யப்பட்ட வரிகளை விட அதிகமாகக் கோர முடியாது. அவர்கள் தன் விருப்பமாகவோ, வயலில் பயிர்கள் இளமையாக இருக்கும் போதோ, வரி விதிக்கத் தடை விதிக்கப்பட்டது. அவ்வாறு செய்தால், அவர்கள் சஙகிலியால் பிணைக்கப்பட்டு தண்டனை பெற்றவர்கள் 50 ஆண்டுகள் ஆலந்தலைக்கு அனுப்பப்பட்டு கப்பல் தளத்தில் பணியமர்த்தப் பட்டனர்.[14] 1776இல் கொழும்பு, மதாரா மற்றும் காலே ஆகிய இடங்களில் உள்ள இலவங்கத் தோட்டங்களில் பணிபுரியும் தொழிலாளர்கள் தொடர்பாகப் பிறப்பிக்கப்பட்ட மற்றொரு உத்தரவில், ஆலந்தலைக்கு 5 ஆண்டுகள் தண்டனைத் தொழிலாளியாகக் கடமையாற்றுவதற்காக அனுப்பப்பட்ட சட்டக் குற்றவாளிகளுக்கான தண்டனைகள் பற்றியும் குறிப்பிடப்பட்டிருக்கிறது.[15]

இந்தோனேசியாவில் உள்ள சமரங் என்ற இடத்திலிருந்து வந்த 25 அகவை ஆண் அடிமையான ரேஜாப், டச்சுக் குழுமத்தால் அழைத்து வரப்பட்டு, காலேயில் கோட்டை வேலைகளுக்காகப் பணியில் அமர்த்தப் பட்டான். 1777இல் நகரின் வெடிமருந்துக் கிடங்கில் நுழைந்ததற்காக அவன் குற்றவாளியாகக் கருதப்பட்டான். எனவே, அவன் நெதர்லாந்துக் குழுமத்தினரால் சங்கிலியால் பிணைக்கப்பட்டு வாழ்நாள் முழுவதும் பணியாற்றுமாறு காலே நீதிமன்றத்தால், இலங்கை ஆளுநரும் இலங்கை அறிவுரைக்கழகமும் பின்னர் தீர்மானித்து அனுப்புவதற்கான உத்தரவு பிறப்பிக்கப்பட்டது.[16] இவ்வாறு இலங்கையில் தண்டனை மற்றும் தூக்கு தண்டனை விதிக்கப்பட்ட குற்றவாளிகள் டச்சுக்குழுமத்தால் அடிக்கடி இடமாற்றம் செய்யப்பட்டு அவர்கள் தூத்துக்குடி மற்றும் ஆலந்தலைக்கு நாடுகடத்தப்பட்டனர்.

ஆங்கிலேயர்களால் பாளையங்கோட்டைச் சிறையிலிருந்து தூத்துக்குடி மற்றும் பினாங்குக்கு நாடுகடத்தப்பட்ட கைதிகளைக் கொண்டு சென்றது (1802-25)

ஆங்கிலக் கிழந்தியக் குழுமத்தின் அதிகாரத்திற்குச் சவால் விட்ட பாளையக்காரர்கள் தமிழ்நாட்டில் இராணுவ ரீதியாகத் தோற்கடிக்கப் பட்டதுடன் அக்டோபர் 1801இல் ஒரு முடிவுக்கு வந்தது. சிவகங்கையைச் சேர்ந்த சின்னமருது மற்றும் பெரியமருது மேலும் ஊமைத்துரை ஆகியோர் கைது செய்யப்பட்டனர். எழுபத்து மூன்று முதன்மையான கிளர்ச்சியாளர்களும் நிலையான நாடுகடத்தலுக்கு கண்டனம் எழுந்தன. அவர்களுள் சிவகங்கையைச் சார்ந்த வெங்கம் பெரிய உடையத்தேவர், வேரப்பூர் பொம்மநாயக்கர், பாஞ்சாலங்குறிச்சி தளவாய் குமாரசாமி நாயக்கர் மற்றும் மருது பாண்டியரின் மகன் துரைசாமி ஆகியோர் இருந்தனர்.[17]

போரில் தோற்கடிக்கப்பட்ட திருநெல்வேலி மற்றும் இராமநாதபுரத்தைச் சேர்ந்த பாளையக்காரர்களை மொலுக்கஸ் தீவுகளுக்கு அனுப்ப முடிவு செய்யப்பட்டதாக ஆங்கிலக் குழுமப் பதிவுகளில் குறிப்பிடப்பட்டுள்ளது. இந்தியாவில் இருந்த குடியேற்ற (காலனியத்துவ) அரசு மேற்கிந்தியத் தீவை இந்தியக் குற்றவாளிகளின் தண்டனைக்குரிய இடமாக ஏற்க மறுத்தது. 1802இல் ஐரோப்பாவில் ஏற்பட்ட அரசியல் மாற்றத்தினால், மொலுக்கஸ் தண்டனை இடமாக இல்லை என ஆங்கிலேய அதிகாரிகள் உணர்ந்தனர். எனவே, அவர்களைச் சுமத்ராவில் உள்ள பென்கூலனுக்கு அனுப்பத் திட்டமிட்டனர். பென்கூலனுக்கு அவர்களைக் கொண்டு செல்வதற்காகப் பம்பாயில் வாடகைக்குப் பெற்றிருந்த கப்பலின் தளபதி அங்கு செல்ல மறுத்து, பினாங்குக்கு மட்டுமே செல்ல ஒப்புக் கொண்டதால் இதுவும் நடக்கவில்லை.[18]

பாளையங்கோட்டையில் இருந்த 73 கைதிகள் அனைத்து இராணுவப் பாதுகாப்புடன் தரை வழியாகத் தூத்துக்குடிக்கு அழைத்துச் செல்லப்பட்டனர். அவர்கள் பிப்ரவரி 11, 1802 அன்று ‘கடற்படைத் தலைவர் நெல்சன்’ என்ற கப்பலில் பினாங்குக்குச் செல்லவிருந்தனர். போரில் பாளையக்காரர்களுக்கு எதிராகப் போராடிய பிரித்தானிய இராணுவ அதிகாரி ஜேம்ஸ் வெல்ஷ் அவர்கள், தூத்துக்குடியில் இருந்து புறப்படும் இடத்தில் பணியில் இருந்தார். அவரின் நேரடியான சாட்சியம் முக்கியமானது. மருது சகோதரர்களுடன், குறிப்பாக முதலில் ஈட்டி எறியக் கற்றுக் கொடுத்த சின்ன மருதுவுடனான நட்பை அவர் கூறினார். சின்ன மருது ஜேம்ஸ் வெல்ஷுக்கு உயர்வகை அரிசி

மற்றும் பழங்களைப் பரிசாக அனுப்பத் தவறவில்லை.[19] கப்பலில் இருந்த பாளையக்காரக் கைதிகளை ஆயுதமேந்திய மெய்க்காப்பாளருடன் அனுப்பியதாகக் குற்றம் சாட்டப்பட்ட வெல்ஷ் அவர்கள், கைதிகள் நாடுகடத்தப்பட்டபோது உணர்ச்சிகளை வெளிப்படுத்தும் காட்சியைக் கொடுத்தார். அவருடைய இளம் நண்பரான துரைசாமியை படகில் ஒப்படைத்தபோது, வெல்ஷ் அவர்கள் பாசம் மற்றும் நம்பிக்கை யின்மையின் கலவையுடன் தான் இருந்ததாக எழுதினார். இது அவருடைய நேர்த்தியான முகபாவனையைக் குறிக்கிறது. துன்பத்தில் உள்ள அவருடைய தோழர்கள் தங்கள் அன்பான பிறந்த நிலத்தை என்றென்றும் விட்டு வருகிறார்கள். வெல்ஷ் அவர்கள் தன் முன்னாள் நண்பரான சின்ன மருதுவின் இளைய மகனும் எஞ்சியிருக்கும் ஒரே மகனுமான பதினைந்து அகவை இளைஞரான துரைசாமியின் விலங்கிடப்பட்ட சங்கிலிகளின் பாரத்தை குறைப்பதில் மனநிறைவு அடைந்தார். துரைசாமியின் நிலையான நாடுகடத்தலுக்கு கண்டனம் செய்யப்பட்டது. ஒரு மென்மையான மற்றும் மதிப்பிற்குரிய பொறுமையுடனும் அந்த அன்பான இளைஞன் தன் கொடூரமான விதியை முணுமுணுப்பின்றிச் சுமந்தான். ஜேம்ஸ் வெல்ஷின் தனிப்பட்டக் குற்றச்சாட்டில் துரைசாமி ஒப்படைக்கப்பட்டதால் அவரைத் தப்பிக்கச் செய்ய இயலவில்லை. ஆனால், அவருடனேயே இருந்ததால் பெரிய அரணான ஒரு கட்டிடத்தில் தங்க வைக்கப்பட்டார். அது ஒரு வசதியான அறையாக இருந்தது. அவருடைய சிறையதிகாரி மற்றும் குடும்பத்தினருடன் சேர்ந்து மகிழ்ச்சியாக இருந்ததோடு, அவருடைய சாதி மற்றும் மதத்தைச் சேர்ந்த மதிப்புக்குரிய உடை உடுத்தப்பட்ட ஒருவரால் சிறந்த உணவுகளை வெல்ஷ் அவர்கள் வழங்கினார்.[20]

வடஇந்தியாவின் 2ஆம் படைப்பிரிவின் துணைப்படைத் தலைவர் ஏ.ரோச்னெட் அவர்கள் 6ஆம் படைக்குழுவின் நடைமுறையில் இருக்கக் கூடிய ஒவ்வொன்றும் அவர்களுக்கும் நீட்டிக்குமாறு அறிவுறுத்தப் பட்டார்.[21] பினாங்குக்குப் பயணம் செய்வது கிளர்ச்சிக் கைதிகளுக்கு மாறுபாடான தன்மையில் இருந்தது. ஏனென்றால் அவர்கள் ஒரு காலத்தில் அங்கே சலுகைகளோடும் மதிப்புடனும் கொண்ட சிறை வாழ்வை மகிழ்வுடன் பெற்றிருந்தனர். கைவிலங்கிடப்பட்டவர்களை ஏன் அவர் உறவுகொண்டிருந்தார், எப்படி என விளக்கும்படி ரோச் ஹெட்டிடம் கேட்கப்பட்டது குறிப்பிடத்தக்கது. அதனால் கப்பலில் உயிரிழப்புகள் எப்படி ஏற்பட்டன. இந்தக் கட்டுப்பாட்டைக் குறைப்பது தன் கடமையைக் கண்மூடித்தனமாக நிறைவேற்றுவதுடன் ஒத்துப்போகிறது என ஏன்

அவர் நினைக்கவில்லை என கேட்கப்பட்டது. அவருடைய கருத்துப்படி 20 பேர் கொண்ட படைப்பிரிவு, கைதிகளைப் பாதுகாக்கப் போது மானதாக இல்லை என்று அவர் குறிப்பிட்டார்.

மேலும், பயணத்தின் முடிவில் ஏறக்குறைய மூன்றில் ஒரு பங்கு ஆண்கள் கைவிலங்கின்றி இருந்தனர். பயணத்தின் தொடக்கத்திலேயே கைவிலங்குடன் நீக்கப்பட்ட ஆறு பேரை மற்றவர்களுக்குச் சமைக்க அவர் அவர்களை நியமித்திருந்தார். கடல்கடந்து செல்லவேண்டிய தமிழ்ப் படைவீரர்களுக்குப் பொதுவாகப் பின்பற்றப்படும் நடைமுறை மற்றும் சாதி மற்றும் மதக் கவலைகளைத் தளர்த்தும் நோக்கில் தங்குமிடம், கடல் பகுதியில் உணவு முறை மீறல்கள் ஆகியன நடைபெறாமல் இருப்பதை உறுதி செய்வதற்கே இந்த ஏற்பாடு. அவர்கள் பினாங்கிற்கு வந்தபோது, அவர்களின் நிலைமை மற்றும் மூன்று இறப்புகள் பெரும்பாலானவை நீண்ட பயணத்தினால் ஏற்பட்டவை என ரோச்ஹெட் விளக்கியதோடு, அவர் பிறப்பித்த உத்தரவுகளை உறுதிப்படுத்தாத வகையில் அவர் செய்தார்.

அவருடைய கைதிகளில் பலர் முதியவர்கள், உடல்நிலை சரியில்லாதவர்கள் மற்றும் சிலர் உடல்நிலை மோசமான நிலையில் உள்ளவர்கள் என அவர் சுட்டிக்காட்டினார். உயிரிழந்த மூவரில் ஒருவர் கடலில் மூழ்கி இறந்தவர், ஒருவர் குடல் நோயால் இறந்த முதியவர். மருத்துவப் பணியாளர்கள் இல்லாத கப்பலில் மற்றொரு நோய் தாக்கியது. மூன்றாம் இறப்பு கப்பலில் இருந்து வெளியே விழுந்த முதியவர் இறப்பு.[22] இதனால் கப்பலில் ஏறிய கைதிகள் கடுமையான கட்டுப்பாட்டின் கீழ் கைவிலங்கினால் ஜோடியாகக் கைவிலங்கிடப்பட்டு பரிதாபமான நிலையில் துன்புற்றனர். மீதமுள்ள 70 கைதிகள் 76 நாட்கள் பயணத்திற்குப் பிறகு ஏப்ரல் 26, 1802 அன்று பினாங்கை அடைந்தனர்.

அவர்களில் மூன்றில் ஒரு பகுதியினர் அவர்கள் இலக்கை அடைந்தவுடன், வெவ்வேறு திசைகளில் தப்பி ஓடிவிட்டனர். ஆனால், அவர்களைப் பெருந்துயர் பெரிதும் அல்லற்படுத்தியது. அவர்களில் 21 பேர் நாடுகடத்தப்பட்ட ஐந்து மாதங்களுக்குள் இறந்தனர். பினாங்கில் உள்ள ஆளுநர் ஜார்ஜ் லெயித் அவர்கள் ஒரு பெரிய கிளர்ச்சியாளர்களுடன் போராடுவதைப் பற்றி மிகவும் அஞ்சினார். அவர்களை அவர் முதன்முதலில் சந்தித்தபோது, அவர்கள் மிகவும் பலமிழந்தும் நடக்கவும் முடியாமல் திணறிப் போயிருப்பதாகவும் தன் கவலையை ஆளுநர் அவர்கள் வெளிப்படுத்தினார். மேலும் மூன்று இறப்புகள், அவர்களின் இடப்பெயர்தலில் நிகழ்ந்ததாகவும்,

எஞ்சியிருக்கும் எழுபது ஏழைக் கைதிகளின் உடல்நிலை குறித்தும் சென்னை அரசுக்குத் தெரிவிக்க உறுதியளித்தார். ஏனெனில், அவர்கள் நீரின்றி அடைந்த உண்மையான துயரங்கள் மற்றும் அவர்கள் முழு நேரமும் கைவிலங்கிடப்பட்டிருந்தனர்.[23] லெய்த் அவர்கள் இந்தியாவில் உள்ள அதிகாரிகளிடம் இந்தக் கைதிகளைக் கவனமாகக் கண்காணிக்க வேண்டும் என்றும், தீவில் தன்னிடம் இருந்த கடற்படைப் பிரிவுகளைக் கொண்டு அவ்வாறு செய்ய முடியும் என்று தனக்கு நம்பிக்கை இல்லை என்றும் கூறினார். எனவே, இந்நியாவிலிருந்து ஏற்கெனவே அனுப்பப் பட்டதாக அவர் நம்பிய ஆங்கில குழுமத்தின் இரண்டு கடற்படைப் பிரிவுகளின் வருகைக்காக அவர் ஆவலுடன் காத்திருந்தார். கூடுதல் முன்னெச்சரிக்கை நடவடிக்கையாக அவர் தன்னுடைய புதிய கைதிகளைப் புதியதாக வளர்ந்து வரும் வேலியிடப்பட்ட குடியேற்றத்திற்கு அப்பால், நாட்டுப்புறப் பகுதியிலுள்ள ஒரு வாடகை வீட்டில் வைக்க முடிவு செய்தார்.[24]

பினாங்கில் உள்ள ஜார்ஜ் டவுன் விரிவானது என்றும், வடக்கு மற்றும் கிழக்குப் பகுதி கடலாகவும், தெற்குப் பகுதி கடலின் நுழைவாயிலாகவும் எல்லையாக உள்ளது என்றும், இது பினாங்கின் ஆறு என்றும், மேற்கின் உயர்சாலை என்று அழைக்கப்படுகிறது என லெய்த் அவர்கள் விளக்கினார். செங்கோண வடிவத்தில் ஒன்றை யொன்று கடக்கும் தெருக்கள் அகன்ற இடமுள்ளதாகவும் காற்றோட்ட மாகவும் இருந்தன; ஆனால் முதலில் தெருக்கள் உயர்த்தப்படாமலும், நீர் வடிகட்டப் படக்கூடியதாக இல்லாமலும் வரிசையாக மட்டுமே இருந்தது. கடுமையான மழைக்குப் பிறகு அத்தெருக்களில் அடிக்கடி செல்ல முடியாததாக இருந்தன. மேலும், எல்லா நேரங்களிலும் அழுக்காகவும், தேங்கி நிற்கும் நீர் நிரம்பியதாகவும் அத்தெருக்கள் இருந்தன.[25] எனவே, லெய்த் அவர்கள் பல குற்றவாளிகளைத் தொழிலாளர்களைப் பயன்படுத்துவதற்கான நடைமுறையைத் தொடங்கியதோடு, தெருக்களை அமைக்கவும், நல்ல நிலையில் வைத்திருக்கவும் இந்தியாவிலிருந்து தேவையான பொருட்கள் வழங்கும்படி கல்கத்தாவில் உள்ள ஆங்கிலேய அரசிடம் கோரிக்கை வைக்க முடிவு செய்திருந்தார். 1800இல் பணியமர்த்தப்பட்ட குற்றவாளிகளின் எண்ணிக்கை 130 ஆக இருந்தது. 1805இல் 772ஆக அதிகரித்தது. இந்த மலிவான உழைப்பு முறை, வரவு செலவை மிச்சப்படுத்தியது.[26]

லெய்த்துக்குப் பிறகு வந்த ஆளுநர் பர்குஹார்சனும் தண்டனை பெற்ற தொழிலாளர்களின் பிரிவு அதிகரிப்பதற்கு ஆதரவாக இருந்தார்.

கப்பல் துறையில் மட்டும் ஆயிரம் குற்றவாளிகளை ஈடுபடுத்த முடியும் என்றும், இன்னும் அதிகமானவர்களை, மற்ற பொதுமக்களிடமிருந்து பினாங்கின் முன்னேற்றத்துடன் தொடர்புடைய பணிகளுக்குப் பயன் படுத்த முடியும் என்றும் அவர் கூறினார். அப்போது தோட்டத்தொழில் (80 குற்றவாளிகள்) பொதுப்பணிக்காக செங்கல் தயாரித்தல் (100 குற்றவாளிகள்), கால்வாய் வெட்டுதல் மற்றும் கால்வாய்ப் பாலம் அமைத்தல் (100 குற்றவாளிகள்), சுங்கச் சாவடியைக் கடந்து கடலுக்குள் கடற்பாலத்தை விரிவுபடுத்துகிறது (60 குற்றவாளிகள்), கட்டிடங்கள் மற்றும் கோட்டைகளைக் கட்டுதல் மற்றும் பழுது பார்த்தல் (60 குற்றவாளிகள்), புதிய சிப்பாய்ப் பிரிவு கட்டுதல் (50 குற்றவாளிகள்), துப்புரவு பணி (20 குற்றவாளிகள்), கடற்தளம் மற்றும் சுங்கச் சாவடியில் பணிபுரிதல் (10 குற்றவாளிகள்), சாலைகள் அமைத்தல் (59 குற்றவாளிகள்), அரசினர் இல்லத்தில் பணிபுரிதல் (30 குற்றவாளிகள்) எனப் பல்வேறு வேலைகளில் ஈடுபட்டிருந்த 772 குற்றவாளிகள் அவரிடம் இருந்தனர். கூடுதலாக, மேலும் 74 குற்றவாளிகள் வேலைசெய்ய இயலாதவர்கள். அவர்களில் 53 பேர் நோயாளிகளாக மருத்துவமனையில், 34 பேர் குணமடைந்தவர்களாகவும், 43 ஆண்டுகள் தங்கள் கெட்ட நடத்தையால் விலங்கிடப்பட்டும் இருந்தனர். இறுதியாக, அவருடைய எதிர்பார்ப்பு 2,000 பேர் கொண்ட தண்டனைத் தொழிலாளர்கள் படையைச் சேர்ப்பதாக இருந்தது. ஏனெனில், இவர்கள் பினாங்கில் சிறந்த தொழிலாளர்களாக இருந்தனர். மேலும் ஆங்கிலேயக் குழுமம் அவர்களின் ஏற்பாடுகளுக்கு மட்டுமே பணம் செலுத்துவதால், அவர்களின் உழைப்பு, உயர் மதிப்பீட்டில் கூட ஒரு மாதத்திற்கு ஆறு டாலர்கள் பெறும் கூலித் தொழிலாளர்களின் விலையில் பாதியாக இருக்க முடியாது.[27]

அம்பொய்னாவில் ஆங்கிலேயர் வலிந்து கைப்பற்றியதைத் தொடர்ந்து எதிர்காலத் தோட்டக்காரர்களிடையே ஆயிரக்கணக்கான மிளகுச் செடிகள் அதனுடன் சாதிக்காய், இலவங்கம் மற்றும் கிராம்பு மரங்கள் பினாங்குக்கு இடமாற்றம் செய்யப்பட்டு வழங்கப்பட்டது. 1805ஆம் ஆண்டு வாக்கில், பினாங்கு தீவில் 2,000 டன் மிளகு உற்பத்தி செய்யப்பட்டது. இது சீனாவின் காண்டன் பகுதியில் தேயிலைக்குப் பண்டமாற்று செய்யக்கூடிய ஒரு மதிப்புமிகு பொருளாக இருந்தது. 1809இல் பினாங்கு மிகவும் வசதியான மேலும் ஆங்கிலேயர்களுக்கு விரும்பத்தக்கச் சந்திப்பு இடமாகவும், புத்துணர்ச்சி அளிக்கும் இடமாகவும் விளக்கிக் கூறப்பட்டதுடன், மாட்சிமை பொருந்திய இந்திய படைப்பிரிவிற்கும் கல்கத்தா, சென்னை மற்றும் பம்பாய்

மேலும் சீனத் துறைமுகங்கள், மணிலா துறைமுகம் மற்றும் கிழக்குத் தீவுக் கூட்டத்தில் உள்ள வணிகப் புகலிடத்தில் மேற்கொள்ளப்படும் விரிவான வணிகத்தில் ஈடுபட்டுள்ள பெருமளவிலான மற்றும் மதிப்புமிக்கக் கப்பல் போக்குவரத்திற்கு உரிய இடமாகவும் இருந்தது. இந்தியாவின் கிழக்கு மற்றும் மேற்குப் பகுதிகளின் வணிகப் பொருட்களுக்கான ஒரு வணிக நடுவமாகவும், அபின், துணிவகைகள் மற்றும் இந்தியாவின் பிற பொருட்களைப் பண்டமாற்று செய்ய, வெற்றிலைப் பாக்கு மற்றும் மிளகு போன்றவற்றுக்கும் ஆயத்தமான மற்றும் பாதுகாப்பான வழிமுறைகளை பினாங்கு வழங்கியதோடு, மேலும் இவை மீண்டும் சீனச் சந்தைக்கு ஏற்றவையாக இருந்தன. அங்கு தேயிலைக்குப் பண்டமாற்று செய்யப்பட்டது.[28]

பினாங்கு தீவின் வளர்ச்சி மற்றும் வழங்கப்பட்ட வசதிகளினால், தமிழ் முசுலிம்கள் கெடாவிலிருந்து பெரிய அளவில் இடம் பெயர்ந்தனர். மேலும், சோழமண்டலக் கடற்கரையிலிருந்து நேரடியாக வந்த தமிழ் பேசும் இந்துக்கள் மற்றும் முசுலிம்கள் குடியேறி இருந்தனர். அவர்கள் பிளாங்கில் சூலியா தெரு என்ற தெருவில் தனித்தனியே வசித்து வந்ததோடு, சந்தைத் தெருவில் கடைகளும் வைத்திருந்தனர். பினாங்கில், சோழமண்டலக் கடற்கரையிலிருந்து வந்த புதிய குடியேற்றவாசிகள், ஏற்கனவே பலதரப்பட்ட தெற்காசிய மக்களை எதிர்கொண்டனர். இதில் கிழக்கிந்தியக் குழுமப் படைவீரர்கள், மெட்ராஸ் மற்றும் வங்காளத்தைச் சேர்ந்த சிறைத் தண்டனை பெற்ற தொழிலாளர்களோடு அதிக எண்ணிக்கையிலான சீனக்குடியேற்றக்காரர்களும் அடங்குவர்.[29]

தமிழ்நாட்டிலிருந்து வந்த பாளையக்காரக் கைதிகள் உடலுழைப்பு செய்வர் என்பதை ஒருபோதும் எதிர்பார்க்கவில்லை என்பதோடு, அவர்கள் குற்றவாளிகளிடமிருந்து தவிர்த்து வசித்து வந்தனர். பெரும்பாலும் அவர்கள் நகரத்திலும் அதைச் சுற்றியுள்ள பகுதிகளிலும், வேலை செய்து வாழ்ந்தனர். அவர்கள் தொடக்கத்தில் பினாங்கில் மீள்குடியேற்றப்பட்ட அனைத்து இந்தியக் கைதிகளுடன் ஒன்றாக இணைக்கப்பட்டனர். அவர்கள் அனைவருக்கும் ஒரே வகையான உணவுப் பொருட்கள் மற்றும் ஆடைகள் கிடைத்தன. இதில் ஒருவருக்கு ஒரு நாளைக்கு 1 சீர் அரிசி, மாதத்திற்கு 1½ சீர்கள் உப்பு, 1½ சீர்கள் நெய், மேலும் ஆண்டுக்கு 1 ஆடைத்துண்டு கிடைத்தது. பாளையக்காரர்களின் வாழ்க்கை சில வழிகளில் தண்டனை பெற்றவர்களுடன் குறுக்கிட்டு இணைவது போலவும், வேறு வழிகளில் பிரிந்து செல்வது போலவும் இருந்தது. அவர்கள் தங்கள் சிறப்புத் தகுதி மற்றும் சூழ்நிலைகளை வலியுறுத்துவதன் மூலம், தங்கள் வேறுபாடுகளைக் கண்டறிந்து

செயற்பட்டனர். அவர்களின் மாறுபட்ட மற்றும் உயர்ந்த தகுதி குறித்தது இந்த வலியுறுத்தலாக இருந்தது. சிறந்த வாழ்க்கை நிலைக்காகவும், இறுதியாக வீடு திரும்புவதற்கான விடுதலைக்காகவும் தொடர்ந்து அழுத்தம் கொடுக்கப்பட்டது. 1809இல் துரைசாமி அவர்கள் முதல் முறையாக ஒரு நல்ல நிலைமைக்கான ஓர் கோரிக்கை அறிக்கையை வெளியிட்டார். அது அவருக்கு வழங்கப்பட்டது. துரைசாமி அவர்கள் நாடுகடத்தப்பட்டு ஏழு ஆண்டுகள் முடிந்திருந்ததால் தண்டனைக் கைதிகள் நாடுகடத்தப்பட்ட மிகக் குறுகிய காலத்திற்குள் விடுவிக்கப்பட்ட அந்த நேரத்தில் இதைப் பற்றி வெளிப்படையாக அவர் பேசினார். அப்பொழுது அவரும் அவருடனிருந்த கைதிகளில் 24 பேர்கள் மட்டுமே இருந்தனர். முதல் எழுபத்து மூன்று பேரில் நாற்பத்தொன்பது பேர் இறந்து விட்டனர். துரைசாமிக்கு விதிவிலக்கு அளிக்கப் பினாங்கு அரசு ஒப்புக்கொண்டது. அதனால் அவர் கீழ்நிலையிலுள்ள கைதிகளுக்கு வழங்கப்பட்ட வாழ்வாதாரத்தைப் பெற வேண்டியதில்லை. அதற்கு மாற்றாக, அவருக்கு மாதம் 20 ஸ்பானிய டாலர்கள் வழங்கப்பட வேண்டும், ஓர் அதிகாரி கூறியதுபோல் அவருக்கு வெகுமதியாக சிறப்பு மருத்துவம் கொடுக்கப்பட்டது. ஏனென்றால், அவருடைய முன்மாதிரியான நடத்தை, இப்போதுள்ள இடையூறுகளுக்கு முன்பு, அவர் தன் சொந்த நாட்டில் பெற்றிருந்த பதவி மற்றும் அவருடைய இளமை, பாளையக்காரர் போர்களில் அவர் முதன்மையான பங்கு வகிக்கவில்லை என்று பொருள் கொள்ளப்பட்டது.[30] 1810இல் அரியத்வா என்ற ஐம்பத்தைந்து அகவையுடைய ஒருவர் உடல்நிலை சரியில்லாதவர் என விளக்கமளிக்கப்பட்டார். அவர் கை கால் வீங்கி நோயால் பீடிக்கப்பட்டு அவரின் முகம் ஒரு பக்கம் வீங்கியிருந்ததோடு முகத் தோற்றமும் மாறியிருந்தது. சென்னை மற்றும் பினாங்குக்கு இடையே செல்லும் ஒரு படகில் அவர் தப்பிச் சென்று விட்டார் என்று நம்பப்பட்டது.[31]

தமிழ்நாட்டில் இருந்து முசுலிம் மற்றும் இந்து வணிகர்கள் பெரிய அளவில் பினாங்கிற்குச் சென்று வந்தனர். மேலும் 1810இன் அதிகாரப்படியான பதிவின்படி பினாங்கில் குடியேறிய மிகப்பெரிய இனக் குழுக்களான தமிழர்கள் 5,604 ஆகவும், சீனர்கள் 5,088 ஆகவும் இருந்தனர்.[32] அவர்கள் மட்டுமே ஜார்ஜ் டவுனின் நிலையான குடியிருப்பாளர்கள். மேலும் அதிகமான மக்களும் தீவின் வெளிப் பகுதிக் குடியிருப்புகளில் வசித்து வந்தனர். படைவீரர்கள், இராணுவ முகாமைப் பின்பற்றுபவர்கள், கப்பலோட்டிகள் மற்றும் குற்றவாளிகள் எனச் சுற்றித்திரியும் பெரிய மக்கள்தொகை கொண்டதாக அது இருந்தது.

நான்கு ஆண்டுகளுக்குப் பிறகு 1814இல் மீதமுள்ள பதினாறு தமிழ்நாட்டிலுள்ள குற்றவாளிகளால் கூட்டாகவும், தனித்தனியாகவும் தொடர்ச்சியான மனுக்கள் அளிக்கப்பட்டன. விஜயநகரப் பேரரசின் காலத்தில் தமிழ்நாட்டில் அவர்கள் குடியேறியதால் அவர்களின் தாய் மொழியான தெலுங்கில் பல மனுக்கள் கையெழுத்திடப்பட்டன. ஒரு மனுவில் முன்னாள் பாளையக்காரர்களான ஏழுஆயிரம் பண்ணைப் பாளையத்தின் அண்டூ கொண்டா உன்னம், திருநெல்வேலி சமீன்தார் இராமசாமி நாயக்கர், சாமி சமீன்தார், குளத்தூர் வெளலசுவாமி நாயக்கர், கிருஷ்ண ஐயர், விடுல ஜமீன்தார், பாஞ்சாலம் இராமசாமி, புளியரை மாயத்தேவன் போன்றோரின் பெயர்கள் இருந்தன. இந்த மனுக்கள் விடுதலை குறித்தும், தமிழ்நாட்டிற்குத் தாங்கள் திரும்ப வேண்டும் என்றும் கோரியது. சென்னையில் உள்ள அவர்களுடைய உறவினர்கள் பலர் விடுவிக்கப்பட்டதாக தமிழகக் கடற்கரையிலிருந்து கடைசிக் கப்பல்களில் இருந்து வந்தவர்கள் மூலம் பெற்ற செய்தியால் அந்த நேரத்தில் ஒரு கோரிக்கை தூண்டப்பட்டது. அண்டூ கொண்டா உன்னத்தின் வேண்டுகோள் யாதெனில், அவர் பதினாறு அகவைச் சிறுவனாக இருந்தபோது, அவருடைய பெருநிலக்கிழாரின் (சமீன்தாரின்) தனிப்பட்ட நிருவாகம் இல்லாதபோது, அவரை நாடுகடத்தியதாக, அவருடனிருந்த பிற கைதிகள் பலர் கூறியிருக்கலாம் என்று, ஒரு வாதத்தினிடையே கூறினார். மேலும் அவர் தன் மாமாவுடன், அவருடைய தாயின் பக்கத்தில் கொண்டு செல்லப்பட்டார். மேலும் பிந்தையவரின் அமைச்சர் மிகவும் குற்றவாளியாக இருந்தார். ஆனால் அவர்கள் இருவரும் சென்னையில் இறந்து விட்டனர். இரண்டு ஆண்டுகள் அவர் சென்னையில் சிறைவாசமும், பதின்மூன்று ஆண்டுகள் பினாங்குத் தீவில் அடைக்கப்பட்டும் காலம் நீடித்தது. மிகக் கடுமையான மீறுதலுக்கும், குறிப்பாக உறவினர்களின் தேவையினால், அவர் பட்ட மிகப்பெரிய துயரத்திற்கும், அது போதுமான பரிகாரமாக இருந்தது. மேலும் நண்பர்கள், பெற்றோர், உடைமைகள் மற்றும் அவர் குழந்தைப் பருவத்தில் எளிதாக வதைக்கப்பட்டு, நாடு கடத்தப்பட்ட அவருடைய இளமையைக் கடக்கத் திணறினார் என்பதைச் சொல்ல, கடினமாக இருந்தது. மனைவி, குழந்தை, மகிழ்ச்சி அல்லது ஆறுதல் என எல்லாவற்றிலும் பெருமிதம் கொள்ள முடியாததால், அவருடைய வாழ்க்கையில் கொஞ்சமும் மிச்சமில்லை. எனவே அவர் பெற்றோர் மற்றும் உறவினர்களிடம் செல்ல திரும்ப வலியுறுத்தினார்.[33]

பினாங்கு அதிகாரிகள் இந்த மனுக்களை ஏற்றுக்கொள்ளும் வகையில் அனுப்பினர். குறிப்பாக, அந்தந்தத் தலைவர்களைச் சார்ந்து

இருந்தவர்கள், அல்லது வேறு வழியின்றி இருந்த பதினாறு பேர் மட்டுமே, இப்போது எஞ்சியுள்ளனர். அவர்கள் சென்னை அரசினர்க்குத் தெரிவித்தபடி, எஞ்சியிருக்கும் இந்த மகிழ்ச்சியற்ற சிலரின் பக்கம், நீதியும் மாந்தநேயமும் இருந்தன. அவர்கள் பினாங்குத் தீவுக்கு வந்ததிலிருந்து, அவர்களுடைய பொதுவான மற்றும் தனிப்பட்ட நடத்தை என்பது, வழக்கமான ஒழுங்கான மற்றும் அமைதியான நடத்தையின் தன்மை குறிப்பிடத்தக்கதாய் இருந்தது. அவர்கள் தங்களுடைய நண்பர்கள், குடும்பங்கள் மற்றும் சொந்த நாட்டிலிருந்து பிரிந்து, பினாங்கு அரசிடம் சேர்க்கப்பட்டனர். மேலும், தங்கள் நாடு அமைதியான நிலையை அடைந்து வருவதால், எதிர்காலச் சிக்கல் களைப் பற்றி அஞ்சாமல், மீண்டும் அவர்கள் நாடு திரும்ப விரும்புவது இயற்கையானதே. இருந்தபோதிலும் கிருஷ்ணய்யர் மனுக்கள் தவிர மற்ற மனுக்கள் மறுக்கப்பட்டன.[34]

திருநெல்வேலி குற்றவியல் நடுவர் அவர்கள் பாளையக்காரர்கள் நாடுகடத்தப்படுவதற்கு வழிவகுத்த இரண்டு கிளர்ச்சிகளின் வன்முறை நிகழ்வுகளை முதலில் விளக்கக் கடமைப்பட்டதாக உணர்ந்த அவர், முன்னாள் பாளையக்காரர்களில் தப்பிப் பிழைத்தவர்கள் திரும்பி வர இசைவு வழங்கவில்லை. இப்போது எவ்வகையான ஆதரவுமின்றி இருப்பவர்கள், மற்றும் முன்பு பாளையக்காரர் கிளர்ச்சியாளர்களை ஆதரித்தவர்களால், அரசினரின் அதிகாரத்திற்கு ஏதேனும் புதிய சாவல்கள் இருக்குமோ என அவர் கவலைப்படாமலும், கைதிகள் நாடு திரும்புவது பலருக்குக் கொந்தளிப்பான விளைவை ஏற்படுத்தும் என்பது குறித்து, அவர் சிறிது கவலை தெரிவித்தார். விடுதலை அளிக்கப்பட்டு நாடு திரும்ப வேண்டி விண்ணப்பித்தவர்கள் திரும்பிச் செல்ல அனுமதிக்கப்பட்டால், அவர்கள் முன்பு செல்வச் செழிப்புடனும் அதிகாரத்துடனும் இருந்த தங்கள் மாவட்டத்திற்குத் திரும்பி வந்தால், அது கவலையளிக்கக்கூடிய சூழ்நிலை என்றும் அவர் குறிப்பிட்டதோடு, விற்கப்படட அவர்களின் நிலங்கள் அல்லது மற்ற பாளையக்காரர்களுக்குக் கொடுக்கப்பட்ட நிலங்கள் குறித்து, அவர்கள் ஒரு சூழ்நிலையை எதிர்கொள்ளக் கூடும் என்றும் அவர் கருதினார். இத்தகைய சீர்கேடான நிலையில், தங்களைக் கண்டு அறிவதால் அவர்கள் எந்த மாற்றத்தையும் பயனுள்ளதாகக் கருதுவார்கள் என்றும், உயிரிழப்பைத் தவிர இடர் எதுவும் இல்லை என்றும், எந்த வகையான மக்கள் மீதும் குறைந்த மதிப்பை வைத்தாலும், மற்றொரு கிளர்ச்சியில் காலடி எடுத்து வைப்பதற்குத் தங்களால் இயன்ற அனைத்தையும் செய்வார்கள் என தெரிவித்தார்.[35]

1815இல் (அடுத்த ஆண்டு) மீண்டும் கைதிகள் தங்கள் முறையீடுகளைச் செய்தனர். இம்முறை கிருஷ்ண ஐயர் மேலும் விடுவிக்கப்பட்டு தமிழகக் கடற்கரைக்கு அவர் திரும்பினார் என்று அவர்கள் குறிப்பிட்டனர். பதினான்கு ஆண்டுகள் நாடு கடத்துதல் என்பது கொடூரமான குற்றங் களுக்குக்கூட, எளிய தண்டனையாகக் கருதமுடியாது என்றும் அவர்கள் வலியுறுத்தினர். இந்து மதத்தில் இராமாயணம் என்ற மாபெரும் காவியத்தில், கடவுள் இராமர் பதினான்கு ஆண்டுகள் வனவாசம் செய்த எண்ணிக்கையை இது குறிக்கிறது என்று, அவர்கள் இந்த நேரத்தில் பேசினர். இந்தக் குற்றவாளிகள் நன்மை மற்றும் தீமை ஆகியவற்றின் கருப்பொருள்கள், மற்றும் நாடுகடத்தப்பட்ட கைதிகள், மற்றும் இலங்கை பற்றிய கதைகள், தீய அரக்கன் இராவணனின் தீவுத் தலைநகரம் குறிப்பாக, கடலின் குறுக்கே வெவ்வேறு தீவுகளுக்குக் கொண்டு செல்லப்பட்ட கைதிகள் மற்றும் குற்றவாளிகளை ஈர்க்கும்படியாக இருக்கிறது. உண்மையில், குற்றவாளிகள் எங்கு கொண்டு செல்லப்பட்டார்கள் என்பதைக் கூட பொருட்படுத்தாமல், பெரும்பாலும் அவர்களின் தண்டனைக்கான குடியேற்றங்களாக இலங்கையே கருதப்பட்டது.[36]

விடுதலை கிடைக்காத நிலையில் குற்றவாளிகள் தங்களைத் தாங்களே வேறுபடுத்திக் காட்டும் வகையில் வடிவமைக்கப்பட்ட விதிமுறைகளையும் விண்ணப்பதாரர்கள் வலியுறுத்தினர். தங்களுக்கு இன்னும் தாராளமாக உதவித்தொகை தேவை என அவர்கள் தங்கள் கோரிக்கையை முன்வைத்தனர். அவ்வுதவித்தொகை அப்போது மாதந் தோறும் 6 டாலர்கள் மட்டுமே. மேலும் அத்தொகை பொதுவான தொழிலாளர்களின் ஊதியத்தைவிட அதிகமாக இல்லை.[37] அடுத்தடுத்து வந்த விண்ணப்பங்களில் விடுதலை மற்றும் சலுகைகள் என்ற வாசகங்கள் தொடர்ந்து பேசப்பட்டன. திருநெல்வேலி குற்றவியல் நீதிபதியின் எதிர்ப்பு காரணமாக 1814இல் அவர்கள் வேண்டுகோள்கள் கடுமையாக மறுக்கப்பட்டன என்று குறிப்பிடுவதை இன்னும் வலியுறுத்துவதுபோல் தெரிகிறது.

1817இல் குற்றவாளிகள் தங்களின் உதவித்தொகை அல்லது ஓய்வூதியத்தை உயர்த்துவதற்கான கோரிக்கைகளை மீண்டும் மீண்டும் செய்தனர். ஒருமுறை அவர்கள் இந்தப் படித்தொகையைப் பற்றிக் குறிப்பிட்டதுபோல, அரசினர்க்கு முன் பணியாற்றுவதற்காக அவர்கள் ஊதியம் பெறுவது போல, உள்ளூர் அதிகாரிகள் அவர்கள் ஒவ்வொரு வருக்கும் 15 டாலர்கள் மாதந்தோறும் உதவித்தொகையை வழங்க வழி செய்தது.[38] ஆடைகளுக்குப் பதிலாக 1 டாலர் உதவித்தொகையை

உயர்த்துவதற்கான 1818இல் வைத்த கோரிக்கையை சென்னை படைத் துறையில் அதிகாரியாக இருந்து, அக்குற்றவாளிகளுக்கு எதிராக நடந்து கொண்ட ஜே.ஏ.பேனர்மேன் அவர்களே, தற்செயலாக 1817இல் பினாங்கு ஆளுநராகப் பதவி வகித்தார். அவருடைய புதிய பதவியில், அவர் 12 பாளையக்காரர்களிடம் மிகவும் அன்பாக நடந்து கொண்டார்.[39] தப்பிப் பிழைத்த கைதிகள் அவர்கள் முன்பு அறிந்திருந்த ஜேம்ஸ் வெல்ஷையும், அந்த ஆண்டு எதிர்கொண்டனர். அவர் பானர்மேனுடன் சண்டையிட்டார். அவர் அவர்களைப் பாளையங் கோட்டைச் சிறையிலிருந்து தூத்துக்குடிக்கு அழைத்து வந்து, அட்மிரல் நெல்சன் கப்பலில் பினாங்குக்கு அழைத்துச் சென்றார்.

வெல்ஷ் அவர்களின் 1818ஆம் ஆண்டு கணக்கு ஒரு வெளிப் படையான பார்வையை வழங்குகிறது. ஒரு பரிதாபமான நலிந்த முதியவர் ஒருவரிடமிருந்து, திடீர் வருகையொன்று நடந்ததாக அவர் கூறினார். அவருடைய பெயரையும் தொழிலையும் கேட்டபொழுது, அவருடைய முகத்தைச் சிறிது நேரம் பார்த்தார். அவருடைய கன்னத்தில் கண்ணீர் வழிந்தது. மேலும் அவர் துரைசாமி என்ற சொல்லை நீண்ட நேரம் கூறிக் கொண்டேயிருந்தார். இது ஜேம்ஸ் வெல்ஷின் நெஞ்சத்தில் ஒரு குத்துவாள் குத்தியதைப் போலிருந்தது. வெளிப்புறத்தோற்றத்தில் அருவருப்பாக, முழுவதும் முகம் மாறியும், ஆனால் இன்னும் அதே மனதுடன், முன்னாள் நாட்கள் மற்றும் முன்னாள் நட்பை நினைவுகூரும் வகையில் இந்த இரங்கத்தக்க இளம் கைதி, அவர் முன் நின்றான். அவனுடைய பெயரைக் கேட்டதும் பாசத்துடனும், மிகுந்த அச்சத்துடனும் பதவியில் அவர் இப்போது உயர்ந்திருந்ததால், உண்மை வெதும்பினார். வழங்கப்பட்ட சிறிது உணவும், சந்தையில் பொருட்கள் வாங்கக் கொடுக்கும் சிறிது பணமும் போதாது என்பதை அவர் நன்கு உணர்ந்திருந்தார்.[40] இவை ஒரு குற்றவாளிக்கு 2 டாலர்கள் மதிப்புள்ளதானாலும், அவனுடைய துயரத்தை குறைக்க உதவுகிறது என அறிந்தார். துரைசாமி அவர்கள் வெல்ஷ் அவர்களிடம் தன் குடும்பத்திற்குக் கடிதங்களை கொண்டு செல்பவராக இருக்கக் கெஞ்சிக் கேட்டுக் கொண்டார். ஆனால், இது ஏற்கெனவே உள்ள உத்தரவுகளுக்கு முரணானது என வெல்ஷ் புரிந்து கொண்டார். அது அவருக்கும் துரைசாமிக்கும் இடையே தொல்லையை ஏற்படுத்தும் என்பதால் தயங்கினார்.[41]

ஆங்கிலக் கிழக்கிந்தியக் குழும இயக்குநர்கள் ஓர் அப்பாவியை விடுவிப்பதன் மூலம் அவனுடைய துன்பங்களைத் தணிக்கலாம் என்றும், தமிழ்நாட்டில் அப்போது முழுவதுமாக ஆங்கிலேயரால்

குடியேற்றப்பட்ட பகுதியாகிவிட்ட நிலையில் அரசின் கொள்கையைப் பொறுத்தமட்டில், துரைசாமியை விடுவிப்பது போன்ற இரக்க நடவடிக்கைகளினால் எந்தத் தீய விளைவுகளும் ஏற்பட வாய்ப்பில்லை என்று வெல்ஷ் நம்பினார்.[42]

ஆகஸ்டு 1818க்குள் அரசின் மிக உயர்ந்த மட்டத்தில் நடத்தப்பட்ட விவாதங்கள், கட்டுப்பாட்டு வாரியம் பாளையக்காரர்கள் பல ஆண்டு களாகத் தெளிவாக வெளிப்படுத்திய கூற்றுகள் அடிப்படையில் பக்க பலமாக இருந்ததால், இறுதியாக இலண்டனில் உள்ள அதிகாரிகள் ஆகஸ்டு 1818க்குள் கைதிகளை விடுவிக்க முடிவு செய்தனர். விண்ணப்பதாரர்கள் கைது செய்யப்பட்டபோது தாங்கள் இளைஞராக இருந்ததாகவும், கிளர்ச்சியில் அவர்கள் தீவிரமாக ஈடுபடவில்லை எனவும், தப்பிழைத்தவர்கள் பெரும்பாலும் தாழ்ந்த தரவரிசையில் இருந்தவர்கள் என்றும், விண்ணப்பதாரர்களின் நீண்டகால வலியுறுத்தல்கள் கட்டுப் பாட்டு வாரியத்தில் எதிரொலித்தது. வாரியத்தின் சொற்களின்படி அந்தக் காலகட்டங்களில் விண்ணப்பதாரர்கள் தங்கள் பெற்றோரின் முழுமையான கட்டுப்பாட்டின் கீழ் இருந்திருக்க வேண்டும். எனவே அநீதியின்றி அவர்களுடைய குற்றத்தில் பங்கேற்பதாகக் கருத முடியாது. இருப்பினும் அவர்கள் அதே கடுமையான தண்டனைக்கு உட்படுத்தப் பட்டனர். மேலும் விண்ணப்பங்களில் ஒன்றிலிருந்து மேற்கோள் காட்டப்பட்ட சொற்களில் மிகவும் உண்மையாகக் கூறப்பட்டுள்ளபடி, தங்களுடையதல்லாத குற்றங்களை மன்னிக்க வேண்டும். அவர்கள் நாடு கடத்தப்படுவது தொடருமானால், உயரிய அளவில் அது நீதியற்றதாக இருக்கும் என்று அது கணித்தது. எனவே, கட்டுப்பாட்டு வாரியத்தின் உத்தரவு என்னவென்றால், அவர்கள் தங்கள் உறவினர்கள், அல்லது அவர்களில் இன்னும் உயிர் வாழக்கூடியவர்களுடன் மீண்டும் வசிக்க அனுமதிக்கப்பட வேண்டும். மேலும், அவர்கள் ஒவ்வொருவருக்கும் நிலத்திலோ அல்லது பண உதவித் தொகையிலோ, அவரவர் விருப்பப்படி படிகள் அல்லது அவர்களுடைய உணவுப் பொருளுக்கு ஆதரவுக்குப் போதுமான ஏற்பாடுகள் ஆகியனவற்றை நிறைவேற்றும் வகையில். பினாங்கு ஆளுநர் அவர்கள் சிறந்த முறையில் தீர்ப்பளிப்பார் எனக் கட்டுப்பாட்டு வாரியம் கூறியது. ஊமைத்துரையின் உறவினர்கள் அண்மையில் சென்னையில் விடுதலை செய்யப்பட்டதையும், வாரியத்தின் கடிதம் அதில் குறிப்பிடுகிறது. அதன் கோணத்தில் பினாங்கில் கைதி களாக அவர்கள் தங்கியிருப்பதை ஞாயப்படுத்துவது என்பது மிகவும் கடினமாக இருந்தது. அந்தக் கைதிகள் திரும்பி வர இசைவு வாங்குவதில், எந்த இடையூறும் இல்லை என்பது தெளிவாகிறது. மேலும், நாடு

கடத்தப்பட்ட ஆண்டுகளில் ஒழுங்கான நடத்தை மற்றும் எவ்வகைப் பாதிப்புமில்லாத சில தெளிவற்றவர்கள் நாடு திரும்புவதால், குழுமத்தின் அதிகாரம் பலம் வீழும் அல்லது இடையூறாக இருக்கும் என்று அஞ்சுவதற்கு, எந்த ஞாயமான காரணமும் இல்லை என்று வாரியத்தின் கடிதம் கூறியது. நாடுகடத்துதல் முதலில் ஞாயமானதாகவும் சரியான தாகவும் இருந்தபோதிலும், நாடுகடத்தப்பட்டவர்களின் துயரங்கள் நீதி மற்றும் அவர்களுடைய காப்புறுதி ஆகிய இரண்டின் அனைத்து முடிவுகளையும், மனநிறைவுடன் நம்புவதைத் தவிர கட்டுப்பாட்டு வாரியம் விரிவுபடுத்த விரும்பவில்லை.[43]

இதற்கிடையில் துரைசாமி காலமானார் என்று அறிப்படுகிறது. தேசத்தின் இப்போதைய நிலை காரணமாக அவர்களைத் திரும்ப அனுமதிப்பது பாதுகாப்பானது என்று சென்னை அதிகாரிகள் ஒப்புக் கொண்டனர். 1812 முதல் அவர்களுக்கு பொறுப்பதிகாரியாக இருந்த ஜே.எம்.கூம்ப்ஸ் அவர்களின் சீரான நடத்தை சரியான மற்றும் மனநிறைவான முறையில் அவர்கள் நடந்துகொண்ட முறையை எண்ணிப் பார்த்த அந்த அதிகாரி, அவர்களின் விடுதலையை அவர்களுக்கு அறிவித்தார். ஆனால், குற்றவாளிகள் அந்த வாய்ப்பைப் பயன்படுத்திக் கொண்டு, அவர்கள் அங்கிருந்த காலத்தில் தங்களுக்குத் துணையாக இருந்த பத்து பேர்களைத் தங்களோடு அழைத்துச் செல்ல இசைவினைக் கோரினர்.[44] எவ்வாறாயினும், அவர்கள் நாடுகடத்தப்பட்டதைப் போலவே, அவர்கள் நாடு திரும்புவதற்கும் பேச்சு வார்த்தைகள் தேவைப்பட்டன. இதில் திருநெல்வேலி குற்றவியல் நீதிபதி மற்றும் சென்னை அரசின் கருத்து கேட்கப்பட்டது. மீதமுள்ள ஏழு குற்றவாளிகளை மீண்டும் தன் மாவட்டத்திற்குள அனுமதிக்கக் குற்றவியல் நீதிபதி அவர்கள் மறுத்துவிட்டதால், அவர்களைத் தங்க வைப்பதற்கு மற்ற இடங்களைக் கண்டுபிடிப்பதே ஒரே தெரிவாக இருந்தது. தமிழ்நாட்டில் வடக்கே கணிசமான தொலைவில் அமைந்திருந்த செங்கல்பட்டு, அரசின் இருக்கையான மெட்ராசு நகருக்கு அருகிலிருந்ததால், அங்கிருந்து அவர்களைக் கண்காணிக்க அதிகாரிகளுக்கு சிறப்பான நிலை இருந்தது. ஆறு கைதிகள் அரசின் சலுகையை ஏற்கத் தயாராக இருப்பதாகத் தெரிவித்தனர். அவர்களைத் திருச்சிராப்பள்ளிக்கு இடமாற்றம் செய்ய முன்வரவில்லை என்றாலும், அவர்கள் தங்கள் சொந்த ஊருக்கு நெருக்கமாக இருந்ததால், அவர்களின் உறவினர்களைப் பார்க்கும் வாய்ப்புகள் உள்ளன. ஆனால், எழுத்தில் உண்மையைக் கூறவில்லை. ஆண்டுகொண்டா உன்னம் என்பவர் செங்கல்பட்டை ஏற்றுக் கொள்ளக் கூடிய ஒரு இடமாக இருக்க மறுத்து விட்டதோடு, அவர் மதுரையை

தான் விரும்பிய இடமாக ஒரே பிடிப்புடன் குறிப்பிட்டார்.[45] அவர்களை மீண்டும் சென்னைக்கு அனுப்பி வைத்ததன் மூலம் தொடக்கத்திலேயே சிக்கல் தீர்க்கப்பட்டது. விடுவிக்கப்பட்ட குற்றவாளிகள் செங்கல்பட்டில் ஏவலர்களின் காவலில் வசித்து வந்தனர். 1825இல் கிட்டதட்ட கால் நூற்றாண்டுக்குப் பிறகு, எஞ்சியிருந்த ஐந்து குற்றவாளிகள் திருநெல்வேலிக்குத் திரும்ப இசைவளிக்கப்பட்டது. அவர்கள் அரசால் சொல்லப்பட்ட வீட்டில் வசிக்க வேண்டும். ஏவலர்களின் காவலில் நாள் அடிப்படையில், அரசால் ஏற்றுக்கொள்ளப்பட்ட நாள்படி தரும் செயற்பாட்டைப் பின்பற்ற வேண்டும். மற்றும் இரவில் அவர்களுக்கு ஒதுக்கப்பட்ட வீட்டில் தங்க வேண்டும்.[46] இதனால் தமிழ்நாட்டிலிருந்து பினாங்குக்கு நாடு கடத்தப்பட்டுத் திருநெல்வேலிக்குத் திரும்பிய கைதிகளின் வாழ்க்கை துயரம் நிறைந்ததாக இருந்தது.

முடிவாக, டச்சுக் குழுமம் இலங்கையில் இருந்து குற்றவாளிகளை ஏற்றிச் சென்று தூத்துக்குடி மற்றும் ஆலந்தலையைத் தண்டனைக் குடியேற்றப் பகுதியாகக் கண்டறிந்தது என நாம் கூறலாம். குற்றவாளிகள் டச்சுக் கப்பல்கள் மற்றும் உள்நாட்டுத் தோணிகளில் இருந்து சரக்கு களை ஏற்றி இறக்கும் பணியில் ஈடுபடுத்தப்பட்டனர். இருப்பினும், ஆங்கிலேயரால் பினாங்குக் கொண்டு செல்லப்பட்ட அரசியல் குற்றவாளிகள் உடல் உழைப்புக்கு அமர்த்தப்படவில்லை. எனினும், அவர்களை நடத்தும் முறை கடுமையாக இருந்தது. 1814இல் பினாங்கில் உள்ள ஆங்கிலேய அரசிடம் அவர்கள் அளித்த விண்ணப்பத்தில் தன் பதினாறு அகவையிலேயே பாளையக்காரக் கிளர்ச்சியாளர்களுடன் அழைத்துச் செல்லப்பட்ட திருநெல்வேலியைச் சேர்ந்த அண்டூ கொண்டா உன்னம் என்பவர் தமிழ்நாட்டிற்கு திரும்புவதற்கு இசைவினைக் கேட்டார். பினாங்கில் அவர் பதின்மூன்று ஆண்டுகள் நாடுகடத்தப் பட்டதைத்தவிர, தொடக்கத்தில் அவர் சென்னையில் அடைத்து வைக்கப்பட்டிருந்த இரண்டு ஆண்டுகளையும் அவர் விண்ணப்பத்தில் எழுதினார். நிச்சயமாக இது உறவினர்கள் மற்றும் நண்பர்களின் தேவை காரணமாக அவருக்கு அதிக அளவில் மன உளைச்சலை ஏற்படுத்தி யிருக்க வேண்டும். இவ்வாறு நாடுகடத்தப்பட்ட பலர் அடைந்த மன மற்றும் உடல் துயரங்கள் இரக்கத்தைத் தூண்டும் கதைகளாக நமக்குச் சொல்கின்றன.

அடிக்குறிப்புகள்

1. Letter of Miguel Ferreira to Dom Joao de Castro written from Mylapore dated 28 March 1546, in Georg Schurhammer & E.A. Voretzsch, Ceylon Zurr Zeit des Konigs Bhuvaneka Bahu und Franz Xaviers, 1539-1552,

II vols., Leipzig, 1928, p. 347, p. 142, n.6.; See Fernao de Queyroz, The Temporal and Spiritual Conquest of Ceylon, S.G. Pereira, trs. Colombo, 1930, Conquista, 144.

2. Gaspar Correia, Lendas da India, ed. M. Lopes de Almeida, 4 vols. Porto, Lello & Irmao, 1975, vol. IV, p. 325.

3. Georg Schurhammer, Francis Xavier, His Life, His Times, 4 vols. Roma, 1973– 82, vol. II, pp. 470– 1; see also letter of Francis Xavier to the Society of Jesus written from Cochin dated 27 January 1545, in Schurhammer and Voretzsch, Ceylon Zurr Zeit des Konigs, p. 143.

4. Letter of Francis Xavier to Diogo de Borba and Misser Paulo, written from Mylapore dated 8 May 1545, in Schurhammer and Voretzsch, Ceylon Zurr Zeit des Konigs, pp. 146– 7; See the English Translation, S. Jeyaseela Stephen. Portuguese in the Tamil Coast: Historical Explorations in Commerce and Culture, 1507-1749, Pondicherry, 1998, pp. 400-403, Appendix no.6.

5. Letter of Miguel Ferreira to Dom Joao de Castro written from Mylapore dated 28 March 1546, in Schurhammer and Voretzsch, Ceylon Zurr Zeit des Konigs, pp. 347– 8.

6. S. Jeyaseela Stephen, A Meeting of the Minds: European and Tamil Encounters in Modern Sciences, 1507–1857, Delhi, 2016, pp. 440–1.

7. W. Ph. Coolhas, ed., Generale Missiven van de Gouverneurs-Generaal en Raden Aan Heren XII der Verenigde Ossitindische Compagnie, 9 vols, S' Gravenhage, 1960-84 (hereafter GM), vol. VII, pp. 24 and 183.

8. Ibid.

9. GM, vol. X, p. 896.

10. GM, vol. VII, p. 183.

11. GM, vol. X, p. 202.

12. GM, vol. X, p. 426.

13. Naational Archief (hereafter NA) Den Haag, Mss VOC 2663, fl.938r-941 (14 November 1746).

14. L. Hovy, Ceylonees Plakkaatboek: Plakkaten en Andere Wetten Uitgevaardigd door het Nederlandse Bestuur op Ceylon, 1638–1796, 2 vols, Hilversum, Verloren, 1991, vol. II, p. 603, plakkaat, pp. 425–430.

15. Ibid., vol. II, p. 783, plakkaat, pp. 539–549.

16. Sri Lanka National Archives (SLNA), Colombo, VOC Archives, Record group 1, inventory no. 6470.

17. Cleveland Public Library, Ohio, USA, MS East India Company, 1807, Report on the Origin, Progress and Termination of the Poligar Wars in the Southern Provinces.

18. Ibid.

19. James Welsh, Military Reminiscences: Extracted from a Journal of Nearly Forty Years' Active Service in the East Indies, London, Smith, Elder, 1830, p. 130.

20. James Welsh, Military Reminiscences, pp. 133-34.
21. BL, BC, 1803-04, extract of Rochead letter, Fort St. George, Military, no. 2737.
22. BL, BC, 1803-04, F/4/155 (2965 to 2744), 2737, letter of Rochead to government dated 8 March 1803-04.
23. BL, BC, 1803-04, F/4/155, 2737, See the letter of Leith to government.
24. Ibid.
25. George Leith, A Short Account of the Settlement, p. 24.
26. Kernial Singh Sandhu, 'Tamil and other Indian Convicts in the Straits Settlements AD. 1790–1873', Proceedings of the First International Conference of Tamil Studies, Kuala Lumpur, 1968, vol. 1, pp. 197–208.
27. BL, Bengal Public Consultations (hereafter BPC), 1805, P/6/12, letter of R. T. Farquharson to government, dated 15 March 1805, 16 May 1805 and 6 June 1805.
28. BL, OIOC, SSFR, G/34/23 (6 July to 28 December 1809), see the minute by Philips on 30 November 1809.
29. J. F. A. Mc Nair, assisted by W. D. Bayliss, Prisoners Their Own Warders: A Record of the Convict Prison at Singapore: Together with a Cursory History of the Convict Establishments at Bencoolen, Penang and Malacca from the Year 1797, London, 1899.
30. BL, OIOC, SSFR, 1805-25, G/34/23, (6 July to 28 December 1809), see the minute by Mr. Philips dated 30 November 1809.
31. BL, OIOC, Madras Judicial Consultations, 1805-25 (hereafter MJC), P/322/45 (1 February to 27 March 1810), see the letter of T. Raffles to A. Falconar dated 23 March 1810.
32. BL, OIOC, G/34/29.
33. BL, SSFR, 1814, G/34/43 (6 January to 30 April 1814), petitions and minute by William Petrie dated 4 February 1814 and 5 February 1814.
34. BL, MJC 1814, P/323/4 (25 February to 22 March 1814), see the letter of W. A. Clubley to G. Strachey dated 25 February 1814.
35. BL, MJC, 1814, P/323/7, see the letter of R. H. Young to government dated 25 February 1814, 22 April 1814 and 7 June 1814.
36. Anand Yang, 'Indian Convict Workers in Southeast Asia in the Late Eighteenth and Early Nineteenth Centuries', Journal of World History, vol. 14, no. 2, 2003, pp. 179-208.
37. BL, SSFR, 1815, G/34/49 (6 April 1815 to 12 July 1815), see petitions, 11 April 1815 and 21 April 1815.
38. BL, SSFR, 1817, G/34/62 (9 September 1817 to 27 December 1817), see the letter of D. Hill to Clubley dated 9 September and 25 September 1817.
39. BL, SSFR, 1818, G/34/56 (6 July 1818 to 7 October 1818), see the minute by Governor Bannerman dated 7 September 1818.

40. BL, SSFR, 1817, G/34/60 (2 January 1817 to 12 April 1817), see the minutes by president dated 23 January 1817.
41. James Welsh, Military Reminiscences, p. 135.
42. Ibid.
43. BL, OIOC, F/4/635 (17222 to 17316) see no. 17224, BC, India 1818, see the extract of judicial letter to Madras dated 4 March 1818.
44. BL, SSFR, G/34/72 (26 August 1819 to 23 December 1819), see the letter of Coombs to government dated 10 December 1819.
45. BL, MJC, 1820, P/323/60, (15 September 1820 to 14 November 1820) see the letter of D. Hill to police dated 27 October 1820, and police to government dated 3 November 1820.
46. BL, MJC, 1825, P/324/ 3, (11 November 11 1825 to 30 December 1825) see the letter of magistrate to government dated 27 September 1825.

இயல் 11

தூத்துக்குடியில் முத்துக்குளிப்பவர்கள், படகோட்டிகள் மற்றும் தொழிலாளர்களின் வாழ்க்கை, 1700-1830

தமிழகக் கடற்கரையில் முத்துக்குளித்தல் பதினாறாம் நூற்றாண்டில் கீழக்கரை மற்றும் இராமேசுவரம் பகுதியில் நடைபெற்றது. புன்னைக்காயல் மற்றும் தூத்துக்குடிப் பகுதியிலும் முத்துக்குளித்தல் நடைபெற்றது. மேலும் முத்து வங்கிகள் மன்னாருக்கு இயற்கையாக கடலில் மாறியபோது இலங்கையில் முத்துக்குளித்தல் நடைபெற்றது. முத்துக்குளித்தல் என்பது மிகவும் பருவ காலத்தையொட்டியே இருந்தது. மேலும் கொச்சிப் பேராயரின் போர்த்துக்கீசிய அறிக்கையின்படி அது 34 ஆண்டுகளாக நடைபெறவில்லை. 1611இல் மீண்டும் தொடங்கப்பட்டது. போர்த்துக்கீசியக் கப்பல் குழுமத்தலைவர் ஜோவோ ரிபெய்ரோ அவர்கள் முத்துக்குளித்தல் குறித்த விரிவான விளக்கத்தினை அளித்தார். இலங்கையில் முத்துக்கள் எடுக்கப்பட்டு அரிப்பூவுக்கு அருகில் அதிக மதிப்புள்ள முத்துக்கள் வாங்கப்பட்டன.

மார்ச் மாதத் தொடக்கத்தில் 400 முதல் 500 படகுகள் ஒன்று சேர்ந்து முத்துக்குளிக்கச் செல்வது வழக்கம். அவர்களுக்கு முசுலிம் அல்லது இந்து வணிகர்களும் சில கிறித்தவ வணிகர்களும் ஊதியம் வழங்கினர். ஒவ்வொரு படகிலும் பத்து அல்லது பன்னிரண்டு மாலுமிகள், எட்டு அல்லது ஒன்பது முத்துக்குளிப்பவர்கள், மற்றும் ஒரு தலைமை வகிப்பவர் இருந்தனர். அனைத்துப் படகுகளும் ஒன்றாகச் சென்று முத்துக்குளிக்கும் இடத்தைத் தேடி, கடலில் 5 அல்லது 6 அடி கடலாழம் மற்றும் அதிக அளவு ஆழமுள்ள இடத்தில் மட்டுமே நங்கூரமிட்டன. பின்னர் அவர்கள் மூன்று படகுகளை மூன்று மைல் கல் தொலைதூரச் சுற்றுக்கு வெவ்வேறு திசைகளில் அனுப்புவார்கள்.[1] ஒவ்வொரு படகும் ஏறக்குறைய 1,000 சிப்பிகளைக் கொண்டு வந்தன. இவை வணிகர்கள் முன்னிலையில் திறக்கப்பட்டு, அதில் கிடைத்த முத்துக்கள், சில ஆண்டுகளில் மற்றவற்றைவிட மிக நுணுக்கமாக இருந்ததால், முழுத் தரப்பையும் ஆய்வு செய்து அதன் மதிப்பை அவர்கள் மதிப்பீடு செய்தனர். முத்துக்கள் ஒன்பது வகைகளாகப் பிரிக்கப்பட்டுள்ளன. விதை முத்துக்கள் கடற்கரையில் விடப்பட்டன.[2]

டச்சுக்காரர்களின் ஆட்சியின் கீழ் முத்துக்குளித்தல், 1700-1705

டச்சுக்காரர்களின் பதிவுகளின்படி தூத்துக்குடி அருகே முத்துக் குளித்தல் நடத்தப்பட்டது. இந்து மற்றும் புத்தமதச் சடங்குகளில் பயன்படுத்தப்படும் கிளிஞ்சல் இந்தப் பகுதியில் பிடிக்கப்பட்டது. 1672இல் டச்சுப் பயணியும் மதப்பரப்புநருமான பிலிப் பால்டியஸ் அவர்கள் எழுத்துப்படி முத்துக்குளிப்பவர்கள் பத்து அடி ஆழம் வரை சென்றனர்.[3] 1682இல் மற்றொரு டச்சுப்பயணி ஜான் நியூஹோாப் அவர்கள் கருத்துப்படி, முத்துக்குளிப்பவர்கள் அதிக அளவு பதினைந்து கடலாழம் வரை செல்ல முடியும்.[4] மதுரை நாயக்கர் அவர்கள் உண்மை யிலேயே பெரிய மற்றும் அழகான நிலப்பரப்பினை வைத்திருந்தார். அதில் முத்துக்கள் இருந்தன. ஆட்சியாளர் அதிகாரத்தைப் பயன்படுத்தி முத்துக்குளித்தலில், கணிசமான வரும்படிகளைப் பெற்றார். மதுரை நாயக்கர் எப்போதுமே அயலாரால் மிகப்பெரிதும் மதிக்கப்பட்டார் என 1675இல் டச்சுக் குழும அதிகாரிகள் எழுதினர்.[5]

டச்சுக்குழுமம் தூத்துக்குடிக் கடற்கரையில் சிறுமுத்துக்களைப் பெற்றுக் கொண்டது. முத்துக்களை எடுப்பதில் அங்குள்ள மக்கள் நன்கறிந்திருந்தனர். டச்சுக் குழுமம் மார்ச் மாத இறுதியில் இருந்து மே 20 வரை 21 நாட்களுக்கு முத்துக்குளிக்க உரிமம் வழங்கியது. 600 தோணிகள் இதற்காகப் பணியமர்த்தப்பட்டதோடு ஒவ்வொன்றிலும் முப்பது பேர் கொண்ட குழுவைக் கொண்டிருந்தனர். அவர்கள் டச்சுக் காரர்களுக்கு 6 படாக்காக்களைச் (ஒரு படாக்கா இரண்டு ரூபாய்க்குச் சமம்) செலுத்தினர். 300 கிறித்தவர்களுக்கான படகுகளும், 700 இந்துக் களுக்கான படகுகளும், 200 முசுலிம்களுக்கான படகுகளும் அங்கே இருந்தன. ஒவ்வொரு படகும் உரிமம் அல்லது இசைவாணைக்காக ஒரு படாக்காவைச் செலுத்தியது.[6]

இலங்கையில் டச்சு ஆளுநராக இருந்த வான் இம்ஹாப் அவர்கள் தூத்துக்குடியில் முத்துக்குளித்தல் நடத்தப்பட்டு விட்டுவிட்டு வருகிற காலம் குறித்துக் குறிப்பிட்டார். 1700இல் தூத்துக்குடியில் முத்துக் குளித்தல் நடத்தப்பட்டது என்பதை டச்சுக்காரர்களின் தெளிவான கணக்கின் மூலம் நாம் அறிகிறோம்.[7]

ஒரு நாளில் கடலில் மீன்பிடி நடத்தப்பட்ட பகுதிக்கு ஏற்ப அது மதுரை நாயக்க மன்னருக்கோ அல்லது இராமநாதபுரம் ஆட்சியாளரான சேதுபதிக்கோ சொந்தமாகும் என்று சேசு சபையைச் சேர்ந்த பாதிரியார் மார்ட்டின் அவர்கள் குறிப்பிட்டுள்ளார்.[8] 1694இல் தூத்துக்குடியில் 181 இலவசக் கற்கள் அனுமதிக்கப்பட்டன. தூத்துக்குடிக் கடலில் அடுத்த

ஏழு ஆண்டுகளுக்கு முத்துக்கள் விளையவில்லை என வான் இன்ஹோஃப் குறிப்பிட்டுள்ளதோடு 1708இல் தூத்துக்குடியில் முத்துக்குளித்தல் மீண்டும் நடைபெற்றது. இது 9,000 மதிப்புள்ள புளோரின் தொகையளவு இருந்தது. மேலும் 8643 முத்துக்குளிப்பவர்களை ஈர்த்திருந்தது. அதில் 4760 கிறித்தவர்கள், 3163 முசுலிம்கள் மற்றும் 780 இந்துக்கள் இருந்தனர்.[9]

1709 மற்றும் 1740க்கு இடையில் தூத்துக்குடியில் முத்துக்குளித்தலில் மற்றொரு நீண்ட இடைவெளி இருந்தது. இதே காலக்கட்டத்தில் 1732 மற்றும் 1746களில் இலங்கையில் இரு முத்துக்குளித்தல்கள் நடத்தப் பட்டது. டச்சு ஆளுநர் இம்ஹாப் முத்துக்குளித்தல் தொழிலைத் தனியொருவர் அல்லது குழுவிற்கு வாடகைக்கு விடுவதற்கான கொள்கையை அப்போது வாதிட்டார். 1748இல் இலங்கையில் நடைபெற்ற மீன்பிடியில் இந்தப் புதிய முறை அறிமுகப்படுத்தப்பட்டுப் பின்பற்றப்பட்டது. முன்பு ஏற்றுக்கொள்ளப்பட்ட அனைத்து இலவசக் கற்களும் நீக்கப்பட்டன. டச்சுக்குழுமத்தால் அமர்த்தப்பட்ட ஆணையர் களால் முத்து வங்கிகள் பரவுந்தோறும் ஆய்வு செய்யப்பட்டது. முத்துக்குளித்தலில் இயல்பாகச் செய்யக்கூடிய கூறுகளை அறிய அறிக்கை பெறப்பட்டு 1748இல் தூத்துக்குடியில் நிகழ்வு நடத்தப் பட்டது. வருவாய்த்துறை 5,000 பவுண்டுகளை ஈட்டியது. அந்த நேரத்தில் 35 இலவச முத்துக்குளிப்பவர்களை அனுமதித்ததோடு, வாடகையாளர் தின வாடகையில் விழுக்காட்டடிப்படையில் தள்ளுபடியைப் பெற்றிருந்தார். ஒரு படகில் அதிக அளவு பத்து முத்துக்குளிப்பவர்கள் டச்சுக்காரர்களால் ஏற்றுக்கொள்ளப்பட்டனர். 1748 மற்றும் 1749இல் ஆற்காடு நவாப் அவர்கள் ஆட்சியாளராக இருந்ததால், 35 இலவச முத்துக்குளிப்பவர்கள் ஏற்றுக் கொள்ளப் பட்டனர். அலெக்சாண்டர் ஹாமில்டன் அவர்கள் தூத்துக்குடியில் முத்துக்குளித்தல் நடந்ததாகக் குறிப்பிட்டதோடு, 20,000 பவுண்டுகள் வருவாய் கிடைத்தது என்று தெரிவித்தார்.[10] 1766ஆம் ஆண்டு ஒப்பந்தத்தின் மூலம் டச்சுக்காரர்கள் இலங்கையின் கடற்பரப்பை முழுமையாகக் கைப்பற்றியதோடு டச்சுக் குழுமம் முத்துக்குளித்தலின் மீது முழு இறையாண்மை உரிமைகளைக் கோரியது.

1749 மற்றும் 1784க்கு இடையில் தூத்துக்குடிக்கு அருகில் முத்துக் குளித்தல் நடைபெறவில்லை என்றும் பதிவுகள் மூலம் அறியப்படுகிறது. இருப்பினும் இலங்கையில் முத்துக்குளித்தல் 1750, 1753, 1754 மற்றும் 1768இல் நடத்தப்பட்டது. இது டச்சுக்குழுமத்திற்கு சீரான வருவாயைக் கொண்டு வந்தது. ஆற்காடு நவாப், மன்னார் வளைகுடாவில் முத்துக் குளித்தல் தொடர்பாக டச்சுக்குழுமத்துடன் சிக்கல் இருந்ததால், தூத்துக்குடி,

புன்னைக்காயல் மற்றும் மணப்பாடு ஆகிய இடங்களிலுள்ள டச்சு வணிகத் தொழிற்சாலைகளின் அணுகுமுறையில், ஆற்காடு நவாப் முகமது அலியின் படைப்பிரிவுகளின் அணுகுமுறையால் துண்டிக்கப்பட்டதாக, 1766, ஏப்ரல் 13இல் ஜகார்த்தாவிலுள்ள டச்சு அதிகாரிகளுக்கு ஆளுநர் ஃபால்க் அவர்கள் தெரிவித்தார். டச்சுக்காரர்களுக்குக் கடுந்தீங்கு விளைவிக்கும் இத்தகைய நடவடிக்கைகளை எடுக்க ஆங்கிலேயரின் தாக்கங்கள் நவாப்பைக் கட்டாயப்படுத்தியிருக்கலாம் என்ற எண்ணம் ஃபால்க் அவர்களுக்கு இருந்தது.[11] இதனால் தூத்துக்குடியில் முத்துக் குளித்தல் தொழிலின் மூலம் நிலையான வருமானம் இல்லை என்பதையும், டச்சுக் குழுமத்திற்கு நிலையான நிலையைக் கொண்டு வரவில்லை என்பதையும் காண்கிறோம்.

பிரித்தானியக் குடியேற்ற ஆட்சியின் கீழ் தூத்துக்குடியில் முத்துக் குளிப்பவர்கள், படகோட்டிகள் மற்றும் தொழிலாளர்களின் வாழ்க்கை, 1784-1830

தூத்துக்குடியில் முத்துக்குளித்தல் நடவடிக்கைகளில் வாடகை முறை (வருவாய் பண்ணை அமைப்பின் ஒரு வடிவம்) நடைமுறையில் இருந்தது. இந்த நடைமுறையின் கீழ் அரசின் உரிமையாளர் முத்துக் குளித்தலை உள்ளூர் வணிகர் அல்லது வணிக அதிபருக்குக் குத்தகை விடுவதன்மூலம் வருவாயை ஈட்டினார். அமானி என்று அழைக்கப்படும் மற்றொரு முறையும் நடைமுறையில் இருந்தது. மேலும் இது தனிப்பட்ட வணிகர்களுக்கு நேரடியாகப் படகுகளைக் குத்தகைக்கு விடுவதன் மூலம் அரசுக்கு வருவாயைப் பெற உதவியது. சென்னையிலுள்ள தமிழ்நாடு அரசு ஆவணக் காப்பகத்தில் தூத்துக்குடி ஆங்கிலேயர் கட்டுப்பாட்டில் இருந்தபோது ஆங்கிலக் கிழக்கிந்தியக் குழுமத்தால் பாதுகாக்கப்பட்டு வைக்கப்பட்டுள்ள திருநெல்வேலி மாவட்டப் பதிவுகள் இது குறித்து அதிக வெளிச்சத்தை வெளிப்படுத்துகின்றன. அமானி என்ற மேலாண்மை முறையின் கீழ் 1784, 1787 மற்றும் 1828களில் முத்துக்குளித்தலில் முதன்மையான மற்றும் சிறப்பான இடமாகத் தூத்துக்குடித் துறைமுகத்தைக் குறிப்பிடுகிறது. 1784இல் தூத்துக்குடியில் முத்துக்குளித்தல் நடத்தப்பட்டு 67,860 பகோடாக்கள் பலன் பெற்றது. நவாப்புக்கும் டச்சுக்குழுமத்துக்கும் இடையே கையெழுத்தான ஒப்பந்தத்தின்படி முத்துக்குளித்தலின் வருவாயில் 50 விழுக்காட்டினை ஆற்காடு நவாப் பெற்றார்.[12] மீண்டும் வாடகை முறையின் கீழ் தூத்துக்குடியில் முத்துக்குளித்தல் 1792, 1800, 1805, 1807, 1810, 1822 மற்றும் 1830 ஆகிய ஆண்டுகளில் நடத்தப்பட்டது.

சென்னையிலுள்ள அர்மீனிய வணிகரான கிரகோரி பபூம், கடலூரைச் சேர்ந்த பார்ப்பன வணிகரான வீராசாமி, மணலியைச் சேர்ந்த சின்னையா முதலியார் (மெட்ராசு புறநகர்) செங்கல்பட்டின் இராமசாமி முதலியார், நாகப்பட்டினத்தைச் சேர்ந்த கோபால்செட்டி மற்றும் குண்டப்பா செட்டி, ஆந்திராவின் திராட்சரம் பகுதியைச் சேர்ந்த அண்ணாசாமி செட்டி, நாகூரைச் சேர்ந்த சின்னதம்பி மரக்காயர் மற்றும் நாகூர் தர்காவைச் சேர்ந்த மாதர் சாகிப் மரக்காயர் ஆகியோருடன் கூடுதலாக அப்துல் காதர் மரக்காயர், சையது தம்பி மரக்காயர், முகமது காசிம் சாகிப் மரக்காயர், ஷேக் சதக்கத்துல்லா மரக்காயர், உர்ஷாய் எப்ராய் மரக்காயர் மற்றும் கமால் முகமது மரக்காயர் போன்ற பல கீழ்க்கரையைச் சார்ந்த தொழில்முனைவோர் 1784 மற்றும் 1830க்கு இடையில் முத்துக்குளித்தல் தொடர்பான ஒப்பந்தங்களில் கையெழுத்திடு வதற்காக செயின்ட் ஜார்ஜ் கோட்டைக்கு விண்ணப்பங்களை அளித்தனர். தூத்துக்குடியில் ஒன்றுகூடிய வணிகர்களுக்கு 14 இலட்சம் ரூபாய்க்குக் குறையாத சொத்து இருந்தது கண்டறியப்பட்டது என ஆங்கிலக் குழுமத்தின் பதிவுகள் பல சிறந்த வாடகைதாரர்களின் சொத்து மற்றும் அவர்களின் தகுதி பற்றிய விளக்கங்களை வழங்குகிறது.[13]

வணிகர்கள், முதலாளிகள் மற்றும் தொழிலதிபர்கள் போன்ற பெரிய குழுக்கள் முத்துக்குளித்தலில் நிதி மற்றும் பெரும் மூலதனத்தை முதலீடு செய்திருந்தாலும் அவை கருத்தில் கொள்ளப்பட வேண்டியவை அல்ல என்பது என் கருத்து. ஏனெனில் அவர்கள் முத்துக்குளித்தல் வேலைக்காக ஒரு பெரிய அளவிலான தொழிலாளர்களைப் பணிக்கு அமர்த்த ஏற்பாடு செய்ய வேண்டும். முத்துக்குளித்தல் தொழிலில் காற்றுக்கு மாறாகவும், கேடான கால நிலையிலும், உண்மையாக வேலை செய்த தொழிலாளர்கள் மற்றும் ஊழியர்கள் கூட்டம் மட்டுமே அதனால் அங்கிருந்தது. இந்தத் தொழிலாளர்கள் முத்தைப்போல விலைமதிப்பற்றவர்கள். அடித்தள மக்கள் வரலாற்றை எழுதும்போது இவர்கள் முதன்மையானவர்கள். முத்துக்குளித்தலில் முதன்மை வாடகைதாரர் ஒப்பந்தத்தைப் பெற்றவர் ஓராண்டில் அம்பலக்காரர்கள், கடல்கட்டிகள் உள்பட வழிகாட்டிகள், முத்துக்குளிப்பவர்கள் மற்றும் உதவியாளர்கள் என 107 பேர் கொண்ட குறிப்பிடத்தக்கப் பெரிய பணியாளர்களைக் கொண்ட குழுவைத் திட்டத்திற்கு அமர்த்த வேண்டியிருந்தது.[14] 1784 முதல் 1830 வரை அறிமுகப்படுத்தப்பட்ட கடந்தகாலத்திலிருந்து விலகிய புதிய விதிகள் மற்றும் ஒழுங்கு முறை களால் தூத்துக்குடியில் முத்துக்குளித்தல் தொழிலாளி வர்க்கத்தின் சமூக வரலாறு மற்றும் அவர்களுடைய வாழ்க்கை மேலும் அவர்கள் எவ்வாறு சுரண்டப்பட்டனர் என்பதை ஆராய்வோம்.

தூத்துக்குடியில் உள்ள முத்துக்குளிப்பவர்கள்

பண்டைய, இடைக்கால மற்றும் தொடக்கக்கால நவீன காலத்தில் முத்துக்களைப் பெறுவதற்கான ஒரே வழி கடலில் இருந்து அதிக எண்ணிக்கையிலான முத்துச் சிப்பிகள், முத்து மட்டிகள் ஆகியனவற்றை கைகளால் ஒன்று திரட்டுதலேயாகும். முத்துக்குளித்தல் வேலை ஏறத்தாழ மார்ச் 15இல் தொடங்கி ஒரு மாதம் நீடிக்கும். முத்துச்சிப்பிகள் கொத்தாகக் காணப்பட்டன. ஆனால், மேல்தோடுகள் சிதறிக் கிடந்தன. இதனால் அவற்றைச் சேமிக்க முத்துக்குளிப்பவர்கள் இடம் விட்டு இடம் செல்ல வேண்டியிருந்தது. முத்துக்குளித்தல் மற்ற இதனுடன் தொடர்புடைய பிற வேலைகள் பரதவர் குடும்ப உறுப்பினர்களான பெரியவர்கள் மற்றும் இளைஞர்களால் செய்யப்பட்டன. இதற்குப் படகுகள் பயன்படுத்தப் பட்டன. படகோட்டிகளின் தலைவர் தண்டல் என்று அழைக்கப் பட்டார். வலிவளைஞன் (சுக்கான் பிடிப்பவர்) சுக்கானியர் என்று அழைக்கப்பட்டார். பணியமர்த்தப்பட்ட பிற ஆண்கள் உதவியாளர்கள் என்று அழைக்கப்பட்டனர். முத்துச் சிப்பிகளைக் கண்டுபிடிப்பதற்காக முத்துக்குளிப்பவர்கள் ஒரே மூச்சில் 100 அடி ஆழத்திற்கு இறங்கினர். அவர்கள் சுறா மற்றும் ஜெல்லி போன்ற பகையான உயிரினங்களினால் உண்டாகும் இடையூறுகளுக்கும், அவைகள் மற்றும் நீரில் மூழ்கும் பேரிடருக்கும் ஆளாகியுள்ளனர். திறமையான ஆழ்கடல் முத்துக் குளிப்பவர்கள் படகுகளில் தூத்துக்குடி கடற்கரையிலிருந்து துறைமுகத்தை ஒட்டிய ஆழ்கடல் வரை சென்றனர். முத்துச்சிப்பி என்று அழைக்கப்படும் உயிரினங்களின் சிறிய ஓடுகளுக்குள் மறைந்திருக்கும் நீல பச்சை நீரின் கீழே மறைந்துள்ள முத்துக்களை அவர்கள் தேடினர்.

தூத்துக்குடி நகரத்தின் பெயர் நன்கு அறியப்பட்டதாக அறிவிக்கப் பட்டது. முத்து மற்றும் முத்துக்குளித்தலால் அதன் பெயர் இலண்டனைப் போலவே வெகு தொலைவிலும் அறியப்பட்டதாக அறிவிக்கப்பட்டது. சி.எச்.காமன் அவர்கள் தன்னுடைய அனைத்து மொழிகளிலும் வணிகம் மற்றும் பெயரிடல் அகராதி (1803)யில் அதன் முழுப் பகுதியையும் முத்துக்களுக்காகவே ஈடுபாட்டுடன் செய்துள்ளார். அவர் கூற்றுப்படி உலகின் பல்வேறு பகுதிகளில் முத்துக்கள் கிடைத்தாலும், மலபாரின் கிழக்கே அமைந்துள்ள மதுரை அரசாட்சியில் முத்து வளமிருந்தது. மீனவக் கடற்கரையில் தூத்துக்குடி மட்டுமே முத்துவிற்கு முதன்மையானது.[15]

பரதவர்களின் சாதித் தலைவர்

தூத்துக்குடியில் உள்ள கிறித்தவப் பரதவ மீனவர்களின் குடும்பம், குறிப்பாக, அதன் சாதித்தலைவன் முத்துக்குளித்தலில் நீண்ட காலமாகத்

தொடர்பு கொண்டிருந்ததாகப் பதிவுகளில் குறிப்பிடப்பட்டுள்ளது. அச்சாதியிலிருந்தே பெரும்பாலான முத்து மற்றும் சங்குக்குளிப்பவர்கள் வந்தனர். டச்சுக் கிழக்கிந்தியக் குழுமக் குடும்பத்தைச் சேர்ந்த பட்டறிவுமிக்கவர்களின் பணியைப் பயன்படுத்தி, தூத்துக்குடிக் கடற்கரையில் அமைந்துள்ள கிளத்திப்பாறை மற்றும் தொலையேறும் பாறை ஆகிய இடங்களில் உள்ள முத்துப்பாறை (முத்து வங்கி)யை ஆய்வு செய்ய உதவினர். முத்துக்குளித்தலை நடத்துவதற்குத் தேவையான படகுகள் மற்றும் முத்துக்குளிப்பவர்கள் எண்ணிக்கை டச்சு ஆட்சியின் போது தரகுத் தொகையை வழங்குவதன் மூலம் ஓரளவுக்குப் பொறுப்பேற்றது.[16]

திருநெல்வேலி மாவட்ட ஆங்கிலேய ஆட்சியரான ஜார்ஜ் பௌனி அவர்கள் தற்போதுள்ள விதிமுறைகளைப் பின்பற்றி 1795இல் புகழ்பெற்ற குடும்பத்திற்கு முத்துக்குளித்தல் கண்காணிப்பாளர் மற்றும் இயக்குநர் என்ற பட்டத்தை வழங்கினார். மற்றும் முத்துக்குளித்தலின் கண்காணிப்பாளர் மற்றும் இயக்குநராக தூத்துக்குடிச் சாதித் தலைவன் தோம் கபிரியேல் தே குருஸ் வாஸீக்குப் பொறுப்பு ஒப்படைக்கப் பட்டது. இந்தச் செய்தியைத் திருநெல்வேலி மாவட்ட ஆட்சியரான ஜார்ஜ் பௌனி அவர்கள் 9, டிசம்பர் 1795 நாளிட்ட தன் கடிதத்தில் தெரிவிக்கிறார். மதராசு அரசு பின்னர் சாதித்தலைவன் என்ற பட்டத்தை மார்ச் 1808இல் தோம் கஸ்பர் அந்தோணி டா குரூஸ் வஸ்காரிகாவுக்கு நீட்டிப்புச் செய்தது (அவருடைய தந்தை மற்றும் பிற மூதாதையர்கள் அதே பதவியில் இருந்தனர்). முத்துக்குளித்தலுக்கான படகுகளுக்கு மானியம் (வரியில்லாச் சலுகை) வழங்கிச் சனத் (அவருடைய பட்டம் மற்றும் அதிகாரத்தை உறுதிப்படுத்தும் ஆவணம்) வழங்கப்பட்டது.

அப்போதைய மதராசில் உள்ள வருவாய் வாரியம் பரதவர்களின் தலைவருக்கு ஆட்சியர் பௌனியால் வழங்கப்பட்ட குத்தகை தற்காலிகமானது மட்டுமே என்று குறிப்பிட்டது. எனவே, இந்தத் தொழிலாளர்கள் ஞாயமான உரிமைகள் மற்றும் சலுகைகளைத்தான் பெற்றுள்ளனர் என்பதைக் கணக்கில் கொண்டு, ஆட்சியரின் அதிகாரத்திற்கு உட்பட்டு அதிகார வரம்பைச் செயல்படுத்தும் அதிகாரத்தைச் சாதித் தலைவனுக்கு வழங்கிய வாரியத்திற்கு மற்றொரு வரைவை அனுப்புமாறு பௌனி அவர்கள் கேட்டுக்கொள்ளப்பட்டார். முத்துக்குளித்தலில் சாதித்தலைவரின் பங்கு போர்த்துக்கீசிய மற்றும் டச்சு ஆட்சியின் கீழ் மிகவும் குறிப்பிடத்தக்கதாக இருந்தது. அவரும் அவருடைய கூட்டாளிகளும் முத்து வங்கிச் செயல்முறையை மேற்பார்வையிட்டனர்.[17] முத்துச் சிப்பி வங்கிகளின் நிலை குறித்து எழுத்துப்படியான

அறிக்கைகளை அளித்து, உழைப்பினைத் திரட்டி அளித்து, பொருட்கள் மற்றும் மூலதனம் ஆகியவற்றைத் திரட்டி அளித்தனர். மேலும் மோதல்கள் ஏதேனும் ஏற்பட்டால் சரிசெய்தது என அனைத்தையும் கவனித்துக் கொள்வதில் சாதித் தலைவனின் பங்கு இருந்தது.

முத்துக்குளிப்பவர்கள், படகோட்டிகள் மற்றும் வேலை முறையின் அமைப்பு

முத்துக்குளித்தல் செயற்பாட்டில் கடல்சார் சூழல் மிகவும் உகந்ததாகவும் பொருத்தமானதாகவும் இருக்க வேண்டும் என்பது எல்லாவற்றையும்விட முதன்மையானது. முத்துக்குளித்தலில் முத்துக்குளிப்பவரின் உடலின் தன்மை மற்றும் நீரின் தெளிவு மற்றும் முத்துக்குளித்தலின் ஆழம் போன்ற நிலைமைகளின் விளக்கங்களை ஆங்கிலக் குழுமப் பதிவுகள் குறிப்பிடுகின்றன. திருநெல்வேலி மாவட்ட ஆட்சியர் ஹன்பரி அவர்கள் 1810இல் தூத்துக்குடியில் முத்துக் குளிக்க ஆயத்தப்பணிகள் செய்தபோது நீர்நிலையினைக் கவனித்த முத்துக்குளிப்பவர்கள் நீரின் நிலை மோசமான தரத்திலுள்ளதை கூற, வருவாய் வாரியத்திற்கு இதைக் குறித்து எழுதினார். தாமிரபரணி ஆற்றில் பெரிய அளவில் மாறுபட்ட நிலையில், நீரினைச் சேறும் சகதியுமாக மாற்றியதாகவும் சிப்பிகளை எடுக்கவும், சிப்பிகள் எங்கு இருக்கின்றன என்பதைக் கண்டறியவும் முடியாமல் போனதாக முத்துக்குளிப்பவர்கள் தன்னிடம் கூறியதாக அவர் கூறினார்.[18]

நடைமுறையின்படி போர்த்துக்கீசியர் காலத்திலிருந்து முத்துக் குளித்தல் என்பது ஞாயிற்றுக்கிழமைகளில் பொது விடுமுறையாகக் கடைப்பிடிக்கப்பட்டது. மேலும் இது தொடர்ந்து டச்சுக்காரர்களாலும் ஏற்றுக்கொள்ளப்பட்டது. முத்துக்குளிக்க வாடகை எடுத்தவர்கள் ஞாயிற்றுக்கிழமைகளுக்குப் பணம் செலுத்த வேண்டியதில்லை. வாடகையாளருக்கும் அரசின் உரிமையாளருக்கும் இடையே மோதல் மற்றும் எழுத்து வேறுபாடுகளைக் குறைப்பதற்கான ஒரு வழியாக இருவரும் கையெழுத்திடப்பட்ட ஒப்பந்தம் என்பது வழக்கமான நடைமுறையாக நேர்த்தியாகப் பதிவு செய்யப்பட்டது.

இருப்பினும், 1800இல் தூத்துக்குடியில் முத்துக்குளித்தல் வாடகையாளரான ஆர்மீனியரான கிரகோரி பபூம் மற்றும் மெட்ராசு அரசு இடையே கையெழுத்திடப்பட்ட ஒப்பந்தத்தில் ஒரு புதிய விதி இருந்தது. டச்சு அரசின் வழக்கப்படி முத்துக்குளிப்பவர்களின் உழைப்புக்கு, ஞாயிற்றுக்கிழமை ஓய்வு கொடுக்க வேண்டுமென அது கூறியது. முத்துக்குளித்தலில் முப்பது நாள்களுக்குள்ளான வாடகைக்காலப்

பகுதிக்குள் ஞாயிற்றுக்கிழமைகளில் வழங்குவதில் திருத்தம் தேவை என, ஆர்மீனிய வாடகையாளர், மெட்ராசிலுள்ள செயின்ட் ஜார்ஜ் கோட்டையில் உள்ள மாண்புமிகு குழுவிடம் மொத்தம் 35 நாட்களுக்கு நீட்டிக்கப்பட்ட வாடகைக் காலத்துடன் நான்கு நாட்கள் புதிதாகச் சேர்க்கப்படச் சம்மதிக்க வேண்டும் என்று கூறினார்.[19] இதனால் முத்துக் குளிப்பவர்கள் ஞாயிற்றுக்கிழமை விடுமுறைகள் கிடைக்காமல் தவித்தனர்.

முத்துக்குளிப்பவர்கள் மற்றும் படகோட்டிகள் ஞாயிற்றுக் கிழமைகளில் உடல்ரீதியான வன்முறை மற்றும் மிரட்டல்களால் கட்டாயப்படுத்தப்பட்டனர் என்பதற்கும் தெளிவான சான்றுகள் உள்ளன. 1807இல் தூத்துக்குடியில் முத்துக்குளித்தலை வாடகைக்கு எடுத்த அண்ணாசாமி செட்டி, அளித்த மனுவில் கடந்தகால ஞாயிற்றுக் கிழமைகளில் முத்துக்குளித்தல் என்பது வழக்கமாக எங்குமில்லை. ஆனால், தற்போது படகோட்டிகள் அடித்து நொறுக்கப்பட்டு நான்கு ஞாயிற்றுக்கிழமைகளிலும் முத்துக்குளிக்கக் கட்டாயப்படுத்தப் படுகின்றனர்.[20] இவ்வாறாக 1800 மற்றும் 1807க்கு இடையில் படகோட்டிகள் மற்றும் முத்துக்குளிப்பவர்கள் நுகர்ந்து வந்த உரிமைகளைக் குறைக்கும் வகையில் பல மாற்றங்கள் அறிமுகப் படுத்தப்பட்டதை நாம் காண்கின்றோம்.

பதிவுகள் முத்துக்குளிப்பவர்களின் உடல்சார்ந்த தேவைகள் பற்றிக் குறிப்பிடுவதைக் காண்கிறோம். 1807இல் தூத்துக்குடியில் முத்துக் குளித்தலை வாடகைக்கு எடுத்த அண்ணாசாமி செட்டி கடலில் காற்று இல்லாத நேரத்தில் ஆங்கிலேய அதிகாரிகளால் படகோட்டிகள் படகோட்ட வேண்டிய கட்டாயத்தில் இருந்ததால் அவர்கள் மிகவும் சோர்வடைந்தனர் என்று எழுதினார். வழக்கமாக இரவு 10 மணிக்குப் புறப்பட்ட படகுகள் காலை 6 மணிக்குக் கரையை வந்தடைந்தன. முத்துக்குளிப்பவர்கள் சில நேரங்களில் காற்று இல்லாத நிலையில் 1½ மணி நேரம் அல்லது 2 மணி நேரம் மட்டுமே முத்துக்குளிக்க முடியும். இந்நிலையில் ஆங்கிலேய அதிகாரிகள் முத்துக்குளிப்பவரைக் கட்டாயப்படுத்தி ஆழ்கடலில் உடல் வலுவைப் பயன்படுத்திப் பணிபுரிய வைத்ததால், படகுகள் முற்பகல் 10 மணி முதல் 12 மணி வரை மிகவும் காலந்தாழ்ந்து வந்து சேர்ந்தது.[21]

முத்துக்குளித்தலில் மக்கள் எதிர்கொள்ளும் இன்னல்கள்

ஜெல்லிமீன்கள் நீரின் மேற்பரப்பிற்குக் கீழே மூழ்குவதைத் தடுப்பதன் மூலம் முத்துக்குளித்தல் நடவடிக்கைகளை நிறுத்தியதாக

ஆவணங்களில் குறிப்பிடப்பட்டுள்ளது. 1800இல் தூத்துக்குடி முத்துக் குளித்தல் துறையின் மேற்பார்வையாளர் முத்துக்குளிப்பவர் பணி மிகவும் இடரினை அளிக்கக் கூடியது என்றும், குறிப்பாக நிலக்காற்று வீசியபோது அது முத்துக்குளிப்பவர்களை கடற்கரையை நோக்கிக் கொண்டு வந்தது என்றும் எழுதினார்.[22] கெட்ட வாய்ப்பாக, ஜெல்லிமீன் பெருக்கத்தினால் ஒருசில முத்துக்குளிப்பவர்கள் மிகக் கடுமையான காயங்களுக்கு ஆளானதாக 1800இல் ஒரு அறிக்கையிலிருந்து பெறப்பட்டது. பல முத்துக்குளிப்பவர்கள் காயமடைந்ததோடு அவர்களில் சிலர் இறந்தனர். ஆர்மீனிய முதன்மை வாடகையாளரான கிரகோரி பழூம் அவர்களின் உள்ளூர் முகவர்களான இராமுசெட்டி மற்றும் வெங்கடாசல செட்டி ஆகியோர் மாவட்ட ஆட்சியரிடம் இதுகுறித்து விண்ணப்பம் அளித்தனர். மேலும், முத்துக்குளிப்பவர்கள் முத்துக்குளிக்கும்போது ஜெல்லி மீனை அடிக்கடி தொடத் தொடங்கியதன் விளைவாகச் சிலர் இறந்ததாகவும் அவர்கள் குறிப்பிட்டனர். இந்நிகழ்வு மற்ற முத்துக்குளிப்பவர்கள் தங்கள் வேலையைச் சரியாகச் செய்ய முடியாமல் அச்சுறுத்தியது.[23] ஆங்கிலக் குழும அதிகாரிகள் முத்துக்குளிப்பவர்களின் பாதுகாப்பு குறித்து மிகவும் மாறுபட்ட தன்மையில் விடையளித்தனர். மேலும் அவர்கள் சுறாக்கள் மற்றும் ஜெல்லிமீன்களால் ஏற்படும் இறப்புகள் பொதுவாக தொழில்சார் இன்னல் என்று எழுதினர். முத்துக்குளித்தல் காலத்தில் பல பொய்யான பரப்புரைகளை மக்களால் பரவலாகப் பரப்பப்பட்டதாக அவர்கள் தெரிவித்தனர். 1800இல் ஜெல்லிமீன்களின் தாக்குதலை ஆட்சியர் ஸ்டீபன் லுஷிங்டன் அவர்கள் ஒத்துக்கொண்டார். மேலும், இந்த செய்தி முத்துக்குளிப்பவர்களின் உண்மையான ஆர்வத்தைத் தூண்டியது.[24]

காலப்போக்கில் ஜெல்லிமீன் மற்றும் சுறாக்களின் தாக்குதல்கள் தொடர்பாகச் சில மாற்றங்கள் அறிமுகப்படுத்தப்பட்டதை காண்கிறோம். ஆங்கிலக் குழுமம் 1805இல் மணலி சின்னையா முதலியாருக்குத் தூத்துக்குடியில் முத்துக்குளித்தலைக் குத்தகைக்கு வழங்கியது. சுறாக்கள் வந்தால் அல்லது வேறு வழியின்றி படகுகள் முத்துக்குளிக்க முடியாமல் போனால், அவரிடம் தண்டல் வாங்கப்படும். படகுகளின் எண்ணிக்கையில் அவை சேர்க்கப்படாது என்று கட்டுப்பாடு விதித்தது.[25] 1815இன் முத்துக்குளித்தல் வாடகைக்கான இரண்டு விண்ணப்பங்களும் இதேபோன்ற உட்பிரிவுகளைக் கொண்டிருந்தன.[26] இவ்வாறு சுறாக்களின் இடர்களுக்கு எதிராகச் சில நடவடிக்கைகள் விரைவாக எடுக்கப்பட்டுள்ளன. ஆனால், இவை வாடகை எடுப்பவர்களுக்கு மட்டுமே மிகவும் பயனுள்ளதாக இருந்தன. உயிருடன் அல்லது இறந்த முத்துக்குளிப்பவருக்குப் பயனுடையதாக அல்ல.

1807இல் தூத்துக்குடியிலிருந்து மெட்ராசு செயின்ட் ஜார்ஜ் கோட்டையில் உள்ள வருவாய் வாரியத்திற்கு அனுப்பிய மாவட்ட ஆட்சியரான ஸ்டீபன் லஷிங்டன் அவர்கள், ஒரு ஜெல்லிமீன் கடித்ததால் ஒரு முத்துக்குளிப்பவர் இறந்ததாகவும், அதனால் மற்ற முத்துக்குளிப்பவர்களின் செயற்பாட்டைக் குறைத்ததாகவும் குறிப்பிட்டார். தெற்குக்காற்று கடுமையாக வீசியது என்றும் அவர் குறிப்பிட்டார். மேலும் அதனால் மற்றொரு முத்துக்குளிப்பவர் இறப்பை ஏற்படுத்தியது. அதன்பின்னர் படகுகள் நிறுத்தப்பட்டு மூன்று நாட்களுக்குப் பிறகுதான் முத்துக்குளிக்கச் செல்ல முற்பட்டதால் வருமானம் ஓரளவு பாதிக்கப்பட்டது.[27] இப்படியாக, முத்துக் குளிப்பவர்களின் இறப்பு, முத்துக்குளிப்பதில் அதிக இடரினை ஏற்படுத்தியது, கவனத்தில் கொள்ளப்படவில்லை. முதன்மையானதாக குத்தகையாளர் தன் பைக்கு வருவாய் இழப்பு. மற்றும் அவருடைய பேராசைக்குப் பிறகு, மதராசிலுள்ள ஆங்கிலேயே இழப்பு மற்றும் பேராசைக்குப் பிறகு மதராசிலுள்ள ஆங்கிலேயே அரசு, தன் குழுமக் கருவூலத்திற்கு ஏற்பட்ட ஊதிய இழப்பை உணர்ந்தது.

விரைவாகப் பரவிய காலரா நோய்த்தாக்ககம்

1828 மற்றும் 1829களில் காலரா மோர்பஸ் என்ற இரைப்பைக் குடல் அழற்சி நோய் மற்றும் அதன் பரவல் தூத்துக்குடியில் பணிபுரியும் முத்துக்குளிப்பவர்கள் மற்றும் பிற தொழிலாளர்களைப் பாதித்தது. 1828இல் முத்துக்குளிப்பவர்களின் மேற்பார்வையாளர் இரைப்பைக் குடல் அழற்சியினால் பாதிக்கப்பட்டவர்களான படகோட்டிகளையும் முத்துக்குளிப்பவர்களையும் பணியிடத்திலிருந்து அகற்றியதாகத் தெரிவிக்கப்பட்டுள்ளது. 1828 ஏப்ரல் மாதத்தில் மாவட்ட ஆட்சியரான டூரூரி அவர்கள் வருவாய் வாரியத்திற்கு முத்துக்குளிக்கும் வேலை செய்பவர்கள் அந்த வேலை செய்யமுடியாத அளவுக்கு மாறிவிட்டது என்று எழுதினார். அவர்களுடைய பங்களிப்பு என்பது வருவாய்த் துறையினருக்கு சிறிதளவோ அல்லது மதிப்புக்குரியதாகவோ இல்லை. அவர்களில் சில குழுவினர் இரைப்பைக்குடல் அழற்சியால் பாதிக்கப்பட்டதன் விளைவாக நாள்தோறும் பல படகுகள் திரும்பப் பெறப்பட்டன. அதனால் அவர்களின் வேலை இடையில் நிறுத்தப் பட்டது.[28] பிரித்தானிய அதிகாரி ஜேம்ஸ் ஸ்டீவர்ட் அவர்கள் 1829இல் முத்துக்குளித்தல் தொழிலில் காலரா மோர்பஸ் என்ற இரைப்பைக் குடல் அழற்சி நோய்த் தாக்கம் மக்களின் வாழ்க்கையை அழிக்குமளவுக்கு அச்சுறுத்தியது என்று குறிப்பிட்டார். இந்நோய் முதன்முதலில் தூத்துக்குடியிலுள்ள பரதவர்கள் மற்றும் கூலித் தொழிலாளர்கள்

இடையே பரவியதோடு, விரைவில் புன்னைக்காயலிலிருந்த படகோட்டிகள் மற்றும் முத்துக்குளிப்பவர்கள் வரை பரவியது.[29] இருப்பினும் ஆங்கிலக் குழுமம் இரைப்பைக்குடல் அழற்சி நோய் பரவுவதைத் தடுக்க நடவடிக்கைகள் எடுத்தது காணப்படவில்லை. திருநெல்வேலி மாவட்ட ஆட்சியர் மூலம் முத்துக்குளிப்பவர்கள் மற்றும் பிற தொழிலாளர்களுக்கு வழங்கப்பட்ட மருத்துவ முறைகள் பற்றிய பதிவுகள் ஆங்கிலக் குழுமப் பதிவில் காணவில்லை.

தொழிலாளர்கள் சுரண்டப்படுதல்

முத்துக்குளிப்பவர்கள் முத்துக்குளிக்க வராமல் வேலைசெய்ய மறுத்தது இயற்கையான காரணம். தொழிலாளர்கள் முழு தோல்வியும் பயனற்ற வேலையும் அது என்று கருதினர். 1815இல் திருச்செந்தூரில் நடைபெற்ற முத்துக்குளித்தல் குறித்த அறிக்கை, இந்த செய்தியை பயனற்றதாக விளக்கமளிக்கிறது. படகோட்டிகளும் முத்துக்குளிப்பவர்களும் முத்துக்குளிக்க செல்ல மறுத்து விட்டனர்.[30]

முத்துக்குளிக்கும் தொழிலாளர்கள் கடுமையான சுரண்டலுக்கு ஆளான போது, தங்கள் எதிர்ப்பைத் தெரிவித்தனர். 1807இல் முத்துக்குளித்தல் தொழிலை வாடகை எடுத்தவருக்கு முதன்மை நிலைக் கடன் கொடுத்தவர் ஒரு கடிதம் எழுதியதாகவும் அதில் தொழிலாளர் புறக்கணிப்புகள் குறித்து அவர் குறிப்பிட்டதாகவும் பதிவு செய்யப்பட்டுள்ளது. செயின்ட் ஜார்ஜ் கோட்டையில் உள்ள வருவாய் வாரியத்திடம் வாடகையாளர் அளித்த மனுவில் சுட்டிக்காட்டிய இடத்தைத் தவிர, வேறு எந்த இடத்திலும் சிப்பி மீன்கள் பிடிக்கக்கூடாது என்று மாவட்ட உதவி ஆட்சியர் தடைவிதித்ததாக முத்துக்குளிப்பவர்கள் தெரிவித்ததாகக் கூறப்படுகிறது. இதன் விளைவாக, முத்துக்குளிப்பவர்கள் அங்கு முத்துச்சிப்பிகளைக் காணவில்லை. மேலும் தங்கள் பணி தடைப்பட்டு பயனின்றிப் போனதாகத் துயரமுடன் தெரிவித்தனர். அவர்களின் உழைப்புக்குரிய பலன் கிடைக்காததால், முத்துக்குளிக்கும் தொழிலைச் செய்யாமல் ஓடிவிட்டனர்.[31] இதனால் முத்துக்குளிப்பவர்கள் நிறைய சிக்கல்களை எதிர்கொண்டனர். ஆனால், ஆங்கிலக் குழும ஆவணங்கள் தொழிலாளர் புறக்கணிப்புக் காரணமாக முதன்மை வாடகையாளரின் கடனிலிருந்து விடுதலையளிக்கக்கூடிய கோரிக்கைகள் மட்டுமே குறிப்பிடுகின்றன. மேலும், தொழிலாளர் புறக்கணிப்புகளிலிருந்து பெறப்பட்ட வருவாயின் அளவைக் குறைப்பது பற்றி, மீண்டும் மீண்டும் குறிப்பிடுவதை நாம் காண்கிறோம். முத்துக்குளிப்பவர்கள் தங்கள் வேலையைச் செய்ய மறுப்பதால் வாடகையாளர்கள் திருப்பிச் செலுத்துவதற்கான மனுக்களை அளிப்பதைப் பற்றிப் பதிவுகள் அடிக்கடிப் பேசுகின்றன.

முத்துக்குளிக்கும் தொழிலாளர்கள் வேலையில், வாடகையாளர்கள் மனநிறைவடையாதபோது, அவர்களுக்கு உடலைத் துன்புறுத்தும் தண்டனை வழங்கப்பட்டது. அண்ணாசாமி செட்டி முத்துக்குளித்தலின் போது தன் ஊழியர்களுக்கு தண்டனை வழங்கியதை ஒப்புக்கொண்டார்.[32] மேலும், 1807இல் திருநெல்வேலி மாவட்ட ஆட்சியர் அவர்களுடைய அதிகாரத்தைப் பறித்து, பணிசெய்ய மறுத்ததற்காக முத்துக்குளிப்பவர்களை ஞாயமற்ற முறையில் சரமாரியாக அடித்ததையும் நாம் காண்கிறோம். முகவரையும் உடலைத் துன்புறுத்தும் தண்டனைக்கு ஓர் அரசு அதிகாரியை ஏற்பாடு செய்தார்.[33]

வணிகர்கள் மற்றும் பணம் கடன் கொடுப்பவர்களின் கும்பல்

திருநெல்வேலி மாவட்ட ஆட்சியர் ஹெப்பர்ன் அவர்கள் 1807இல் முத்துக்குளிப்பவர்களின் வாழ்நிலை இடர்நிறைந்ததாக இருந்தது என்று விளக்கினார். முத்துக்குளிப்பவர்கள் ஆழ்கடலில் இருந்து கடற்கரைக்கு இரவில் திரும்பியபோது, அவருக்கு அவருடைய பங்குச் சிப்பிகள் வழங்கப்பட்டதாகவும், பின்னர் அவர் தன் உணவைச் சாப்பிடுவதற்கு முன்பு, அச்சிப்பிகளை விற்பனை செய்துவிட வேண்டும் என்றும் மாவட்ட ஆட்சியர் கூறினார். முத்துக்குளிப்பவர் வழக்கமாக அதிகாலை மூன்று மணி முதல் ஆறு மணி வரைக்குள் கரையேறுவார். மேலும் அவர் இரவு பதினோரு மணிக்குள் தன் படகுக்குத் திரும்ப வேண்டும். இந்தக் குறுகிய காலத்திற்குள் தனக்குத் தேவையான முத்துச்சிப்பிகளை அவர் விற்றுக் குடும்பத்திற்குத் தேவையான பொருள் மற்றும் சரக்குகளையும் வாங்க வேண்டும். நெய்யப்பட்ட உடை மற்றும் ஆடைகளையும் வாங்கிவிட்டு உணவை உண்ணவும், போதுமான ஓய்வும் எடுத்துக் கொள்ள வேண்டும். அதனால் வாடிக்கையாளருக்காகக் காத்திருப்பதிலோ அல்லது விலை குறித்துப் பேரம் பேசுவதிலோ அவரால் அதிக நேரம் ஒதுக்க முடிய வில்லை. எனவே, வாங்குபவர் என்ன தொகையை வழங்குகிறாரோ அதை எடுத்துக்கொள்ள அவர் கடமைப்பட்டிருந்தார். மேலும், முத்துக்குளிப்பவர் வாங்குபவர்களின் தயவில் இருந்தார்.[34]

முத்துக்குளித்தலின்போது பணியாற்றிய பல்வேறு தொழிலாளர்களின் பெரும் குழுவும் பணம் செலுத்தியது. 1822இல் முத்துக்குளித்தலின் போது கடல்கட்டிகள், முதன்மை உதவியாளர் மற்றும் படகின் காவலர் ஒரு படகிற்குப் பத்துச் சிப்பிகள் பெற்றதாகத் தெரிவிக்கப்படுகிறது. அமீனுக்கு ஒரு படகிற்கு மூன்று சிப்பிகள்

வழங்கப்பட்டன. முசம்தாருக்கு குறைந்த அளவில் சிப்பிகள் வழங்கப்பட்டன. சம்பிரதிக்கு ஒரு படகுக்கு இரண்டு சிப்பிகளும், கட்டவாய்க்கு ஒரு மிகச் சிறிய சிப்பியும் கிடைத்தது.[35] கச்சேரியில் (அரசு முகவரின் அலுவலகம்) தலைமை உள்ளூர் கணக்காளர்கள் 1822இல் நடைபெற்ற முத்துக்குளித்தலின்போது 5,240 சிப்பிகளை முத்துக்குளிப்பவரின் பங்கிலிருந்தும், 23,849 சிப்பிகளை அரசுப் பங்கிலிருந்தும் பெற்றனர். மொத்தம் 29,039 சிப்பிகள்.[36]

தூத்துக்குடியில் உள்ள அங்காடியில் சிப்பி மற்றும் முத்துக்களின் விலைகள் அவ்வப்போது ஆண்டுக்கு ஆண்டு ஏறும், இறங்கும். 1815இல் திருநெல்வேலி மாவட்ட ஆட்சியரான ஜேம்ஸ் காட்டன் அவர்கள் இந்தச் சிப்பிகளின் விளைச்சல் முந்தைய நாட்களில் முத்துக்குளித்ததைவிட அதிக மதிப்பு வாய்ந்ததாகத் தெரியவில்லை என எழுதினார். கடலிலிருந்து படகுகள் திரும்பிய முதல் நாளில், சிப்பிகள் விலை அங்காடியில் ஏறியது. ஆனால், அது விரைவில் மீண்டும் சரிந்தது. முத்துக்குளிப்பவர்கள் மற்றும் படகோட்டிகள் தங்கள் பங்குகளை விற்பதன் மூலம் வாழ முடியவில்லை என்று முறையிட்டனர்.[37]

வட்டிக்குப் பணம் வாங்கிய பரதவர்கள் கடன் தொல்லைகளுக்கு உள்ளாகி பெரிதும் சிரமத்துக்குள்ளானார்கள். 1815இல் பரதவர் முத்துக் குளிப்பவர்கள் மற்றும் பிறரிடம் இருந்து மெட்ராசு அரசு எண்ணற்ற மனுக்களைப் பெற்றது. அவர்கள் பணச் சந்தையில் அதிக மதிப்பீட்டில் கடன் வாங்கி, கடனில் விழுந்தனர். 1815இல் முத்துக்குளித்தலை வாடகைக்கு எடுத்த கட்டா நாராயண சுவாமி அவர்கள் அளித்த மனுவின்படி, முத்துக்குளிப்பவர்கள் படகோட்டிகள மற்றும் பிற தொழிலாளர்கள் கடுமையாகப் பாதிக்கப்பட்டனர். ஒவ்வொரு தோணிக்கும் (படகுக்கும்) 100 முதல் 110 பகோடாக்கள் வரை படகோட்டிகள் இழப்பைச் சந்தித்ததாக அவர் கூறினார். அவர்கள் கடனாளிகளாகி விட்டதால் வாழ்க்கைப் பொருளுதவிக்காகத் தங்களிடம் இருந்த அனைத்தையும் விற்க வேண்டிய கட்டாயமேற்பட்டது. அவர்கள் ஒவ்வொரு கல்லுக்கும் 3 அல்லது 4 முறை முக்களிப்பு செய்தார்கள். அவர்கள் பெரிதும் தொல்லைக்குட்பட்டு 1 அல்லது 2 சிப்பிகளைப் பெற முடிந்தது. முத்துப்பாறையில் நல்ல சிப்பிகள் இல்லை. முத்துக் குளிப்பவர்களுக்கு வந்த பங்கு ஒவ்வொருவருக்கும் 20 அல்லது 40 காசுகளைத் தாண்டவில்லை. எந்தப் பயனும் இன்றி முத்துக் குளிப்பவர்கள் நாள்தோறும் பட்டினியால் வாடினர்.[38] தூத்துக்குடியில்

முத்துக்குளிப்பவர்களின் நிலையும் வாழ்க்கை நிலையும் அப்படித்தான் இருந்தது. இந்தத் தீய நிலைமையைத் தடுக்க எந்தத் தீர்வும் இல்லை.

ஆயுதம் ஏந்திய பணியாளர்கள்

தூத்துக்குடியில் முத்துக்குளித்தல் பருவகாலத்தில் பல சிப்பந்தித் தொழிலாளர்கள் (ஆயுதம் ஏந்தியவர்கள்) வேலைக்கு வந்தனர். எட்டயபுரம் மற்றும் மணியாச்சியிலுள்ள இரு பெரிய நிலக்கிழார்களிடமிருந்த (சமீன்தார்களிடமிருந்து) பாதுகாப்பு ஆட்களும், காவல்துறை உதவியும் பெருமளவில் வந்ததாகப் பதிவுகள் குறிப்பிடுகின்றன. 1822இல் தூத்துக்குடியின் தேவைகளுக்குப் பொதுவான காவல் போதாது என்றும், ஆயுதமேந்திய காவல்படை, வியாபாரிகளுக்கும் அவர்களின் சொத்து உடைமைகளைப் பாதுகாக்க முடியும் என்று ஹட்ல்ஸ்டன் என்ற மாவட்ட அலுவலர் கருதினார்.[39]

எந்தவொரு செயல்திறமுடைய திருட்டு அல்லது கொள்ளை முயற்சிகளையும் தடுக்க ஓர் இடைநிறுத்த நடவடிக்கையாக பெருநிலக்கிழார்களிடமிருந்து ஆயுதம் ஏந்தியவர்களை வழங்குமாறு ஹட்ல்ஸ்டன் கோரினார். எட்டயபுரம் மற்றும் மணியாச்சியைச் சேர்ந்த சிப்பந்திப் பணியாளர்களுக்குச் செலுத்தப்பட்ட பணம் முறையாகக் கணக்கிடப்பட்டுள்ளது.[40]

படைத்துறை வழங்கிய துப்பாக்கிகள், பீரங்கிகள் மற்றும் பிற வகையான கனரக பீரங்கிகள் கொண்டு செல்லப்பட்டன மற்றும் பிற இடங்களிலிருந்தும் உதவி வந்தது. 1822இல் ஆங்கிலக் கிழக்கிந்தியக் குழுமம் பாளையங்கோட்டையிலிருந்து தூத்துக்குடிக்குத் துப்பாக்கியை ஏற்றிச்செல்ல காளை பூட்டி தொடர்வண்டியை வாடகைக்கு அமர்த்தியதாகக் குறிப்பிட்டுள்ளது. ஏனெனில், முத்துக்குளித்தலின் போது அவ்வப்போது துப்பாக்கிச் சூடு நடத்தப்பட்டது. முத்துக் குளித்தலில் கூடுதல் படைவீரர்கள் தேவைப்படுவதால் துப்பாக்கியுடன் வந்த மெய்க்காவலர் ஒருவர் ஆட்சியரால் தன்னுடனேயே தங்க வைக்கப்பட்டார்.[41] பாளையங்கோட்டையிலிருந்து தூத்துக்குடியிலுள்ள முத்துக்குளித்தல் பகுதிக்குத் தேவையான மளிகைப் பொருட்கள் மற்றும் பிற பொருட்கள் வந்தன.

தொகுமொத்தத்தில் தூத்துக்குடியில் 1784-1830 வரை ஆங்கிலக் கிழக்கிந்தியக் குழுமம் நடத்திய முத்துக்குளித்தல் தொழிலில், உழைப்பும் மூலதனமும் எவ்வாறு முதன்மைப் பங்காற்றியது என்பதைக் கவனித்தோம். முத்துக்குளித்தலுக்கான தொழில்நுட்ப

அறிவு தலைமுறை தலைமுறையாக அனுப்பப்பட்டது. இதனால் உற்பத்தி உறவுகள் அவர்களுடைய உறவின் வரம்பைக் குறைக்க வில்லை. சங்குக்காக முத்து எடுப்பதும், மூழ்குவதும் மட்டமான தொழில்களாகக் கருதப்பட்டதும், வசதி படைத்தவர்கள் முத்து வணிகம் மற்றும் முத்து ஏற்றுமதியில் மட்டுமே ஈடுபட்டு வந்தனர். என்பது கவனிக்கத்தக்கது. முத்துக்குளித்தல் குத்தகையாளர்கள் உழைப்பைச் சுரண்டினார்கள். மெட்ராசில் உள்ள ஆங்கிலக் கிழக்கிந்தியக் குழுமம் வருவாயைப் பெறுவதில் ஆர்வமாக இருந்தது. மேலும் திருநெல்வேலி ஆட்சியர்கள் படகோட்டிகள், முத்துக் குளிப்பவர்கள் மற்றும் தொழிலாளர்களை இயக்கி, புதிய விதிகள் மற்றும் விதிமுறைகள் ஆகியவற்றைப் பின்பற்றி தொழிலாளர் வர்க்கத்தின் வாழ்க்கையில் மேலும் துயரத்தைச் சேர்த்தனர்.

அடிக்குறிப்புகள்

1. George Lees, trs., History of Ceylon Presented by Captain John Ribeiro to the King of Portugal in 1685, Colombo, 1847, pp. 74–5.
2. Ibid., pp. 75–7.
3. Philippus Baldaeus, Naaukeurige Beschrjvinge van Malabar en Choromandel, der zelveraangrenzende Ryken, en het machtige Eyland Ceylon, Amsterdam, 1672, p. 151; Philip Baldaeus, A True and Exact Description of the Most Celebrated East India Coasts of Malabar and Coromandel as well as of the Isle of Ceylon with their Adjacent Kingdom and Provinces, 1672, London, 1703, rpt., New Delhi, 2000.
4. Johannes Nieuhof, Parel Visseryvoor Toutecouryn: Zee und Lantreise, door verscheide Gewesten von Oostindien, Amsterdam, 1682, p. 190; John Nieuhof, Voyages and Travels into Brazil and East Indies, 2 vols., 1703.
5. Nationaal Archief (hereafter NA), Den Haag, Mss VOC, no. 1227, fls.332-2v: Proceedings of Tuticorin, January 1658; NA, Mss Hogeregering te Batavia (hereafter HRB), no. 542 (unfoliated), Description of Ceylon, Madurai, south Coromandel, Malabar, and Kanara by Rijcklof van Goens, September 1675; W. Ph. Coolhas, ed., Generale Missiven van de Gouverneurs-Generaal en Raden Aan Heren XII der Verenigde Oost-indische Compagnie, 9 vols, S' Gravenhage, 1960-84 (hereafter GM), vol. IV, p. 95, vol. V, p. 217, vol. VI, pp. 169-70, 368-9, 445-6, 554, vol. VII, pp. 369, 567, 727, vol. VIII, p. 19, vol. IX, pp. 272, 389.
6. Abbe Carre, The Travels of Abbe Carre in India and Near East, 1672–1674, 3 vols., London, 1947–8, vol. III, pp.106–7.
7. NA, VOC 1632, fls.672–713.
8. John Lockman, Travels of the Jesuits, into Various Parts of the World: Particularly China and the East Indies. Intermixed with an Account of

the Manners, Government, Civil and Religious Ceremonies, Natural History and Curiosities, of several Nations visited by those Fathers, translated from the Celebrated letters edifiantes & curieuses, ecrites des Missions Etrangers, par les Missionaire de la Compagnie de Jesus. A Work so entertaining and curious, that it has already been translated into most of the European Languages. This Work is so illustrated with Maps and Sculptures, engraved by the best Masters. To which is now prefixed, An Account of the Spanish Settlements, in America, with a general Index to the whole Work, Second edition, corrected, Printed for T. Piety, at the Rose and Crown in Pater Noster–Row; and sold by the Booksellers of Great Britain, Ireland and New England, 1762, 2 vols, pp. 380–1.
9. J. Hornell, The Indian Pearl Fishery of the Gulf of Mannar and Palk Bay, Madras, 1922, p. 35.
10. Alexander Hamilton, A New Account of the East Indies, London, 1930, vol. I, p. 336.
11. NA, VOC 1767, Letter of Governor Falck to Batavia dated 13 April 1766.
12. Tamilnadu State Archives (hereafter TNSA), Chennai, South Arcot District Records, Correspondence on Political Matters, vol. 142 (8), dated 13 March 1818, pp. 64–5, 87–8, 97–101, 113–8.
13. TNSA, Tinnevelly District Records (hereafter TVDR), vol. 4364, fl.120.
14. TNSA, Board of Revenue Proceedings (hereafter BORP), vol. 1403, fl.3236.
15. C. H. Kaufmann, The Dictionary of Merchandize and Nomenclature in All Languages, London, 1803, pp. 259-260.
16. TNSA, TVDR, vol. 3583, fls.33-5.
17. TNSA, BORP, vol. 140, fls.9185-9.
18. TNSA, TVDR, vol. 3586, fls.19-20.
19. TNSA, TVDR, vol. 3559, fl.32.
20. TNSA, BORP, vol. 446, fl.4431.
21. TNSA, BORP, vol. 446, fls.4428-9.
22. TNSA, BORP, vol. 251, fl.3958.
23. TNSA, BORP, vol. 251, fl.3955.
24. TNSA, BORP, vol. 251, fl.3957.
25. TNSA, TVDR, vol. 3565, fl.39.
26. TNSA, BORP, vol. 668, fls.1589-602.
27. TNSA, TVDR, vol. 3582, fls.212-3.
28. TNSA, TVDR, vol. 4702, fl.52.

29. James Stewart, 'Account of the Pearl Fisheries of the North-West Coast of the Island of Ceylon', Transactions of the Royal Asiatic Society of Great Britain and Ireland, vol. III, no. 3, 1834, pp. 462–52, see, p. 407.
30. TNSA, BORP, vol. 672, fls.3168-9.
31. TNSA, TVDR, vol. 3566, fls.132-3.
32. TNSA, TVDR, vol. 3582, fl.138.
33. TNSA, BORP, vol. 447, fl.5233.
34. TNSA, TVDR, vol. 3582, fl.143.
35. TNSA, TVDR, vol. 4696, fls.228-34; TNSA, BORP, vol. 935, fls.894-902.
36. TNSA, TVDR, vol. 4696, fls.228-34.
37. TNSA, BORP, vol. 672, fls.3064.
38. TNSA, BORP, vol. 688, fls.9889-90.
39. TNSA, TVDR, vol. 4364, fls.120.
40. TNSA, BORP, vol. 924, fls.8735-6.
41. TNSA, TVDR, vol. 4696, fls.408-409.

இயல் 12

வணிகர்கள், கைவினைஞர்கள் மற்றும் கூலித்தொழிலாளர்கள்: தூத்துக்குடியிலிருந்து உள்நாடு மற்றும் வெளிநாட்டு இடம்பெயர்வு, 1543-1880

போர்த்துக்கீசியர்களின் வருகைக்குப் பிறகு புன்னைக்காயல் முதன்மையான சமயப்பரப்பல் நடவடிக்கையின் குடியேற்றப் பகுதியாக மாறியது. அதைத் தொடர்ந்து தூத்துக்குடியில் பல பரதவர்கள் அந்த இடத்தைப் பார்வையிடத் தொடங்கினர். மணப்பாடு, ஆலந்தலை, வீரபாண்டியன்பட்டினம், உவரி, வைப்பார் மற்றும் வேம்பார் போன்ற அருகிலுள்ள பல்வேறு கடலோரப் பகுதிகளில் கிறித்தவ மதத்தைத் தழுவிய பரதவர்கள் சிறிய அளவில் போர்த்துக்கீசிய வணிகர்களுடன் சேர்ந்து வணிகத்தில் ஈடுபடத் தொடங்கினர்.

போர்த்துக்கீசியர்களின் கீழ் தூத்துக்குடியிலிருந்து ஆசியத் துறைமுகங்களுக்குப் பரதவர் இடம்பெயர்வு

சோழமண்டலக் கடற்கரையில் உள்ள தேவனாம்பட்டினத்தின் போர்த்துக்கீசியக் குடியேற்றத்தில் 1543லேயே தூத்துக்குடிக்கு அருகிலுள்ள வீரபாண்டியன்பட்டினத்திலிருந்து பல பரதவர் குடியேறியிருந்தனர்.[1] பரதவரான தோமை தே லியோன் மற்றும் அவர் மனைவி தோமசா தே அகுனா கடலூரில் வசித்து வந்தனர். 1711இல் பிறந்த அவர்களின் மகன் போர்த்துக்கீசியக் கப்பலின் துணைத்தலைவர் மற்றும் தளபதியாகவும் பணிபுரிந்தார். பின்னர் அவர் 1733இல் மணிலாவுக்குச் சென்று அங்குக் குடியேறினார். அவர் 1745இல் மணிலா நகரின் பாதுகாப்புக் காவலராக ஆனார். மேலும் 1755இல் பிலிப்பைன்சில் கடலோரக் காவல்படையின் தலைவராகவும் நியமிக்கப்பட்டார். அவர் சொந்தமாக கப்பல்களை வைத்திருந்ததோடு 1750-1768இல் சீனா மற்றும் இந்தோனேசியாவுடன் வணிகம் செய்தார். இந்தப் பரதவர் வேவு பார்த்தல் வேலையில் ஈடுபட்டதோடு, உளவுத்துறைச் செய்தி சேகரிப்பாளராகவும் செயல்பட்டார். மேலும் ஸ்பெயின் மன்னருக்கு இரகசிய அஞ்சல்களை அனுப்பினார்.[2]

மாலுமிகள், கடலோடிகள் மற்றும் வணிகர்கள் தூத்துக்குடியிலிருந்து இலங்கைக்கு இடம்பெயர்தல் மற்றும் டச்சுக்காரர்களின் கீழ் கொச்சிக்கு செல்லுதல், 1661-1690

தூத்துக்குடியிலிருந்து மன்னார் யாழ்ப்பாணம் மற்றும் கொழும்புக்குப் பயணிக்கும் கப்பல்களில் பரதவர்கள் தொடர்ந்து இடம்பெயர்ந்தனர். 1661ம் ஆண்டு டச்சுப்பதிவுகளில் இந்த விளக்கங்கள் குறிப்பிடப் பட்டுள்ளன. இந்தப் பரதவர்கள் மாலுமிகளாகவும், கடலோடி களாகவும் பணிபுரிந்தனர்.[3] காயல்பட்டினம் பகுதியிலிருந்து அரிசி மற்றும் துணி வணிகத்தில் செட்டிகள் மற்றும் மரக்காயர்கள் ஆளுமை செலுத்தினர் என்றும், அவர்கள் கொழும்பில் முன்னணித் துணி விற்பனையாளர்கள் மற்றும் விற்பவர்களாக இருந்தனர் என்றும் டச்சுப் பதிவுகள் 1690இல் குறிப்பிடுகின்றன. அவர்கள் தூத்துக்குடித் துறைமுகத்திலிருந்து இடம்பெயர்ந்தவர்கள்.[4]

தூத்துக்குடிக்கு அருகிலுள்ள காயல்பட்டினத்தில் வாழ்ந்த சில கைவினைஞர்கள் 1690இல் கொச்சிக்கு குடிபெயர்ந்தனர். தூத்துக்குடியில் கன்னடம் பேசும் வணிகரான பாபு பிரசாத் அவர்களின் முயற்சியால் காயல்பட்டினத்திலிருந்து மரவணிகர் ஒருவர் தன் முழுக்குடும்பத்துடன் கொச்சிக்குக் குடிபெயர்ந்தார். இந்த மரவணிகர் தொடக்கத்தில் டச்சுக் குழுமத்தால் கப்பல்கட்டும் தளத்தில் உத்தரங்களைத் தேர்ந்தெடுப்பதில் திறம் வாய்ந்தவர் என்பதற்காகப் பணியமர்த்தப்பட்டார். மேலும் பாய்மரக்கப்பல் கட்டுமானத்திற்குத் தேவையான தேக்கு, புன்னை போன்ற பல்வேறு வகையான மரங்களைக் கொண்டு வந்து, வணிகம் செய்தார். மரவணிகம் டச்சுக்குழுமத்தின் முற்றுரிமைப் பொருளாக மாறியது. உள்ளூர் மக்கள் இவ்வணிகத்தில் தடை செய்யப்பட்டனர். மரவணிகர் டச்சுக்காரர்களுக்குத் தன் பணியைத் தொடர்ந்து செய்தார். தமிழர்களின் மரபுப்படி கப்பல்கட்டும் மர அளவு முறைகள், கணக்கிடும் வகை மிகவும் சிரமமாக இருந்ததாக கொச்சியின் டச்சுக் குழுமத் தலைவர் தெரிவித்தார். எனவே, அந்த முறைகளை அவர் நிராகரித்து விட்டு, நெதர்லாந்து நாட்டு மரவேலை செய்யும் ஆசாரிகள் உபயோகிக்கும் முறையை அறிமுகப்படுத்தினார். இந்தச் செய்தி 31 சனவரி 1691 அன்று கொச்சியிலிருந்து எழுதப்பட்ட கடிதத்தின் மூலம் நெதர்லாந்திற்குத் தெரிவிக்கப்பட்டது. அதே கடிதத்தில் அறிமுகப் படுத்தப்பட்ட வடிவியல் உருவமும் காட்டப்பட்டுள்ளது. மரத்தினை நீளம், அகலம் மற்றும் அடி மற்றும் விரற்கடைகளின் (அங்குலங்களின்) தடிமன் மூலம் கணக்கிடும் டச்சு முறை 1752இல் கொச்சியில் கப்பல்

கட்டுமானத்தில் பயன்படுத்தப்பட்டது. இது மீண்டும் 15 சனவரி 1772இல் கொச்சியிலிருந்து எழுதப்பட்ட கடிதத்தில் தெரிவிக்கப்பட்டுள்ளது.[5]

தூத்துக்குடியிலிருந்து கொச்சிக்குச் செருப்புத் தைப்பவர்கள் இடம்பெயர்வு (1728–1732)

சக்கிலியர்கள் (தோல் தொழிலாளர்கள் மற்றும் செருப்புத் தைப்பவர்கள்) 1728-1732இல் ஜேக்கப் டி ஜோங் டச்சுத் தளபதியாக இருந்த போது, தூத்துக்குடியிலிருந்து கொச்சிக்கு இடம்பெயர்ந்தனர். கொச்சிக்கு வெளியே அவர்களுக்கு ஒரு திறந்த வெளித்திடல் ஒதுக்கப் பட்டது. அங்கு அவர்கள் வீடுகட்டி வாழ்ந்தனர். அவர்கள் தங்கள் கைவினை தொழிலையும் பொருட்களை மட்டுமே நம்பியிருந்தனர். அவர்கள் டச்சுக் குழுமத்தின் பாதுகாப்பில் மட்டுமே வாழ்ந்தனர். அவர்கள் மக்கள் தொகைக்கணக்கில் 71 பேர் கொண்ட 16 குடும்பங் களாக இருந்தனர். அவர்களில் சிலர் கிறித்தவர்களாக மாறினார்கள். அவர்கள் உருவாக்கிய காலணிகள் கோணல்மாணலாகவும் மோசமாகத் தைக்கப்பட்டதாகவும் தெரிவிக்கப்பட்டுள்ளது. அந்தக் காலணிகள் நீர் புகாதவையல்ல. மேலும் தூத்துக்குடியில் செய்யப்பட்டதை விட மிகவும் பின்தங்கியதாக இருந்தது. எப்படியிருப்பினும், பொருட்களின் விலையானது அய்ரோப்பியப் படைவீரர்கள் மற்றும் பீரங்கிப் படை வீரர்கள் பயன்படுத்துவதற்காகக் கொச்சியில் செய்யப்பட்ட பொதுவான காலணிகளை விட மூன்றில் இரண்டு பங்கு குறைவாகவும் மலிவாகவும் இருந்தது. இந்தச் சக்கிலியர்கள் உள்ளூர் ஏழை மக்களுக்காக வேலை செய்தனர். முதன்மையாகத் தோல் பொருட்களின் மலிவான விலைக்காக அவர்களை உள்ளூர் ஏழை மக்கள் ஆதரித்தனர். சக்கிலியர்கள் மிகவும் ஏழ்மையானவர்கள். மேலும் அவர்கள் தங்கள் வறுமையைப் பொறுமையாகத் தாங்கிக்கொண்டனர். அவர்கள் வாழ்வில் மனநிறைவு அடையும் அளவுக்கு மகிழ்ச்சியோடு இருந்தனர். மேலும் அவர்கள் தூத்துக்குடிக்குத் திரும்ப விரும்பவில்லை.[6]

தூத்துக்குடிக்கு அருகிலுள்ள காயல்பட்டினத்திலிருந்து துணி சாயந்தோய்ப்பவர்கள் கொச்சிக்கு இடம்பெயர்வு (1734–1743)

டச்சுக்குழுமத்தின் ஏற்றுமதி தேவையின் காரணமாக டச்சுக் காரர்களின் கீழ் கொச்சியில் அச்சுத்துணிச் சாயவேலைகள் தொடங்கப் பட்டன. 1754இல் கொச்சியில் வான் கொல்லெனிஸ் அவர்கள் டச்சுப் படைத்தலைவராக இருந்தபோது (1734-1743) தமிழகக் கடற் கரையில் உள்ள தூத்துக்குடி மற்றும் நாகப்பட்டினத்திலிருந்து சில சாயக்காரர்கள் அழைக்கப்பட்டனர். அவர்கள் வாழ்வதற்காகக்

குடிசைகள் மற்றும் வேலைக்காகக் கொட்டகைகள் அமைப்பதற்குத் தேவையான ஏற்பாடுகளைச் செய்தார். இந்தச் சாயத் தொழிலாளர்கள் தங்கள் வேலையைச் செய்தனர். ஆனால், டச்சுக்காரர்களின் எதிர்பார்ப்புகளுக்கேற்பத் துணி சாயமிடுதல் வரவில்லை. எனவே, அவர்கள் 1744இல் தங்கள் இடங்களுக்குத் திருப்பி அனுப்பப்பட்டனர். காயல்பட்டினத்திலிருந்து வந்த இந்தச் சாயக்காரர்களில் சிலர் திறமையானவர்கள் என்பதால் கொச்சியில் தங்கும்படி கேட்டுக் கொள்ளப்பட்டனர். இந்தச் சாயக்காரர்களுக்குக் கொச்சிக்கு வெளியே சிறிது நிலம் கொடுக்கப்பட்டு டச்சுக்குழுமத்தின் பாதுகாப்பில் நிலையாக வாழ்ந்துவந்தனர். அவர்கள் வீடுகள்கட்டி தோட்டங்கள் அமைத்து மகிழ்ச்சியுடன் குடியேறினர். அவர்களின் குடியிருப்புகள் நகரத்திலிருந்து ஒரு துப்பாக்கிச் சுடும் தொலைவு எல்லைக்குள் அமைந்திருந்தாலும், டச்சுக் கோட்டையின் உட்ரெக்ட் முனை அரணுக்கு வெளியே நீட்டிக்கொண்டிருக்கும் புறப்பகுதிக்கு அருகிலும் அமைந்திருந்ததால், ஐதர் அலியின் படையெடுப்பின் காரணத்தைக் கூறிக் கொச்சியின் ஆளுநர் மோயன் அவர்கள் குடியிருப்புகளை இடித்து மரங்களை வெட்டிச் சமன் செய்தார்.[7]

சாயமிடுபவர்கள் கடுமையான இன்னல்களுக்கு ஆளாகினர். மேலும் டச்சுக்குழுமம் உடனடியாகச் சாயமிடுபவர்களுக்கு டச்சுக்குழுமத்தின் தோட்டத்திற்கருகில் கொச்சியில் சமதளங்களின் கடைசி முனையில் உள்ள நிலப்பகுதிகளை ஒதுக்கியது. சாயமிடுபவர்கள் தங்கள் குடிசைகளை அங்கு அமைத்தனர். மேலும் அவர்கள் மிகவும் வசதியாக வாழ்ந்த இடத்திற்கு இழப்பீடாக நிதி வழங்கப்பட்டது. சாயமிடுபவர்கள் தாங்கள் முன்புஇருந்த இடத்தைவிட புதிய இடத்தில் மனநிறைவு அடைந்ததாக டச்சுப் பதிவுகளில் குறிப்பிடப்பட்டுள்ளது. துணிகளுக்குச் சாயமிடும் அவர்களின் வேலை, கரடுமுரடான துணி வகையாக இருந்ததோடு அடிமைகள் மற்றும் உள்ளூர் மக்களின் பயன்பாட்டிற்கு மட்டுமே பொருத்தமாக இருந்தது. வண்ணந்தீட்டப்பட்ட துணிகள் வேறுபட்டவையாக இருந்ததோடு, அத்துணிகள் உடலையும், தலையையும் மறைக்கப் பயன்படுத்தப்பட்டன. சாயமிடுபவர்கள் குறிப்பாக நார்ப்பட்டுக் கருப்பு நிறத்தில் சாயமிடுவதில் திறமையானவர்கள். இது இறப்பு மற்றும் துயர நேரத்தில் பயன்படுத்துவோர்க்கு மிகவும் வசதியாக இருந்தது. ஒரு சில பெண்கள் தொழில் கற்றுக் கொண்டதைத் தவிர மற்ற பெண்கள் இந்த வேலையை செய்யவில்லை. ஆனால், ஆண்களுக்கு உதவுவார்கள். காலப்போக்கில் இந்தச் சாயக்காரர்களில் சிலர் எழுத்தர்கள் அல்லது கணக்குப்பிள்ளைகளாக, அய்ரோப்பியர்களைத்

தவிர யூத வணிகர்களுடன் வேலைக்குச் சேர்ந்தனர். அவர்கள் கணக்குத் தொடர்பானவைகளில் மிகவும் துல்லியமாகவும் கணக்கிடுவதில் விரைவாகவும் நம்பகமானவர்களாகவும் இருந்தனர். 1743இல் இந்தச் சாயக்காரர்களின் மக்கள் தொகை 23 குடும்பங்களைச் சேர்ந்த 141 பேர்களாக இருந்தது.[8] டச்சுக்குழும ஆட்சியில் தூத்துக்குடிக்கு அருகில் உள்ள மக்கள் பெருமளவில் உள்நாட்டில் இடம்பெயர்ந்தனர்.

பிரித்தானிய ஆட்சியின்கீழ் தூத்துக்குடியிலிருந்து இலங்கைக்குக் கூலித் தொழிலாளர்கள் இடம்பெயர்வு: காபித் தோட்டங்களில் சமூக வாழ்க்கை (1841-1880)

வேலையாட்கள், தொழிலாளர்கள், பயிற்சிபெற்ற தொழிலாளர்கள் மற்றும் கைவினைஞர்கள் ஆகியோரைச் சிறந்த முறையில் ஒழுங்கு படுத்தும் நோக்கத்துடன் வாடகை மற்றும் பணி ஒப்பந்தங்களின் கீழ் ஆங்கிலேயர்களால் 1841இல் (1841 பணி ஒப்பந்த அவசரச் சட்டம் எண்.5) ஓர் அவசரச் சட்டம் இயற்றப்பட்டபோது தூத்துக்குடியிலிருந்து இலங்கைக்கு கடல்கடந்த வெளிநாட்டுக் குடியேற்றம் உருவானது. இந்த அவசரச் சட்டமானது அரசின் பணியில் உள்ள எந்தவொரு வேலையாள், அல்லது வீட்டு வேலையாள் அல்லது தொழிலாளி, அல்லது எந்தவொரு தனியாள், அல்லது ஆட்களுக்கும் பொருந்தும். இரு தரப்பினராலும் கையொப்பமிடப்பட்ட எழுத்துமூலமான ஒப்பந்தம் என்பது ஓராண்டுக் காலத்திற்குச் செல்லுபடியாகும். மேலும் இது ஒரு மாத அறிவிப்பின் மூலம் நிறுத்தப்படும். கட்டளைச் சட்டத்தின் 7ஆம் பிரிவில் உள்ள தண்டனை விதியின் மூலம் ஒப்பந்தம் செயல்படுத்தப்பட்டது.[9] அமைப்பில் உள்ள தொழிலாளர்களை இணைக்கும் கடுமையான ஒப்பந்தங்கள், தடையற்ற தொழிலாளர் இடம்பெயர்வில் பல செயல் முறை சமநிலைத் தன்மைகளைக் கொண்டிருந்தன. ஒப்பந்தத்தை மீறும் தொழிலாளர்களுக்கு எதிராக இலங்கையில் உள்ள தோட்டக்காரர்கள் குற்றவியல் நடவடிக்கை எடுக்க வேண்டும் என்று அந்தச் சட்டத்தில் ஒரு ஒப்பந்த உட்பிரிவு இருந்தது.

1844இல் தொழிலாளர் ஆட்சேர்ப்பு என்பது மிகவும் செயற் பாட்டிற்குரியதாகவும் பொதுவான ஒன்றாகவும் மாறியது. பிளாக் ஃபாரஸ்ட் தோட்டத்தின் உரிமையாளர் 1844இல் தமிழகக் கடற்கரைக்கு ஓர் ஆட்சேர்ப்பு செய்பவரை அனுப்பியதாக இலங்கையில் உள்ள தோட்டக்காரர்கள் சங்கம் தெரிவித்தது. பின்னர் அவர் 14 தொழிலாளர் களுடன் திரும்பினார்.[10] இவ்வாறு தொழிலாளர் ஆட்சேர்ப்பு முறை ஒரு கண்காணியுடன் (தமிழில் மேற்கண்காணிப்பாளர் / முன்ஆள் பணியாளர்) உருவாக்கப்பட்டது. இதன்படி இலங்கையில் தோட்டத்தில்

ஏற்கெனவே வேலையில் இருந்த ஒரு தொழிலாளி அவருடைய சிற்றூர் அல்லது தமிழகத்தில் உள்ள பிற இடங்களில் இருந்து தொழிலாளர்களை வேலைக்கு அமர்த்துவதற்காக அவருடைய முதலாளியால் அனுப்பப் பட்டார். ஆட்சேர்ப்பு முகவர் நிறுவனங்களுக்குக் கொடுக்கப்படும் அதிக தொகையைவிட, தொழிலாளர்களை ஆட்சேர்ப்பு செய்ய ஒரு கண்காணியை அனுப்பும் செலவு ஒப்பீட்டளவில் குறைவு என்பதன் காரணமாக கண்காணியை அனுப்புவதே ஏற்றுக் கொள்ளப்பட்டது. கண்காணி ஓர் ஆற்றல்மிக்க இடைத்தரகராகவும் நம்பகமானவராகவும் உணரப்பட்டார். மேலும் அவர் பணியமர்த்தப்பட்ட ஒவ்வொரு தொழிலாளியிடமிருந்தும் வேலைக்காக நாள்தோறும் 'தலைப்பணம்' பெற்று, அந்தத் தொழிலாளி தலைமறைவானால் அந்தப் பணம் பறிமுதல் செய்யப்பட்டது. புலம்பெயர்ந்த தொழிலாளர்கள் 1847இல் இலங்கைக்குப் படகுகள் மற்றும் கப்பல்களில் குழுக்களாக வந்தனர். கண்காணிகள் தமிழ்நாட்டில் தரைவழியாகப் பயணம் செய்து, அவர்களைப் பாய்மரக்கப்பல்களில் அழைத்துவந்து அவர்களிடம் பேசி, முறையான உறுதிமொழியை வாங்கிக் கொண்டுப் பின்னர் அவர்களுடைய வேலையை மேற்பார்வையிட்டதோடு, அதற்கு ஈடாகக் கண்காணி தன் கீழ் பணிபுரியும் ஒவ்வொருவரிடமிருந்தும் அவர்களுடைய ஊதியத்தில் ஒரு சிறிய தொகையையும் பெற்றார்.[11]

புலம்பெயர்ந்த தோட்டங்களுக்கு வந்த ஒவ்வொரு கட்டத்திலும், ஒரு பொறுப்பான கண்காணியால் அவர்கள் ஒழுங்கமைக்கப்பட்டவர்கள் என்பதைக் குறிப்பிட வேண்டும். அவர் தமிழகத்தில் ஆட்சேர்ப்பு அதிகாரியாக இருந்தார். அவர் தன் சொந்தப் பகுதியான சிற்றூர்களுக்குச் சென்று பொதுவாக உழவுத் தொழிலாளர்கள் மற்றும் கடன்பட்ட உழவர்களின் சமூகப் பின்னணியைக் கொண்டவர்களைத் தன்னுடன் ஓராண்டு முதல் மூன்று ஆண்டுகள் வரை காபித் தோட்டங்களில் வேலை செய்யப் பல்வேறு காலங்களுக்குக் கொண்டு வந்தார்.[12] கண்காணிகள் 25 முதல் 100 கூலியாட்கள் வரையிலான தமிழர்களின் குழுக்களுடன் பயணித்தனர். ஆட்சேர்ப்பு இடத்திலிருந்து இலங்கைக்குச் செல்லும் வழியிலிருந்து தோட்டங்களை அடைவதற்கான அவர்களின் பயணத்தில் அவர்களுக்குத் தேவையான பணத்தை முன்பணமாக அளித்தனர். அதன் பிறகு, கண்காணி தொடர்ந்து மேற்பார்வையாளராகச் செயல்பட்டதோடு தோட்ட உரிமையாளர்கள் மற்றும் மேலாளர்களுக்கு அவர் கொண்டு வந்த தொழிலாளர்களுக்காகப் பொறுப்பேற்றார். வழக்கமாகக் கொடுக்கப்பட்ட முன்பணத்திற்காக அவரிடம் அவர்கள் கடன்பட்டவர்களாக இருந்தனர்.[13] தொழிலாளர் ஆட்சேர்ப்பு முறை மிகவும் எளிதானதோடு அதில் கண்காணிகளின் பங்கும் மிகவும் முதன்மையானது. ஏனெனில்,

அவர்களின் சமூக மற்றும் நிதி அதிகாரங்கள் தோட்டங்களின் வரையறுக்கப்பட்ட புவியியல் எல்லைக்குள் செயல்பட்டது. இவ்வமைப்பின் நன்மைகள் இயல்பாகவே வழங்கப்பட்டன. புலம்பெயர்ந்தோர் தொடக்கம் முதல் இறுதிவரை அவர்களின் உரிமை மற்றும் உடல்நலம் தவிர மாற்றுச் செயல்முறையில் எந்த இடைஞ்சலும் இல்லாமல் பார்த்துக் கொள்ளப்பட்டனர். கண்காணியும் தோட்டக்காரரும் மிகவும் நெகிழ்வுத்தன்மையுடன் ஆட்சேர்ப்பு செய்யக்கூடிய தொழிலாளர் ஆற்றலின் ஆதாயத்தைப் பகிர்ந்து கொண்டனர். இவ்வாறு உழைப்புக்கும் மூலதனத்திற்கும் இடையிலான தொடர்பும் ஒப்பந்தமும் நல்லமுறையில் நிறுவப்பட்டது. பயணம் தொடர்பாக, சான்றுகளின்படிச் சொல்ல வேண்டுமானால் ஆட்சேர்ப்பு செய்யப்பட்டவர்கள் பொதுவாக சிற்றூரிலிருந்து தூத்துக்குடித் துறைமுகத்திற்கு நடந்துவந்து, பின்னர் கடல் வழியாகக் கொழும்புக்கு வந்தனர்.[14] 1846 மற்றும் 1847களில் திருநெல்வேலி மற்றும் மதுரை மாவட்டங்களில் இருந்து கொண்டுவரப்பட்ட பலர் தூத்துக்குடியிலிருந்து கப்பலேறியுள்ளனர்.[15] முந்தைய காலக்கட்டத்துடன் ஒப்பிடும்போது 1843 மற்றும் 1849க்கு இடையில் தொழிலாளர் இடம்பெயர்வு கடுமையாக அதிகரித்துள்ளது.

இலங்கைக்குத் தமிழ்த்தொழிலாளர் குடியேற்றம், 1843-49

ஆண்டு	ஆண்கள்	பெண்கள்	குழந்தைகள்	மொத்தம்
1843	35195	957	448	36600
1844	74840	957	724	76521
1845	72526	698	177	73401
1846	41862	330	125	42317
1847	44085	1638	417	46140
1848	29936	1685	551	32172
1849	22171	1430	268	23869
மொத்தம்	320615	7695	2710	331020

சான்று: தேசிய ஆவணக்காப்பகம், கியூ, யுனைடெட் கிங்டம், சிலோன் புளுபுக்ஸ், 1843-1849, குடியேற்ற அலுவலகப் பதிவுகள், 54/227, 54/235, 54/250; குடியேற்றப் பகுதிகளுக்கானச் செயலருக்கு 21 ஏப்ரல் 1847இல் ஆளுநர் அனுப்பியது, பலவகை எண்.6, பக்கம் 207.

புலம்பெயர்ந்த தொழிலாளர்கள் வந்தவுடன் தங்குவதற்குத் தயார் செய்யப்பட்ட பெரிய கொட்டகைகளில் தங்கும்படிக் கேட்டுக் கொள்ளப்பட்டனர். தொழிலாளர்கள் சிறிய அறைகளை விரும்பினர். ஏனெனில் அவை வெப்பமாகவும் வசதியாகவும் இருக்கும். இது 1845இல் தோட்டக்காரர்களால் குறிப்பிடப்பட்டுள்ளது.[16] காபித் தோட்ட உரிமையாளர்கள் 1846இல் தமிழ்த் தொழிலாளர்களுக்கு ஊதியம் வழங்கத் தவறி விட்டனர். இதனால் பல மாதங்களாக ஊதியம் பெறாத தொழிலாளர்கள் வேலை செய்வதை நிறுத்தி விட்டனர். தோட்ட உரிமையாளர்களில் ஒருவரான திரு.ஹாரிங்டன் ஒருவரைச் சவுக்கால் அடித்துக் கொன்றதாகக் கூறப்படுகிறது.[17]

1847இல் இலங்கையில் வேலைக்குச் சேர்க்கப்பட்ட தமிழ்த் தொழிலாளி முத்துசாமி புதிய காலநிலைச் சூழலுக்குப் பழக்கப் படவில்லை. அவருக்கு ஒரு கம்பளிப் போர்வை தேவைப்பட்டது. ஏனெனில் அவர் கடல்மட்டத்திலிருந்து 2000 அடி உயரத்தில் இருந்த தோட்டத்தில் வேலை செய்ய வேண்டியிருந்தது. அவருக்குப் போர்வை வழங்கப்பட்டது. ஆனால், செலவு அவருக்கு எதிராகப் பற்றுவைக்கப் பட்டது.[18]

நலவழி பாதிக்கப்பட்ட நிலைமையின் காரணமாக நோய் பரவலால் ஏறக்குறைய 164 பேர் நோய்வாய்ப்பட்ட நிலையில் கம்போலா, குரேகாலே, புத்தளம் மற்றும் மாத்தளை மருத்துவமனைகளில் சேர்க்கப்பட்டனர். 1847இல் தமிழ்த் தொழிலாளர்களின் இறப்பு 85 பேர்கள் எனக் கணக்கிடப்பட்டது. அதாவது 51.82%.[19] எப்படியிருந் தாலும், 1843 மற்றும் 1849க்கு இடைப்பட்ட ஏழு ஆண்டுகளில் ஏறக்குறைய 19824 தொழிலாளர்கள் ஆண்டுதோறும் இலங்கையி லிருந்து தமிழகக் கடற்கரைக்குத் திரும்பியதைக் காண்கிறோம்.

இலங்கையிலிருந்து தமிழகக் கடற்கரைக்குத் தொழிலாளர்களின் புறப்பாடு

ஆண்டு	ஆண்கள்	பெண்கள்	குழந்தைகள்	மொத்தம்
1843	18977	694	482	20153
1844	38337	825	535	39697
1845	24623	145	36	24804
1846	13833	48	25	13906
1847	5897	74	33	6004
1848	22680	557	152	23389
1849	10397	335	83	10815
மொத்தம்	320615	7695	2710	331020

சான்று: தேசிய ஆவணக் காப்பகம், கியூ, யுனைடெட் கிங்டம், சிலோன் புளூபுக்ஸ், 1843-1849, குடியேற்ற அலுவலகப் பதிவுகள், 54/227, 54/235, 54/250; குடியேற்றப் பகுதிகளுக்கானச் செயலருக்கு 21 ஏப்ரல் 1847இல் ஆளுநர் அனுப்பியது, பலவகை எண்.6, பக்கம் 207.

அடிமைத்தன ஒழிப்புச்சட்டம், 1843ஆம் ஆண்டின் சட்டம்-V, இந்தியச் சட்ட ஆணையர்களால் சிந்தித்துப்பார்த்து, அறிக்கை எழுதி நிறைவேற்றினர். இந்தியச் சட்ட ஆணையம் 1833இன் சாசனச் சட்டத்தின் கீழ், இந்தியாவின் நீதித்துறை அமைப்புகளை விசாரிக்கவும் அவற்றை எவ்வாறு சீர்திருத்தம் செய்யலாம் என்பதைப் பரிந்துரைக்கவும் நிறுவப் பட்டது. பிரித்தானியக் கொள்கைகளில் கெட்ட வாய்ப்பாகச் செல்வாக்கைச் செலுத்துவதற்கு ஆணையம் வந்தது. ஆணையத்திற்கு இந்திய நிலைமைகள் குறித்த போதிய அறிவு இல்லை. மேலும் செயலாட்சி அரசு உழைப்பின் வரையறையைப் புரிந்துகொள்ளத் தவறி விட்டது. 1848இல் திருநெல்வேலி ஆட்சியர் இலங்கைக்கு மக்கள் இடம்பெயர்ந்ததால் தன் மாவட்டத்தில் உழவு பாதிக்கப்பட்டதாக நினைக்கவில்லை. சில கைவினைஞர்களும் சிறுவணிகர்களும் அவர்களில் இருப்பதாக அவர் எண்ணம் கொண்டிருந்தார். பொதுவாக, புலம்பெயர்ந்தோர் ஓரிரு ஆண்டுகளில் தங்களுடைய சேமிப்புடன் திரும்பினர். ஏழைத் தொழிலாளர்கள் சிலர், ஓர் ஆண்டு வேலைசெய்ய இலங்கைக்குச் சென்று அடுத்த ஆண்டு திரும்பினர். நில உரிமையாளர்கள் எப்போதாவது பாதிக்கப்பட்டாலும் பொதுவாக அவர்கள் முறையீடு ஏதும் செய்யவில்லை. எனவே, தங்களுடைய சேமிப்புடன் திரும்பிய புலம்பெயர்ந்தோர் சிறந்த பலனுடன் உழவுத்தொழிலை மேற்கொள்ள இயலும் என ஆட்சியர் நினைத்தார்.[20]

தூத்துக்குடியில் இருந்து 29 டன் எடை கொண்ட ஓர் இரட்டைப் பாய்மரக் கப்பல், 1853இல் ஒரே பயணத்தில் 201 பேரை ஏற்றிக் கொண்டு கொழும்பு சென்றடைந்தது. 80 டன் எடையுள்ள மற்றொரு பாய்மரக்கப்பல் 400 பேருடன் புறப்பட்டு இலங்கையை வந்தடைந்தது.[21] பிரித்தானிய அரசு அதிகாரிகள் புலம்பெயர்ந்தோரின் தேவைகளில் கவனம் செலுத்தினர். மேலும் அந்த அதிகாரிகள் தமிழக துறைமுகங்களில் இருந்து இலங்கை தோட்டம் வரை செல்லும் பாதைகளை ஆய்வு செய்தனர்.[22] இருப்பினும் இறப்பு எண்ணிக்கையைக் குறைக்க முடியவில்லை. தரைவழியில் கொட்டகைகள் இருந்தன. ஆனால், மழைபெய்யும் வரை குடியேறியவர்கள் அவற்றைப் பயன்படுத்த இசைவளிக்கப்படவில்லை. அவர்கள் தோட்டத்தை அடையும்வரை வழித்தடத்தில் உள்ள ஒவ்வொரு இடத்திலும் நீர் வழங்கல் முறை

குறைவாகவும், மோசமாகவும் இருந்தது. கிழக்கு மாத்தளையிலுள்ள ஒரு தோட்டத்தின் தோட்டத் தொழிலாளிக்கு, கனகசபை என்ற தமிழ்க்கண்காணி 30 மே 1857 நாளிட்ட தன் கடிதத்தின் மூலம் இந்தச் செய்தியைப் பதிவு செய்திருந்தார். 1857இல் இந்தியாவில் வெடித்த சிப்பாய்க் கலகம் சில தாக்கத்தை ஏற்படுத்தியதாகத் தெரிகிறது.[23] 1857 மற்றும் 1858இல் தமிழகத்திலிருந்து இலங்கைக்குப் படகுகளில் பயணம் செய்து புலம் பெயர்ந்தோர் எண்ணிக்கை அதிகரித்தது.

புலம்பெயர்ந்த தொழிலாளர்கள் இலங்கையிலிருந்து தமிழகத்திற்கு திரும்புவது தொடர்ந்தது. ஒப்பந்தம் முடிவடைந்தவுடன், தொழிலாளர்கள் தாயகம் செல்ல முடிவு செய்தனர். 1857இல் இலங்கையிலிருந்து தமிழகத்திற்கு தன்னுடைய சேமிப்புடன் திரும்பிக் கொண்டிருந்த ஒரு புலம்பெயர்ந்தவர் சுரண்டலுக்கு ஆளானதாகக் குறிப்பிடப்பட்டுள்ளது.[24]

தமிழகத்திலிருந்து இலங்கைக்குத் தொழிலாளர் இடம்பெயர்வு வளர்ச்சியடைந்து வருவதால், பிரித்தானிய மகுடம் 1862இல் அலுவல்சார் கட்டுப்பாட்டு முறையை அறிமுகப்படுத்தியது. எனவே, தூத்துக்குடித் துறைமுகத்தைவிட்டு வெளியேறும் தொழிலாளர்களுக்காகத் தட்டப்பாறை என்ற இடத்தில் ஒன்றுகூடுவதற்கு பிரித்தானிய அரசு ஒரு முகாமை அமைத்தது.[25] தமிழகத்தின் அனைத்து மாவட்டங்களிலும் தொழிலாளர்கள் ஆட்சேர்ப்பு வளர்ச்சியடைந்துள்ளது. புலம்பெயர்ந்தோரின் எண்ணிக்கையும் ஆண்டுதோறும் மிக அதிகமாக அதிகரித்து வந்தது.

அரசின் தோணிகள் மற்றும் நாட்டுப்படகுகள் தனித்தனியாக தமிழ்த் தொழிலாளர்களை இலங்கைக்கு ஏற்றிச் சென்றதாகப் பதிவுகளில் காணப்படுகிறது. 1865இல் அரசின் தோணிகள் 69347 தொழிலாளர்களை ஏற்றிச் சென்றன. அதே சமயம் நாட்டுப்படகுகள் 1371 பேர் என மொத்தம் 70718 தொழிலாளர்களை ஏற்றிச் சென்றன. இதேபோல், 1864இல் அரசின் தோணிகள் 81,800 தொழிலாளர்களை ஏற்றிச் சென்றன. அதேசமயம் நாட்டுப்படகுகள் 2200ஆக மொத்தம் 84,000 தொழிலாளர்களை ஏற்றிச் சென்றன.

1862 மற்றும் 1870களில் ஏறக்குறைய 126064 தொழிலாளர்கள் தமிழகம் திரும்பாமல் இலங்கையில் தங்கியிருந்ததாகப் புள்ளிவிவரங்களில் காணப்படுகிறது. அப்போது இருந்த 1841இன் 5ஆம் எண் அவசரச் சட்டத்தில் புதிய சட்டவிதிகளை அறிமுகப்படுத்தப் பிரித்தானிய மகுடம் விரும்பியது. எனவே, 1865இல் நேர்த்தியாக்கப்பட்ட விதிகள் சேர்க்கப்பட்டு, 1865இன் 11ஆம் அவசரச் சட்டம் நடைமுறைக்கு வந்தது.[26] சுருக்கமாக, முதலாளி மற்றும் வேலைக்காரர் சட்டங்கள்

ஒரு வேலைக்காரர்/தோட்டத் தொழிலாளியின் கடமைகளை ஒழுங்குபடுத்தியதோடு குற்றவியல் வழக்குக்கு வழிவகுக்கும் அத்தகைய தொழிலாளர்களின் மூன்று செயல்களை அடையாளம் கண்டுள்ளது. அதில் கடமையைப் புறக்கணிப்பது (எ.கா: காலந்தாழ்த்த வருகை, வேலை செய்ய மறுப்பது போன்றவை) அடங்கும். வேலையில் பலவகையான தவறான நடத்தை (எ.கா: குடிப்பழக்கம், கீழ்ப்படியாமை போன்றவை) அடங்கும். மற்றும் ஒரு மாதம் முன்பாகவே அறிவிக்காமல் பணியை விட்டு விலகுதல் அடங்கும்.[27] இந்தக் குற்றச்சாட்டுகளில் ஒன்றில் ஒரு தொழிலாளி குற்றவாளி என உறுதிபடுத்தப்பட்டால் அந்தத் தொழிலாளிக்கு 5 பவுண்டுகள் வரை தண்டத்தொகை அல்லது மூன்று மாதங்கள் வரை சிறைத்தண்டனை விதிக்கப்படும். முதலாளி மற்றும் தொழிலாளர் சட்டங்களால் ஏற்றுக்கொள்ளப்பட்ட முதலாளியின் தரப்பில் உள்ள ஒரே குற்றம் அந்த முதலாளி ஊதியம் கொடுக்க மறுப்பதுதான்.

1865இன் 11ஆம் அவசரச் சட்டம் தன் தொழிலாளர்களுக்கு நோய்வாய்ப்பட்ட காலங்களில் தங்குமிடம், உணவு மற்றும் நோய்வாய்ப்பட்ட காலங்களின் மருத்துவக் கவனிப்பு மற்றும் ஊதியம் வழங்க மறுப்பது போன்றவற்றை வழங்க முதலாளியைக் கட்டாயப் படுத்தியது. தோட்டத் தொழிலாளர்களின் இயற்கையான உரிமையை முதலாளி மற்றும் வேலைக்காரர் சட்டங்கள் ஏற்றுக் கொண்டன. அனைத்துத் தொழிலாளர் உறவுகள் குறிப்பாக, ஒப்பந்தங்கள் முடிவடைவது ஒரு மாத அறிவிப்பு அடிப்படையில் அல்லது வாய்மொழியாக ஒழுங்குபடுத்தப்பட்டது. நீண்ட எழுத்துவடிவிலான ஒப்பந்தங்களில் நுழைவதற்கான அனைத்து வாய்ப்புகளும் இருந்தன. நடைமுறையில், தொழிலாளி ஒரு மாத அறிவிப்பில் பண்ணைத் தோட்டத்தை விட்டு வெளியேறலாம். உண்மையில், தோட்ட ஆட்சேர்ப்பு மற்றும் வாழ்வின் பல பழக்கவழக்கங்கள் மற்றும் நடைமுறைகள், புலம்பெயர்ந்த தொழிலாளர் வலிமையின் பெரும் பகுதியைச் சட்டத்தில் வகுத்துள்ளபடி அவர்களின் உரிமைகளைச் செயல்படுத்துவதைத் தடுத்துள்ளன. கண்காணி அமைப்பின் கடுமையான படிநிலை மற்றும் வளர்ந்துவரும் கடன் கொத்தடிமை வலைப்பணி ஆகியவை செயல்பாட்டுக்குச் சமமானவையாகச் செயல்பட்டன. மேலும் மலிவான மற்றும் நிலையான தொழிலாளர் வலிமை கிடைக்கும் தன்மையைப் பாதுகாத்தன. அதிகரித்துவரும் தொழிலாளர் தேவையால் ஆட்சேர்ப்பு செய்யப்பட்டது. மேலும் 1865 முதல் இடம்பெயர்வு அதிகரித்தது.

தமிழகத்திலிருந்து தொழிலாளர் புலம்பெயர்ந்தோரின் அதிகமான வருகை பிரித்தானிய ஆதாரங்களில் பதிவு செய்யப்பட்டிருந்தாலும் புள்ளி விவரங்களை உன்னிப்பாகக் கவனித்தால், புலம்பெயர்ந்த பெரும்பாலான தொழிலாளர்கள் 1865 முதல் 1874 வரை திருநெல்வேலி மாவட்டத்திலிருந்து வந்தவர்கள் என்பதை வெளிப்படுத்துகிறது. ஆட்சேர்ப்பு மற்றும் இடம்பெயர்ந்த மொத்தத் தொழிலாளர்களில் ஐந்தில் ஒரு பங்கினர் திருநெல்வேலி மாவட்டத்திலிருந்து பத்து ஆண்டுக் காலத்தில் இலங்கைக்கு வந்தனர்.

திருநெல்வேலி மாவட்டத்தில் இருந்து தூத்துக்குடி வழியாக இலங்கைக்குத் தொழிலாளர் இடம்பெயர்வு, 1865-74

ஆண்டு	தொழிலாளர்கள்
1865	21256
1866	16941
1867	9911
1868	9501
1869	11793
1870	12905
1871	14627
1872	16486
1873	17876
1874	23887
மொத்தம்	155183

சான்று: சி.டி.மக்ளீன், மெட்ராசு மாநிலக் கையேடு, அரசு அச்சகம், மெட்ராசு, 1885, பக்கம் 502-503.

இலங்கைத் தீவில் தமிழக கூலியாட்கள் சிறந்தவர்கள் என்பதில் ஐயமில்லை என 1867இல் ரோஜர் தெரிவித்தார். அவ்வாறு இல்லா விட்டால் கூலியாட்கள் இலங்கைக்கு வந்திருக்கமாட்டார்கள் என்றும் அவர் ஞாயப்படுத்தினார்.[28] 2 முதல் 5 பவுண்டுகள் வரை பண்ணைத் தோட்டத்திற்குக் கூலியாட்கள் கடனாகப் பெறுவது வழக்கத்திற்கு மாறானது என்றும், இந்தக் கடன் வெறும் சிறுமைத்தனமானது என்றும் தெரிவிக்கப்பட்டது.[29] 1869இல் தமிழ் கண்காணிகளில் ஒருவரான ஆபிரகாம் ஜோசப் தோட்டங்களில் கூலியாட்கள் மகிழ்ச்சியோடும், பன்மடங்கு சலுகைகளோடும் இருந்தனர் என்று தெரிவித்தார்.[30] ஒரு

கண்காணி தன்னுடைய கூலியாட்களை ஏமாற்றுவதற்கு வழி இல்லை என்று அவர் கூறினார். ஏனெனில் உண்மை என்னவென்றால் தொழிலாளர்கள் தங்கள் கடனை அடைத்து, நேரடியாகத் தோட்டக் காரர்களுடன் ஒப்பந்தம் செய்து கொள்வார்கள்.[31]

ஆ.ஜோசப் 1869இல் 'கோபி கிருஷி கும்மி' என்ற தலைப்பில் நூலை வெளியிட்டார். அந்நூலை இலங்கையில் உள்ள காபித்தோட்ட உரிமையாளர்களுக்குக் காணிக்கையாக்கினார் என்பதைக் காண்கிறோம். தமிழ்த் தொழிலாளர்கள் காப்பித் தோட்டத்தில் பணிபுரியும் நேரத்திலும், அமைதியான இதர நேரங்களிலும், ஓய்வு நேரத்திலும், நாட்டுப்புறப் பாடல்களைப் பாடியதாக அதில் குறிப்பிடப்பட்டுள்ளது. தமிழில் உள்ள இந்தக் கும்மிப் பாடல்கள், அவரால் சேகரிக்கப்பட்டுத் தொகுக்கப்பட்டுள்ளன. மேலும் இந்தப் படைப்பு எதிர்ப்புக்கிடமான பாடல்களுக்கு மாற்றாக அமைகிறது. எனவே அவர் வேறு தொனியில் வழங்க அவர் விரும்பினார்.[32]

ஆ.ஜோசப் 1872இல் 'தோட்டக்காரர்களின் பேச்சு வழக்குத் தமிழ் வழிகாட்டி' என்ற தலைப்பில் மற்றொரு புத்தகத்தை வெளியிட்டார். இந்தப் புத்தகம் இலங்கையில் உள்ள பிரித்தானியத் தோட்டக்காரர்கள் தமிழ்த் தொழிலாளர்களை மேலாட்சி செய்ய உதவும் வகையில் தமிழ் கற்க வசதியாக எழுதப்பட்டது. காபித்தோட்டத்தில் உள்ள தமிழ்த் தொழிலாளர்களின் அன்றாட வாழ்க்கையை ஆ.ஜோசப் மென்மையாக வெளிப்படுத்தியிருந்தார். எதிர்மறையான பார்வைகள் மற்றும் நிலைகள் சரியாக விளக்கப்படவில்லை என்பது என் கருத்து. அவர் ஒரு கண்காணியாகப் பணிபுரிந்ததால் அவர் தோட்டக்காரர்களை ஆதரித்ததாகத் தெரிகிறது. மேலும் காபித் தோட்டத்தின் நிர்வாகத்தைத் தோட்டக்காரர்களால் சித்திரிப்பதை மட்டுமே நோக்கமாகக் கொண்டிருந்தார்.[33] அலெக்சாண்டர் பிரவுன் 1872இல் காபித் தோட்டக் காரர்கள் கையேட்டை வெளியிட்டார். அதில் சில தோட்டக்காரர்கள் அடிக்கடி அதிகம் மது குடித்ததையும் ஊதாரித்தனத்தையும் அவர் கண்டித்தார்.[34]

1870இல் ஒரு சிறிய தாழ்வாரத்துடன் கூடிய 12 அடி சதுர அறையில் பத்து புலம்பெயர்ந்தோர் தங்க இடங்கொடுக்கப்பட்டது என்று குறிப்பிடப்பட்டுள்ளது. இந்த முன்மொழிவை இலங்கையின் தோட்டக்காரர்களில் ஒருவரான சபோனாடியேர், முன்மொழிந்தார்.[35] 1872இல் இலங்கைக்கு வந்த கிரகோரி, தாம் அந்தத் தீவின் பெரும் பகுதியைப் பார்த்ததாகவும், உலகில் எந்தப் பகுதியிலும் இவ்வளவு

வசதியுள்ள உழைக்கும் மக்கள் இல்லையென்பதை அவர் முழுமையாக நம்புவதாகக் குறிப்பிட்டார். இலங்கையில் உழைப்பு என்பது மிகவும் முதன்மையானதாக இருந்தது. ஒரு தோட்டக்காரர் தன் தோட்டத்திற்குக் கெட்டப்பெயர் வந்துவிடுமோ என்ற அச்சத்தில் தன் கூலித் தொழிலாளிகளை மோசமாக நடத்தத் துணியவில்லை.[36]

காபி இலை நோய்பரவல் 1870களின் பிற்பகுதியில் இலங்கையின் காபித் தோட்டங்களை அழிக்கத் தொடங்கியது. இலங்கையில் உள்ள தோட்டக்காரர்கள் தமிழக கூலியாட்களை ஆட்சேர்ப்பதற்காகத் தனியாக நிறுவனங்களைத் தொடர்ந்து பணியில் அமர்த்தியுள்ளனர் என 1874இன் பதிவுகளில் காணப்படுகிறது. இலங்கைக்கு ஆட்சேர்ப்பு செய்து அனுப்பப்பட்ட கூலியாட்கள் பயனற்றவர்களாக இருந்தனர். அவர்கள் கடினமாக உழைக்கச் செய்யப்பட்டபோது அவர்கள் தப்பி ஓடிவிட்டனர். இதில் தொழிலாளிகளைத் தங்கள் கையில் வைத்திருக்க ஒரு கண்காணி அல்லது ஒரு தலைவர் கூட இல்லை.[37] 1880இல் கூட திருநெல்வேலி மாவட்டத்திலிருந்து 21374 தொழிலாளர்கள் தூத்துக்குடியிலிருந்து இலங்கைக்கு இடம்பெயர்ந்ததாகக் கூறப்படுகிறது. 1880இல் தமிழகத்திலிருந்து இலங்கைக்குப் புலம்பெயர்ந்த 43272 பேரின் எண்ணிக்கையை ஒப்பிட்டுப்பார்த்தால், இன்னும் 50% புலம்பெயர்ந்தோர் திருநெல்வேலி மாவட்டத்தைச் சேர்ந்தவர்கள் என்பதைக் காண்கிறோம்.

இலங்கை பிரித்தானிய அரசு 1880இல் மருத்துவத் தேவைகள் அவசரச் சட்டத்தின் மூலம் குடியேற்றத் தொழிலாளர் கொள்கையில் நேரடியாக ஈடுபட்டது. முதன்முறையாக புலம்பெயர்ந்த தொழிலாளர்களின் மருத்துவத்திற்கான நேரடிப் பொறுப்பை ஏற்று பெருந்தோட்டத் தொழிலாளர்களிடையே ஏற்பட்ட பெரும் இறப்பு விகிதத்திற்கு இரங்கல் அஞ்சலியை செலுத்தியது. இவ்வாறு தூத்துக்குடித் துறைமுகத்திலிருந்து இலங்கைக்குத் தொழிலாளர் இடம்பெயர்வு பிரித்தானிய இந்திய அதிகாரிகளால் குறைந்த கட்டுப்பாடு மற்றும் அதிகாரம் மூலம் பெரிதும் எளிதாக்கப்பட்டது. இலங்கையில் ஏற்றுக் கொள்ளப்பட்ட மிகவும் விட்டுக்கொடுக்காத மற்றும் கடுமையான தொழிலாளர் கொள்கை முறைகள் போல் இது இல்லை.

அடிக்குறிப்புகள்

1. Archivum Romanum Societatis Iesu (hereafter ARSI), Roma, Mss Goa, no, 12, fls.209, 216-217.
2. S. Jeyaseela Stephen, Slaves, Coolies, Lascars and Contract Labourers in Tamil Country: The European Expansion and Colonial Impact, Pondicherry, 2021, pp. 92-102

3. Nationaal Archief (hereafter NA), Den Haag, Mss VOC 1234, fls.124-127v, see fl.126 (5 April 1661).
4. NA, VOC 1470, fl.1099v-1100 (20 April 1690).
5. P. Groot and A. Galletti, The Dutch in Malabar: Memorandum on the administration of the coast of Malabar by the Right Worshipful Adriaan Moens, drawn up for the information of his successor dated 18 April 1781, Madras Dutch records No.3, Madras, 1911, pp. 202-203.
6. Ibid.
7. Ibid.
8. Ibid. p. 203.
9. E. Valentine Daniel, 'Violent Measures in the Discursive Practices of Sri Lanka's Estate Tamils', Comparative Studies in Society and History, vol. 35, no.3, July 1993, pp 568-600, see p. 570.
10. The National Archives of the United Kingdom (hereafter NAUK), Kew, Colonial Office Records (hereafter CO), 56/2, Ceylon Acts 1841–1843.
11. P. Peebles, The Plantation Tamils of Ceylon: New Historical Perspectives on Migration, London, 2001, p. 27.
12. NAUK, CO, 54/235, See the letter of Tennent to Grey dated 21 April 1847; CO, 54/243, see the letter of Torrington to Grey dated 25 February 1847.
13. NAUK, Emerson Tennent the Governor of Ceylon's Despatch Miscelleaneous no. 6 of 21 April 1847 to the Secretary of State for Colonies, p. 207
14. Ibid, R. Jayaraman, 'Indian Emigration to Ceylon: Some Aspects of the Historical and Social Background of the Emigrants', Indian Economic and Social History Review, vol. 4, no. 4, December, 1967, pp 319-59.
15. NAUK, CO, 54/299, See the letter of Anderson dated 20 May 1853.
16. NAUK, CO 54/238, See the Confidential letter of Torrington to Grey dated 16 August 1847.
17. Sampson Brown, Life in the Jungle, Colombo, 1845, see letter 3.
18. NAUK, CO, 54/227, See the letter of Campbell to Grey dated 11 November 1846.
19. NAUK, CO, 54/235 Tennent to Earl Grey, 21 March 1847.
20. TNSA, Madras Board of Revenue Proceedings, 3 June, 1 July and 8 July 1848.
21. NAUK, CO, 54/235, See the letter of Tennent to Grey dated 21 April 1847.
22. NAUK, CO, 54/299, See the letter of Anderson dated 20 May 1853.
23. Sri Lanka National Archives (hereafter SLNA), Colombo, Lot 41/163, No. 47 of 24 April 1856 and No. 128 of 1 July 1856.

24. Colombo Observer, dated 15 June 1857, Letter of P. Canacaseppa reporting on the North Road dated 30 May 1857.
25. Colombo Observer, 15 June 1857, letter of P. Canacaseppa dated 30 May 1857.
26. Report on Accounts and Paper: House of Commons for Colonies: Immigration vol. XVI, p. 109; See also Report from Commissioners: Emigration Commission, Factories, Mines and Public Health, vol. XXII, 1862, pp. 43-47.
27. NAUK, CO, 56/9, Ceylon Acts 1864–1869; See also, Ceylon Acts, CO 56/2; CO 56/12; M. Roberts, 'The Master–Servant Laws of 1841 and the 1860s and Immigrant Labour in Ceylon', Ceylon Journal of Historical and Social Studies, vol. 8, nos. 1-2, 1965, pp. 24-37.
28. NAUK, CO, 54/425, Robinson to Earl of Carnaron, No. 57, 6 March 1867, see the minute by Roger dated 22 May 1867.
29. A. M. Ferguson, The Ceylon Districts for 1866-68, Colombo, 1868, p. 108.
30. Ceylon Observer, 12 March 1869, A. Joseph, A Tamil's account of the coffee districts of Ceylon.
31. Ceylon Observer, 13 March 1869, A. Joseph, A Tamil's account of the coffee districts of Ceylon.
32. Abraham Joseph, Kopikrishi Kummi, Colombo, 1869.
33. Abraham Joseph, The Planters' Colloquial Tamil Guide and Roman Characters Or the Art of Speaking, Reading and Writing Tamil without a Teacher, Colombo, 1872. The printed book has 223 pages.
34. Alexander Brown, The Coffee Planter's Manual, Ceylon Observer Press, Colombo, 1872, p. 56.
35. The Coffee Planter of Ceylon, second edition, Colombo, 1870, pp. 76-77.
36. NAUK, CO, 54/476, No. 69 of 7 June 1872, see the private letter of Gregory to Herbert dated 10 June 1872; CO, 54/477, No. 59, letter of Gregory to Earl of Kimberley dated 9 July 1872.
37. NAUK, CO, 54/492, no. 7, letter of Gregory to Earl of Kimberley dated 8 January 1874.

இயல் 13

முடிவுரை

தமிழ்நாட்டின் இயற்கையான புவியியல் அமைப்பு, வரலாற்று வளர்ச்சி அல்லது அதன் மக்கள் மற்றும் சமூகம் பண்டைய காலத்திலிருந்து நன்கு அறியப்பட்டவை. சங்க இலக்கிய நூல்கள் குறிப்பாக நெய்தல் கடலோரப் பகுதியைப் பற்றிக் குறிப்பிடுகின்றன. மேலும் நிலத்தைத் தவிர வேறுபட்ட உற்பத்தித் தொகுப்புகளுடன் தோன்றிய புலனுணர்வுத் தருக்கத்தின் இயங்கியல் பற்றி இவை மிகக் குறைவான ஐயத்தை ஏற்படுத்துகின்றன. இந்தியாவின் தென்கிழக்குக் கடற்கரை உப்பு உற்பத்தியைத் தவிர, மீன்பிடித்தல், முத்துக்குளித்தல், சங்குக்குளித்தல் ஆகியவற்றுடன் கடற்கரையோடு இணைக்கப்பட்டுள்ளது. பிந்தையது பெரும்பாலும் அரிசி மற்றும் ஏற்றுமதிக்கான துணி உற்பத்தியுடன் தொடர்புடையது. தங்கள் நிலப்பகுதியை ஆண்ட பாண்டிய அரசர்கள், முத்துக்குளித்தல் நடவடிக்கைகளைக் கட்டுப்பாட்டுக்குள் வைத்திருந்து வருவாயைப் பெற்றனர். பண்டைய காலத்தில் தமிழகக் கடற்கரையிலிருந்து மத்தியத்தரைக்கடல் பகுதிக்கு முத்துக்கள் மற்றும் துணிகள் ஏற்றுமதி செய்யப்பட்டன. இடைக்காலப் பல்லவர்களும், சோழர்களும் அரிசி மற்றும் துணி உற்பத்திப் பகுதிகளைத் தங்கள் கட்டுப்பாட்டுக்குள் வைத்திருந்தனர். தமிழ்ப் பகுதியின் வணிக மண்டலம் இடைக்காலத்தில் அரபு வணிகர்களின் வருகை மற்றும் தென்கிழக்கு ஆசியா மற்றும் சீனாவுடனான தொடர்புகளுடன் இணைக்கப்பட்டது. இதனால் கடல்கடந்த பிற நாகரீகங்கள் கொண்ட பரந்த உலகத்துடன் தமிழர்கள் தொடர்பு கொண்டிருந்தனர்.

இக்காலத் தொடக்கத்தில் அய்ரோப்பியர்களின் வருகையானது, உழவுத் தொழில், உழவுத் தொழில்அல்லாத உற்பத்தி மற்றும் வணிகம் ஆகியவற்றின் தொடர் வடிவங்களை அளித்தது. ஆனால், மக்கள் இனம் தனித்தமிழ் அடையாளத்தோடு வலுவான விழிப்புணர்வோடு தொடர்ந்தது. தமிழ்ப் பகுதி பெஸ்காரியா கடற்கரை (மீன்பிடி கடற்கரை) மற்றும் சோழ மண்டலக் கடற்கரை என்று தமிழ்மொழி பேசும் ஒற்றைத் தனி மண்டலமாக அய்ரோப்பியர்களால் உணரப்பட்டது. நிலவரைவியல் மண்டலம் வரலாற்றுச் சூழ்நிலைகளால் விரிவடைய வில்லை அல்லது சுருங்கவில்லை. ஆனால், அடிப்படைக் கட்டமைப்புப்

பண்புக் கூறுகளை அது தக்கவைத்துக் கொண்டது. பெரும்பாலும் இவை இடைவியலைச் சார்ந்தவை என்ற கூற்றை வரையறுத்தது.

மன்னார்வளைகுடா மற்றும் வடக்கு மற்றும் தெற்கு எதிர்கொள்ளும் இரண்டு பகுதிகள், தனித்தனிக் கடல் வளையங்களாக இருப்பது அய்ரோப்பிய கடலோடிகள் மாலுமிகள் மற்றும் வரைபடவியலாளர்களால் தெரியப் படுத்தப்பட்டது. வணிகப் பருவங்கள், படகோட்டப் பாதைகள், கடல் நீரோட்டங்கள் ஆகியவற்றைப் பற்றி அவர்கள் குறிப்பிட்டுள்ளனர். இது கடல் நீரோட்டங்கள் பாக் நீரிணையின் தனித்தன்மை வாய்ந்த பாதைகள் வழியாகச் செல்ல அனுமதித்தது. பல்லவர்கள் மற்றும் சோழர்களின் கீழ் இருந்த உள்நாட்டுப் பகுதிகளில் பழவேற்காடு மற்றும் காஞ்சிபுரத்திலிருந்து, மிகவும் வடக்கேயுள்ள நீர் வழிகளைக் கடலோடிகள் பயன்படுத்தினர். இராமேசுவரம் முதல் கன்னியாகுமரி வரையிலான கடற்கரையின் தென்பகுதிகள் பாண்டியர்கள் மற்றும் சேதுபதி ஆட்சியாளர்களின் கீழ் இருந்தன. தமிழகக் கடற்கரையின் ஒரு பகுதியிலிருந்து, தெற்கிலிருந்து வடக்கு நோக்கிப் பயணம் செய்வதற்கு ஏற்றவற்றங்களும், நீரோட்டங்களும் வாய்ப்பாக அமைய வில்லை என்பதை நாம் கவனத்தைக் கவரும் வகையில் காண்கிறோம். திருமுல்லைவாயில் துறைமுகத்தில் காற்றும் ஏற்றவற்றங்களும் கப்பல்களைக் கடலின் நடுப்பகுதிக்குத் தள்ளும் என்று அய்ரோப்பியர்கள் தெரிவித்தனர். இவ்வாறாக, இந்தக் கடல்பாதைகள் வழியாகக் கடல் வழிகள் தமிழகக் கடற்கரையில் காற்று மற்றும் கடல் நீரோட்டத்தால் சீராக்கப்பட்டது.

இடைக்காலத்தின் பிற்பகுதியில் இருந்து குறிப்பாக, தொடக்கக் காலக்குடியேற்ற முறைக்கு மாறிய காலத்தில் தமிழகத்தின் அரசியல் சூழல்கள் குறித்துக் குறிப்பிடப்பட வேண்டும். 1565இல் தலைக்கோட்டைப் போருக்குப் பிறகு விஜயநகரப் பேரரசு வீழ்ச்சியடைந்தவுடன் துண்டு துண்டாக உடைந்த நாயக்கர்களின் பல வட்டார அரசியலை நாம் காண்கிறோம். மதுரையின் நாயக்கர்கள் தென்தமிழ்நாட்டில் வாரிசு ஆட்சி ஆயினர். அவர்கள் போட்டி அரசுகளின் எதிர்ப்பை அடிக்கடிச் சந்தித்தபோதிலும், அவர்கள் தப்பிப்பிழைத்து நிலைத்தனர். பதினேழாம் மற்றும் பதினெட்டாம் நூற்றாண்டுகளில் தூத்துக்குடி போர்த்துக்கீசியர்கள் மற்றும் டச்சுக்காரர்கள் மூலம் உலகப் பொருளாதாரத்தின் வழி ஆழமாக உட்படுத்தப்பட்ட மிகவும் வளர்ந்த நிலையிலான வணிக வலையமைப்புகளைக் கொண்டிருந்தது. இது மதுரை நாயக்கர்களுக்கு பெரும் வருவாயை முழுத் தொகையாகத் திரட்ட உதவியது. வணிகக் குழுக்கள் இந்தப் பணத் தொடர்பின்

சக்கரங்களுக்கு எண்ணெயிட்டு வழவழப்பாக்கி ஓடச் செய்தன. ஆங்கிலக் கிழக்கிந்தியக் குழுமம் திருநெல்வேலிப் பகுதிக்குள் நுழைந்து வெற்றி பெற்றபோது இப்பகுதியின் அரசியல் பாதை வேறுதிசையில் நகர்ந்தது. ஆற்காடு நவாப் ஆட்சியின் கீழ் உள்ள அலுவல்களில் ஆங்கிலேயர்கள் உறுதியான செல்வாக்கைச் செலுத்தத் தொடங்கினர். அவர்கள் வெற்றியுடன் அரசியல் முயற்சிகளின் அடிப்படையில், தூத்துக்குடி துறைமுகத்தில் தொடக்கக்காலக் குடியேற்ற ஆட்சி முறையின் தளங்களைத் தவிர்க்க முடியாமல் குழுமத்தினை உருவாக்கினர்.

தூத்துக்குடித் துறைமுகத்தின் வரலாறு பல முதன்மையான தொடர்ச்சிகளையும் இடைநிறுத்தங்களையும் வெளிப்படுத்துகிறது. அவற்றில் இரண்டு குறிப்பாகத் தனித்து நிற்கின்றன. தூத்துக்குடி மற்றும் அதன் சுற்றுவட்டார நீர் நிலைகள் முத்துக்குளித்தலுக்கு வாய்ப்பான இடமாக இருந்தன. இருப்பினும் முத்து வங்கிகள் பெரும்பாலும் கீழக்கரை மற்றும் காயல் பகுதிகளுக்கு இடையே மாறியது. அடுத்து, இலங்கைத்தீவின் அருகாமையும், தூத்துக்குடியின் இருப்பிடமும் கடல்சார் வணிகத்தில் ஒரு வித்தியாசமான பங்கைக் கொண்டிருந்தன. தூத்துக்குடி மற்றும் அதைச் சுற்றியுள்ள கடல் பகுதி, கடந்த காலங்களில் வணிக மற்றும் கடற்படை நலன்களுக்காக விரும்பப்பட்டதைப் போர்த்துக்கீசியர்கள் கவனித்தனர். டச்சு மற்றும் பிரித்தானியர்களும் பிற்காலத்தில் இலங்கையில் நடவடிக்கைகளை விரிவுபடுத்துவதற்கான கடற்படைத்தளத்தைத் தவிர, கடல் மற்றும் நிலப்பொருட்களுக்கான வணிக நிலையமாக தூத்துக்குடி இருந்த சிறப்புத்தன்மையினை உணர்ந்தனர்.

தமிழகக் கடற்கரையைச் சேர்ந்த பல்வேறு சாதிகள் மற்றும் கடலோரச் சமூகங்களுக்கிடையில் சிறப்புமிக்க மீனவ மக்களால் முத்துக்குளித்தல் மேற்கொள்ளப்பட்டது என்பதைக் குறிப்பிட வேண்டும். அவர்கள் முத்துக்குளித்தலின் போது கூடி, அந்தப் பருவ காலத்தில் வேலை செய்தனர். போர்த்துக்கீசிய ஆவணங்களின்படி *1604* முதல் *1610* வரை ஆறு ஆண்டுகள் தொடர்ச்சியாகவும், *1629* முதல் *1633* வரை நான்கு ஆண்டுகளுக்கு முத்து உற்பத்தி செய்யும் முத்துயிரிப் படுகைகள் இல்லாத நிலையில் முத்துக்குளித்தல் இல்லை. டச்சு மற்றும் பிரித்தானியப் பதிவுகளில் காணப்படுவதுபோல் முத்துக்குளித்தல் இல்லாமல் பல ஆண்டுகள் இருந்தன. ஆயினும் தூத்துக்குடி வணிகத்தின் திட்டமிட்ட காரணங்களுக்காகக் கடற்கரைப் பகுதியின் இருப்பிடம் முதன்மையானதாக இருந்தது.

ஏற்றுமதிக்கானப் பொருட்கள், சரக்குகள் மற்றும் பல்வேறு வகையான வணிகப் பொருட்கள் தூத்துக்குடியின் பரந்த நிலையிலுள்ள உள்நாட்டுப் பகுதிகளில் உற்பத்தி செய்யப்பட்டன. அரிசி மற்றும் துணி ஆகியன முதன்மையாகத் தாமிரபரணிப் படுகையிலுள்ள முகவர்கள் மற்றும் தரகர்கள், மேலும் தமிழ் வணிகர்களிடமிருந்து கொள்முதல் மூலம், பெரிய அளவில் ஏற்றுமதி செய்யப்பட்டது. முத்துக்கள் பரந்த அளவில் சந்தைப் பொருளாக இருந்தன. அதே நேரத்தில் வங்காளத்திற்குத் தேவையான சங்குகளும் அனுப்பப்பட்டன. போர்த்துக்கீசியர்கள், டச்சுக்காரர்கள் மற்றும் ஆங்கிலேயர்கள் தூத்துக்குடியில் முத்துக்குளித்தல் மற்றும் வணிகம் மூலம் வருமானத்தையும் பெரும் வருவாயையும் ஈட்டினர். மதுரை நாயக்கர்கள் தங்களுக்குத் தேவையான குதிரைகள் மறறும் யானைகளை வாங்கினர். மேலும் விலங்குகள் விற்பனை செழித்தது. பெரிய அளவிலான கப்பல்கள் கட்டப்பட்டு போக்குவரத்துக்குப் பயன்படுத்தப்பட்டன. மதுரை அரசில் வெடியுப்பு கிடைப்பது அய்ரோப்பியர் களுக்கு உதவியாக இருந்ததோடு, துப்பாக்கி மருந்து தயாரிப்பதற்கும் பயனுள்ளதாக இருந்தது. முந்தைய காலகட்டங்களுடன் ஒப்பிடும் போது இது ஒரு புதிய வணிகப் பொருளாகும். கொட்டைப் பாக்கைத் தமிழர்கள் பயன்படுத்தும் தேவையின் காரணமாக, இலங்கையிலிருந்து தூத்துக்குடிக்கு இறக்குமதி செய்ய வேண்டிய கட்டாயக் கோரிக்கை ஏற்பட்டது.

பல்வேறு நெசவு நடுவங்களில் உற்பத்தி செய்யப்பட்ட துணிகள் சேமிக்கப்பட்டு தூத்துக்குடியிலிருந்து இலங்கை மற்றும் நெதர்லாந்துக்கு ஏற்றுமதி செய்யப்பட்டது. டச்சுக்காரர்கள் ஏற்றுமதியை எளிதாக்க துணி சாயமிடும் பிரிவுகளைப் பேணத் தொடங்கினர். மேலும், ஒரு குறிப்பிடத்தக்க புதிய வளர்ச்சியாகத் தூத்துக்குடி, ஆழ்வார்திருநகரி மற்றும் மணப்பாடு ஆகிய இடங்களில் உள்ள தமிழ் வணிகர்கள் மற்றும் போர்ச்சுக்கீசிய கலப்பின தமிழர்களால் கூட்டுப்பங்குக் குழுமம் உருவானது. உள்நாட்டில் அமைக்கப்பட்ட டச்சுக் குடியிருப்புகளின் பங்கு ஏற்றுமதிக்கான தேவையில் பல்வேறு வகையான துணிகளைச் சேமிப்பதில் உதவியது. இவை கட்டப்பட்ட பெரிய கிடங்குகளில் சேமிக்கப்பட்டன. டச்சுக்காரர்களின் துணி வணிக முனைவகங்கள், நாயக்க ஆட்சியாளரின் தலைநகரான மதுரையுடன் இணைக்கப்பட்டு அது துணி வகைகளின் உற்பத்திக்கும் புகழ்பெற்றது. தூத்துக்குடியின் துணி வணிகம் நெதர்லாந்துடன் நேரடியாக இணைக்கப்பட்டு, இலங்கை மற்றும் இந்தோனேசியாவில் ஜாவாவுடனான வட்டார ஆசிய வணிகம் தவிர, உலக அளவிலான வளர்ச்சியைக் காட்டுகிறது.

1697இல் தூத்துக்குடியில் இருந்து நெதர்லாந்துக்கு ஏற்றுமதி செய்யப்பட்ட துணிகளின் மொத்த மதிப்பு 2.35 மில்லியன் புளோரின்கள். உள்ளூர் நுகர்விற்குப் பிற பொருட்கள் தேவைப்பட்டதால் இந்தியாவில் உள்ள டச்சுத் தலைமையகமான கொச்சியுடன் தூத்துக்குடித் தொடர்பு இருந்தது. தூத்துக்குடியில் உள்ள டச்சுக்காரர்கள் கோட்டாறு, திருவைகுண்டம், பாளையம், சிவகாசி, திருவில்லிப்புத்தூர், சங்கரன் கோயில், திருநெல்வேலி, களக்காடு, வீரவநல்லூர், கல்லிடைக்குறிச்சி மற்றும் தென்காசி ஆகிய இடங்களில் இருந்து துணிகளை வாங்கினார்கள். தமிழ் பேசும் இந்துச் செட்டியார் வணிகர்கள், துணி வணிகத்தில் ஆதிக்கம் செலுத்தினர். முகவர்கள், தரகர்கள் மற்றும் சில நேரங்களில் நேரடியாகக் குழுமத்தின் துணி வணிகத்தை வளர்ப்பதற்கு உதவ டச்சுக்காரர்கள் அவர்களை அணுகினர். இதன் விளைவாகத் தூத்துக்குடி துறைமுகத்தின் நகர்ப்புற வளர்ச்சி ஒரு நகரமாக இருந்தது, மாநகரமாக மாறியது. தூத்துக்குடியில் பள்ளிகள், மருத்துவமனைகள் மற்றும் டச்சு நாணயச் சாலை இருந்தது. டச்சுக் குழுமம் ஒரு கோட்டையைக் கட்டுவதற்கு ஆர்வமாக இருந்தது. அது டச்சுக் கட்டடக்கலை பாணியில் கட்டப்பட்டு பலப்படுத்தப்பட்டது.

தூத்துக்குடியிலிருந்தும் வெளியூரிலிருந்தும் மக்கள் நடமாட்டம் பல்வேறு வழிகளில் நடந்தது. பிரான்சிஸ்கன் சபையினர் கொச்சியின் பேராயர் ஆட்சிக்குட்பட்ட மதகுருவான மிகுவல் வாஸ் அவர்களின் அறிவுறுத்தலின்பேரில் பரதவர்களுக்கு மெய்யறிவு நீராட்டு (ஞானஸ்நானம்) செய்ய வந்தனர். ஜோவா தே குரூஸ் அவர்கள் 15 டிசம்பர் 1537 நாளிட்ட போர்ச்சுக்கல் மன்னருக்கு எழுதிய கடிதத்தில், முதன்முதல் நடந்த மதமாற்றங்களைக் குறிப்பிட்டுள்ளார். சேசு சபையினர் பின்னர் வந்தனர். தூத்துக்குடியில் வாழ்ந்த சேசு சபையைச் சேர்ந்த அன்டோனியோ ரூபினோ (1578-1643) பாதிரியார் அவர்கள் தமிழர்களின் கப்பலோட்டும் கலை மற்றும் வானியல் ஆகியவற்றில் ஊக்கத்தோடு ஆர்வத்தை வெளிப்படுத்தினார். அவர் பதுவாவின் வானியலாளர் மாகினியின் எபேமிடர்தஸ் மூலம், பல நிலவொளி மறைப்புகளைக் (சந்திரகிரகணம்) கவனிப்பதன் மூலம், இடங்களுக்கு இடையிலான தூரத்தைக் கணக்கிட முயன்றார். கலிலியோவின் தொலைநோக்கிக் கண்டுபிடிப்புப் பற்றி அறிந்ததும், பாதிரியார் அன்டோனியோ ரூபினோ, 1612இல் ரோமில் உள்ள சேசு சபையின் தலைமையகத்திற்கு தன் கடிதத்தில் தொலைநோக்கி மாதிரியைத் தூத்துக்குடிக்கு அனுப்புமாறு கேட்டுக்கொண்டார். இந்தச் செய்தி வாடிகன் நகரில் உள்ள பொன்டிஃபிகல் கிரகொரியன் பல்கலைக் கழகத்தின் காப்பகத்தில் பாதுகாக்கப்பட்ட பதிவில் காணப்படுகிறது.

லூயி நோயல் தெ போர்சஸ் (1673-1735) என்ற மற்றொரு சேசு சபை பாதிரியார் மணப்பாடு தமிழர்களின் படகோட்டம் மற்றும் வானியல் பற்றிய ஆய்வில் ஆர்வத்தை வெளிப்படுத்தினார். அவர் தமிழ் மாலுமிகளிடமிருந்து சேர்த்த கருத்துகள் மற்றும் அறிவியல் குறித்த உற்றுநோக்கத் திறன்கள் ஆகியவற்றை 27 செப்டம்பர் 1727 அன்று எழுதிய ஓர் அறிக்கையில் அனுப்பினார். இது பாரீசில் உள்ள சேசு சபையின் ஆவணக் காப்பகத்தில் பாதுகாக்கப்படுகிறது. தூத்துக்குடியில் கிடைக்கும் ஆவணங்களின் செழுமையைப் பார்க்கும் போது, இன்னும் நிறைய விலையுயர்ந்த வரலாற்று விவரங்கள் திருப்பப்படாமல் உள்ளன என்று கூறலாம். குறிப்பாக ஐரோப்பாவில் உள்ள ஆவணக் காப்பகங்களை, அய்ரோப்பிய விரிவாக்க வரலாற்றின் ஒரு பகுதியாகப் பார்க்காமல், உள்ளூர் தூத்துக்குடி வரலாற்றைச் சற்றே மாறுபட்ட கோணத்தில் பார்ப்பது மதிப்புக்குரியதாக இருக்கும்.

டச்சுக்காரர்கள் தூத்துக்குடிப் பகுதியில் அடிமை வணிகர்களுடன் தொடர்புகளை ஏற்படுத்தி, அவர்களின் தேவை காரணமாக அடிமை வணிகத்தை வளர்த்தனர். தூத்துக்குடியில் இருந்து தென்னாப்பிரிக்காவில் உள்ள கேப்டவுனுக்கு அடிமைகளின் போக்குவரத்து நடைபெற்றதோடு, நெதர்லாந்துக்கும் வழி அமைத்துத் தந்தது. 1739 முதல் 1791ஆம் ஆண்டுகளில் கொழும்பில் தூத்துக்குடியிலிருந்து கொண்டு வந்த அடிமைகளை விடுதலை செய்து அனுப்பியதைக் காண்கிறோம். ஆனால் அவர்களில் பெரும்பாலோர் நீண்ட காலத்திற்கு அடிமைகளாக இருந்து பின்னர் விடுவிக்கப்பட்டனர். 1755 முதல் 1791ஆம் ஆண்டு விற்பனைப் பதிவேட்டில் இருந்து பெறப்பட்டபடி தூத்துக்குடியில் இருந்து இலங்கைக்கு அடிமைகளின் ஏற்றுமதி தொடர்ந்தது. விற்பனையாளர் (பெயர், தொழில் மற்றும் தகுதிநிலை), வாங்குபவர் (பெயர், தொழில் மற்றும் தகுதிநிலை) மற்றும் அடிமை (புதிய பெயர், பழைய பெயர், சாதி, பாலினம் மற்றும் பல நேரங்களில் அகவை) பற்றிய செய்திகள் பதிவு செய்யப்பட்டுள்ளன. அடிமைப் போக்குவரத்தில் ஈடுபட்டுள்ள உரிமையாளர்கள் மற்றும் நபர்கள் பற்றிய தனித்தன்மை வாய்ந்த மற்றும் மதிப்புமிக்கச் செய்திகளை இந்தப் பதிவுகள் வழங்கு கின்றன. அடிமைகளின் கட்டாய நடமாட்டம் மற்றும் அடிமை உரிமை யாளர்கள், மேலும் வணிகர்களின் கடல்கடந்த ஒருங்கமைப்புகள் ஆகியவற்றை வெளிப்படுத்துகின்றன. டச்சுக்காரர்கள் சட்டம் மற்றும் பதிவு செய்தல் மூலம் அடிமைத்தனத்தை ஒப்புதல் அளித்ததோடு, சுங்க வரிகள் மூலம் வணிகத்தில் பயனடைந்தனர். தூத்துக்குடியில் அடிமைத்தனமானது, உள்ளூர் கட்டாய உழைப்புக்கு இணையாக,

மலிவான மற்றும் பாதுகாப்பான உழைப்பை நல்கியது. தூத்துக்குடியில் உள்நாட்டு அடிமைத்தனம் இருந்ததால் அடிமைகளின் பரிதாபமான நிலையைக் காண்கிறோம். தூத்துக்குடியில் அடிமைத்தனமானது ஓர் ஒருங்கிணைந்த பகுதியாகவும், நிலையாக வளரும் உலக அளவில் இணைக்கப்பட்ட ஒரு மாறும் பகுதியாகவும், முதலாளித்துவப் பொருளாதாரம் பெருகியமுறை கொண்ட அமைப்புப் பகுதியாகவும் இருந்தது.

டச்சுக் குழுமம் இலங்கையில் இருந்து தூத்துக்குடிக்குத் தொழுநோயாளிகளை அழைத்து வந்தது. அவர்கள் மற்ற டச்சுத் துறைமுகங்களில் நாடுகடத்தப்பட்டவர்களைக் கப்பல்களில் கொண்டு வந்ததோடு, குற்றவாளிகளைக் கப்பல்களில் தூத்துக்குடிக்கு அழைத்து வந்தனர். இப்படிக் கொண்டு வரப்பட்ட இந்தக் குற்றவாளிகள் ஆலந்தலைக் கப்பல் துறையில் பணிபுரிந்தனர். ஆங்கிலேயர்களும் குற்றவாளிகளைப் பாளையங்கோட்டைச் சிறையிலிருந்து தூத்துக்குடிக்கு அனுப்பி, கப்பலில் பினாங்குக் கொண்டு சென்றனர். இதனால் மக்கள் நடமாட்டமானது வணிகத்திலிருந்து தண்டனைக் குடியேற்றங்களுக்கானது.

தூத்துக்குடியில் டச்சுக்காரர்கள் கீழ் முத்துக்குளித்தல் (1700-1785), மற்றும் பிரித்தானியக் குடியேற்ற நிருவாகத்தின் கீழ் (1784-1830) முத்துக்குளித்தல் நடைபெற்றது. முத்துக்குளிப்பவர்கள், படகோட்டிகள், பரதவர்களின் சாதித்தலைவர் ஆகியோர் நீண்ட நேர வேலை முறையினால் சுரண்டப்பட்டனர். 1828-29இல் கக்கல் கழிச்சல் (காலரா) நோய் விரைவாகப் பரவியதைத் தவிர, கடலின் இடர்களையும் எதிர்கொண்டனர். மூலதனமானது வணிகர்கள் மற்றும் பணக்கடன் வழங்குபவர்கள் கூட்டத்தின்மூலம் அதன் பங்கை ஆற்றியதோடு, திருட்டு மற்றும் கொள்ளையைத் தவிர்ப்பதற்காக முத்துக்குளித்தலின் போது ஆயுதம் ஏந்திய பணியாளர்களை வேலைக்கு அழைத்துச் சென்றது. சங்குக்குளிப்பதும் அதற்காக மூழ்குவதும் மதிப்புக் குறைந்த தொழில்களாகக் கருதப்பட்டதோடு, முத்து வணிகம் மற்றும் முத்து ஏற்றுமதியில் மட்டுமே வசதி படைத்தவர்கள் ஈடுபட்டு வந்தனர். முத்துக்குளித்தல் குத்தகையாளர்கள் முத்துக்குளிப்பவர்களின் உழைப்பை அதிக அளவில் சுரண்டினர். சென்னையில் உள்ள ஆங்கிலக் குழுமம் வருவாய் தண்டுவதில் கவனம் செலுத்தியதோடு திருநெல்வேலி ஆட்சியாளர்கள், படகோட்டிகள், முத்துக்குளிப்பவர்கள் மற்றும் தொழிலாளர்களை இயக்கி, புதிய விதிகள் மற்றும் தொழிலாளர் விதிமுறைகளை அறிமுகப்படுத்தி, உழைக்கும் வர்க்கத்தினரின் வாழ்க்கையில் மேலும் துயரத்தையும் சேர்த்தனர்.

மாலுமிகள், கடலோடிகள் மற்றும் திறன்குறைந்த தொழிலாளர்கள் தூத்துக்குடியில் இருந்து பெரிய அளவில் இடம்பெயரத் தொடங்கினர். தூத்துக்குடிக்கு அருகிலுள்ள காயல்பட்டினத்திலிருந்து கொச்சிக்குத் துணி சாயமிடுபவர்கள், செருப்புத் தைப்பவர்கள் இடம்பெயர்வதைக் காண்கிறோம். ஆங்கிலேயர் ஆட்சியின் கீழ் இருந்த பஞ்சம் மற்றும் வறுமையில் இருந்துத் தப்பிக்கத் தூத்துக்குடியில் இருந்து இலங்கைக்குப் பெருமளவில் கூலித் தொழிலாளர்கள் இடம்பெயர்ந்தனர். 1841 மற்றும் 1880களில் தொழிலாளர் ஒப்பந்த முறையின் கீழ் இலங்கையில் உள்ள காபித் தோட்டங்களில் தொழிலாளர்கள் பணிபுரிந்தனர். டச்சுப் பேரரசின் எல்லைக்குள் அடிமைத் தொழிலின் முதன்மைத் தன்மையையும், டச்சு மற்றும் பிரித்தானியரின் கீழ் தொழிலாளர் விருப்பமின்றி ஆற்றப்படும் பணி மற்றும் தண்டனைத் தொழிலாளர்களின் முதன்மைத் தன்மையையும் சுட்டிக் காட்டலாம். மேலும் பிரித்தானியர் தவிர பிற கட்டாய உழைப்பு முறைகள் பொருளாதார வளர்ச்சிக்கான உழைப்பு, தீவிரப் பாதைகளின் ஒரு பகுதியாகக் காணப்படுகின்றன. முதலாளித்துவத்தின் விரிவாக்கம் மற்றும் உலகளாவிய சந்தைகளின் வளர்ச்சி, பதினெட்டு மற்றும் பத்தொன்பதாம் நூற்றாண்டுகளில் அடிமைத்தனம் மற்றும் கட்டாய உழைப்பின் விரிவாக்கத்திற்கு வழிவகுத்தது. கொள்கையளவில், கொத்தடிமை ஆட்கள் அவர்கள் பிறந்த தமிழ்ச் சமூகச் சூழலின் ஒரு பகுதியாகவே இருந்தனர் என்றும், சமூகப் பழக்கவழக்கங்கள் அவர்களை வெறுமனே சந்தையில் வாங்கவும் விற்கவும் விடாமல் தடுத்தன என்றும் கூறலாம். தூத்துக்குடியிலிருந்த குடியேற்ற அடிமைத்தனம் உள்ளூர் அடிமைத்தனத்திலிருந்து மிகவும் வேறுபட்டது.

போர்த்துக்கீசியர், டச்சுக்காரர் மற்றும் ஆங்கிலேயர் பயன்படுத்தாத வணிகப்பொருட்களைப் பார்ப்பதன் மூலம் தூத்துக்குடி வரலாற்றில் இன்னும் பல புதிய எல்லைகளை பட்டியலிடலாம். இந்தச் சான்றுகள் அனைத்தும் தூத்துக்குடித் துறைமுகத்தில் உள்ள மக்களின் சிக்கலான, உலகளாவிய மற்றும் உலகப் பொதுநோக்குடைய வாழ்க்கையை ஆய்வுக்குட்படுத்த வழிவகுக்கும். தமிழகக் கடற்கரையில் கடல் மற்றும் அதன் மக்களைப் பற்றிய ஆய்வைப் போலவே இதுவும் ஓர் புதிய அறைகூவலாகத்தான் உள்ளது.

ஆய்வடங்கல்

Primary Sources
I. Manuscripts
INDIA

1. **Historical Archives of Goa, Panaji**
   Assentos Conselhoda Fazenda, Codice 1164
   Codex 1161, Codex 1162, Codex 1164, Codex 1166, Codex 1168, Codex 1419, Codex 1420, Codex 1420
   Livro de Segredo, vol.1, 9/4/5
   Monções do Reino, Livro 7, 34-36/4/4 (7 February 1602); Livro 10D, 44-2-2; Livro 17; Livro 19B, 27/2-4; Livro 19C; Livro 19D, Codice 24–26/3–4; Livro 20; Livro 40, Livro 52

2. **Madurai Province Jesuit Archives, Shenbaganur**
   Litterae Annuae, vol.3; vol.8

3. **Tamilnadu State Archives, Chennai**
   Board of Revenue Proceedings, vol. 140, 251, 446, 447, 668, 672, 688, 924, 935, 1403
   Cochin Records, no. 352
   _____, no 584, sale and transfer of slaves from 25 January 1755 to 5 August 1756
   _____, no. 622, sale and transfer of slaves in 1758
   _____, no. 632, sale and transfer of slaves in 1759
   _____, no. 886, sale and transfer of slaves in 1770
   _____, no. 896, sale and transfer of slaves in 1770–71
   _____, no. 925, sale and transfer of slaves in 1772
   _____, no. 957, sale and transfer of slaves, from1 October to 31 December 1773
   _____, no. 979, sale and transfer of slaves from 5 January 1774 to 5 June 1774
   _____, no. 1003, sale and transfer of slaves from 1 April 1775 to 27 June 1775
   _____, no. 1034, sale and transfer of slaves from 3 January 1776 to 39 April 1776

_____, no. 1062, deeds of sale and transfer of slaves from 19 July 1777 to 16 December 1777

_____, no. 1145, permits to export slaves from 18 February 1780 to 29 December 1787

_____, no. 1225, sale and transfer of slaves in 1784 and 1785

_____, no. 1266, sale and transfer of slaves in 1786

_____, no.1288, sale and transfer of slaves from 12 February to 20 August 1787

_____, no.1341, sale and transfer of slaves from 1 September 1789 to 27 November 1789

_____, no.1369, deeds of sale and transfer of slaves in 1790–91

Dutch Records

No. 334, The secret letter of the Dutch envoy Johan de Croes from the Ramanathapuram court received at the Dutch factory at Tuticorin in 1744

No. 9836–85; 9789-38; 9790-39

Madras Board of Revenue Proceedings, 3 June 1848, 1 July 1848 and 8 July 1848.

South Arcot District Records, Correspondence on Political Matters, vol. 142 (8)

Tinnevelly District Records, vol. 3559, 3565, 3566, 3582, 3583, 3586, 4364, 4696, 4702

ITALY

4. *Archivum Romanum Societatis Iesu, Roma*

Goa 12, 33, 38, 56, 66

Goa 20, letter of Vigilus Mansi to Michael Angelo Tamburini dated 23 January 1714 written from Tuticorin

Goa 47, Littera Annua: Provinciae Malabarensis, 1582

Goa 47, letter of Fr Diogo to Fr Aqua Viva dated 15 December 1582

Goa 47, Littera Annua: Provinciae Malabrensis, 1583

Goa 48, Littera Annua: Provinciae Malabrensis, 1600

Goa 53, Littera Annua 1644

Goa 55, letter of Fr. Nunes Rodrigues dated 30 December 1582, written from Cochin

MEXICO

5. Archivo General de la Nacion, Mexico City
Seccion Historia, 406, 187r-191v (1616)

PORTUGAL

6. Arquivo Historico Ultramarino, Lisboã

Assentos do Conselho da Fazenda 1163 (1637)

India, Caixa 3, Document 168 (1615); Caixa 4, document 25 (1616); Caixa 5, Document 164 (1618); Caixa, 6, dated 1 December 1619; Caixa 11, Document 44, Document 193; Codice 281

7. Biblioteca Academia das Ciências de Lisboã

Azul No. 12

8. Biblioteca da Ajuda, Lisboã

Codice 49-IV-9, Codice 49-IV-50

Codice, 51-V-36, Andre Coelho, Relação de muita importancia que trata das fortalezas prisidiose feitorias que o inimigo Olandes tem nestas da India 1621

Codice 51-8-46, Livro das Merces que fez Dom João de Castro

9. Biblioteca da Universidade de Coimbra

Carta Geral dos Servidores do Estado da India em 1635, No.459

10. Bibiloteca Nacional de Lisboã

Codice 1983

Diario de Conde de Linhares Vice-rei da India

Reservados, Codex 638

11. Biblioteca Publica e Arquivo Distrital Evora

MSS CV/ 2-7

12. Instituto Arquivo Nacionais/ Torre do Tombo, Lisboã

Chancelaria de D. João III, Priveligios, Livro 1; Chancelaria de D. João III, Livro 21

Coleção São Lourenço, vol. IV (25 January 1547)

Corpo Cronologico: II-1-14-21; II-7-103; II-114-123; II-114-193; IIa-112-104; IIa-112-105; IIa-129-74; IIa-129-208; IIa-129-217; IIa-114-4; IIa-117-193

Documentos Remetidos da India, Livro 1, 30, 31, 32, 36, 44, 58

Fragmentos, Caixa 10, Maco 10, No. 12

அய்ரோப்பியக் கடல்சார் வணிகம் (கி.பி. 1570-1880) / 221

Gavetas, 20, Maço 10, Document no. 33; Gavetas, XV-19-11
Nucleo Antigo, No. 873
SPAIN
13. *Archivo General das Indias, Seville*
    Seccion Filipinas, 25-1-46, (1689)
14. *Archivo General de Simancas, Valladolid*
    Secretarias Provinciales, Codice 1490, Codice 1551
15. *Archivo General das Indias, Seville*
SRI LANKA
16. *Sri Lanka National Archives, Colombo*
    Colombo Diary, MSS 1/2712, Colombo Diary, 1662-1663
    _____, 1/3069, Colombo Diary, 1763, 31 December 1763
    Lot 41/163, No. 47 of 24 April 1856 and No. 128 of 1 July 1856
    Minutes of the Governor and Council in Colombo, 1/20, 1/24
    Protocols of Deeds of Emancipation of Slaves, 1/4145, VOC, (16 March 1739)
    _____, VOC, 1/4145, (1738–1752, 31 August 1750)
    _____, VOC, 1/4145, (13 January 1751)
    _____, VOC, 1/4146 (5 September 1779)
    _____, VOC, 1/4146, 1770–1795 (24 October 1781), (24 October 1781), (9 December 1786), (9 September 1787)
    _____, VOC, 1/4146 (20 February 1786)
    _____, VOC, 1/4146 (22 March 1786)
    _____, VOC, 1/4146 (5 January 1791)
    VOC Archives, Record group 1, inventory no. 9; no. 6470.
THE NETHERLANDS
17. *Nationaal Archief, Den Haag*
    Bataviaasch Uitgaand Briefboek
    VOC 889, 891, VOC 893, the letter of Governor-General and Council of Batavia to Governor and Council of Ceylon dated 31 July 1670
    Overgekomen Brieven en Papieren
    VOC 904, VOC 1053, VOC 1129, VOC 1152, VOC 1154, VOC 1214, VOC 1215, VOC 1225, VOC 1232, VOC 1233, VOC 1234, VOC 1251, VOC 1267, VOC 1268, VOC 1280, VOC 1308, VOC 1330, VOC 1373, VOC 1396, VOC 1446, VOC 1464, VOC 1468, VOC 1469, VOC 1470,

VOC 1471, VOC 1479, VOC 1505, VOC 1506, VOC 1527, VOC 1528, VOC 1540, VOC 1576, VOC 1615, VOC 1620, VOC 1628, VOC 1630, VOC 1632, VOC 1641, VOC 1651, VOC 1653, VOC 1681, VOC 1686, VOC 1693, VOC 1696, VOC 1706, VOC 1721, VOC 1738, VOC 1762, VOC 2068, VOC 2077, VOC 2308, VOC 2360, VOC 2419, VOC 2426, VOC 2428, VOC 2430, VOC 2541, VOC 2599, VOC 2663, VOC 2716, VOC 2778, VOC 3402, VOC 3432, VOC 3457, VOC 3485, VOC 3516, VOC 3572, VOC 3837, VOC 3843, VOC 7538

VOC, 1227, Proceedings of Tuticorin, January 1658

VOC 1231, letters from admiral Van Goens to Pulicat and from Colombo to Gentlemen XVII, September 1658, January 1671

VOC 1231, letter of Van Goens to the Governor-General and Council dated 13 May 1659

VOC 1256, fl. 410r, Letter from Isbrand Goske to Van Goens dated 12 November 1666.

VOC 1274, Report of mission to Vadamalaiyappa Pillai, March 1670

VOC 1323, Letter of van Goens, the younger to the Governor-General and Council dated 5 March 1677

VOC 1406, Letter from Commander Marten Huijsman and the Council in Cochin to Batavia dated 11 April 1684

VOC 1410, Letter from Cochin to Heren XVII dated 28 November 1685

VOC 1638, Cochin shipping list from 3 January 1699 to 23 December 1699

VOC, 1706, Extract of Tuticorin diary, July 1705

VOC 1706, letter from Tuticorin to Colombo, July 1705

VOC 1725, Resolution taken at the Dutch Council in Cochin, 4 December 1704

VOC 1756, Extract of Tuticorin diary, July 1708

VOC 1767, Letter of Governor Falck to Batavia dated 13 April 1766.

VOC 1773, Secret letter from Commander Willem Moerman to Batavia dated 28 December 1708

VOC 1825, Letter from Cochin to Batavia dated 13 May 1712

VOC 1866, Translated letter written by Paya Kandi Cadry, the accountant of the Ali Raja's ship to Cochin dated 15 January 1715

அய்ரோப்பியக் கடல்சார் வணிகம் (கி.பி. 1570-1880) / 223

VOC 1893, Extract letter from Tuticorin to Colombo, July 1717
VOC 1905, Translated letter from the Ali Raja to Cochin dated 2 December 1717
VOC, 1941, Extract of Tuticorin diary, June 1720
VOC 1941, letter of the Governor-General and Council to the Directors in the Netherlands dated 30 November 1720
VOC 1941, Extract of Tuticorin diary, June 1721
VOC 3689, Extract patriaasche missiven 18 November 1786
VOC 8925, Reports by envoys from Kandy, February 1710

Hoge Regering te Batavia

No. 542, Description of Ceylon, Madurai, south Coromandel, Malabar, and Kanara by Rijcklof van Goens, September 1675

No. 557, (22 November 1738)

Resoluties

VOC 3324, 11 October 1771

VOC 3350, 15 September 1772

VOC 3433, 29 December 1775

Nederlandse bezittingen India: Digitale duplicaten Chennai

NL–HaNa, 1.11.06.11, 66, Scan 67, Case ID Database CR-66–11

NL–HaNa, 1.11.06.11, 66, Scan 75, Case ID Database CR-66–11

NL–HaNa, 1.11.06.11, inventory no. 440, ff.1–39, Case ID Database CR-440–6

Akten van Transport, VOC, 1.11.06.11, Inventory number 1062

UNITED KINGDOM

18. *British Library, London*

AAS, MG, no. 4, part 4: Mootiah's chronological & historical account of the modern kings of Madura

Additional Manuscripts, Codice No. 20892, No. 20902

BC, India, 1803-04, extract of Rochead letter, Fort St. George, Military, no. 2737

_____, 1803-04, F/4/155, 2737, letter of Leith to government

_____, 1803-04, F/4/155 (2965 to 2744), 2737, letter of Rochead to government dated 8 March 1803-04

_____, 1818, see the extract of judicial letter to Madras dated 4 March 1818

Bengal Public Consultations, 1805

P/6/12, letter of R. T. Farquharson to government, dated 15 March 1805, 16 May 1805 and 6 June 1805

Oriental and India Office Collection

F/4/635 (17222 to 17316) no. 17224

F/4/1414/ 55774, Kidnapping and Sale of children in Tanjore and Tinnevelly, 1825

Mackenzie Collection, General, vol. 49

Mackenzie Collection, Private, no. 72

Straits Settlements Factory Records

G/34/23 (6 July to 28 December 1809), see the minute by Philips on 30 November 1809

G/34/43 (6 January to 30 April 1814), Petitions and minute by William Petrie dated 4 February 1814 and 5 February 1814

G/34/49 (6 April 1815 to 12 July 1815), Petitions, 11 April 1815 and 21 April 1815

G/34/60 (2 January 1817 to 12 April 1817), The minutes by president dated 23 January 1817

G/34/62 (9 September 1817 to 27 December 1817), letter of D. Hill to Clubley dated 9 September and 25 September 1817

G/34/66 (6 July 1818 to 7 October 1818), The minute by Governor Bannerman dated 7 September 1818

G/34/72 (26 August 1819 to 23 December 1819), letter of Coombs to government dated 10 December 1819

Madras Judicial Consultations

P/322/45 (1 February to 27 March 1810), letter of T. Raffles to A. Falconar dated 23 March 1810

P/323/4 (25 February to 22 March 1814), letter of W. A. Clubley to G. Strachey dated 25 February 1814

P/323/7, letter of R. H. Young to government dated 25 February 1814, 22 April 1814 and 7 June 1814

P/323/60, (15 September 1820 to 14 November 1820) letter of D. Hill to police dated 27 October 1820, and police to government dated 3 November 1820

P/324/ 3, (11 November 11 1825 to 30 December 1825) letter of magistrate to government dated 27 September 1825

19. *The National Archives of the United Kingdom, Kew*
Ceylon Blue Books, 1843-1849
Colonial Office Records, 54/227, letter of Campbell to Grey dated 11 November 1846
_____, 54/235, letter of Tennent to Earl Grey, 21 March 1847
_____, 54/235 letter of Tennent to Grey dated 21 April 1847.
_____, 54/238, The Confidential letter of Torrington to Grey dated 16 August 1847
_____, 54/243, letter of Torrington to Grey dated 25 February 1847
_____, 54/250, Governor's Despatch Miscellaneous no.6 of 21 April 1847 to the Secretary of State for Colonies
_____, 54/299, letter of Anderson dated 20 May 1853
_____, 54/425, Robinson to Earl of Carnaron, No. 57, 6 March 1867, The minute by Roger dated 22 May 1867
_____, 54/476, No. 69 of 7 June 1872, The letter of Gregory to Herbert dated 10 June 1872
_____, 54/477, No. 59, letter of Gregory to Earl of Kimberley dated 9 July 1872
_____, 54/492, no. 7, letter of Gregory to Earl of Kimberley dated 8 January 1874
_____, 56/2, The Ceylon Acts 1841–1843
_____, 56/9, Ceylon Acts 1864–1869

UNITED STATES OF AMERICA

20. *Cleveland Public Library, Ohio*
MS East India Company, 1807, Report on the Origin, Progress and Termination of the Poligar Wars in the Southern Provinces

II. PRINTED DOCUMENTS AND CONTEMPORARY CHRONICLES

IN DUTCH

Anthonisz-Pieters, S., *Memoir of Thomas van Rhee, Governor and Director of Ceylon for his Successor Gerrit de Herre, 1697*, Colombo, 1905.

_____, *Memoir of Jacob Christiaan Pielat 1734*, Colombo, 1905.

_____, *Memoir of Gustaaff Willem Baron Van Imhoff, 1740*, Colombo, 1911.

_____, *Diary of occurrences during the tour of Gerrit de Herre, governor of Ceylon from Colombo to Jaffna July 9, to September 3, 1697*, Colombo, 1914.

_____, *Memoir of Hendrick Becker Governor and Director of Ceylon for his successor Issac Augustyn Rumpf 1716*, Colombo, 1914.

_____, *Memoir of Thomas van Rhee, Governor and Director of Ceylon for his Successor Gerrit de Herre, 1697*, Colombo, 1915.

Arasaratnam, S., *Memoir of Julius Stein van Gollensee Governor of Ceylon 1743-1751 for his successor Gerrit Joan vreeland 28th February 1751*, Colombo, 1974.

Bes, Lennart., *Plaatsingslijst van de Collectie van de familie prins–1656-Zost eeuw*, 2003.

Burg, A.J. Van der., *Gedenkschrift of memorie van Julius Stein van Gollenesse, commandeur op de Malabaarsche Kust, samengesteld in het jaar 1743 A.D*, Madras, 1908.

Chijs, J.A. Van der., *Nederlandsch-Indisch Plakaatboek*, 17 vols, Batavia/ S'Gravenhage, 1885-1900.

_____, et al., *Dagregister Gehouden int Casteel Batavia vant Passerende daer te Plaatse als Over Geheel Nederlandts-India, 1628–1682*, 31 vols., The Hague- Batavia, 1887–1928.

Coolhas, W.Ph., ed., *Generale Missiven van de Gouverneurs-Generaal en Raden Aan Heren XII der Verenigde Oost-indische Compagnie*, 9 vols, S' Gravenhage, 1960-84.

Groot P. and A. Galletti, *The Dutch in Malabar: Memorandum on the administration of the coast of Malabar by the Right Worshipful Adriaan Moens, drawn up for the information of his successor dated 18 April 1781*, Madras Dutch Records No.3, Madras, 1911.

Heeres, J.E., and F.W. Stapel, eds., *Corpus Diplomaticum Neerlando Indicum, Verzameling van Poiltieke Contracten en verdure verdraagen door de Nederlanders in het Oosten gelatin van privilege brieven aan hen Verbend enz*, 6 vols, S' Gravenhage, 1907-55.

Hovy, L., *Ceylonees Plakkaatboek: Plakkaten en Andere Wetten Uitgevaardigd door het Nederlandse Bestuur op Ceylon, 1638–1796*, 2 vols, Hilversum, Verloren, 1991.

Pieters, Sophia., *Memoir of Rijkloff Van Goens Adriaen van der Meijden, June 1661 in Instructions from the Governor General and Council to the Governor of Ceylon*, Colombo, 1908.

_____, *Memoir of Ryckloff van Goens, Junior, Governor of Ceylon, 1675-1679 to his successor Laurens Pyl late commandeur, Jaffnapatnam*, Colombo, 1910.

_____, trs., *Memoir of Hendrick Zwaardecroon, Commandeur of Jaffnapatam, 1697*, Colombo, 1911.

_____, *Memoir of Van Imhoff 1740*, Colombo, 1911.

_____, *Memoir left by Gustaff Willem Baron van Imhoff Governor General and council of Ceylon to his successor Willem Maurits Bruynink 1740*, Colombo, 1911.

_____, *Memoir of Thomas van Rhee Governor and Director of Ceylon for his Successor Gerrit de Herre*, Colombo, 1915.

Reimers, E., ed., *Memoir of Joan Maetsuyker President and Commander-in-Chief delivered to his successor Jacob van Kittensteyn on the 27 February 1650*, Colombo, 1927.

_____, *Memoirs of Ryckloff van Goens Adraien Governor of Ceylon to his Successor Jacob Hustaart on 26 December 1663 and Ryckloff van Goens the Younger on 12 April 1675*, Colombo, 1932.

_____, ed., *Memoir of Joan Gideon Loten, Governor of Ceylon delivered to his successor Jan Schreuder on 28 February 1757*, Colombo, 1935.

_____, ed., *Memoir of Jan Schreuder, Governor of Ceylon delivered to his Successor Lubbert Jan Baron van Eck on 17 March 1762*, Colombo, 1946.

IN ENGLISH

Anjengo Consultations, Madras, 1958.

Brown, Sampson., *Life in the Jungle*, Colombo, 1845.

Ceylon Observer, 12 March 1869, A. Joseph, A Tamil's account of the coffee districts of Ceylon

_____, 13 March 1869, A. Joseph, A Tamil's account of the coffee districts of Ceylon

Colombo Observer, dated 15 June 1857, Letter of P. Canacaseppa reporting on the North Road dated 30 May 1857

_____, 15 June 1857, letter of P. Canacaseppa dated 30 May 1857.

Danvers F.C., and William Foster, ed., *Letters received by the English East India Company from its Servants in the East (1602–1617)*, 6 vols., London, 1896–1902.

Foster, William., *The English Factories in India (1624-29)*, Oxford, 1906-1927.

Mc Nair, J.F.A., assisted by W. D. Bayliss, *Prisoners Their Own Warders: A Record of the Convict Prison at Singapore: Together with a Cursory History of the Convict Establishments at Bencoolen, Penang and Malacca from the Year 1797*, London, 1899.

Report on Accounts and Paper: House of Commons for Colonies: Immigration vol. XVI.

Report from Commissioners: Emigration Commission, Factories, Mines and Public Health, vol. XXII, 1862.

Welsh, James., *Military Reminiscences: Extracted from a Journal of Nearly Forty Years' Active Service in the East Indies*, London, Smith, Elder, 1830.

IN FRENCH

Bertrand, Joseph., *La Mission du Madure d' après de Documents in Edits*, 4 vols., Paris, 1847–54.

Dider, Hugues., *Correspondance, 1535-1552: Lettres et Documents*, Paris, 1987.

IN PORTUGUESE

Albuquerque, Affonso de., *Cartas de Affonso de Albuquerque*, 7 vols, Lisboa, 1884-1935.

Barros, Joao de., *Decadas da Asia: dos Feitos, que os Portugueses Fizeram no Descobrimento as Conquista dos Mares e Terras do Oriente*, 8 vols, Lisboã, 1777-78.

Biker, Julio. F. J., *Colleção de Tratados e Concertos de Pazes que o Estado da Índia Portugueza fez com os reis e Senhores em que teve Relacaoes nas Partes da Asia e Africa Oriental desde o Principio da Conquista ate ao fim do Seculo XVIII*, 14 vols, Lisbon, 1881-7.

Boccaro, Antonio., *Decada 13, da Historia da In*dia, Lisboa, 2 vols, 1876.

Botelho, Simão., *Tombo do Estado da India (1546-1554)* ed., R.J.de Lima Felner, *Subsidios Para a História da India Portuguesa*, Lisboã, 1868.

Castanheda, Fernão Lopes de., *História do Descobrimento e Conquistas da India Pelos Portugueses*, Porto, 1975.

Commentarios do Grande Affonso d'Albuquerque, Lisboã, 1774.

Correia, Gaspar., *Lendas da India*, 4 vols, Lisboã, Academia Real das Sciencias de Lisboã, 1858-64.

_____, *Lendas da India*, ed. M. Lopes de Almeida, 4 vols, Porto, 1975.

Cortesao Armando and Luis de Albuquerque, *Obras Completas de Dom João de Castro*, III vols, Coimbra, 1976.

Costa A. Fontoura da., ed. *Roteiro da Primeira Viagem de Vasco da Gama, 1497-1499*, Lisbon, 1969.

Couto, Diogo do., *Decadas da Asia*, Lisboa, rpt, 1973.

Diario de Viagem de Vasco da Gama, II vols., Porto, Livraria Civilização, 1945.

Documentos Sobre Os Portugueses em Moçambique e na Africa Central, 1498-1840, IX vols., Lisboã, Centro do Estudos Historicos Ultramarinos, 1969-1980.

அய்ரோப்பியக் கடல்சார் வணிகம் (கி.பி. 1570-1880) / 229

Lees, George., trs., *History of Ceylon Presented by Captain John Ribeiro to the King of Portugal in 1685*, Colombo, 1847.

Pato, R.A. Bulhão., *Documentos Remetidos da India*, V vols, Lisbon, 1880-1935.

Perreira, Braganca., *Arquivo Portuguez Oriental*, Bastora, Goa, 1935.

Pissurlencar, Panduranga S.S., *Regimentos das Fortalezas da India*, Bastora, Goa, 1951.

_____, *Assentos do Conselho do Estado, 1618-1750*, 5 vols, Goa, 1953-83.

Rivara, Cunha., *Archivo Portuguez Oriental*, 6 Fasciculos in 9 vols., Goa, 1857-1876.

Sanceau, Elaine., *Coleção de São Lourenço*, III vols., Lisboã, 1973-83.

Silva Rego, António da., *Documentação Para a Historia das Missoes do Padroado Portugueses do Oriente*, XII vols., Lisboa, 1947-1958.

_____, ed., *As Gavetas da Torre do Tombo*, XII vols., Lisboã, Centro de Estudos Historicos Ultramarinos, 1960-77.

_____, *Documentos Remetidos da India ou Livros da Monceoes*, Vols. VI –X, Lisboa, 1974-82.

Wicki, Jose., *Documenta Indica*, 18 vols., Roma, 1948-1988.

III. TRAVELOGUES

Baldaeus, Philippus., *Naaukeurige Beschrjvinge van Malabar en Choromandel, der zelveraangrenzende Ryken, en het machtige Eyland Ceylon*, Amsterdam, 1672.

_____, *A True and Exact Description of the Most Celebrated East India Coasts of Malabar and Coromandel as well as of the Isle of Ceylon with their Adjacent Kingdom and Provinces*, 1672, London, 1703, rpt., New Delhi, 2000.

Barbosa, Duarte., *The Book of Duarte Barbosa: An Account of the countries bordering the Indian Ocean and their Inhabitants*, (trans.) M.L. Dames, London, Hakluyt Society, 1918.

Carre, Abbe., *The Travels of Abbe Carre in India and Near East, 1672–1674*, 3 vols., London, 1947–8.

Gibbs, H.A.R., *Ibn Battuata: Travels in Asia and Africa, 1325-1354*, Delhi, 1986.

Hamilton, Alexander., *A New Account of the East Indies*, vol. I, London, 1930.

Linschoten, John Hughyen van., *The Voyages of John Hughyen Van Linschoten to the East Indies, from the Old Translation of 1598*, ed., R.A. Tiele, II vols, London, 1885.

Lockman, John., *Travels of the Jesuits, into Various Parts of the World: Particularly China and the East Indies. Intermixed with an Account of the Manners, Government, Civil and Religious Ceremonies, Natural History and Curiosities, of several Nations visited by those Fathers, translated from the Celebrated letters edifiantes & curieuses, ecrites des Missions Etrangers, par les Missionaire de la Compagnie de Jesus. A Work so entertaining and curious, that it has already been translated into most of the European Languages. This Work is so illustrated with Maps and Sculptures, engraved by the best Masters. To which is now prefixed, An Account of the Spanish Settlements, in America, with a general Index to the whole Work,* Second edition, corrected, Printed for T. Piety, at the Rose and Crown in Pater Noster–Row; and sold by the Booksellers of Great Britain, Ireland and New England, 2 vols., 1762.

Major, R.H., ed., *India in the Fifteenth Century*, rpt, Delhi, 1974.

Mentzel, O., *A Complete and Authentic Geographical and Topographical Description of the Famous and (All Things Considered) Remarkable African Cape of Good Hope*, Cape Town, Van Riebeeck Society, II vols., 1925.

Moule A.C., and P. Pelliot, Marco Polo, *The Description of the World*, London, 1938.

Nieuhof, Johannes., *Parel Visseryvoor Toutecouryn: Zee und Lantreise, door verscheide Gewesten von Oostindien*, Amsterdam, 1682.

_____, *Voyages and Travels into Brazil and East Indies*, 2 vols., 1703.

Teensma, ed., *Jacques de Couttre*, Madrid, 1990.

Texeira, Pedro., *The Travels of Pedro Texeira*, trans., W.F. Sinclair, London, 1902.

Varthema, Ludovico di., *The Travels of Ludovico di Varthema in Egypt, Syria, Arabia desert and Arabia Felix in Persia, India and Ethiopia AD. 1503-1508*, Trans. J. W. Jones (ed.) G.P. Badger, London, Hakluyt Society, 1901.

IV. EPIGRAPHICAL SOURCES

Aiyar, K.R. Srinvasa., *Inscriptions in the Pudukottai State*, Pudukottai, 1929.

Annual Report on Epigraphy (including Indian and South Indian Epigraphy from 1881 to 1922, 1923-1945, 1950 to 2005) New Delhi/ Madras, 1887–2005.

South Indian Inscriptions, Publications of the Archaeological Survey of India, vols, I to XXXIV New Delhi, 1890-1990.

Travancore Archaeological Series, IX vols., Trivandrum, 1910-1941.

SECONDARY SOURCES
ARTICLES

Arasaratnam, S., 'Dutch Commercial Policy in Ceylon and its Effects on the Indo-Ceylon Trade, 1690-1750", *The Indian Economic and Social History Review*, vol. IV, no. 2, 1967, pp. 109-130.

_____, 'Commercial Policies of the Sethupathis of Ramanathapuram 1660–1690', *Proceedings of the Second International Conference-Seminar of Tamil Studies*, vol. II, ed. R.E. Asher, Madras, 1968, pp. 251–6.

_____, 'The Politics of Commerce in the Coastal Kingdoms of Tamilnad, 1650–1700', *South Asia*, vol. 1, no.1, 1971, pp. 1–19.

_____, 'The Rice Trade in Eastern India 1650-1740', *Modern Asian Studies*, vol. 22 (3), special issue 1988, pp. 531-549.

De Silva, C.R., 'The Portuguese and Pearl Fishing', *South Asia Journal*, vol. I, 1979, pp. 14-28.

Ferguson, Donald.,'The Portuguese in Ceylon in the first half of the Sixteenth Century: Gaspar Correa's Account', *Ceylon Literary Register*, 3rd series, vol. IV, pp.157-159.

Gerrit, Knaap., 'Europeans, Mestizos and Slaves: The Population of Colombo at the end of the Seventeenth Century', trans. Robert Ross, *Itinerario*, vol. V, 1981, pp. 84–101.

Goitien S.D., 'Letters and Documents on India Trade in Medieval Times', *Islamic Culture*, vol. 37, (3), 1963, pp. 183-205.

Lista de todos as Capitanias e Cargos que ha na India E sua Estimacaoe Rendimento Porcao mais ou menos', (as dated 14 Nov. 1616) in *Revista Portuguesa Colonial e Maritim*a, Lisboã, 1900-1901, pp. 344-353.

Ptak, Roderich., Yuan and Early Ming Notices on the Kayal Area in South India, *Bulletin de Ecole francaise d' Extreme-Orient*, vol.80, (1) 1993, pp 137-156.

Randle, H.N., 'The Saurashtras of South India', *Journal of the Royal Asiatic Society of London*, October, 1944, pp. 151–4.

Rockhill, W.W., 'Note on the Relation and Trade of China with the Eastern Archipelago and the Coast of the Indian Ocean during the Fourteenth Century', in *Toungpao*, vol. XVI, 1914, pp. 419-447; vol. XVI, 1915, pp. 61-159.

Sandhu, Kernial Singh., 'Tamil and other Indian Convicts in the Straits Settlements AD. 1790–1873', *Proceedings of the First International Conference of Tamil Studies*, Kuala Lumpur, 1968, vol. 1, pp. 197–208.

Sastri, K.A. Nilakanta., 'Tirumalai Naik, The Portuguese and the Dutch' *Proceedings of the Indian Historical Records Commission*, vol. XVI, Calcutta, 1939, pp. 32-40.

Schurhammer, Georg., 'Iniqitembrane and Bete Perumal: Chera and Pandya kings in South India', *Journal of the Bombay Historical Society*, vol. III, 1930, pp. 1-40.

Shokoohy, Sharad., 'Architecture of the Muslim Port of Qail on the Coromandel Coast, South India', *South Asian Studies*, vol. 9, 1993, pp. 137-166.

'Sidelights on South Indian History from the Letters and Records of the Contemporary Jesuit Missionaries (1542-1756)', *St. Joseph's College Magazine*, Trichnopoly, vol. 18, no. 14, 1929, pp. 171-173.

Stephen, S. Jeyaseela., 'The Dutch in Tuticorin: Cloth Production and Trade under the Dutch East India Company, 1663-1757', *Proceedings of the Tamilnadu History Congress*, volume V, 1999, pp. 128-137.

_____, Societal Changes: Portuguese and the Native Christians in Tamil Country, 1537-1739', in K.S. Mathew, Teotonio R. de Sousa & Pius Malekandathil eds., *The Portuguese and the Socio-Cultural Changes in India, 1500-1800*, Tellicherry, 2001, pp. 479-513.

Stewart, James., 'Account of the Pearl Fisheries of the North-West Coast of the Island of Ceylon', *Transactions of the Royal Asiatic Society of Great Britain and Ireland*, vol. III, no. 3, 1834, pp. 462–52.

Subrahmanyam, Sanjay., 'Noble Harvest from the Sea: Managing the Pearl Fishery in Mannar, 1500-1925', in Burton Stein and Sanjay Subrahmanyam, *Institutions and Economic change in South Asia*, Delhi, 1996, pp. 134-72.

Tansen, 'Maritime Relations between China and the Chola Kingdom, AD, 850-1279', in K.S. Mathew, ed., *Mariners, Merchants and Oceans: Studies in Maritime History*, Delhi, 1995, pp. 25-42.

Vink, P.M. Markus., 'The World's Oldest Trade: Dutch Slavery and Slave Trade in the Indian Ocean in the Seventeenth Century', *Journal of World History*, vol. 14, no.2, June 2003, pp.131-146.

Wicki., Jose., 'Duas Relações sobre a Situação da India Portuguesa nos annos 1568-1569', *Studia*, vol. XVIII, 1961, pp 151-153.

_____, 'The Confraternity of Christianity of Henrique Henriques', *Indian Church History Review*, vol. 1, March, 1967, pp. 1-8.

Worden, Nigel., 'Indian Ocean Slaves in Cape Town, 1695-1805', *Journal of South African Studies*, 42 (3) 2016, pp. 389-408.

Yang, Anand., 'Indian Convict Workers in Southeast Asia in the Late Eighteenth and Early Nineteenth Centuries', *Journal of World History*, vol. 14, no. 2, 2003, pp. 179-208.

BOOKS

Abeysinghe, Tikiri., *A Study of the Portuguese Regimentos on Sri Lanka at The Goa Archives, Colombo,* n.d.

Arasaratnam, S., *Dutch Power in Ceylon, 1658–1687*, Amsterdam, 1958.

Arunachalam, S., *The History of the Pearl Fishery of the Tamil Coast*, Annamalai Nagar, 1952.

Belt, Albert van den., *Het VOC-bedrijf op Ceylon. Een voorname vestiging van de Oost Indische Compagnie in de 18de eeuw*, Zutphen, Walburg Pers, 2008.

Besse, Leon., *La Mission du Madure: Historique de ses Pangous*, Trichnopoly, 1914.

Bruijn, J.R., *The Dutch–Asiatic Shipping in the Seventeenth and Eighteenth Centuries*, III vols., The Hague, 1979–87.

Caldwell, R., *A History of Tinnevelly*, reprint, Delhi, 1982.

Cotton, Julian James., *List of Inscriptions on Tombs or Monuments in Madras Possessing Historical or Archaeological Interest*, Madras, 1908.

Danvers, F.C., *Report on Portuguese Records Relating to the East Indies*, 1892.

_____, *The Portuguese in India*, London, 1894.

De Silva, C.R., *The Portuguese in Ceylon, 1617-38*, Colombo, 1972.

Galleti, A., ed., *The Dutch in Malabar*, Madras, 1911.

Glamann, Kristof., *Dutch Asiatic Trade, 1620-1740*, Copenhagen, 1958.

Godinho, Vitorino Magalhes., *Os Descobrimentos e a Economia Mundial*, Lisboa, 1965.

Goonewardena, K., *The Foundation of Dutch Power in Ceylon, 1638–1658*, Amsterdam, 1958.

Heras, Henry., *The Aravidu Dynasty of Vijayanagara*, Madras 1927.

Hirth and Rockhill, *Chau-Ju-ka: His Work on the Chinese and Arab Trade in the Twelfth and Thirteenth Centuries entitled Chu-fan-chi*, St. Petersburg, 1911.

Mathew, K.S., *Portuguese Trade with India in the Sixteenth Century*, New Delhi, 1983.

Muller, George., *The Birth of a Bishopric: Being the History of the Tirunelveli Church from Early Beginnings to 1896*, Diocesan Offset Press, Palayamkottai, 1980.

Nayinar, S. Muhammed Husain., *Tuhfat-Ul-Mujahiddin*, Madras, 1942.

Nooan, Laurence A., *John of Empoli and his relations with Affonso de Albuquerque*, Lisboa, 1989.

Pannikar, K.M., *Malabar and the Dutch: Being the History of the Fall of Nayar Power in Malabar*, Bombay, 1931.

Roche, P.A., *Fishermen of the Coromandel: A Social Study of the Paravas of the Coromandel*, Delhi, 1984.

Rea, Alexander., *Monumental Remains of the Dutch East India Company*, Madras, 1910.

Schurhammer, Georg., *Epistoale S. Francisci Xaverii alia que eius Scriptura*, Rome, 1944.

_____, *St. Francis Xavier: His Life, His Times*, II vols., Rome, Jesuit Historical Institute, 1977.

Stephen, S. Jeyaseela., *The Coromandel Coast and its Hinterland: Economy, Society and Political System, 1500-1600*, New Delhi, 1997.

_____, *Portuguese in the Tamil Coast: Historical Explorations in Commerce and Culture, 1507-1749*, Pondicherry, 1998.

_____, *Trade and Globalization: Europeans, Americans and Indians in the Bay of Bengal, 1511-1819*, Rawat, Delhi, 2013.

_____, *A Meeting of the Minds: European and Tamil Encounters in Modern Sciences, 1507–1857*, Primus, Delhi, 2016.

Taylor, William., *Oriental Historical Manuscripts in the Tamil Language*, vol. II, Madras, 1835.

Vink, P.M. Markus., *Encounters on the Opposite Coast: The Dutch East India Company and the Nayaka State of Madurai in the Seventeenth Century*, Leiden, 2015.

வரைபடங்கள்

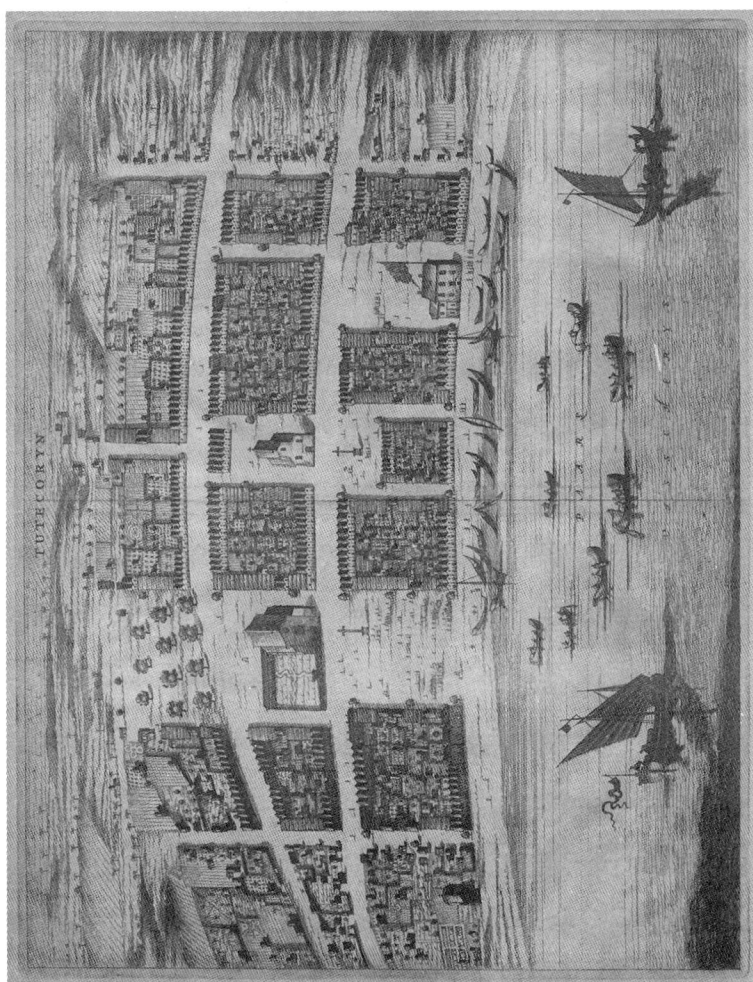

பிலிப் பல்தேயஸ் 1672இல் வெளியிட்ட தூத்துக்குடி நகரத் திட்டம் (லைடன் பல்கலைக்கழக நூலகம்)

கிறித்தவக் கல்லறைக் கல்வெட்டு தமிழில், 02-12-1618

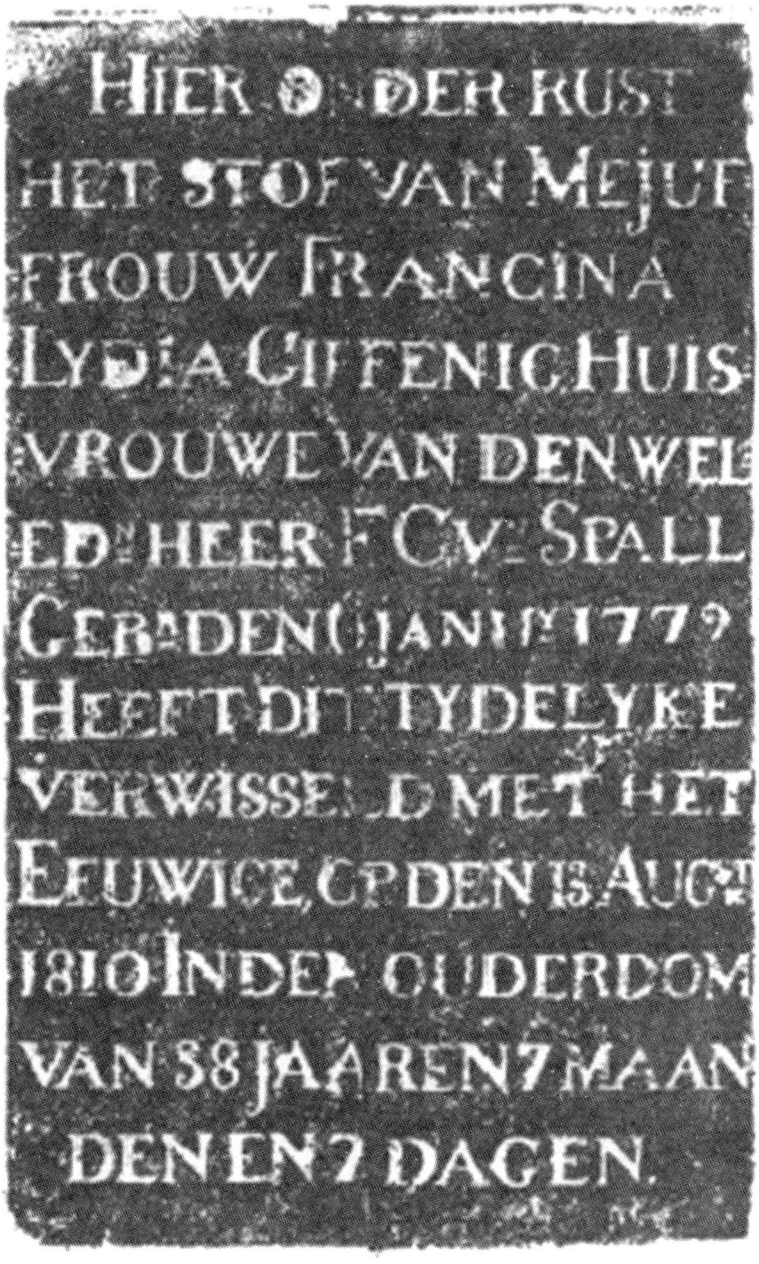

> HIER ONDER RUST
> HET STOF VAN MEJUF
> FROUW FRANCINA
> LYDIA GIFFENIGHUIS
> VROUWE VAN DEN WEL
> ED'' HEER F CV SPALL
> GERADEN (JAN.I.E 1779
> HEEFT DIT TYDELYKE
> VERWISSELD MET HET
> EEUWIGE, OP DEN 13 AUG''
> 1810 IN DEN OUDERDOM
> VAN 58 JAAREN 7 MAAN
> DEN EN 7 DAGEN.

டச்சுக் கல்லறைக் கல்வெட்டு, 13-08-1810

ஆங்கிலக் கல்லறைக் கல்வெட்டு, 4-11-1913

ஆசிரியர் குறிப்பு

எஸ். ஜெயசீல ஸ்டீபன் இந்திய - ஐரோப்பியவியல் ஆராய்ச்சி நிறுவனத்தின் தற்போதைய இயக்குநர். இவர் தூரக்கிழக்கு நாடுகளுக்கான பிரெஞ்சு ஆய்வு நிறுவனத்தின் மேனாள் ஆராய்ச்சியாளர் (1994-1999). டாட்டா நடுவண் ஆவணக்காப்பகத்தின் மூத்த ஆலோசகர் (1999-2000). விசுவபாரதி பல்கலைக்கழகத்தின் கடல்சார் வரலாற்றுத்துறைப் பேராசிரியர் மற்றும் துறைத்தலைவர் (2001-2013). அமெரிக்காவில் உள்ள நெபுராஸ்கா மற்றும் கனெக்டிகட் பல்கலைக்கழகங்களில் (1996, 2004) பணியாற்றியுள்ளார். இவர் பல நூல்களின் ஆசிரியர். இவரது படைப்புக்கள் டேனிஷ், ஜெர்மன், சீன மொழி மற்றும் தமிழில் மொழிபெயர்க்கப்பட்டுள்ளது. பல ஆராய்ச்சி விருதுகளைப் பெற்றவர். இவரது நூல் 1999ஆம் ஆண்டு தமிழக அரசின் பரிசு பெற்றது.